D1679947

பாலையும் சோலையும்

பாலையும் சோலையும்

கலாநிதி க. சொக்கலிங்கம் (பி. 1930–2004)
(சொக்கன்)

யாழ்ப்பாணத்திலுள்ள ஆவரங்கால் என்ற ஊரில் 02.06.1930இல் பிறந்தவர். மாணவப் பருவத்தில் ஆரம்பமான இவரது எழுத்துலகப் பயணம், 10.12.2004 அன்று இவர் இறக்கும்வரை தொடர்ந்தது.

ஆசிரியர், அதிபர், விரிவுரையாளர், கதையாசிரியர், கவிஞர், பேச்சாளர், ஆய்வாளர், மொழிபெயர்ப்பாளர். பத்திரிகையாசிரியர், பாடநூலாசிரியர், சமயச் சொற்பொழிவாளர், நாடகாசிரியர், நாடகநெறியாளர் எனப் பன்முகங்கொண்ட இவரது வாழ்க்கை தன்வரலாற்று நூலாக வெளிவருகிறது.

கலாநிதி க. சொக்கலிங்கம்
(சொக்கன்)

பாலையும் சோலையும்

தமிழியல்
TAMILIYAL

காலச்சுவடு பதிப்பகம்

● அன்பார்ந்த வாசகருக்கு,

வணக்கம்.

காலச்சுவடு நூலை வாங்கியமைக்கு நன்றி.

நூலின் உள்ளடக்கம், உருவாக்கம், அட்டைப்படம் இன்ன பிற அம்சங்கள் பற்றிய உங்கள் கருத்துகளையும் ஆலோசனைகளையும் காலச்சுவடு வரவேற்கிறது. தகவல், எழுத்து, வாக்கியப் பிழைகள் தென்பட்டால் கட்டாயம் தெரிவித்து உதவுங்கள். நூல் தயாரிப்பில் கடும் குறைபாடு இருப்பின் மாற்றுப் பிரதி உங்களுக்குக் கிடைக்கக் காலச்சுவடு ஏற்பாடு செய்யும்.

மின்னஞ்சல்: publisher@kalachuvadu.com

காலச்சுவடு நாகர்கோவில் அலுவலகத்துக்குக் கடிதம் அனுப்பலாம்.

தங்கள்
எஸ்.ஆர். சுந்தரம் (கண்ணன்)
பதிப்பாளர் – நிர்வாக இயக்குநர்

பாலையும் சோலையும் ❖ தன்வரலாறு ❖ ஆசிரியர்: க. சொக்கலிங்கம் ❖ © தமிழியல் ❖ முதல் பதிப்பு: டிசம்பர் 2024 ❖ இணைந்து வெளியிடுவோர்: தமிழியல், லண்டன்; காலச்சுவடு பப்ளிகேஷன்ஸ் (பி) லிட்., 669, கே.பி. சாலை, நாகர்கோவில் 629001

காலச்சுவடு பதிப்பக வெளியீடு: 1277

paalaiyum coolaiyum ❖ Auto Biography ❖ K. Sockalingam ❖ © Tamiliyal ❖ Language: Tamil ❖ First Edition: December 2024 ❖ Size: Demy 1 x 8 ❖ Paper: 18.6 kg maplitho ❖ Pages: 292

Jointly Published by Tamiliyal, 27-B High Street, Plaistow, London E13 0AD. Phone : +44 7864 037 374, e-mail: info@tamiliyal.org.uk and Kalachuvadu Publications Pvt. Ltd., 669, K.P. Road, Nagercoil 629001, India ❖ Phone: 91-4652-278525 ❖ e-mail: publications@kalachuvadu.com ❖ Printed at Mani Offset, Chennai 600077

ISBN: 978-93-6110-832-7

12/2024/S.No.1277, kcp 5409, 18.6 (1) 9ss

பொருளடக்கம்

தந்தைக்காக....	9
முன்னுரை	11
விடை பெறுகின்றேன்	13
பதிப்புரை	15
நுழைவாயில்	19
ஆரம்பக் கல்வி (1935-1941)	25
இடைநிலைக் கல்வி (1942-1946)	32
ஆங்கிலக் கல்வி (1947-1949)	40
பலாலி ஆசிரியக் கலாசாலையில் (1950-1951)	50
நான் கொண்ட காதலும் நண்பர்களும்	65
ஆசிரியர் ஆகிறேன் (1950-1951)	72
பேராதனைப் பல்கலைக்கழகத்தில் (1953-1955)	85
தர்க்கா நகர் சாஹிராக் கல்லூரியில் (1955-1957)	95
ஹற்றன் புனித.யோன். பொஸ்கோ கல்லூரியில் (1957-1961)	104
புத்தளம் சாஹிராக் கல்லூரியில் (1961-1963)	124
யாழ்ப்பாணம் இந்துக் கல்லூரியில் (1963-1973)	132
அதிபர் ஆனேன் (1973-1976)	151
கோப்பாய் ஆசிரியர் கலாசாலையில் (1976-1980)	168

மீண்டும் அதிபர் (1980-1990)	185
தொடரும் தமிழ்ப் பணிகளும் இடைவரவு விரிவுரையாளர்ப் பதவியும் (1990-2000)	216
விழாக்கள், விருதுகள், பட்டங்கள் (1959-2002)	232
பணியாற்றிய ஆற்றுகின்ற சங்கங்கள், கழகங்கள்	245
மறக்க முடியாத மாண்பினர்	257
நான் யார்?	278
பிற்சேர்க்கை	285

தந்தைக்காக....

2002இல் வெளியாக வேண்டிய இந்நூல் இருபத்து இரண்டு வருடங்கள் கடந்த நிலையில் புதுப்பொலிவுடன் வெளிவருகிறது.

இடையறாது எழுதுவது எனது தந்தையின் வழக்கம். எனினும் அவரது வாழ்க்கையை எழுதுமாறு தூண்டி, இந்த நூலை அன்றே வெளியிட முயன்றவர்கள் பத்மநாப ஐயரும் மருத்துவர் சுகுமாரும் ஆவர். இவர்கள் எனது தந்தைமேல் கொண்ட அன்புக்கும் மதிப்பிற்கும் மட்டுமல்லாது இவர்களது இந்த முயற்சிக்காகவும் எனது தந்தை தமது மனமார்ந்த நன்றியைத் தெரிவித்திருப்பார். அவர் இல்லாத நிலையில் அந்தப் பொறுப்பை ஏற்று, தன்னலம் கருதாத அவர்களின் செயலுக்காக மனமார்ந்த நன்றிகளைச் சமர்ப்பித்து மன நிறைவடைகிறேன். பல காரணங்களால் தந்தையின் காலத்தில் நூல் வெளிவர இயலாமல் போய்விட்டது. தமது நூல் ஒன்றை முழுமையான வடிவில் காணும் அற்புதத் தருணத்தை எனது தந்தை இழந்துவிட்டார். தமது வாழ்வின் உயர்வுக்கு உதவியவர்களுக்கெல்லாம் 'பாலையும் சோலையும்' நூலில் நன்றி கூறிய அவரால், நூல் முழுமைபெற உதவியவர்களுக்கு நன்றிகூறும் வாய்ப்புக் கைநழுவிப் போய்விட்டது.

இந்நூலை வடிவமைப்பதில் தனது சிறப்பான பங்கை வகித்த கே.கே. ராஜாவுக்கும் எனது நன்றிகள்.

ஆழமான தனது நட்பை வெளிப்படுத்தி முன்னுரை வழங்கிய ஆசிரியர், அமரர் க. சிவராமலிங்கத்துக்கும், ஆய்வு நோக்குடன் மிகச் சிறப்பான வெளியீட்டுரை வழங்கிய மு. புஷ்பராஜனுக்கும் நன்றி.

இந்நூல் காலச்சுவடு – தமிழியல் பதிப்பாக வெளிவருவது, நூலுக்கு ஈழத்தில் மட்டுமன்றித் தமிழகத்திலுமான கவனத்தை ஏற்படுத்துகிறது. சிறப்பான நூல் வடிவத்தைத் தந்த பதிப்பகத்தாருக்கும் நன்றி உரியது.

ஜெனோவா, இத்தாலி **வாசுகி நடேசன்**

முன்னுரை

"அந்த நாளும் வந்திடாதோ?" 1963–1973 – ஒரு சகாப்தம். யாழ்ப்பாணம் இந்துக் கல்லூரியில் – ஒரு சட்டம்பிகள் கூட்டம். மொழி, துறை, வயது வேறுபாடு மறந்து தமிழ் வாழ்வு வாழ்ந்தது. இக்கூட்டத்தின் இயக்க சக்தி தம்பி சொக்கன்தான்.

புலமை, அன்பு, புரிந்துணர்வு, பணிவு, கருணை நிறைந்த ஒரு மனிதன் பழகப் பழக இவரின் ஒழுக்க சீலம், உறுதியான வாழ்வு நெறி என்னை இவர்பால் ஈர்த்துக் கட்டியது. இப்பண்புகளால் பல சோதனைகள். எதிலும் தோற்றதாக இல்லை. தருமனை நிகர்த்த பொறை. இத்தகையவர்களின் 'என் கதைகள்' வாழ்வுக்கு வழிகாட்டும் பேரிலக்கியங்களே.

சொக்கனின் 'பாலையும் சோலையும்' வித்தியாசமான சுயசரிதை.

பாலையையும் மருதமாக நுகர முடியும்; நம்மால் அல்ல, ஒரு சில மாமனிதர்களால். இது அவரவர் உள்ளத்தின் வலிமை, செம்மை. மதுரையில் ஒரு சொக்கன் தமிழ் செய்தான்.

யாழ்ப்பாணத்தில் ஒரு சொக்கன் தமிழ் செய்கின்றான்.

இது என் சொந்த முடிவு.

நல்லாசிரியனாய், எழுத்தாளனாய், கவிஞனாய், நல்ல நண்பனாய், சகோதரனாய்

பன்முகப்பட்ட பண்புடைய வாழ்க்கை இவருடையது சமுதாயம், சிறப்பாக இளைஞர்கள் புரிந்து பின்பற்ற வேண்டிய ஒருவர் சொக்கன். ‘பாலையும் சோலையும்’ படிப்போரை ஈர்த்து ஆற்றுப் படுத்தும் ஆற்றல் மிக்குடையது. சுயசரிதைகள் வரிசையில் சொக்கனின் ‘பாலையும் சோலையும்’ தனியான இடத்தைப் பிடித்துக்கொள்ளும்.

செந்தமிழ்ச் சொக்கன் நீடு வாழ
பைந்தமிழ் முருகன் அருள்வான்

“என்னை நன்றாக இறைவன் படைத்தனன்
தன்னை நன்றாகத் தமிழ் செய்யுமாறே.

– **திருமூலர்**

கந்தர்மடம்
18.05.2004

க. சிவராமலிங்கம்
முன்னாள் பதில் அதிபர்
யாழ். இந்துக் கல்லூரி
யாழ்ப்பாணம்.

விடைபெறுகின்றேன்
(நூலாசிரியரின் குறிப்பு)

'பாலையும் சோலையும்' எழுதப்பட்டுக் கிடப்பில் கிடந்த காலம் இரண்டாண்டுகளாகும். 72 வயதோடு நின்றுவிட்ட என் கதையை விதி மேலும் இரண்டு ஆண்டுகள் நீட்டித்து...

இன்னும் எத்தனை காலம்!

இந்த இரண்டாண்டுகளில் என் வாழ்க்கையில் நிகழ்ந்துவிட்ட, என்னை மிகவும் பாதித்த நிகழ்ச்சி என் வாழ்க்கைத்துணைவி 04.02.04 அன்று காலமானதாகும்.

1982இல் பாரதியின் நூற்றாண்டு நினைவாக 'நெடும்பா -3' என்ற கவிதை நூலை வெளியிட்டேன். அதனை என்னவளுக்குப் பின்வருமாறு படையல் செய்திருந்தேன்.

> எனக்கு ஒருத்தி வாய்த்தாள்
> ஒரு தலையணையிலே தலைசாய்க்க
> உரித்துப் பெற்றவள்
> பட்டுமேனியால் உரசி
> எட்டுப் பிள்ளைகளுக்கு இடமளித்தவள்
> எட்டிச் செல் என்று
> இதயத்தால் சொல்லாமல்
> கட்டுப் பெட்டிபோல்
> கட்டுண்டு கிடந்து எனது
> கவலைகளுக் கெல்லாம்
> சுமைதாங்கி ஆனவள்
> அவளுக்கு நான்
> படைக்க வேண்டியது என் உயிர்தான்

என்றாலும் இந்த நூலையே
கண்ணப்பர் போன்று
களிப்புடனே படைக்கின்றேன்.

இந்தப் படையல், என் துணைவியை இழந்ததால் நான் இன்று அடைந்துள்ள வெறுமை உணர்ச்சியை நன்கு புலப்படுத்தப் போதியது என்றே எண்ணுகிறேன்.

ஆனாலும் இந்த வெறுமையை நான் வெற்றிகொண்டே ஆக வேண்டும் "வாழும் வரை போராடு" என்ற புதுமொழி திரைமொழிதான். ஆனாலும் அது வெறும் மொழியல்ல!

நான் வாழ்கின்ற காலம் இன்னும் சில ஆண்டுகளாகவோ, மாதங்களாகவோ நாள்களாகவோகூட இருக்கலாம். இந்தக் குறுகிய காலத்தினை வீண்நாள்களாக்காது, அவ்வப்போது ஏதாவது எழுதிக்கொண்டேயிருக்கிறேன். அவை பத்திரிகைகளிலும் சஞ்சிகைகளிலும் வெளியாகிக்கொண்டும் இருக்கின்றன.

வெறுமையை வெற்றிகொள்வதோடு தனிமையையும் புறங்காணும் முயற்சிதான் இந்த எழுத்து வேலைகள்.

எழுதிச் செல்லும் விதியின்கை
எழுதி எழுதி மேற்செல்லும் தொழுது கெஞ்சி நின்றாலும்
சூழ்ச்சி பலவும் செய்தாலும்
வழுவிப் பின்னால் நீங்கியொரு
வார்த்தையேனும் மாற்றிடுமோ?
அழுத கண்ணீராறெல்லாம்
அதிலோர் எழுத்தை அழித்திடுமோ?

(உமார்கய்யாம் மொ.பெ. கவிமணி)

விதியின் கை எழுதுவிக்க அதன் கருவியாய் எனது பதினான்காம் வயதிலே தொடங்கிய எழுத்துப் பணி என் உடலும் உயிரும் ஓயும்வரை தொடரும் என்றுகூறி

மீண்டும்..

உங்களிடமிருந்து

தற்காலிகமாக...

விடைபெறுகிறேன்.

17.05.2004 **சொக்கன்**

பதிப்புரை

மேலைச் சமூகங்கள் தங்கள் தனிமனித அனுபவங்களையும் உறவுகளையும் பதிவுசெய்து பேணும் அளவிற்கு ஆசியச் சமூகங்கள் தங்கள் அரசியல், சமூக, கலாச்சார நடைமுறைகளைப் பதிவுசெய்து பேணுவதில்லை. இதனால் தமது இனத்தின், சமூகத்தின் ஆவணங்கள் தேவைப்படுகையில் அவை அவர்களுக்குக் கைகூடுவதில்லை. மிகுந்த சிரமங்களுக்கு மத்தியில் புதைபொருள் ஆராய்ச்சியாளராகத் தோண்டிக் கொண்டுபோக வேண்டியுள்ளது.

மிக அண்மையில், ஆங்கிலேய ஆட்சிக்கு எதிரான இந்தியச் சுதந்திரப் போராட்ட வேளையில், அதன் பிரதான எதிர்ப்புப் போராட்டப் போக்கிற்கு அப்பால் சிறு சிறு அமைப்புகளால் முன்னெடுக்கப் பட்ட எதிர்ப்பு முயற்சிகள் பற்றிய விவரங்கள் மீட்க முடியாத வண்ணம் புதைந்துபோயுள்ளன.

ஆசியர்களது இந்த மனோபாவங்களுக்கு மத்தியில் தமிழ் மனோபாவம்பற்றிச் சொல்ல வேண்டியதேயில்லை. ஒரு காலகட்டத்துப் புதுச்சேரியின் வாழ்முறைகளைக் கண்டறிய ஆனந்தரங்கரம்பிள்ளையினது நாட்குறிப்பிலேயே தங்கியிருக்க வேண்டியிருந்தது. அநுராதபுரத்திலிலுள்ள கல்லறை துட்டகைமுனுவினதா, எல்லாளனதா என அல்லாட வேண்டியுள்ளது.

சொந்த மண்ணின் நிலைமை இவ்வாறாயின் புலம்பெயர் நாடுகளின் நிலைமை என்ன? எமக்கு முன்னே புலம்பெயர்ந்த கறுப்பின மக்களுக்கும் இந்தியர்களுக்கும் இதே நிலைமைதான். அக்னஸ்

சாம் என்ற தென்னாபிரிக்கப் படைப்பாளி தன் மூதாதையர்பற்றி மேற்கொண்ட ஆய்வின்போது ('Jesus is Indian and other stories' by Agnes Sam), மிகுந்த பிரயத்தனத்தின் பின்னர் அவர் கண்டுபிடிக்க முடிந்ததெல்லாம் அவரது முப்பாட்டனின் பெயர் வீராசாமியின் மகன் என்பதும், ஒன்பது வயதில் ஒரு ஒப்பந்தக் கூலியாக இந்தியாவிலிருந்து தென்னாபிரிக்காவிற்குக் கொண்டு செல்லப்பட்டிருக்கிறார் என்பதும் மட்டுமே. அவர் தன் பெற்றோருடன் சென்றாரா என்பதைக்கூட அவரால் உறுதிப்படுத்த முடியவில்லை என மிகுந்த ஆயாசத்துடன் குறிப்பிடுகிறார்.

இவ்வாறே கறுப்பின மக்களும் தமது வேரினைத் தேடவும் தமது கலை, கலாச்சாரப் பண்புகளைப் பேணிப்பாதுகாக்கவும் தொடங்கிவிட்டனர். அதன் வெளிப்படையான வடிவம்தான் 'நொட்டிங் கில் காணிவல்' ('Notting Hill Carnival'). இப்போது அமெரிக்க இந்தியரின், பிரித்தானிய இந்தியரின் புதிய தலைமுறைகள் தமது மூதாதையர் பற்றியும் அவர்களின் கலை, கலாச்சாரம் பற்றியும் ஆராயவென இந்தியாவிற்குத் திரும்பிச் செல்வதற்கும் தயாராகிவிட்டார்கள் என்பதையே 'செக்கண்ட் ஜெனரேஷன்' ('Second Generation') என்ற தொலைக்காட்சி நாடகம் நிரூபிக்கிறது. அடுத்து 'கியூ'வில் நிற்பவர்கள் இலங்கைத் தமிழர்கள்தான்.

வேருக்குத் திரும்புகையில் அவர்கள் தேடுவது என்ன? தங்கள் மூதாதையரின் புலப்பெயர்வுக்கான அரசியல், சமூகக் காரணிகள், தங்கள் இனம் சார்ந்து என்னென்ன சடங்குகள், சம்பிரதாயங்கள் பேணப்பட்டன, முன்னோரின் மொழி என்ன, வரிவடிவம் என்ன என்பவைகளுக்காகத் தாழிகளாய்ப் புதைந்துபோயுள்ள வரலாற்று, கலாச்சாரப் பரிமாணங்கள் அனைத்தையும் தேட வேண்டியவர்களாயுள்ளனர்.

புலப்பெயர்வின் அனுபவங்கள் பற்றிய பதிவுகள்கூட உரிய முறையில் பதிவுசெய்யப்படவில்லை. படைப்புகளிலும்கூட உரிய முறையில் முன்வைக்கப்படவில்லை. தமிழர்களின் முக்கிய பண்புகளில் ஒன்றான 'மானம் காத்தல்' இவர்களுக்கு ஒரு பெரிய மனத் தடையினையே ஏற்படுத்தியுள்ளது எனக் கொள்ள வேண்டியுள்ளது. இன்று நாம் நாணி மறைக்க முயலும் அநேக விடயங்கள் தொடர்ந்து வரப்போகும் சந்ததியினரால் புதைபொருளாக, அரும்பொருள் பொக்கிஷங்களாகக் கவனம் பெறும்.

வேருக்குத் திரும்புகையில் புலம்பெயர் வாழ்வு மாத்திர மல்ல, தாய் மண்ணின் தமிழ் வாழ்முறைகளும் கவனம்கொள்ள வேண்டியவையாக வரும். முன்னே புலம்பெயர்ந்த ஆபிரிக்க,

இந்திய இனங்களின் வரலாறு அவ்வாறாக அமைந்திருக்கையில், வரலாறு சில தனித்த இனங்களைப் புறநடையாக விட்டுவிடுவதில்லை. அதற்காகத் தடையங்களைப் பேண வேண்டிய தேவையும் உள்ளது. திரும்பி வருகையில் இருளில் அல்லாடாமல் மின்மினிபோல் ஒளிரும் இந்தத் தடையங்களைக் கண்டுகொள்ள வேண்டும் என்ற ஆவல் பல்வேறு வெளிப்பாடுகள் கொண்டவை.

2

கடந்த காலத்தை நிராகரிக்கும் போக்கு, புலம்பெயர் நாடுகளில் பின்நவீனச் சிந்தனைப் போக்காகத் தொடர்கிறது. மாறிக்கொண்டிருக்கும் காலத்தில் கருத்துகளும் மாறிக்கொண்டிருப்பது வரலாற்றின் தேவைதான். மனித வாழ்வின் முன்னேற்றத்திற்குத் தடையாக இருக்கும் சிந்தனைப் போக்கைக் கைநழுவவிட்டுச் செல்ல வேண்டியது அதன் வளர்ச்சிப் போக்குத்தான்; வாழ்வின் வளர்ச்சிப் போக்கை, சிந்தனையை, வளர்ச்சிக்கான மூலக்கூறுகளை மறுதலிப்பது என்பது அதன் பொருள் அல்ல. பலர் அவ்வாறுதான் விளங்கிக் கொண்டிருக்கிறார்கள். சோவியத் ரஷ்யாவின் புரட்சிக்குப் பின்னரும், சீனக் கலாச்சாரப் புரட்சியின்போதும் இவ்வாறான போக்குகள் எழுந்து வளர்ச்சிக்குப் பதிலாக அழிவுகளையும் அவலங்களையும்தான் விட்டுச் சென்றமையை வரலாறு பதிவுசெய்துள்ளது. இந்த வரலாற்று அனுபவங்களிலிருந்து எதையுமே கற்றுக்கொள்ளாமல் தமது அறிவின்மையைக் காக்கும் பதுங்கு குழிகளாகவே இவற்றைக் கொள்கிறார்கள். பழைமையின் வரலாற்றை, அது கொண்டுள்ள சமூக, அரசியல் காரணிகளைக் கண்டுகொள்ளாமல், சரி பிழைகளை எதன் தளத்தில் வைத்துத் தீர்மானித்துக்கொள்வது?

3

பலாலி ஆசிரியர் கலாசாலையில் பாரம்பரியத் தமிழ் ஆசிரியனாக வெளியேறி நவீன ஆய்வுத்துறை சார்ந்த அறிஞனாக உருவான சொக்கன் பழைய புதிய இருவேறு உலகின் இணைப்புப் பாலமாகத் திகழ்பவர். யாழ்ப்பாணச் சைவத்தமிழ் ஆசிரியனின் அசல் பிம்பம் சொக்கன். ஈழத்துத் தமிழ் அறிஞர் வரலாறு, தமிழ் இலக்கணம், ஈழத்துத் தமிழ் நாடக ஆய்வு, கவிதை, சிறுகதை எனப் பல்துறைகளிலும் கணிசமான பங்களிப்புச்செய்த சொக்கன் நல்லாசிரியனாகவும் கௌரவம் பெறுபவர். இத்தகைய அரிய பண்புகளைக்கொண்ட இலக்கிய ஆளுமைகள் அருகிவரும் சூழலில் தனது சரிதையை எழுத்தில் வடித்திருக்கும் சொக்கனின் இந்நூல் நல்வரவாகும்.

மூன்று தலைமுறை அனுபவங்கள் கொண்ட சொக்கனின் இந்நூல் நம்முன் விரிக்கும் உலகம் என்ன?

ஒரு நிலாக்காலத்தில் பாட்டன் பாட்டிமார் மடியிருந்து பேரர்மாருக்கு விரியும் உலகு ஒரு புகையிலைச் சுருளை விரித்து, நரம்புகள் நீவி, விரல் நுனியின் செயற்பாட்டில் உருவாகும் ஒரு சுருட்டுப்போல், வெற்றிலையின் காம்பையும் நுனியையும் கிள்ளி எறிந்துவிட்டு, விரல்நுனி தடவிய சுண்ணாம்பின் சுருட்டலுடன் விரியும் உலகுபோல் யாழ்ப்பாணக் கலாச்சாரம், கந்தபுராணக் கலாச்சாரம் கிடுகுவேலி அடைப்புகளின் பின்னால் சகலவிதமான பேதங்களும் நிறைந்த அடுக்குகளை மறைத்துக்கொண்ட கலாச்சாரம் சுருட்டின் மணத்தோடும் வெற்றிலையின் சுவையோடும் விரிகிறது.

வாசிப்பு அறிவற்ற ஒரு தலைமுறையின் விழுதுகளுக்குக் குப்பி விளக்கின் ஒளியில் "உலகம் பலவிதம் கதை, விக்கிரமாதித்தன் கதைகள் வாசித்துக் காட்டிய ஒரு சிறுவன் தன் இடர்கள், தளைகள் தாண்டித் தலைமை ஆசிரியர், ஆசிரியர் கலாசாலை விரிவுரையாளர், கொத்தணித் தலைமை ஆசிரியர், விரிவுரையாளர் என விரிவுகொள்ளும் காலப்பகுதிக்குள் கலை, இலக்கியம், காதல், யுத்தகால வெளியேற்றம் என பல்வேறு தரிப்பிடங்களைக் கண்டுகொள்ளலாம்.

வறுமையும் எது வேண்டுமோ அதை உடனுக்குடன் பெறமுடியாத தவிப்புமாய் வாழ்ந்த 'பாலைவெளிகளிடையே பசுஞ்சோலை மலர்களாகச் சிறு சிறு நினைவுகள் மணம் பரப்பி கண்ணீரிடையே புன்னகையையும் வரவழைத்த' காலம் யாழ்ப்பாண மண்ணுக்குப் பொதுவானதால் பலர் இவர் உணர்வுகளோடு ஒன்றிக்கொண்டுவிட முடியும்.

எவர்பற்றியும் பிறர்மூலம் நாம் பூரணமாக அறிந்துகொண்டு விடுவதில்லை. எவரும் எல்லாவற்றையும் எவருக்கும் சொல்லும் மனநிலையிலும் இருப்பதில்லை. மூடிவைத்த அல்லது நாம் போக முடியாத மன உலகங்களுக்கான கதவினைத் தனக்கு உண்மையாயிருந்து ஒருவர் திறக்கும்போது அதுவரை நாம் கொண்டிருந்த மதிப்பீடுகள் தலைகீழாக மாற்றமடையவும் கூடும். புதிய தலைமுறைகள் நம்ப முடியாத அளவிற்குச் சாதாரண நடைமுறையில் நிலவிய அறநெறிகளைக் கண்டு அதிசயிக்கவும் கூடும்.

லண்டன்
31.03.2004

மு. புஷ்பராஜன்
தமிழியல் சார்பாக

நுழைவாயில்

"பிறவா வரம் வேண்டும் பெம்மானே" என்ற இசைப்பாடல் வரி ஒன்று என் நினைவில் அடிக்கடி வந்துபோவதுண்டு. 'பிறவிப் பெருங்கடல்' என்னும் பொய்யாமொழித் தொடரும் மனத்தை அடிக்கடி நெருடும். 'எல்லாப் பிறப்பும் பிறந்திளைத்தேன்' என்று மணிவாசகப் பெருந்தகை இறைவனுக்கு முறையிடுவதையும் நீள நினைந்து உருகிய சந்தர்ப்பங்களும் பலப்பல. 'என் வாழ்க்கையில் நிகழ்ந்த மிகத்துயரமான சம்பவம் நான் பிறந்தது தான்' என்றான் பிரான்சின் சீரிய சிந்தனையாளன் ரூஸோ.

நெஞ்சிற் கவலை நெருஞ்சிமுள்ளாய்க் குத்து கின்ற வேளைகளில், தன்னை உருக்கி என் உடலைப் பெருக்கவைத்த என் தாயை மனக்கண்முன் நிறுத்தி, 'அம்மா, என்னை ஏன் பெற்றாய்' என்று வினவுவதும் என் வழக்கம்.

ஏழு தசாப்தங்களையும் மேலும் இரண்டு ஆண்டுகளையும் கடந்து தொடர்ந்துகொண்டிருக்கும் எனது வாழ்க்கைப் பயணத்தில், எல்லாக் காலமும் பாலைப் பாழ்வெளியைத்தான் கடந்திருக்கிறேனா என்ற வினாவினைக் கிளர்த்தினால் 'இல்லை' என்ற பதிலே உடனடியாக வெளிப்படும்.

பாலையினிடையே பசுஞ்சோலைகளிலும் தரித்திருக்கிறேன். அங்கு இளந்தென்றலிலே சிலிர்த்ததும், மலர் மணத்தில் கிறங்கியதும், மரநிழலிலே இளைப்பாறியதும் சாசுவதமான உண்மைகளே.

எனவே வாழ்வை முற்றாக உவர்த்து விரக்தியடையாத சராசரி மனிதனான நான், எனது வாழ்வில் நடந்த சில நிகழ்வுகளை, கண்ணீரையும் புன்னகையையும் வெவ்வேறு சந்தர்ப்பங்களில் உதிரவைத்தவற்றை வாசகர்களாகிய உங்களோடு பகிர்ந்துகொள்ள விரும்பினேன். அந்த விருப்பத்தின் வெளிப்பாடே, 'பாலையும் சோலையும்' என்ற இந்நூல்.

இது எனது வரலாற்றுச் சுருக்கம். 'உன் வரலாற்றினை நீயே எழுத உனக்கு என்ன தகுதி, அத்துணைப் பெரியவனா நீ?' என்று சிலர் முணுமுணுப்பது, என் மனச்செவிகளில் வந்து அறைகிறது.

இவர்களுக்கு நான் இறுக்கும் பதில் இதுதான். "மனிதனாய்ப் பிறந்த ஒவ்வொருவருக்கும் ஒரு வரலாறு உண்டு. அந்த வரலாறு அவர் உயர்வுக்குச் சாதகமாகவோ பாதகமாகவோ, அவர் விரும்பியோ விரும்பாமலோ அமைந்துவிடலாம். அதனை நேரில் காண்பவரோ, அவரே எடுத்துரைக்கக் கேட்பவரோ அதுகொண்டு சில படிப்பினைகளை, எச்சரிக்கைகளைப் பெற வாய்ப்புண்டாகுமல்லவா?"

இவற்றிற்காகவே இதனை எழுதுகிறேன். 'என்று வருவான் எமனென்றெதிர்நோக்கி நின்று தளர்கின்ற' முதியவனான நான், பொருளாதார வசதிகள் மிகவும் குறைந்த ஏழைக் குடும்பத்தில் பிறந்தவன். என் வாழ்க்கையே ஓர் எதிர்நீச்சல்.

நான் மாணவனாக, ஆசிரியனாக, விரிவுரையாளனாக, பாடசாலை முதல்வனாக வளர்ந்ததற்கு, என் திறமைதான் காரணம் என்று கூற மாட்டேன். எனையாளும் ஈசனாகிய நல்லை முருகன்தான் நிமித்த காரணன்.

'உலகில் ஒருவர் உதவியும் இன்றி
அலகில் பல்துயர் அகத்திடை அடக்கித்
தன்னை வருத்தி என்னை வளர்த்த'

அன்னை முதற்காரணி. முருகனின் பிரதிநிதிகளாய், கண்கண்ட தெய்வங்களாய், ஆபத்பாந்தவர்களாய் அவ்வப்போது என் வாழ்விலே பங்குகொண்டு வழிகாட்டியும் துணை புரிந்தும் வந்தோர் துணைக்காரணர்.

இவர்களுக்கு நான் செய்யக்கூடிய கைம்மாறு, நன்றிக்கடன் இத்துணைதாம் என்று எல்லைப்படுத்தவும் வரையறுக்கவும் என்னால் இயலாது.

இவர்களை மீளவும் நீளவும் நினைவுகூர்ந்து அஞ்சலி செலுத்தி அணிந்திடும் துதி மாலையாகவும் இந்நூலைப் புனைந்திட முற்படுகிறேன்.

தன் வரலாறென்பது அதனை எழுதுபவரின் புகைப்படமாக இருத்தல் கூடாது. ஏனெனில் புகைப்படத்திற்கென்றே தன்னில் இல்லாத அழகினை ஒப்பனைகள் மூலமும், கவர்ச்சியைத் தனது புன்னகை மூலமும் ஏற்படுத்த ஒருவர் முற்படுவது இயற்கையே. ஆனால் அந்த ஒப்பனையும் புன்னகையும் நிலையானவை அல்ல. போலியானவையுங்கூட. தன் வரலாறு நிழற்படம்போலப் புனைந்துரை அலங்காரங்களுக்கு இடமளிக்காது உண்மையையே உரைத்தல் வேண்டும்.

இவ்வாறு உண்மைகளை உரைக்க முற்படுகையில் எதிர்பாராத சங்கடங்களில் மாட்டிக்கொள்ளவும் நேரிடலாம். உண்மை என்பது எப்பொழுதும் அமிர்தமாகவே சுவைக்கப்படும் என்று எதிர்பார்ப்பது முட்டாள்த்தனம். அது சில சூழ்நிலைகளில், சிலருக்குக் கொடுவிடமாகவும் தோற்றலாம், உணரலாம், அஞ்சலாம், வெறுக்கலாம். இவை தவிர்க்க முடியாதவை.

எடுத்துக்காட்டாக நான் பட்ட ஓர் அனுபவத்தை இங்குக் குறிப்பிட விரும்புகிறேன்.

நூல் வெளியீட்டு வைபவம் ஒன்றில் கலந்துகொண்டு உரையாற்றும்போது, எனக்கும் இலக்கியவாதியான ஒரு பெண்மணிக்குமிடையே முன்னொரு கூட்டத்தில் நிகழ்ந்த சிறியதொரு விவாதத்தினை நினைவுகூர்ந்தேன். இந்த நிகழ்ச்சி யோடு தொடர்புடைய பெண்மணியும் அங்குச் சமுகமாயிருந்தார்.

அவருக்கு நான் நினைவுகூர்ந்தது பிடிக்கவில்லை. தம்மைத் தாழ்த்துவதாக நினைத்தார். அவருடைய பேச்சுமுறை வந்தபோது அவர் 'I am too sensitive to words' என்று ஆங்கிலத்தில் கூறி, அதனை நியாயப்படுத்தும் வகையில் விளக்கமும் கூறிக் குறிப்பாக எனக்குத் தமது கண்டனத்தையும் தெரிவித்தார். கூட்டம் முடிந்த பின்னர் என்னைப் பார்த்து முகஞ்சுழித்ததோடு என்னோடு மிகுந்த பரிச்சயம் உடையவராயிருந்தும், ஒரு வார்த்தைகூடப் பேசாது சென்றுவிட்டார். பின்பு அவரைச் சந்தித்த சந்தர்ப்பங்களிலும் என்னோடு உரையாட மனங்கொள்ளாது நழுவிச் செல்வதே அவரின் வழக்கமாயுள்ளது.

இத்தனைக்கும் 'நாவினாற் சுட்ட வடு' என்று கொள்ளுமள விற்கு மோசமான எதனையும் குறிப்பிடவில்லை. நான் கூறியவை உண்மைக்குப் புறம்பானவையுமல்ல.

இதிலிருந்து நான் தெரிந்துகொண்டது, தன் வரலாறு எழுதுபவன் யதார்த்தவாதியாக இருப்பதுபற்றி மீளாய்வுசெய்ய நேரிடும் என்பதே.

மற்றொரு சங்கடம் அவன் குறிப்பிடும் நபர்கள் அமரர்களான நிலையில், அவர்களோடு தொடர்பான நிகழ்வுகளை எடுத்துரைப்பதன் நம்பகத்தன்மை பற்றியது. இவ்விடயத்திலும் எனக்கு ஏற்பட்ட ஓர் அனுபவம் கசப்பானது.

மற்றோர் இலக்கியக் கூட்டத்தில், தமது காலத்திலே மிகவும் பிரபலம் பெற்றிருந்து காலமான அரசியற் பிரமுகர் ஒருவரோடு ஏற்பட்ட தொடர்பை நான் எடுத்துரைக்க, கூட்டத்திலிருந்த எழுத்தாளர் ஒருவர் 'இதை நம்ப முடியாது, ஆதாரம்காட்டி நிறுவுங்கள்' என்று சவால் விடுத்தார். நல்லவேளை. அந்தக் கூட்டத்தில் சமுகமாயிருந்த மற்றோர் எழுத்தாளர் 'அச்சம்பவம் உண்மையே. நானும் அக்கூட்டத்தில் பார்வையாளனாகக் கலந்துகொண்டேன்' என்று எடுத்துரைத்து என் மானம் காத்தார். 'கண்டோர் காட்சியால்' தப்பினேன்.

தன் வரலாறு புனைந்துரையாகவோ, கற்பனைக் கதை யாகவோ இருத்தல் கூடாது என்று வலியுறுத்தி முதலிலேயே குறிப்பிட்ட நான், மேலே காட்டிய சங்கடங்களிலிருந்து தவிர்வது எவ்வாறு என்று தடுமாறுவதும் தவிர்க்க முடியாததே.

சம்பவங்களைச் சத்தியம் தவறாது எடுத்துரைத்து, அவற்றோடு சம்பந்தப்பட்ட ஒரு சிலரின் பெயரை (எல்லோரது பெயர்களையுமல்ல) 'ஒருவர்' என்றோ பெரியார் ஒருவர் என்றோ, அறிஞர், கவிஞர் என்றோ சுட்டிச்செல்லும் உத்தியைக் கையாள எண்ணுகிறேன்.

இது கோழைத்தனத்தின் வெளிப்பாடன்று. அநிச்சம் பூப்போன்ற நொய்மையான உள்ளங்களை உடையவரைக் கருகவைத்திடும் பாவ காரியத்திலிருந்து தவிர்த்துக்கொள்வதற் காகவே. இதுவும் ஒருவகை 'நனிநாகரிகம்' என்பதே எனது உறுதியான நம்பிக்கை.

இந்த வரலாறு என் குடும்ப வரலாறல்ல. எனது கற்றல் கற்பித்தல் அனுபவங்களோடும், எழுத்துலக அனுபவங்களோடும் தொடர்பானவற்றை மட்டுமே சுருக்கமாக எடுத்துரைப்பதே நோக்கம். இவற்றுள்ளும் நான் முதலிற் குறிப்பிட்டதுபோலப் பாலையும் பசுஞ்சோலையும், கண்ணீரும் புன்னகையும் கலந்தே வெளிப்படும் என்பதை முதலிலேயே தெரிவித்துக்கொள்கிறேன்.

என் இனிய நண்பர் செங்கையாழியான் எனது அரைநூற்றாண்டுக்கு மேலான எழுத்து அனுபவங்களை நான் எழுதித் தந்தால், தாமே அதனை அச்சிட்டு வெளியிடுவதாக ஒரு தடவை குறிப்பிட்டார். அவரின் அன்பு இருந்தவாறு.

எனது கற்றல், கற்பித்தல் அனுபவங்கள் மணிவிழாக் காலத்திற்கும் அப்பால் விரிந்து செல்பவை. இவைபற்றி எழுதுவது கல்வியுலகத்திற்குப் பயன்படலாம் என்பது என் சொந்தக் கருத்து.

ஆகவே, என் வரலாறு இந்த வரையறைக்குள்ளேயே உலாப்போகும் என்ற தீர்மானத்துடன் எழுதத் தொடங்குகிறேன்.

என் குலதெய்வம் நல்லை முருகன் காக்க!

சொக்கன்

1

ஆரம்பக் கல்வி
(1935-1941)

நான் எனது தொடக்கக் கல்வியை (முதலாம் வகுப்பிலிருந்து ஆறாம் வகுப்புவரை) யாழ்ப்பாணம் இந்துக் கல்லூரியோடு இணைந்த ஆரம்பப் பாடசாலையான இந்துக் கல்லூரித் தமிழ் வித்தியாசாலையில் கற்றேன்.

இந்தப் பாடசாலை, இன்று கஸ்தூரியார் வீதியில் (1-5வரை) பாரிய கட்டடங்களையும், பன்னூற்றுக்கணக்கான மாணவர்களையும், பெருந்தொகையான ஆசிரியர்களையும் கொண்டு, யாழ்ப்பாணத்திலே தலைசிறந்த தொடக்கப் பள்ளிகளில் ஒன்றாக இயங்கிவருகின்றது. புலமைப்பரிசில் பரீட்சையில் மிகப்பெருஞ் சாதனையை ஆண்டுதோறும் நிகழ்த்தி வருவது இப்பாடசாலைக்குப் பெருமை.

யாழ்ப்பாணம் இந்துக் கல்லூரி, மானிப்பாய், கொக்குவில், காரைநகர் முதலாம் ஊர்களிலே தன் சகோதரக் கல்லூரிகளை நிறுவி ஒரு சபையாக இயங்கிய காலத்தில் அச்சபை பெற்றெடுத்த கடைக்குட்டிப் பிள்ளையே நான் கற்ற இந்துக் கல்லூரித் தமிழ் வித்தியாசாலை.

இன்று விசாலிக்கப்பட்டுள்ள இந்துக் கல்லூரி விளையாட்டு மைதானத்தின் மேற்குத் திசையில் சுமார் நூறடி நீளம், அறுபதடி அகலத்தில் ஒரே மண்டபமாகக் கட்டப்பட்டு, ஓரடி உயரமான சீமேந்துத் தரையுடன், கிடுகினால் வேயப்பட்ட

கூரை வேய்தலும், கரைப்புறங்கள் ஓட்டு வேய்தலும் கொண்டதாய் இப்பாடசாலை அமைந்திருந்தது.

மேற்கூரையுடன் கூடிய தகரப் படலைக்கும் பாடசாலைக் கட்டடத்துக்கும் இடைப்பட்ட முற்றத்தின் ஒரு பகுதியில் இறுங்கு பயிரிடப்பட்டிருக்கும். அதற்கு வடபுறத்தில் சலகூடம். மண்டபத்தில் ஓர் அறை அலுவலகத்துக்காக வட கிழக்கு மூலையில் இருந்தது.

இக்காலத்தைப்போல வகுப்பறைகளோ குறைந்தபட்சம் தட்டிகளால் பிரிக்கப்பட்ட தனி வகுப்புக்களோ இல்லாத காலம். ஒரே மண்டபத்தில் ஏழு வகுப்புக்கள். அரிவரி, முதலாம் வகுப்புக்களிலே உச்சஸ்தாயியில் அரிச்சுவடி, வாய்ப்பாடு, பிள்ளைப் பாட்டுக்கள் என்பன கற்பிக்கப்படும். இரண்டாம், மூன்றாம், நான்காம் வகுப்புக்களிலும் இரைச்சலுக்குக் குறைவிராது. ஐந்தாம் ஆறாம் வகுப்புக்களிலேதான் ஓரளவு அமைதி நிலவும். காரணம் அந்த வகுப்புக்களிலே மாணவ, மாணவியரின் தொகை பத்துக்கு மேற்பட்டதாய் இராது. அதனால் சத்தமும் குறைவு. கண்டிப்பும் அதிகம்.

ஆங்கிலக் கல்வி கோலோச்சிய காலம் அது. எங்கள் பாடசாலையிலே மூன்றாம் வகுப்பு சித்தியடைந்தோரில் (சிலவேளைகளில் ஐந்தாம் வகுப்பு சித்தியடைந்தோரும்) பொருளாதார வசதி படைத்தோர் (ஆங்கிலக் கல்விக்கான கட்டணம் வழங்கும் வசதி படைத்தோரின் பிள்ளைகள்) இந்துக் கல்லூரிக்குச் செல்வது வழக்கமாயிருந்தது. இவ்வகையில், யாழ். இந்துக் கல்லூரியின் போஷிப்புப் பாடசாலையாகவே *(Feeder School)* நான் படித்த பாடசாலை இயங்கிவந்தது.

கற்றலில் விருப்பமும் திறமையும் பெற்றிருந்தும் பண வசதி குறைந்த என்போன்ற பிள்ளைகள் சிலரே, இப்பாடசாலையின் இறுதி வகுப்புவரை கற்றோம். சிலர் என்று நான் கூறுவதில் ஓர் அர்த்தம் உண்டு. அக்காலத்தில் கல்வியைத் தொடர்ந்தோரிலும், இடைநடுவில் விட்டோர் தொகையே அதிகம். பன்னிரண்டு வயதுவரை எல்லாருக்கும் கட்டாயக்கல்வி என்ற விதி இருந்தும், அதனைக் கண்காணிக்க அலுவலர் நியமிக்கப்பட்டிருந்தும், இடைநிற்போர் தொகையைக் கட்டுப்படுத்த முடியாதிருந்தது. காரணம், அன்று பெரும்பாலோர் வறுமைக்கோட்டின் கீழ் இருந்தமையே என்று கருதுகிறேன்.

'அடியாத மாடு படியாது' (இது மாட்டுக்குச் சொல்லப்பட்டதா யினும், மாணவ சமுகத்திற்கே பொருத்தமான பழமொழியாக அன்று நிலவியது.) 'கல்வி என்ற பயிருக்குக் கண்ணீர் என்ற மழை

வேண்டும்' என்னும் பழமொழியும் புதுமொழியும் ஆசிரியர்களின் தாரக மந்திரங்களாய் விளங்கின.

எண், எழுத்து, வாசிப்பு என்பவற்றிலே தொடங்கி இலக்கியம், ஆங்கிலம், (4ஆம் வகுப்பில் தொடங்கும்) சரித்திரம், பூமிசாத்திரம், சுகாதாரம், நாட்டுச் சீவனசாத்திரம் என்று படிப்படியாகத் தொகையிற் கூடிச் செல்லும் பாடங்களை ஆறாம் வகுப்புவரை கற்றோம்.

கற்றல் உபகரணமாக அரிவரியில் இருகால்களோடு கூடிய நீண்ட பலகையில் குழிகள் இட்டு அவற்றில் கதவுக் குமிழிகள் போன்ற மரத்துண்டுகளைச் செருகி எண்பாடம் கற்பிக்கப்பட்டது. கதைப்படங்களோ, வேறு உபகரணங்களோ பயன்படுத்தப் படவில்லை. சந்தத்துக்கும் எளிய தாளத்துக்கும் பொருத்தமான பாட்டுக்கள் கூட்டிசையாகக் கற்பிக்கப்பட்டன. 'தந்தந்தந்தந் தனதந்தினா, தந்திரக் குரங்கின் மோசம் பார்.' 'குண்டுடுக்கிக் குடுகுடுக்கிக் கூடைகையில் ஏந்திக் குனிந்து நின்று பழம் பொறுக்கு குறத்தியடி அம்மே,' 'மழைக் காலம் மிகப் பதனம்' முதலிய பாடல்களை ஆரம்ப வகுப்புகளிலே கூட்டாகக் கத்திப் பாடிய நினைவு இன்றும் பசுமையாக உள்ளது. (ஆறாம் வகுப்பில் பூகோளம், உலகப்படம் என்பன உபகரணங்களாயின.)

பாடசாலை ஆசிரியர்களான அமரர்கள் க. சிவகுரு, க. முத்துக்குமாரு (பின்னர் அதிபர்) ஆகியோர், சைவ உணவுக்காரர்கள் – மத்தியானச் சாப்பாட்டை அவர்கள் சைவர்களாகிய எங்கள் வீட்டில் வைத்துக்கொண்டார்கள். இதனால் எனக்கு ஏற்பட்ட நன்மையிலும் தீமையே அதிகம். 'இவன்ரை கண்ணைவிட்டு உடம்பிலை எந்தப் பாகத்தையும் பதம்பார்க்கலாம்' என்று என் சிற்றப்பர், மாமா ஆகியோரின் வேண்டுதல் வார்த்தைக்கு வார்த்தை ஆசிரியர்களால் நிறைவேற்றப்பட்டது. எனது பாடசாலைக் குழப்படிகளும் வீட்டில் ஆசிரியர்களால் அறிவிக்கப்பட அங்கும் மூத்தோரின் தண்டனைகளுக்கு ஆளானேன்.

நான் தாய்க்கு ஒரே பிள்ளை. என் அன்னைக்கு நான் உயிர். ஆனாலும் ஆசிரியர்களோ மூத்தோர்களோ என்னைக் கண்டிப்பதை அவர் ஒருகாலத்திலும் தடுத்தது கிடையாது. நான் ஒழுக்கசீலனாகவும், கல்வியில் முதன்மையானவனாகவும் ஆக வேண்டும் என்பதில் அவர் கொண்டிருந்த கரிசனையாலேயே எனக்குக்கிடைத்ததண்டனைகளைக்கண்டும்கேட்டும்தம்மளவில் மறைவில் கண்ணீர் விடுவதோடு சகித்துக்கொண்டார். "அறுதலி வளர்த்த கழுதை என்ற பேரை எனக்கும் உனக்கும் தேடாதை மோனை" என்பாரேயன்றி அவர் ஒருநாளாயினும் எனக்குத் தடி

எடுத்து அடித்ததில்லை. "நீ ஆமானவனுக்குப் பிள்ளையாய்ப் பிறந்தவன். அவற்றை பேருக்குக் களங்கம் தேடாதை" என்றும் அவர் அறிவுரை கூறுவது வழக்கம். என் தந்தை ஆமானவரா, இல்லையா என்று எனக்குத் தெரியாது. அவரை நான் எனது ஒரு வயதுப் பிராயத்திலேயே இழந்துவிட்டேன் – அம்மாதான் என் கண்கண்ட தெய்வம்.

பாடசாலையில் நான் குழப்படிகளுக்கு மட்டும் அடிவாங்க வில்லை. பாடங்களில் தவறுகள், பிழைகள், கவலையீனங்கள் என்று ஒவ்வொன்றுக்கும் அடிவாங்கினேன்.

எங்கள் தலைமை ஆசிரியராய் இருந்தவர் த.பொ. குழந்தைவேலு என்பவர். கன்னங்கரேலென்று கறுத்துத் திரண்ட உருவம். சட்டை, வேட்டி யாவும் கதர்மயம். ஆனால் மாணவரைப் பொறுத்தவரையில் அவர் மகாத்மா காந்தி அல்லர்! எதற்கும் அடி. எப்பொழுதும் அடி. கையிற் பிரம்புள்ளபோதெல்லாம் அடி என்பனவே அவரின் கடைப்பிடிகள்.

நான்காம் வகுப்பிலே நிகழ்ந்தது இது. கரும்பலகையிலே கடிதம் எழுதும் முறையினை எழுதிக் காட்டிவிட்டு, எங்களைக் கடிதம் எழுதச் சொன்னார்.

வீட்டில் இரவு வேளைகளில் குப்பி விளக்கில் பெண்களுக்கு, 'உலகம் பலவிதக் கதை', 'விக்கிரமாதித்தன் கதை' போன்ற வற்றை வாசித்துக்காட்டியும், மனத்தில் உதிப்பவற்றை எல்லாம் சிலேற்றிலும் கொப்பியிலும் எழுதித்தள்ளியும் வந்ததால் பெரும்பாலும் எழுத்துப் பிழையோ, வசனப் பிழையோ விடாதவன் என்று பெயர் எடுத்தவன் நான்.

ஆனால் கடிதத்தின் தொடக்கத்தில் எழுதப்படும் முகவரி, திகதி ஆகியவற்றை வலப்புறத்து உச்சியில் எழுதாமல், இடப்புறத்து உச்சியில் எழுதிவிட்டேன். இதுதான் நான் விட்ட பிழை. சிறுவயது! ஆனால் குழந்தைவேலருக்கோ ஒன்பது வயதுச் சிறுவன் விட்ட மாபெரும் பிழையாக அது தோன்றியது. சீற்றம் கொண்டார். அவரின் பிரம்பு என் முதுகைப் பதம் பார்த்தது. தோல் கிழிந்து இரத்தம் வடிந்தது. அது மட்டுமோ?

நான் அரையில் கட்டியிருந்த துணி (சட்டைபோடும் வழக்கம் தமிழ்ப் பாடசாலைகளிலே மிகக் குறைவு. நான் நாவலர் சைவப்பிரகாச வித்தியாசாலையிலே எட்டாம் வகுப்புப் (J.S.C.) படிக்கும் காலத்தில்தான் சட்டை அணியத் தொடங்கினேன்.) அவிழ்ந்து, அஸ்தினாபுரத்து அவையிலே பாஞ்சாலி நிலைக்கு உள்ளானேன். அப்போதும் ஆசிரியர் விட்டாரா? 'கட்டடா வேட்டியை' என்று பிருஷ்டத்தில் மற்றொரு அடியும் போட்டார்.

அன்று பாடசாலை விடும்வரை அழுதுகொண்டே இருந்தேன். அடியிலும் அதிகமாக, அரைத்துண்டு அவிழ்ந்த அவமானந்தான் என்னை வாட்டி எடுத்தது.

வீட்டிற்கும் அழுதுகொண்டே சென்றேன். அம்மாவைத் தவிர வேறு எவரும் என்னில் இரக்கம் காட்டவில்லை. கண்ணீர் மல்க, என் காயத்திற்கு நல்லெண்ணெய் பூசியதோடு அவர் மௌனமாகிவிட்டார். என் சிற்றப்பரோ சந்தர்ப்பம் அறியாது சிரித்தபடி "உன்னை வாத்தியார் உந்த அளவோடை விட்டிருக்கக் கூடாது. தோலை உரிச்சிருக்க வேண்டும்" என்றாரே பார்க்கலாம். ஆனால் என்னால் அவரை என்ன செய்ய முடியும்?

அன்று பின்னேரம் முழுவதும், வளவில் நின்ற தென்னைமரங்களுக்குப் பூவரசம் தடியால் சவுளடி கொடுத்து ஓரளவு மனம் ஆறினேன்.

பாடசாலையின் ஐந்தாம் வகுப்பு ஆசிரியராய் எங்களுக்கு ஆங்கிலம், கணிதம், சமயம், தமிழ் என்று அனைத்துப் பாடங்களையும் கற்பித்தவர் செ. சோமாஸ்கந்தர் என்பவர். வகுப்பிலே ஆணும் பெண்ணுமாக ஏழே மாணவர். ஆங்கில வினாக்களை 'காபன்' கொண்டு பிரதிபண்ணி வழங்கிப் பயிற்சிகள் செய்வித்தும், மிகவும் திறம்படப் பாடங்களைக் கற்பித்தும் எம்மை, இந்துக் கல்லூரி மாணவருக்குச் சமமானவராக உருவாக்கியவர் இவ்வுத்தமர்.

ஆனால் இவரும் 'அடிபோல அண்ணன் தம்பியும் உதவான்' என்ற பழமொழியில் நம்பிக்கை உடையவரே. இவர் பிரம்பிலும் தமது இடது கையையே பெரிதும் நம்பியிருந்தார். மனிசன், எதிர்பாராத நேரத்தில் விசுக்கும் விசுக்கில் எங்கள் குருத்துக் கன்னங்கள் பழுத்தன, சிவந்தன. அவரின் இடதுகை விரல்களின் பதிவுச் சின்னங்களாயின.

அக்காலத்தில் விரைவில் மனப்பாடம் பண்ணுபவனாகவும், இனிய குரலில் (ஓரளவு ஆசிரியர் சொல்லித் தருவதுபோல்) பாடக்கூடியவனாகவும் இருந்ததும் எனக்கு வினையாய்ப் போயிற்று. என் சகபாடியான முருகையா (காலமாகிவிட்டார்) என்னிலும் திறமையாகப் பாடினாலும் (இருவரும் கூடிப் பிரார்த்தனைப் பாடல்களை வழிபாடுகள், சமய வைபவங்களின்போது பாடி, சக மாணவரைத் தொடர்ந்து பாடவைப்போம்) அவரால் விரைந்து மனனம் செய்ய முடியாது. இந்நிலையிலே சரஸ்வதி பூசையில் நான் பாட வேண்டும் என்று சரஸ்வதி அந்தாதியிலிருந்து, ஆசிரியர் சோமாஸ்கந்தர் இருபது பாடல்களைத் தெரிந்து தந்தார். பார்த்துப் படிக்கவல்ல, இரண்டு நாளிலே பாடமாக்கிச் சரஸ்வதி பூசையன்று ஓதி, ஓதுவிக்க!

பாட்டை விளங்கிக்கொள்ள வேண்டும். பிழையின்றி, பாடமாக்கிப் பாட வேண்டும். இசையோடும் பாட வேண்டும். பத்தே வயதான சிறுவனுக்கு இதைவிடப் பாரச்சுமை வேறு இருக்க முடியுமா?

நான் அம்மாவை மன்றாடி, காய்ச்சல் என்று நடித்து சரஸ்வதி பூசைக்கு முதல்நாள் பள்ளிக்கு மட்டம் போட்டேன். விட்டாரா மனிசன்? இரண்டு மாணவப் பொலிசார் அன்று ஒன்பது மணிக்கு என் வீடு வந்து, அம்மாவின் சம்மதத்தோடு என்னை இழுத்துச் சென்று சோமஸ்கந்தரின் முன்பு விட்டனர். வகுப்புப் பாடங்களிலிருந்து எனக்கு விடுதி அளித்து, தன்னந்தனியவிருந்து, சரஸ்வதி அந்தாதிப் பாடல்களைப் பாடமாக்கவிட்டார். விதியை நொந்துகொண்டு, பாடல்களை அரையும் குறையுமாகப் பாடமாக்கினேன். நாளை இவற்றை ஒப்புவிக்கும்போது பிழைகள் நேர்ந்தால்? அப்பப்பா...

சோமஸ்கந்தரின் இடதுகை வானத்துக்கும் மண்ணுக்குமாக வளர்ந்து என்னைப் பயமுறுத்திய வண்ணமே இருந்தது. நல்ல காலம் அடுத்தநாள் இந்த யமகண்டத்திற்கே இடமில்லாது போய்விட்டது. காரணம்?

சமய வைபவங்கள் போன்ற சிறப்பு நாள்களில் வலிப்பு நோய் வந்து விழுந்துவிடுவது சோமஸ்கந்தருக்கு வழக்கமாயிருந்தது. அன்றும் அந்த வலிப்பு நோய் வந்து என்னைக் காத்தது.

ஆனால் இந்தக் குறைகள் யாவிற்கும் அப்பாலானவராய் எனது கல்வி வளர்ச்சிக்கும் பலமான வித்திட்ட தெய்வமாய் அவரை இன்றும் மானசிகமாக வணங்கி வருகின்றேன்.

முருகையாவையும் என்னையும் அண்ணன் தம்பியாக நடிக்கவைத்து நாடகம் ஒன்றை அரங்கேற்றவும் சோமஸ்கந்தர் முற்பட்டதுண்டு. இந்நாடகத்தினை எமக்குப் பயிற்றிய ஆசிரியர் (பெயர் நினைவில் வரவில்லை) இன்றும் வாழ்ந்து கொண்டிருக்கின்றார். பத்து வயதுப் பாலகனாகக் கண்ட என்னை இந்தக் கிழட்டுருவிலே காண்கையில் அவர் என்ன நினைப்பாரோ? அந்த முருகன்தான் அறிவான்.

யாழ். இந்துக் கல்லூரித் தமிழ்ப் பாடசாலையிலே தமிழ் இலக்கியத்தைச் சுவைபட ஆறாம் வகுப்பில் கற்பித்த அமரர் சிவகுரு அவர்களையும், பூமிசாத்திரம், அட்சர கணிதம் என்பவற்றைச் சுவைபடக் கற்பித்த முத்துக்குமாரு அவர்களையும் என்றும் நன்றியோடு நினைவு கூர்கின்றேன்.

நான் நாவலர் சைவப்பிரகாச வித்தியாசாலையிலே ஏழாம் வகுப்பிலே சேர்ந்து அவ்வகுப்பில் ஓராண்டு கற்றபோது, ஆறாம்

வகுப்பில் நான் கற்றிருந்தவற்றையே திரும்பவும் கற்கிறேன் என்ற உணர்வுதான் ஏற்பட்டது. அந்த அளவிற்கு மிக உறுதியான அத்திவாரம் முன்னைய பள்ளியில் எமக்கு இடப்பட்டிருந்தது.

அங்கு, கற்களாகிய எங்களைக் கடுமையாகச் செதுக்கி உறுதிவாய்ந்த சிலைகளாக ஆக்கிவிட்ட ஆசிரியர்களை நான் எப்படி மறக்க முடியும்? இந்த வகையில் அமரர் த.பொ. குழந்தைவேலு அவர்களையும் நெஞ்சத்திருத்தி மனசார இன்னும் வணங்கி வருகின்றேன்.

இன்றுபோல அன்று இணைப்பாடச் செயற்பாடுகளோ சுயதிறன் வெளிப்பாடுகளுக்கான வாய்ப்புகளோ எமக்குக் கிடைக்கவில்லை என்பது உண்மையே.

ஆனால், பாடசாலை மண்டபத்தில் நடந்த சைவ மாநாடுகள் என்னைப் பொறுத்தவரையில் மிகவும் பயன்பட்டன. செஞ்சொற் கொண்டல் புரிசை முருகேச முதலியாரின் பாரதத் தொடர்ப் பிரசங்கங்கள், திருப்புகழ் மணி ஐயர், முருகதாஸ் ஆகியோரின் திருப்புகழ் இசைமாரிகள், த. நடேசபிள்ளை, பண்டிதமணி சி. கணபதிப்பிள்ளை, சைவப் பெரியார் க. சிவபாதசுந்தரனார், சிவக்கவி சி.கே. சுப்பிரமணிய முதலியார் போன்றோரின் தமிழ்ச் சொற்பொழிவுகள் என்பவற்றை அந்தச் சிறுவயதிலே கேட்கக் கிடைத்தமை கிடைத்தற்கரிய பெரும்பேறு எனவே கருதுகின்றேன்.

நான் யாழ். இந்துக் கல்லூரித் தமிழ்ப் பாடசாலையிலே 1938இல் இரண்டாம் வகுப்பில் படிக்கையில் ஆசிரியர் க. முத்துக்குமாரு அங்கே பணியாற்ற வந்தார். 1963இல் நான் யாழ். இந்துக் கல்லூரியிலே உதவியாசிரியராய் வந்தபோது அவர் தமது பாடசாலையின் அதிபராய்ச் சேவை புரியக் கண்டேன்.

ஆசிரிய சேவையில் இருபத்தைந்தாண்டு இடைவெளி என்பது பெரிதுபடுத்தப்பட வேண்டிய ஒன்றல்ல. ஆனால் எனக்கு அதிர்ச்சியும் வியப்புந் தந்தது அவர் பயன்படுத்திய ஊற்றுப் பேனாதான்.

'Black Bird' எனப்படும் நீண்ட தடி போன்ற அந்தப் பேனா 1938இற் போலவே வைலற் நிற மை நிரப்பப்பெற்று, முத்துக்குமாரு அவர்களால் பயன்படுத்தப்பட்டதைக் கண்டேன்.

அதே பேனை! அதே மை! அதே கையெழுத்து!

2

இடைநிலைக் கல்வி
(1942–1946)

1942ஆம் ஆண்டு தை மாதத்தில் நாவலர் சைவப்பிரகாச வித்தியாசாலையில் ஏழாம் வகுப்பில் மாணவனாய்ச் சேர்ந்தேன். சைவசமய உண்மைகளையும் வாழ்நெறிகளையும் வகுத்துத் தந்த ஸ்ரீலஸ்ரீ ஆறுமுகநாவலர் 1848ஆம் ஆண்டில் நிறுவிய பாடசாலை வண்ணார்பண்ணை நாவலர் சைவப்பிரகாச வித்தியாசாலை. இன்று இதன் பெயர் நாவலர் மகாவித்தியாலயம்.

அவரின் குறிக்கோள்களை முன்னெடுக்க என்று அவர் தம் பெறாமகனார் ஸ்ரீமத். த. கைலாசபிள்ளை, சி.த.மு. பசுபதிச் செட்டியார் முதலாம் சைவப்பெரியார்களால், 1889இல் சைவபரிபாலன சபையும், 1890இல் இந்துக் கல்லூரியும், இந்துசாதனம் பத்திரிகையும் தொடங்கப் பெற்றன.

ஸ்ரீமத் கைலாசபிள்ளை பழமைவாதியாகவும் சைவசித்தாந்தியாகவும் இருந்தபோதிலும், சைவபரிபாலன சபையும், இந்துக் கல்லூரிச் சபையும், இந்துசாதனமும் சைவசித்தாந்தக் கோட்பாடுகளை முற்றுமுழுக்கக் கடைப்பிடித்தன என்று சொல்வதற்கில்லை. சைவபரிபாலன சபை சைவத்தை முதன்மைப்படுத்திய போதிலும் இந்துக் கல்லூரியும், இந்துசாதனமும், சைவத்தை உள்ளடக்கியதோடு இந்து சமயம் என்ற விரிந்த பரப்பையும் ஓரளவு ஏற்று நடைமுறைப்படுத்தின என்றுதான் சொல்ல

வேண்டும். வேதாந்தியாகிய விவேகானந்த சுவாமிகளைப் பெரிதும் மதித்து வரவேற்று (இந்த வரவேற்புபசாரமும், சுவாமிகள்மீது சொரியப்பட்ட வானளாவிய புகழ்மாரியும் அக்கால *இந்துசாதனத்திலும்,* Hindu Organ இலும் மிக விரிவாக வெளியிடப்பட்டுள்ளன.) இந்துக் கல்லூரியிலே சொற்பொழிவாற்ற வைத்தமையும், சமய, சமூக, அரசியல் சீர்திருத்தவாதியான மகாத்மா காந்தியை வரவேற்று, சுவாமிகளைப் போலவே சொற்பொழிவாற்றச் செய்தமையும் இவ்வுண்மைக்கு வலுவான எடுத்துக்காட்டுகளாகும்.

இந்துக் கல்லூரியினதும் சைவபரிபாலன சபையினதும் செயற்குழு அலுவலர் பலரும் இந்தியாவில் கல்வி கற்றவர்களாகவும், அங்கு இடம்பெற்ற சமய சீர்திருத்த இயக்கங்களினாலும், விடுதலைப் போராட்டத்தினாலும் கவரப்பட்டவர்களாகவும், ஆங்கிலக் கல்வியின் தாராண்மையின் தாக்குதலுக்கு உட்பட்டவர்களாகவும் இருந்தமையால் சைவசித்தாந்தத்தினின்று நெகிழ்ந்ததொரு போக்கிற்கு அவர்கள் உள்ளாயினர் போலும்.

நாவலர் பெருமானுக்கும், இராமலிங்க வள்ளலாருக்கு மிடையே அருட்பா, மருட்பாப் போராட்டம் மிகத்தீவிரமாக நடந்தபோதிலும் அதனால் இந்துக் கல்லூரியோ, சைவபரிபாலன சபையோ, *இந்துசாதனமோ* பெரிதும் பாதிப்புக்கு உள்ளாக வில்லை என்றே தெரிகின்றது.

நான் கற்ற இ.க. தமிழ்ப் பாடசாலையிலே சோமஸ்கந்தர் அவர்கள், வள்ளராரின் 'அம்பலத் தரசே அருமருந்தே' எனத் தொடங்கும் அருட்பாவினை எமக்குப் படிப்பித்துப் பாடவைத்தமை சமய நெகிழ்ச்சிக்குத் தக்க எடுத்துக்காட்டாகும்.

இந்தச் சமயச் சூழலிலிருந்து வேறுபட்டதொரு சூழலை நாவலர் சைவப்பிரகாச வித்தியாசாலையில் நான் காண நேர்ந்தது. அங்கு வள்ளலாரின் அருட்பாவுக்கு இடமில்லை. பாடசாலை, தேவாரத்துடனும், 'சீர்பூத்த கருவிநூல் உணர்ச்சி தேங்க' என்ற நாவலரின் விநாயக வணக்கப் பாடலோடும் நாள்தோறும் தொடங்கியது. சனி, ஞாயிற்றுக் கிழமைகளில் ஞாயிறுமட்டும் விடுமுறை நாளாகவும், சனிக்கிழமை பாடசாலை நாளாகவும் கொள்ளப்பட்டன. அமாவாசை, பௌர்ணமி விடுமுறை நாள்களை ஈடுகட்டவே சனிக்கிழமையைப் பாடசாலை நாளாக்கியிருந்தனர். பாடசாலைக்கு மேற்குப் புறமாக அமைந்திருந்த சேக்கிழார் கோயிலிலே நாயன்மார்களின் குருபூசைகள், சிறப்பாக நால்வர் குருபூசைகள் நிகழ்ந்தன. பாடசாலைப் பின்புறத்தில் உள்ள மனைப்பகுதி, ஒரு சைவக் குடும்பத்தின் வதிவிடமாகப் பயன்பட்டு வந்தது. அங்கிருந்த

பொன்னம்பல தேசிகர் என்பார், நாவலரை நேரிற் கண்டு பழகியவராய் இருந்தமையும் இங்கு குறிப்பிடத்தக்கதாகும்.

அரசாங்க நிதியுதவி பெற்றபோதிலும், நாவலரின் பரம்பரையினரின் முகாமையிலேயே பாடசாலை இயங்கிய காலம் அக்காலம். அவர்களின் பிரதிநிதியாகக் கிருஷ்ணபிள்ளை என்ற பெரியார் நாள்தோறும் பாடசாலைக்கு வருகை புரிந்து மேற்பார்வை செய்துவந்தார். அரையில் நாலுமுழ வேட்டி மட்டுமே தரித்து, சிவப் பழமாய்த் திருநீற்றுக் குறிகளுடனும், செம்மேனியுடனும் பார்ப்பவர் மதித்து வணங்கத்தக்க திருக்கோலத்துடன் இவர் காட்சி தந்தார். சின்னையா (அமரர்) என்ற நடுத்தர வயதுடைய ஆசிரியர், பரமாசு வேட்டியும், போர்த்திய சால்வையுமாக விளங்கினார். சட்டையணியாத சால்வை போர்த்திய ஆசிரியரைக் காண்பது என்வரையில் புதுமையான அனுபவம். ஆக முன்பு நான் கற்ற பாடசாலை யிலிருந்து பலவகையிலும் வேறுபட்ட, பழமையையும் மரபுபசாரங்களையும் சிக்கெனப் போற்றிய ஒரு சூழலுக்கு என்னை இசைவாக்கம் செய்துகொள்ள வேண்டியிருந்தது.

நான் முன்பு கற்ற பாடசாலை, இந்துக் கல்லூரியின் போஷிப்புப் பாடசாலை என்பதால், ஆங்கிலக் கல்விச் சாயல் அங்கு நிலவியது. தமிழ் கற்பித்தலிலும் வேறுபட்ட முறையொன்று அங்கு கையாளப்பட்டது. இலக்கியக் கல்வி ஊக்குவிக்கப்பட்ட போதிலும் இலக்கணத்திற்கு இடமிருக்க வில்லை. நாவலர் சைவப்பிரகாச வித்தியாசாலையிலோ இலக்கணம் முறைமையாகக் கற்பிக்கப்பட்டதோடு, சமஸ்கிருத ஆரம்பக் கல்வியும் வழங்கப்பட்டது.

உலகியல் சார்ந்த கல்விக்கு உரிய இடம் வழங்கப்பட்ட போதிலும், நாவலரின் குறிக்கோளுக்கமைவாய் ஆன்மிக நெறிப்பட்ட சமயப் பின்னணிக்கு உகந்தனவும், மரபு சார்ந்த தமிழ்மொழிக் கல்விக்கேற்றதுமான பாரம்பரியம் ஒன்றும் நாவலர் சைவப்பிரகாச வித்தியாசாலையிலே பேணப்பட்டன.

'புதிய வாசக புத்தகம்' போன்ற பழமையும் புதுமையும் சார்ந்த பாடநூல்களுக்குப் பரிச்சயப்பட்டிருந்த எனக்கு நாவலர் பாலபாடம், திருவிளையாடற் புராண வசனம், பெரிய புராண வசனம் என்பன வேறொரு உலகத்தைத் திறந்துவிட்டன.

பொது வாசகசாலைகளையும், கலாநிலையத்தையும், யாழ்ப்பாணப் பட்டினசபைப் பொது நூல்நிலையத்தையும் இடைவிடாது பயன்படுத்தி அந்தக் காலத்திலேயே ஆனந்த விகடன், பிரசண்ட விகடன், இந்துஸ்தான், ஹநுமான், சக்தி, கல்கி முதலாம் பத்திரிகைகள், சஞ்சிகைகளோடு

உறவாடிக்கொண்டிருந்தவன் நான். இவை போதாதென்று என் மாமா எஸ்.பி. நாகரத்தினம் (வஸ்தியாம்பிள்ளை புத்தகசாலையில் எழுது வினைஞராய்ப் பணிபுரிந்தவர்) கொண்டுவரும் நாவல்கள், சிறுகதை நூல்கள் என்பவற்றை ஒருசிலர் முன்பு (உறவினர்) வெளிப்படையாகவும், ஒருசிலருக்குத் (உறவினர்) தெரியாமல் மறைவாகவும் மேய்வதற்கும் பழக்கப்பட்டிருந்தேன்.

உறவுப் பெண்களுக்காய் இரவு நேரங்களிலே குப்பி விளக்கொளியிலே புதிய, பழைய வசனக் கதை நூல்களை வாசிப்பதும் என் ஆர்வச் செயற்பாடுகளில் ஒன்றாய் அக் காலத்தில் இருந்தது. என் சிறிய தகப்பனார்கள் இருவரில் மூத்தவர் வீரகேசரி வாசகர். நாள் தவறாமல் அவர் வாங்கிவரும் வீரகேசரியையும் முதலிலிருந்து முடிவுவரை படிப்பேன்.

இவ்வாறு என் சகபாடிகளிலும் பரந்து விரிந்த பல நூல் வாசகராகவும், அதனால் பெற்ற தமிழறிவினைக்கொண்டு ஆசிரியர்களே பாராட்டுமளவுக்குக் கட்டுரைகள் எழுதுபவனாகவும் நான் மாறிக்கொண்டிருந்த காலத்தில், அவற்றிற்கு முரணான மரபுவழி இலக்கண இலக்கியக் கல்வியானது என்னால் முழுமையாகச் சீரணிக்கமுடியாத ஒன்றாகவே அந்த வயதில், பருவத்தில் இருந்தது.

எங்களுக்கு எட்டாம் வகுப்பிலே தமிழ் கற்பித்தவர் தமிழிலும் வடமொழியிலும் பெருங்கடலாய் விளங்கிய வித்துவான் ந. சுப்பையாபிள்ளையாவர். பண்டிதமணி சி. கணபதிப்பிள்ளை போன்ற பண்டிதர்களுக்கும் தொல்காப்பியம் முதலாம் பழந் தமிழிலக்கண நூல்களைக் கற்பிக்கும் பேராற்றலும், பேரறிவும் அவருக்கு அமைந்து கிடந்தன. ஆனால் தமிழில் நடைவண்டி ஓட்டிக்கொண்டிருந்த என்போன்ற சிறுவர்களுக்காய் இறங்கி வந்து கற்பிக்க அவருக்கு இயலாதிருந்தது.

இலக்கண விளக்கங்களையும் உதாரணங்களையும் கரும்பலகை நிரம்ப எழுதியும் சூத்திரங்களைக் கடல்மடை திறந்தாற்போல ஓடவிட்டும் அவர் கற்பித்த இலக்கணக் கல்விக்கு எங்களால் ஈடுகொடுக்கக் கூடவில்லை. அவரின் குட்டுக்களுக்கு அஞ்சி, எல்லாவற்றையும் விழுங்கிப் பின் வெளிச்சொரியும் எந்திரப்பொறிகளாகவே நாங்கள் மாற வேண்டியிருந்தது.

எட்டாம் வகுப்பிற்குப் பாடநூலாயும், அவராலேயே உரை எழுதப்பட்டதாயும் வெளியாகியிருந்த 'குசேலோபாக்கியானந்தப் பதவுரை, பொழிப்புரை, விசேட உரை' கொண்டு அவர் விளக்கும்போது பெரும்பாலும் நித்திராதேவி எம்மைத் தழுவிச் சுகந்தரத் தவறுவதில்லை.

இருப்பினும் அந்தப் பேரறிஞரால் தமிழ் மரபை ஓரளவு (கருகலாகவேனும்) புரிந்துகொள்ளக் கிடைத்த வாய்ப்பினை நினைந்து இன்று மகிழ்கின்றேன். அவரிடம் கற்றபோது நிகழ்ந்த இரு சம்பவங்கள் சுவாரசியமானவை.

எட்டாம் வகுப்பிலே கற்றுவருகையில், எமது மாணவர் கலாவிருத்திச் சங்கச் சார்பில் (அக்காலத்தில் இந்தப் பெயருடன் ஒவ்வொரு புதன்கிழமையும் கடைசிப் பாட நேரத்தில் இச்சங்கம் கூடி மாணவரின் பேச்சு, எழுத்தாற்றல்களை வெளிப்படுத்த உதவிய சங்கம்.) கையெழுத்துச் சஞ்சிகை ஒன்று வெளியிடப் பட்டது. *அறிவு மலர்* என்ற பெயர்கொண்ட இச்சஞ்சிகையின் ஆசிரியராக நான் தெரிந்தெடுக்கப்பட்டேன்.

அறிவு மலரின் முதல் இதழிலே (முதலாவதே இறுதியும் ஆனது!) எனது ஆசிரியத் தலையங்கம், ஆசிரியர்களின் செயற்பாடுகள் குறித்த கண்டனமாகவே அமைந்தது. அதன் தொடக்கம் இதுதான். 'இக் காலத்தில் ஆசிரியர்கள் கல்வியைப் பணத்துக்கு விற்கின்றார்கள்.' உண்மையில் இந்த வசனம் எனக்குச் சொந்தமானதல்ல. *சக்தி* என்ற சஞ்சிகையிலே வெளியான கட்டுரை ஒன்றில் நான் வாசித்தறிந்தது.

குழப்படிக்கும், வித்தியாசமான சிந்தனைப் போக்குக்கும் (வேண்டாதவற்றையெல்லாம் வாசித்து வாசித்து வக்கிர மடைந்ததன் விளைவோ) வெம்பல்தனமான பேச்சுக்கும் இடமளித்த என் உள்ள வெப்பியாரமே இவ்வசனத்தை உள்வாங்கி என் சொந்தக் கருத்தாக வெளியிட வைத்தது என்று இன்று உணருகின்றேன். அன்று அது நியாயமாகப் பட்டது.

சஞ்சிகையைப் பார்வையிட்டு என் தலையங்க வசனத்தால் பெருஞ்சீற்றத்துக்கு உள் ளான தலைமையாசிரியர் வித்துவான் ந. சுப்பையாபிள்ளை என்னை அழைத்தார்.

"பிள்ளை (எப்பொழுதும் எந்நிலையிலும் மாணவரை அவர் இவ்வாறுதான் அழைப்பார்.) ஆசிரியர்களைக் கண்டனம் செய்யும் அளவிற்கு நீ முற்றிவிட்டாயோ? முட்டாள். அந்த அறையிலே நன்னூற் காண்டிகை இருக்கிறது. எடுத்து வா" என்றார்.

சென்றேன். எடுத்துவந்தேன். "பொதுப்பாயிரத்தை எடு" என்றார். எடுத்தேன். அதிலிருந்து ஒரு சூத்திரத்தை எடுத்தார். "படி" என்றார். படித்தேன்.

'தன் மகன் ஆசான் மகனே மன்மகன்
பொருள்நனி கொடுப்போன் வழிபடுவோனே
உரைகோளாளற் குறைப்பது நூலே.'

என்பதுதான் அச்சூத்திரம். "பொருள் நனி கொடுப்போன்' என்ற சொற்றொடர் விளங்குகிறதா" என்று வினவினார். "விளங்குகிறது" என்றேன்.

அடுத்து அவர் வாய் பேசவில்லை. அவருடைய சிறிய கையால் (அவர் குறுமுனி) என் தலையிலே படபட என்று குட்டினார். என் அசட்டுத்தனத்திற்கும் அரைவேக்காட்டுக்கும் தகுந்த தண்டனைதான் அது என்று இன்று உணர்கின்றேன். அன்றுடன் சஞ்சிகைக்கு மூடுவிழா நடந்ததைச் சொல்லவா வேண்டும்.

ஒருமுறை 'ஸ்ரீலஸ்ரீ ஆறுமுகநாவலர்' பற்றிக் கட்டுரை எழுதப் பணித்தார்.

> "அவனுடைய தலை உடலின் அளவுக்குப் பொருந்தாத பெரிய தலை. இதனால் அவனுக்கு 'பாணாத்தலையன்' என்ற பட்டப் பெயர் வழங்கியது. பாணாத் தலையன் படிப்பில் படுசுட்டி. சிறுவயதிலேயே அவன் சிறந்த ஒழுக்கமும் சைவசமயப் பற்றும் கொண்டிருந்தான். அவன் யார்? அவனே பிற்காலத்தில் ஸ்ரீலஸ்ரீ ஆறுமுக நாவலர் எனச் சைவ உலகம் பாராட்டி உயர்ந்தவன்" என்ற வகையிலே என் கட்டுரை தொடங்கி, ஸ்ரீலஸ்ரீ ஆறுமுகநாவலர் என்ற இடத்திலிருந்து அவர் என்ற மரியாதைப் பன்மைக்குத் தாவிற்று.

நாவலர் பெருமானை 'அவன்' என்று நான் குறித்தமைக்காக வித்துவான் அவர்கள் கோபப்படவில்லை. ஒரே கட்டுரையில் அவன் என்றும் அவரென்றும் முரண்பட, இலக்கண வழூப்பட எழுதியதுதான் அவரின் சீற்றத்தைக் கிளப்பியது. ஆனால் முன்பு போலக் குட்டுக்களைச் சொரியவில்லை. வழக்கமாக அவர் கையாளும் 'முட்டாள்' எனத் தொடங்கிப் பின்வரும் அறிவுரையை வழங்கினார்.

> "ஒரு பொருள்பற்றி எழுதும்பொழுது அப்பொருளினை விளக்கக் கையாளும் சொல், முடிவுவரை வேறுபடாதிருத்தல் வேண்டும். 'அவன்' என்று தொடங்கினால் 'அவன்' என்றே தொடர்ந்து கையாளல் வேண்டும். அல்லாமலும் நாவலர் பெருமானை அவன் என்று – சிறுவராய் அவர் இருந்த காலத்தைச் சித்திரிக்கையிலும் – கையாளல் சைவ, தமிழ் மரபிற்குப் பொருந்தாது. சேக்கிழார், பெரியபுராணத்திலே நாயன்மார்களை அவர்களின் அவதாரம் தொடங்கி முடிவுவரை 'அவர்' என்றே கையாள்வார். நாவலரின் பெரியபுராண வசனத்தைப் பார். திருவிளையாடற்புராண வசனத்தைப் பார். பெரியவர்களை எவ்வாறு அழைத்தெழுத

வேண்டும் என்பது புரியும். முட்டாள். தமிழ்மரபறியாத இக்கால எழுத்தாளரின் குப்பைகளை வாசித்து, வாசித்து நீ கெட்டுப்போய்விட்டாய்!"

இந்த அறிவுரை அந்தவேளையில் அந்த வயதில் எனக்கு வேம்பாகக் கசந்தது உண்மைதான். ஆனால் இன்று அதன் காத்திரத் தன்மையை உணராதிருக்கக்கூடவில்லை.

'பெடியன் கெட்டிக்காரன். ஆனால் பெருங்குழப்படிக்காரன்' என்று அக்காலத்திலே பெயர் எடுத்தவன் நான். பள்ளிப்படிப்பை முற்றாக வெறுத்து எனது பதின்மூன்றாவது வயதிலும் கள்ளம் ஒளிக்கத் தொடங்கினேன் என்றால் பாருங்கள். எனது சிற்றப்பர் கம்புடன் என்னை அடித்து, அடித்து தெருவில் இழுத்துச்சென்று பள்ளியில் விட்டதை நினைத்தால் இன்றுங்கூட அசட்டுச் சிரிப்பு என் பொக்கைவாயையும் மீறி வெளிப்படத் தவறுவதில்லை.

1944 சித்திரை மாதம், பரி. யோவான் கல்லூரிப் பரீட்சை மண்டபத்தில் கனிஷ்ட தராதரப் பத்திரப் பரீட்சைக்குத் தோற்றினேன். சித்தி அடைந்தேன். பேனைக் கூரை, பேனைத் தடியில் செருகி, மையில் தோய்த்து எழுதிவந்த நான், சோதிடரான என் பெரிய மாமாவிடமிருந்த (ஆசை மாமா என்று அழைப்பது வழக்கம்) ஊற்றுப் பேனாவைப் பெற்று முதன்முதல் எழுதியது இந்தப் பரீட்சையின்போதுதான்.

சிறியதொரு வாங்கில், நாற்காலியொன்றின் நான்கு கால்களின்மேல் பக்கீஸ் பலகையைப் பதித்துச் செய்த சிறிய மேசை என்பவற்றையே, எனது படிப்பிற்குப் பயன்படுத்தி வந்தேன். சிரேஷ்ட பாடசாலைத் தராதரப் பத்திர வகுப்பில் (எஸ்.எஸ்.சி. – தமிழ்) சித்தியடைந்து, ஆங்கிலம் கற்க, ஸ்டான்லி மத்திய கல்லூரியில் சேர்ந்து (அதுநாள் வரை நீராவியடிவாசியா யிருந்து, நாயன்மார்கட்டுவாசியாய் மாறிய காலத்தில்) படிக்கத் தொடங்கிய காலத்தில்தான் மேசையும் கதிரையும் கிடைத்தன.

நாயன்மார்கட்டிலிருந்து பொடிநடையாக நடந்துவந்து, வண்ணார்பண்ணைச் சிவன் கோவில் வடக்கு வீதியிலிருந்தவர் களின் பிள்ளைகளுக்குப் பாடஞ்சொல்லிப் பெற்ற காசில் நான் வாங்கியவைதாம் இந்த மேசையும் கதிரையும்.

ஏழாம் வகுப்புவரை தலைச்சுமையாக இருந்த குடுமிக்குப் பிரியாவிடை அளித்தேன். 1944 ஆவணியில் நாவலர் பாடசாலைக்கு விடை கொடுத்தேன்.

விடை கொடுத்தேனா, விரட்டி அடிக்கப்பட்டேனா என்பது இன்னும் என்வரையிலே புதிர்தான்.

1944 முடிவுவரை, சன்மார்க்க போதனா வித்தியாலயத்தில், துவிபாஷைகள் கற்று (ஆங்கிலம், தமிழ்) அவை ஒத்து வராததால், பக்கத்திலிருந்த மெதடிஸ் மிஷன் பாடசாலையில் சேர்ந்து, விட்ட இடத்திலிருந்து தொடர்ந்து சி.பா.த பரீட்சைக்குத் தயார் செய்யத் தொடங்கினேன்.

இங்குத்தான் நண்பர்கள் த. இராஜகோபாலன், இ. நாகராஜன் (மதுரகவி) ஆகியோருடன் தொடர்பு ஏற்படுகின்றது. நாவலர் பாடசாலையை விட்டு நீங்கி, சோ. இராமச்சந்திர ஐயரும் என்னுடன் இணைகிறார்.

அடிதடி தண்டனைகளிலிருந்து விடுபட்டு, அதிபர் ஆசிரியர்களாலே தமக்குச் சமமானவர்களாகக் கருதப்பட்டு, சுதந்திரக் காற்றைச் சுவாசித்து, விட்டுவிடுதலையான சிட்டுக்குருவி களாய் நானும் மேற்குறித்த நண்பர்களும் உலாப்போகத் தொடங்கிய இந்தக் காலத்தினை என்னால் மறக்கவே முடியாது.

1944இல் எனது எழுத்தார்வம், படைப்பார்வம் என்பவற்றைத் தூண்டியும், ஊக்கியும் வந்த என் ஒன்றவிட்ட தமையனார் ‘மணி’ (சுப்பிரமணியம்) என்பவர் நான் எழுதிய சிறுகதை ஒன்றை *வீரகேசரி*க்கு அனுப்பிவைக்கிறார். அது ‘தியாகம்’ என்ற தலைப்பில் நான் எழுதிய முதற்கதை. ஒருமாதத்தின்பின் *வீரகேசரி* ஞாயிறிதழில் வெளியாகிறது.

அடுத்து ‘வேதாந்தி’ (உரைச் சித்திரம்) *ஈழகேசரி*யிலும், ‘குப்பையிலே மாணிக்கம்’, ‘பொன்பூச்சு’ சிறுகதைகள் *மறுமலர்ச்சி*யிலும் வெளியாகின்றன. 1946இல் *மின்னொளி* சஞ்சிகை நடத்திய சிறுகதைப் போட்டியில் நான் எழுதிய ‘கடைசி ஆசை’ சிறுகதை முதற்பரிசு பெறுகிறது.

உலகவிஷயங்களில் அனுபவப்படாது, புத்தகங்களூடாக வும், பத்திரிகைகள், சஞ்சிகைகள் ஊடாகவும் அனுபவம் முற்றியவனாகத் தன்னைத் தானே மதிப்பீடுசெய்துகொண்டு, சிறுவன் ஒருவன் எழுத்துத் துறையிலே அரும்பத் தொடங்கிய நாள்கள் அவை.

1947இல் ஆங்கிலம் கற்க யாழ் ஸ்டான்லி மத்திய கல்லூரியில் எட்டாம்வகுப்பில் (J.S.C. Special) சேர்கின்றேன். 1949 இறுதிவரை அங்கு என் கல்வி தொடர்கின்றது. இக்காலகட்டத்தில் நிகழ்ந்தவை பற்றியும், என்னை ஊக்கி எழுத்துலகில் கால்களை அழுத்தமாகப் பதிக்க உதவிய நண்பர்கள் பற்றியும் அடுத்து இயலிலே விரிவாக எழுதுவேன்.

3

ஆங்கிலக் கல்வி

(1947–1949)

செலவு தந்தைக்கோர் ஆயிரம் சென்றது
தீங்கெ னக்குப்பல் லாயிரம் சூழ்ந்தன
நலமொரெட் டுணையும் கண்டி லேனிதை
நாற்ப தாயிரம் கோயிலிற் செப்புவேன்

என்று ஆங்கிலமொழிக் கல்வியினால் தனக்கேற் பட்ட தீங்குகளைப் பாரதி எடுத்தியம்பி வருந்தக் காண்கின்றோம்.

ஆனால் இலவசக் கல்வி இலங்கையிலே, சி. டபிள்யு. டபிள்யு. கன்னங்கரா அவர்களாலே அறிமுகப்படுத்தப்பட்டு, தமிழ்ப் பாடசாலை, ஆங்கிலக் கல்லூரி என்ற பாகுபாடின்றி எல்லாரும் எல்லாக் காலத்திலும் பெற வாய்ப்புண்டான பொழுது, அதுநாள்வரை எல்லாப் பாடங்களை யும் தமிழிலேயே கற்று, கஞ்சிக்கிடும் பயறுபோலச் சிறிது ஆங்கிலமும் கற்றிருந்த என் போன்றவர்களுக்கு ஆங்கில ஊடகக் கல்வி பெரும் வரப்பிரசாத மாயிற்று.

இதனைப் பெருமையோடு நாற்பதாயிரம் கோயிலில் செப்பவும் நான் தயங்கேன். ஸ்டான்லி மத்திய கல்லூரியிலே (இன்று யாழ். கனகரத்தினம் மத்திய மகாவித்தியாலயம்) நான் கற்ற காலம் என்வரையிலே பொற்காலமாகும்.

'மறப்பனோ இறக்கும்வரை மாது அவள் தந்த சுகம்' என்பது பழைய சினிமாப் படம் ஒன்றில் வரும் ஒரு வரி. ஸ்டான்லி அன்னை என்னையும் தன்

அடியாராக்கி அரவணைத்து அளித்த சுகத்தினை **'மறப்பனோ இறக்கும்வரை?'** ஆனால் இங்கும் நான் சேர்ந்துகொண்டு ஒருவாரத்தின் பின் நிகழ்ந்த ஒரு சம்பவம், மீண்டும் பழைய பல்லவிதான் என்ற திகைப்பையும் அச்சத்தையும் என்னுள் எழுப்பத் தவறவில்லை.

நாள்தோறும் கல்லூரி விட்டபின் மைதானத்தில் உடற்பயிற்சி இடம்பெறல் வழக்கம். மாணவ மாணவியர் தவறாது உடற்பயிற்சியிலே கலந்துகொள்ள வேண்டும். எனக்கு எக்காலத்திலும் உடற்பயிற்சியோ விளையாட்டுக்களோ ஒத்துவருவதில்லை. என்னைப் போலவே வேறு சிலரும் இருந்தார்கள்.

அன்று பின்னேரம் உடற்பயிற்சிக்கான மணி ஒலித்ததும் நானும் என் சகபாடிகள் சிலரும், மாணவர் கூட்டத்திலிருந்து விலகி ஒளித்துக் கல்லூரி நுழைவாயிலைக் கடந்து தெருவை நோக்கி ஓடினோம்.

நாங்கள் ஓடியதை உடற்பயிற்சி ஒழுங்கின் மேற்பார்வை யாளரும், உப அதிபருமான லெப்டினன்ற் யோசப் (1939–1945 காலத்தில் இரண்டாவது மகாயுத்தத்தின்போது இந்தியாவில் படைக்கு ஆள் சேர்த்தபோது அதில் இணைந்து கொண்டவர், கல்கத்தாப் பல்கலைக்கழகக் கலைமாணி.) கண்டுவிட்டார். அவர் "டே பகர்ஸ், நில்லுங்கோடா" என்று கத்தியபடி, பிரம்பும் கையுமாக எங்களைத் துரத்திவந்தார். நாங்கள் ஓடிச்சென்று கல்லூரியின் தெருவுக்குத் தெற்கேயிருந்த தேநீர்க் கடைக்குப் பின்னால் இருந்த மலசல கூடத்தில் ஒளித்துக்கொண்டோம்.

மறுநாள், "நேற்று 'ட்றில்லுக்கு' ஒளித்தோடியவர்கள் வாருங்கோடா" என்று பிரம்பைச் சுழற்றியபடி யோசப் எங்கள் வகுப்பறையினுள் நுழைந்தார். என்னுடைய கெட்ட காலம் முதல்நாள் அணிந்துசென்ற நீலச்சட்டையைத் தரித்ததனால் என்னை அவர் அடையாளம் கண்டுவிட்டார். 'டே புளூ சேட் இங்காலே வா" என்று அழைத்து என் முதுகில் பிரம்பினால் நான்கு இழுவை இழுத்துவிட்டார். நான்காண்டுகளாய்ப் பிரம்படியிலிருந்து தப்பி, நிம்மதியாயிருந்த நான் துடித்துப் போனேன். நோவும் அவமானமும் என் மனத்தை நீண்ட காலத்துக்குப் பிறகு மீண்டும் கௌவிக்கொண்டன.

> இங்கு என் எதிர்காலம் எப்படி இருக்கப்போகிறது?
> மலைப்பு, அச்சம், வேதனை, வெகுளி!

ஆனால் இவையெல்லாம் காலச்செலவில் பொய்யாய்ப் பழங்கதையாய், கனவாய் மறையலாயின.

தமிழ் சி.பா.த. (எஸ்.எஸ்.சி) சித்தியெய்திவிட்டுப் பதினேழு, பதினெட்டு (இருபது, இருபத்தொரு வயதினரும்கூட) வயதைக் கடந்த மூத்த அண்ணாக்கள், மூத்த அக்காக்கள், நாங்கள் தொடர்ந்து ஆங்கில மொழியூடகக் கல்வி கற்கும்போது, எங்களிலும் வயதுகுறைந்த தம்பி தங்கைகளாய் உள்ளவர்களைப் போல எங்களையும் நடத்துவார்களோ என்ற அச்சம் எங்களில் பலருக்கு ஆரம்பத்தில் இருந்தது உண்மைதான்.

இந்த அச்சத்திற்கும் இடமில்லாது போய்விட்டது. எங்கள் அறிவுத் தரத்தையும், ஆங்கில அறிவுக் குறைவையும் வயதையும் கருத்திற்கொண்டு, எங்களுக்கென எட்டாம் வகுப்பு (சிறப்பு) என்ற வகுப்பினை அதிபர் ஏற்படுத்தியிருந்தார். கோப்பாய் ஆசிரியக் கலாசாலையில் விரிவுரையாளராயும், 'எண்கணிதம்' (எஸ்.எஸ்.சி.) நூலினைத் தமிழில் எழுதி வெளியிட்டவரும், நெடுமால் போன்ற உயரமும் நிறமும் கம்பீரமும் வாய்க்கப்பெற்ற வருமான அதிபர் ஆ. சோமசுந்தரம் அவர்களின் உளவியல் அறிவு எத்தகையது என்று வியக்கக்கூடிய அளவிற்கு எங்கள் அறிவு அன்று இல்லை. எனினும் அவரின் இந்த ஏற்பாட்டினால் விளைந்த நற்பயன்களை நாங்கள் அனுபவித்து, அன்றே எங்கள் உள்ளங்களில் அவருக்கு உயர்ந்ததோர் மதிப்பினை வழங்கினோம்.

தமிழ்ப் பாடசாலைகளில் பெரும்பாலும் பயிற்சிபெற்ற தமிழாசிரியர்களோ, ஆசிரியத் தராதரம் பெற்ற ஆசிரியர்களோ மட்டுமே பணியாற்றிய காலம் அது. ஒரு சிலர் தமிழ்ப் பண்டிதம், அல்லது ஆங்கில எஸ்.எஸ்.சி. சித்தியெய்தியவர்களாய் இருந்திருக்கலாம் (வித்துவான் சுப்பையாபிள்ளையின் தரம்). இவர்கள்தாம் எங்களை நெறிப்படுத்தி எங்கள் மதிப்பிற்கு உள்ளானவர்கள்.

ஆனால், ஸ்டான்லி மத்திய கல்லூரி எமக்குப் புதியதொரு ஆசிரிய உலகினைக் காட்டிப் பிரமிப்பை ஏற்படுத்தியது.

கலைப் பட்டதாரிகள், விஞ்ஞானப் பட்டதாரிகள், ஆங்கிலமொழி மூலம் பயிற்சிபெற்றோர், வித்துவான், பி.ஓ.எல். பட்டதாரிகள் என்று உயர்தகைமை வாய்ந்த ஆசிரியர்களையும், பாரிய கட்டடங்களையும், விஞ்ஞானகூடம், நூல்நிலையம் பொதுக்கூட்ட மண்டபம் என்பவற்றையும் முதன்முதலில் கண்டபோது, எங்களுக்கு ஏற்பட்ட மகிழ்ச்சிக்கு அளவில்லை. நாமும் கல்லூரி மாணவர் என்ற பெருமிதமும் உண்டாயிற்று.

தமிழ் மாணவர், ஆங்கில மாணவர் என்ற இருசாதிப் பிரிவினை, தமிழ் ஆசிரியர், ஆங்கில ஆசிரியர் என்ற இருசாதிப் பாகுபாடு நிலவிய ஒருகாலகட்டத்தில், தமிழ் மாணவராகிய

நாங்கள் 'தில்லைத் தரிசனம் பெற்ற நந்தனார் ஆனோம்' என்று சொல்லுமளவிற்குப் புத்துணர்ச்சியும் புதுக்கிளர்ச்சியும் பெற்றோம் என்றால், இன்றுள்ள மாணவப் பரம்பரைக்கு அது வியப்பாகத்தான் இருக்கும்.

இவ்விடத்தில் அன்றைய கல்வித்தர நிருணயங்கள் பற்றிச் சிறு விளக்கம் தருவது பயனுள்ளதாயிருக்கும்.

அன்று, நான் ஆரம்பக் கல்வி பெற்ற இ.க. தமிழ்ப் பாடசாலைகள் ஒன்று முதல் ஐந்து அல்லது ஆறுவரையுள்ள வகுப்புக்களைக் கொண்டிருந்தன. தரங்கூடிய தமிழ்ப் பாடசாலைகளிலே ஒன்று முதல் சிரேஷ்ட தராதரப் பத்திர வகுப்புவரை (இது சுருக்கமாக சி.த.ப. என அழைக்கப்பட்டது) இருந்தன.

ஆங்கிலத்தை ஊடகமாகக்கொண்ட கல்லூரிகள் உ.பா.த.ப. என்னும் (H.S.C. - Higher School Certificate) வகுப்புவரை கொண்டிருந்தன. உ.பா.த.ப. பரீட்சையில் சித்தி பெற்றவர்கள் பல்கலைக்கழக உயர் பட்டப் படிப்புக்களைக் கற்கும் தகுதி பெற்றார்கள். தமிழ், சி.த.ப. தேறியவர்களுக்கு, தமிழ் ஆசிரிய தராதரப் பத்திரம் பெறவும், ஆசிரிய பயிற்சிக் கலாசாலையில் நுழைந்து ஆசிரியராகவுமே முடிந்தது.

சமூக மதிப்பீட்டில் தமிழ் கற்றவர்க்குத் தாழ்வும், ஆங்கிலம் கற்றவர்க்கு உயர்வும் வழங்கப்பட்டதோடு, பொருளாதார வளத்திலும், உத்தியோக நுழைவுகளிலும் ஆங்கிலம் கற்றோர்க்கே வாய்ப்புக்கள் பெருகியிருந்தன. சாதாரண நிலையில் ஆங்கில எஸ்.எஸ்.ஸி. சித்தி பெற்றாலே உத்தியோகங்களில் நுழையவும், படிப்படியாக மேலேறவும் வாய்ப்புக்கள் அன்று இருந்தன. தமிழ் ஆசிரியர்ப் பயிற்சித் தராதரப் பத்திரத்திலும் உயர்வானதாய் ஆங்கில எஸ்.எஸ்.ஸி. கருதப்பட்டதென்பதற்கு, ஆசிரியர் சம்பள விசாரணைக் குழு ஒன்றின் அறிக்கையை உதாரணமாக எடுத்துக்காட்டலாம்.

"குறைந்தது என்ர பிள்ளைக்கு ஒரு தமிழ் வாத்தியாவது கிடைக்கமாட்டானோ" என்று தமிழ் கற்ற ஆசிரியரைத் தாழ்த்திப் பேசிய ஒருகாலகட்டத்தில், ஆங்கிலம் கற்கவும், கல்லூரிப் படிகளில் ஏறவும் தமிழ் மூலம் கற்ற எங்களுக்கும் வாய்ப்புக் கிட்டியதென்றால் அவ்வாய்ப்பிற்காக நாங்கள் பெருமிதமும் மகிழ்ச்சியும் அடைந்தது இயற்கைதானே. ஆனால், ஆங்கில மூலமே கற்பித்து வந்த ஸ்டான்லிக் கல்லூரி ஆசிரியர்களில் சிலர், ஆங்கில அறிவு குறைந்தவராகவும், அந்த மொழியிலே கருத்தை வெளிப்படுத்தி உரையாடத் தடுமாறுபவராயும்

இருந்த எங்களுக்குக் கற்பிப்பதில் பெரிதும் இடர்ப்பட்டார்கள். காரணம் ஆங்கிலத்தைத் தமிழ்ப்படுத்தி எங்களுக்கு விளக்க வேண்டிய நிர்ப்பந்தம் அவர்களுக்கிருந்தது.

இவ்விடத்திலே, பெரிதும் இடர்ப்பட்டவர் செல்லையா என்னும் ஆசிரியர் (பின்னாளில் யாழ். தொழில்நுட்பக் கல்லூரி அதிபர்). இவர் ஆங்கிலத்தையன்றித் தமிழைச் சுட்டுப்போட்டாலும் பேசமுடியாதவராகவோ, பேசக்கூசுபவராகவோ இருந்தது வியப்பே. குடியியல் பாடத்தை இவர் ஆங்கிலத்தில் விளக்குவதும், எனது வகுப்பில் மற்றவரிலும் கூடுதலாய் ஆங்கிலத்தை விளங்கிக்கொள்ளும் திறன் பெற்றிருந்த நான் மொழிபெயர்த்துக் கூறுவதும் அடிக்கடி இடம்பெற்றன.

இன்னும், ஆங்கிலத்தில் உரையாடுவது எனக்கு அத்தனை எளிதாய் இருப்பதில்லை. ஆனால் ஆங்கில – தமிழ் மொழிபெயர்ப்பில் ஈடுபாடும், கணிசமான அளவு திறனும் ஏற்பட ஆசிரியர் செல்லையாவின் ஊக்குவிப்பு உதவிற்று என்று இன்றும் நினைவு கூருகின்றேன். (வாக்கிய முடிவுதோறும் *understand* என்றோ *understood?* என்றோ இவர் கூறுவார். இதனால் இவருக்கு *understand* என்ற பட்டம் மாணவரிடையே நிலவிற்று.)

மலேசியாவிலிருந்து இரண்டாவது மகாயுத்த முடிவிலே தாய்நாடு திரும்பிய யேசுதாசன் என்பவர் எங்கள் ஆங்கில ஆசிரியர். இவருடைய வாய்ச்சுழிப்பை இரசித்து 'விஸ்க்கோத்து' என்ற பட்டம் சூட்டிப் பரவலாய் வழங்கிவந்தோம். எனினும் இவர் எமக்கு மிகவும் இனியவராகவே விளங்கினார்.

கணிதத்தைக் கதைபோலச் சுவைபடக் கற்பித்த பெருந்தகை எங்கள் அதிபர் ஆ. சோமசுந்தரமே. அவர் வகுப்புக்கு வந்தால் ஒரே சிரிப்பும் கும்மாளமுந்தான். வாழைப்பழத்தில் ஊசி ஏற்றுவதுபோல, கணிதத்தை இலாவகமாக எம்மில் ஏற்றியவர், ஊட்டியவர் என்ற வகையிலே இவரை என்றும் மறக்க முடியாது.

ஆண்களின் விடுதி மேற்பார்வையாளர், அதிபரின் ஆலோசகராகவும், உறுதுணையாளராகவும் செயலாற்றியவர். தமது சிறப்புப் பாடமாகிய தமிழோடு, புவியியல், ஆங்கிலம், உட்பட எந்தப் பாடத்தையுமே திறம்படக் கற்பிக்க வல்ல திறனாளர் வித்துவான் க. நடராசா *B.O.L.* ஆவர். அவரால் நான் அடைந்த பயன் அதிகம். என்னிலுள்ள திறனை மதிப்பிட்டு, ஊக்குவித்த உத்தமராய் அவரை நான் கொண்டுள்ளேன். இவரின் தமிழ் வகுப்பில் அதிகப்பிரசங்கித்தனமாக நான் பேசுவனவற்றையெல்லாம் ஒரு புன்னகையுடன் சமாளித்து, தமக்குச் சமமானவன்போல என்னை நடத்தினார்.

ஒருநாள், "என்ன சேர், திருவள்ளுவர் தெய்வத்தையே பழிக்கிறாரே" என்று அவரைச் சீண்டினேன். அவர் வியப்புற்றவர்போல் முகத்தை வைத்துக்கொண்டு, "என்ன? புதுமையாயிருக்கு. நானும் அறியத்தான் வேணும். சொல்லும் சொல்லும்" என்றார்.

> தெய்வத்தால் ஆகாதெனினும் முயற்சி தன்
> மெய்வருந்தக் கூலி தரும்.

என்ற குறளில் முயற்சியை உயர்த்தித் தெய்வத்தைப் பழிக்க வில்லையா என்றேன். ஆசிரியர் சிறிது நேரம் மௌனம் சாதித்தார். "நல்லது. திருக்குறளிலை பரிமேலழகர் என்ன சொல்கிறார் என்று பார்ப்போம். வள்ளுவர் தெய்வம் என்றது ஊழ் எனப் படிச்ச ஞாபகம். எதுக்கும் லைபிறறிக்குப் போய் நான் சொன்னனெண்டு, செல்வநாயகத்திடம் (அலுவலக லிகிதராகவும், நூலகப் பொறுப்பாளராகவும் பணி புரிந்தவர்) திருக்குறள் – பரிமேலழகருரைப் புத்தகத்தை வாங்கிவாரும்" என்றார்.

வாங்கிவந்தேன். "மேற்குறித்த குறளையும் உரையையும் எடுத்து நீரே படியும்" என்றார். அதில் தெய்வம் என்பதற்கு 'ஊழ்' என்றே பொருள் தந்திருந்தார் பரிமேலழகர். நான் நாணிக் கண் புதைத்தேன்.

நாவலர் பாடசாலையிலே வித்துவான் சுப்பையாபிள்ளை யவர்கள், நன்னூற் காண்டிகையை எடுப்பித்து, விளக்கம் தந்து என் பிழைக்காக எனக்குக் குட்டியதை அவ் வேளையில் நினைவுகூராதிருக்க முடியவில்லை. இருவரின் அணுகுமுறையும் ஒன்றுதான். ஆனால் அதைக் கையாண்ட முறையில், பவ்வியத்தில் இருவரும் இரு துருவங்களாய் விளங்கினர்.

பின்னாளில் எம்.ஏ. பட்டமும் பெற்று, மட்டுவில் மகாவித்தியாலயத்தில் வித்துவான் நடராசா அதிபராய்ப் பணிபுரிந்த காலத்தில், நான் யாழ். இந்துக் கல்லூரியில் பணி புரிந்தேன். இடைக்கிடை அவரைச் சந்திக்க நேர்ந்ததுண்டு. "எவ்வளவு காலத்துக்குத் தமிழ் டிப்புளோமாவோடை இருக்கப்போறீர்? வெளிவாரியாய் பி.ஏ.க்குப் படியும். உமக்குப் பட்டதாரியாவது கடினமாயிராது" என்று அவர் என்னை உற்சாகப்படுத்தியதும் என் மேற்படிப்புக்குத் தூண்டுகோலாய் இருந்தது.

நீண்டகாலம் மூடிக்கிடந்து, அதிபர் ஆ. சோமசுந்தரத்தின் அயரா முயற்சியால் 'மீண்டும் தொடங்கும் மிடுக்கு' நிலையில் புனர்வாழ்வு பெற்று ஸ்டான்லி ஒளிவிடத் தொடங்கியிருந்த காலம் அது.

கல்லூரிப் பரிசளிப்பு விழா, அதையொட்டிச் சஞ்சிகை வெளியீடு என்பவற்றிற்கான தீவிர முயற்சிகள் மேற்கொள்ளப் பட்டன. சஞ்சிகையின் மாணவ ஆசிரியர்களைத் (தமிழ், ஆங்கிலம்) தெரிவதற்காக எஸ்.எஸ்.ஸி. வகுப்புக்களின் மாணவர்களை அழைத்து வித்துவான் நடராசா கூட்டம் நடத்தினார். அக்கூட்டத்தில் ஆங்கில ஆசிரியர்த் தெரிவு போட்டியின்றி நடந்துமுடிந்தது. பின்னாளில் தினகரன், டெயிலி நியூஸ் பத்திரிகை களின் ஆசிரியப் பீடத்தில் இடம்பெற்ற த. சபாரத்தினமே ஆங்கிலப் பிரிவின் மாணவ ஆசிரியராய்த் தெரியப்பட்டார்.

தமிழ் ஆசிரியர்த் தெரிவில், எஸ்.எஸ்.சீ (Final) வகுப்பில் படித்துக்கொண்டிருந்த த. மயில்வாகனத்தின் பெயரும், எஸ்.எஸ்.சீ (prep) இல் படித்துக்கொண்டிருந்த எனது பெயரும் பிரேரிக்கப்பட்டன. தொடர்ந்து வாக்கெடுக்கப்பட்டபோது எனக்கு இருபத்தாறு வாக்குகளும், மயில்வாகனத்துக்குப் பதினாறு வாக்குகளும் கிடைத்தன.

"மயில்வாகனம் சீனியர். இந்த வருடத்தோடு கல்லூரியி லிருந்து விலகிவிடுவார். ஆனால் சொக்கலிங்கம் இன்னும் ஒரு வருடம் இருப்பார். அவருக்கு அடுத்த வருடம் வாய்ப்புக் கிடைக்கும். ஆனபடியால் மயில்வாகனத்துக்கு ஆசிரியர் வாய்ப்பளிப்போம், என்ன சொக்கலிங்கம், சம்மதமோ" என்றார்.

எனக்கு வாக்களித்த மாணவ, மாணவியர்க்கு முகச்சுழிப்பும், எனக்கு அதிருப்தியும் ஏற்பட்டாலும், ஆசிரியர் வேண்டுகோளுக்கு மதிப்பளித்து நான் 'சரி' என்று தலை அசைத்தேன். மயில்வாகனம் சஞ்சிகையின் மாணவ ஆசிரியரானார். பின்னாளில் நான் அரியாலை பார்வதி வித்தியாசாலையில் அதிபராய்ப் பணியாற்றிய காலத்தில் மயில்வாகனம் என் உதவி ஆசிரியராய் விளங்கி என் வலக்கரமாய்ச் செயற்பட்டதை என்னால் மறந்துவிட முடியாது.

பரிசளிப்பு விழாவினை ஒட்டிப் பல போட்டிகள் மாணவரிடையே நடத்தப்பட்டன. அவற்றுள் ஒன்று தமிழ்க் கட்டுரைப் போட்டி. 'சங்ககாலத் தமிழரின் மாண்பு' என்ற தலைப்பிலே அமைந்த போட்டி அது. சிரேஷ்ட வகுப்பு மாணவரான பலரும் கலந்துகொண்டனர். கல்லூரியின் தமிழாசிரியர் பொன்னம்பலம், நாவலர் சைவப்பிரகாச வித்தியாசாலைத் தலைமையாசிரியர் பண்டிதர் இராசையா, அரியாலை பார்வதி வித்தியாசாலை ஆசிரியர் பண்டிதர் வேதநாயகம் ஆகியோர் நடுவர்களாக விளங்கி எனது கட்டுரைக்கு முதற்பரிசு வழங்கினர். பரிசளிப்பு விழாவில் மு. வரதராசனின் 'மொழிநூல்' பரிசாக வழங்கப்பட்டது (வகுப்பு முதன்மைக்கும் பரிசு பெற்றேன்.)

தமிழ் எஸ்.எஸ்.ஸியில் இலக்கிய பாடநூல்களுள் ஒன்றாய் இருந்த, இளவழகனாரின் 'சங்கநூற் கட்டுரைகள்' என்ற நூலை ஐயந்திரிபறப் படித்துப் பெற்ற அறிவும், அவ்வப்போது *கலைமகளில்* வாசித்த கட்டுரைகளினூடே அறிந்துகொண்டன வும் என் கட்டுரைக்கு வளம் சேர்த்திருந்தன.

ஆனால் எனக்குக் கிடைத்த பரிசானது, போட்டியிலே கலந்துகொண்ட மாணவர் சிலரிடையே சலசலப்பை ஏற்படுத்தியது. ஆங்கில சஞ்சிகையின் மாணவ ஆசிரியராய்த் தெரியப்பட்டவரும், சிரேஷ்ட வகுப்பில் வேறொரு பிரிவின் மாணவருமான சபாரத்தினம், "நீர் ஏதோ புத்தகத்திலிருந்து கொப்பியடிச்சனீர். கட்டுரை உம்முடைய சொந்தச் சரக்கல்ல" என்று நெற்றியடியாய் எடுத்துரைத்தபோது, இத்தகைய பழி எனக்குப் புதியதாகையால் கோபமும் கவலையும் உண்டாயின.

சபாரத்தினத்தின் குற்றச்சாட்டை ஆசிரியர் பொன்னம்பலத் திற்கு முறையிட்டேன். அவர் "அவன் சொல்லிவிட்டுப் போகட்டும். நாங்கள் மூன்றுபேர் வடிவாக ஆராய்ந்துதான் பரிசுக்குச் சிபார்சு செய்தோம். உம்முடைய தமிழறிவு எங்களுக்குத் தெரியுந்தானே. நீர் கவலைப்படாதையும்" என்று அவர் எனக்கு ஆறுதல் சொன்னார்.

இப்பெரியார் தொண்ணூற்றிரண்டு வயதுவரை நல்ல ஆரோக்கியத்தடன் உலாவி ஈராண்டுகளுக்கு முன்புதான் மறைந்தார். அரியாலை நீர்நொச்சித்தாழ்வு விநாயகர்மீது பாடப்பட்ட பிரபந்தம் ஒன்றிற்கு என்னை வேண்டி உரை எழுதுவித்து, வீடு நாடிவந்து நான் மறுக்க மறுக்க வற்புறுத்தி ஐந்நூறு ரூபா சன்மானம் வழங்கிச்சென்ற பெருந்தன்மையாளர் இவர்.

சித்தி விநாயகர் ஆலயப் பரிபாலன சபைத் தலைவராய் விளங்கி திரிகரணசுத்தியோடு கூடிய நிருவாகத்தினால் அவ்வாலயத்தை பல வழிகளிலும் வளர்த்தவர் என்பதும் இவ்விடத்தில் நினைவுகூர்தற்குரியதே.

ஸ்டான்லியில் நான் மாணவனாயிருந்த காலத்தில் என் எதிர்கால எழுத்தாக்கத்திற்கும், நாடகப் பிரதியாக்கம், நெறியாள்கை என்பவற்றிற்கும் பலமான அத்திவாரம் இடப்பட் டது. *ஈழகேசரி* எனது நாற்றங்காலாயிற்று. 'கவிஞன் பலி', 'கனவுக் கோயில்' முதலாம் சிறுகதைகளும், 'மலர்ப்பலி' என்ற நாவலும் இக்காலப்பிரிவிலேயே வெளியாகி அக்கால எழுத்தாளர், விமர்சகர்களின் கணிப்பைப் பெற்றன.

என் மாமா எஸ்.பி. நாகரத்தினம் எழுதி, என்போன்ற சிறுவர்கள் சிறுமிகளைக்கொண்டு, தாம் ரியூசன் கொடுத்துவந்த வீட்டிலே சிறிய அரங்கொன்றமைத்து, அரங்கேற்றிய 'குமணன்', 'பவானி பி.ஏ. பி.எல்', (கல்கி எழுதிய சிறுகதை) நாடகங்களிலே முக்கிய பாத்திரமேற்று நடித்த அனுபவமும். மெதடிஸ்த மிஷன் பாடசாலையில் நானே எழுதி நண்பர் நாகராஜன், செல்வி. ராமாமிருதம் (சகபாடி மாணவி) ஆகியோரைக்கொண்டு அரங்கேற்றிய 'வெனிஸ் வர்த்தகன்' (ஷேக்ஸ்பியரின் நாடகக் கதை, புதிய வாசக புத்தகத்தில் படித்தது) நாடக அனுபவமும், திரைப்படங்களின் ஈடுபாடும் சேர்ந்து நாடகம் எழுத வேண்டும் என்ற முனைப்பையும், நெறியாள வேண்டும் என்ற ஆர்வத்தை யும் என்னில் ஏற்படுத்தியிருந்த காலம் அது.

ஸ்டான்லியில் என் சகபாடி நண்பர்களைக்கொண்டு நடிப்பித்து நான் அரங்கேற்றிய நாடகம் 'ஏழைபடும்பாடு'. (பிரான்சிய நாவலாசிரியரான, விக்டர் ஹியூகோவின் 'லாமிசரபிள்' என்ற பிரஞ்சுமொழி நாவல் – யோகி சுத்தானந்த பாரதியாரால் மொழிபெயர்ப்பாகி நூல் வடிவில் வெளியாகி யிருந்தது. அந்தக் கதையின் ஒரு பகுதியை நாடகமாக்கி. ஸ்டான்லியில் அரங்கேற்றினேன்.) நாடகத்தின் பிரதான பாத்திரமாக நடித்தவர் பஞ்சலிங்கம் என்பது மட்டும் நினைவிருக் கிறது. நாடகப் பாடல்களுக்கும் பின்னணி இசைக்கும் பொறுப்பேற்றுப் பாடியும், ஹார்மோனியம் வாசித்தும் உதவியவர் அந்நாளிலே பரமேசுவராக் கல்லூரியில் மாணவரா யிருந்து பிற்காலத்தில் தலைசிறந்த கர்நாடக இசைக்கலைஞராய் விளங்கிய சங்கீத பூஷணம் பாலசிங்கம்.

வானொலிக்கு நான் எழுதிய 'கவிஞன் பலி' நாடகம் என் நண்பர்களான பாஷையூர் ஆரம் (எஸ். ஆபிரகாம், இசைநாடகக் கலைஞராய்ப் பிற்காலத்தில் பிரபலமானவர். அன்று ஸ்டான்லி யின் என் சகபாடி.) இ. நாகராஜன் (பிற்காலத்தில் மதுரகவி), சோ. இராமச்சந்திர ஐயர் ஆகியோரின் அநுசரணையோடும், வானொலி மிருதங்கக் கலைஞர் இரத்தினம் அவர்கள் ஒழுங்கு செய்துதந்த பெண் நடிகை ஒருவரின் ஒத்துழைப்போடும், வானொலியில் 1948இல் அரங்கேற்றப்பட்டது. சன்மானமாக நான் பெற்ற தொகை ரூபா. 150.00

இந்தத் தொகையைக்கொண்டு கொழும்பு சென்று நாடகத்தை வானொலிமூலம் ஒலிபரப்பியதும், வானொலி நாடகத் தெரிவாளரும் கொழும்புப் பல்கலைக்கழகத் தமிழ் விரிவுரையாளராய் அந்நாளில் விளங்கியவருமான பேராசிரியர் செல்வநாயகம், சிறுவனான என்னை நாடக ஆசிரியன் எனக்

கண்டு வியந்ததும் (வியந்ததுபோலக் காட்டியதும்) பின்னர் நான் எழுதிய நாடகங்களை வானொலியில் ஒலிபரப்ப வாய்ப்பளியாது தள்ளியதும், பெருங்கதை.

இதை மிக விரிவாக, எனது 'மணிவிழா மல'ரில் (1990) எழுதியுள்ளேனாதலினால் மீண்டும் விரிக்காது விடுகின்றேன்.

ஸ்டான்லி இந்து மாணவர் மன்றத்தின் செயலாளராக ஈராண்டுகள் சேவைபுரியும் வாய்ப்பும் எனக்குக் கிடைத்தது. அக்காலகட்டத்தில் பண்டிதர் சி. கணபதிப்பிள்ளை (பின்னாளில் பண்டிதமணி) சிறுவனான எனது அழைப்பை ஏற்று, வருகைபுரிந்து சொற்பொழிவாற்றியது என் நினைவில் இன்னும் பசுமையாய் உள்ளது.

வறுமையும், எது வேண்டுமோ அதை உடனுக்குடன் பெறமுடியாத தவிப்புமாய் வாழ்ந்த பாலை வெளியிடையே பசுஞ்சோலை மலர்களாக இத்தகைய சிறுசிறு நிகழ்ச்சிகள் மணம் பரப்பி, கண்ணீரிடையே புன்னகையையும் வரவழைத்த காலத்தை என்னால் என்றுமே மறத்தல் இயலாது.

1950இல் ஆசிரியர் பயிற்சிக்குத் தெரிவுபெற்றேன். அதிபர் சோமசுந்தரம் மிகச்சிறந்ததொரு நற்சான்றிதழ் வழங்கி நல்லாசியும் கூறி அனுப்பிவைத்தார்.

4

பலாலி ஆசிரியக் கலாசாலையில்

(1950–1951)

ஒன்றை நினைக்கின் அதுஒழிந்திட்
டொன்றாகும்
அன்றி அதுவரினும் வந்தெய்தும் – என்றும்
நினையாத முன்வந்து நிற்பினும் நிற்கும்
எனையாளும் ஈசன் செயல்

என்னும் உண்மையானது என் வாழ்விலே வார்த்தைக்கு வார்த்தை பொருந்தியுள்ளது, என்றே உணர்கிறேன்.

என் சிற்றப்பர் எனது பதின்மூன்றாம் வயதிலே கம்புகொண்டு அடித்துப் பள்ளியில் சேர்த்திராவிட்டால், என் மூத்த உறவினர் சிலரைப்போல அச்சுக்கோப்பாளனாகவோ, புத்தகம் கட்டுபவனாகவோ மாறியிருக்கலாம். அல்லது கடை ஒன்றிலே விற்பனையாளனாகவோ கணக்கனாகவோ காலத்தை ஓட்டியிருக்கலாம்.

ஆனால் பதின்மூன்று வயதிலே முற்றுப்புள்ளி வைத்திருக்க வேண்டிய என் படிப்பு, இருபது வயதுவரை நீண்டு பல பள்ளிகளிலும் தரித்து நின்று ஈற்றிலே ஆசிரியக் கலாசாலையிலும் கொண்டுவிட்டதென்றால், நான் நினையாத ஒன்றே முன்வந்துநின்றதென்றால் இவையெல்லாம் எனையாளும் ஈசன் செயலன்றி வேறு என்ன?

ஆவரங்காலில் 1930 யூன் இரண்டாம் தேதி பிறந்த நான் 1932 தொடக்கம் 1948வரை வண்ணார்பண்ணையிலும் 1948 முதல் இன்று வரை நாயன்மார்கட்டிலும் என் வாழ்வை

ஓட்டிக்கொண்டிருக்கிறேன். தாய்க்கு நான் ஒரே பிள்ளை. என் பெரியதாயோ பத்துப் பிள்ளைகள் பெற்ற பாக்கியவதி. நீண்டநாள்களாய்ப் பிள்ளைப்பேறற்றிருந்த என் அன்னை, தமக்கையாரின் பிள்ளைகளைத் தம் பிள்ளைகள்போலவே வளர்த்தார்.

காலப்போக்கில் தரித்திர தேவதையின் பாதங்கள் எங்கள் குடும்பத்திலே தடம் பதித்த வேளை, பெரியம்மாவின் மக்கள் இருவரும், மகள் ஒருத்தியும் 'கெட்டும் பட்டணம் போ' என்ற நன்மொழியைப் பின்பற்றி வண்ணார்பண்ணைக்கு வந்து குடியேறினார்கள். எம் அன்னை உன் அன்னை என்ற பாகுபாடோ என் உடன் பிறப்பு, நீ வேறு என்ற பாரபட்சமோ காட்டாது என் தாயையும் என்னையும் தங்களோடு அழைத்து அரவணைத்துக்கொண்டார்கள். ஆனால், என் தாய் அவர்களுக்கு முற்றும் பாரமாக இருக்காது பலகாரம்செய்து விற்றும், ஆசிரியர் சிலருக்கு மதிய உணவு வழங்கியும் (முதல் இயலில் இதுபற்றிக் குறிப்பிட்டுள்ளேன்.) தம்மையும் என்னையும் போஷித்தார். நெருங்கிய, பற்றுப்பாசம் நிறைந்த உறவினர் பலரும் எம்மைச் சூழ்ந்து வாழ்ந்தமையால் என் சிறுவயதுப் பராயம் குதூகலமாகவே கழிந்தது. வறுமையில் செம்மையாக வாழ்ந்த நாள்கள் அவை. இரண்டாம் மகாயுத்த காலத்திலும் (1939–1945) அதிகம் தளப்பமின்றி, சோறுண்ட இடத்தில் கஞ்சியோ கூழோ, கோதுமைப் பண்டங்களோ நேரத்துக்கு உண்டு காலத்தை ஓட்டினோம். உணவுக் கட்டுப்பாட்டுப் புத்தக (Ration book) அடிப்படையில் கிழமையில் ஆளுக்கு அரைப்படி அரிசி, இரண்டு றாத்தல் கோதுமை மா, இரண்டவுன்சு செத்தல் மிளகாய் என்று வரையறுத்து வழங்கப்பட்டதும் உண்டு. யுத்தத்தின் தீவிரம் கூடக்கூட உலர் உணவு விநியோகம் குன்றிக் குன்றி வந்தது.

எனக்கும் அம்மாவுக்கும் வழங்கப்பட்ட உணவுக் கட்டுப்பாட்டுப் புத்தகங்களில் ஒன்றைக் கவலையீனமாக நான் தொலைத்துவிட்டேன். அக்காலத்தில் இவ்வாறு தொலைந்தவை ஈடுகட்டப்பட்டு மீண்டும் வழங்குவது அடுத்த வழங்கலின்போதுதான். எனவே ஒரே உ.க. புத்தகத்துக்குப் பெற்றுக்கொண்டவற்றை வைத்து என் தாய் எவ்வாறு சமாளித்து மூன்று வேளையும் எனக்கு உணவு வழங்கினார் என்பது இன்றும் புதிராகவே உள்ளது. அவர் காலை உணவுண்பதில்லை. என்னோடு உடனிருந்து உண்டதும் இல்லை. ஆனால் எண்பத்திரண்டு வயதில், படுக்கையில் வீழ்ந்து எங்கள் பராமரிப்பிலிருந்து இறுதி மூச்சை விடும்வரை அவர் நோய் நொடி என்று பாய் படுக்கையில் கிடந்ததை நான் அறியேன். படுக்கையில்

விழும்வரை தமது சேலையைத் தாமே தோய்த்து உலர்த்துவது அவர் வழக்கமாயிருந்தது.

எப்பொழுதும் நெற்றியில் திருநீற்றுப் பூச்சும் கடுமையான சுத்தம் பேணுகையும், ஆசார அநுட்டானங்களும் தவறாத அவர் ஒரு தற்குறி. கையெழுத்தைக்கூட மிகச் சிரமத்தில் இடும் அளவிற்கே படிப்பு. ஆனால் என் படிப்பில் நிரம்பிய அக்கறை (சிற்றப்பரை மறைமுகமாய் எனக்குத் தெரியாமல் தூண்டி – என் 13 வயதிலே பாடசாலைக்கு அடித்து அனுப்பச் செய்தவர் என் தாய்தாம் என்பதைப் பின்னர் அறிந்தேன்.) நின்றும், இருந்தும், கிடந்தும் எப்பொழுதும் படிக்க வேண்டும், நான் படிக்கும் காட்சியைக் கண்டு களிக்க வேண்டும் என்றே உயிரைப்பிடித்து வாழ்ந்தவர்போலும்.

1974ஆம் ஆண்டு அவர் காலமானார். அவருடைய தேவைகள், ஆசைகள் என்ன என்று குறிப்பாக அறிந்து நிறைவேற்றினால் உண்டு. தாமாகக் கேட்காது பிள்ளை குட்டிக்காரன் என்பதால் எனக்குத் தொல்லைதரக் கூடாது என்று தம் ஆசைகளை அடக்கி ஒடுக்கிக்கொண்டே மறைந்துபோனார். எத்தனை பிறப்பெடுத்தாலும் என் தாயின் தியாக வாழ்விற்கு ஈடுகட்ட என்னால் முடியாது என்றே உணர்கிறேன்.

விட்ட இடத்திற்கு வருகிறேன். பலாலி ஆசிரியக் கலாசாலையிலே பயிலுநனாகத் தெரியப்பெற்று, நேர்முகப் பரீட்சையின்போது வழங்கப்பட்ட அறிவுறுத்தலுக்கமைவாய் வாளி, றங்குப் பெட்டி, காக்கிக் குட்டைக் காற்சட்டை, தோளில் தெறிபோடும் தேசியச் சட்டை (national), துவாய், கைக்குட்டை, பெனியன் முதலிய சாமக் கிரியைகளுடன் என் (ஒன்றுவிட்ட) சின்னண்ணையோடு பஸ்ஸில் சென்றடைந்தேன். முன்பு இராணுவம் தங்கியிருந்த கட்டடங்களில் எமது கலாசாலை அன்று இயங்கியது. இராணுவத்தின் திரைப்படக் காட்சி மண்டபம்தான் எமது பொதுக்கூட்ட மண்டபம். வசாவிளான் சந்தியிலிருந்து மேற்கு வீதி வழியாய் கால் மைல் நடந்து, பின்பு வடக்கே பனந் தோப்பின் ஊடாகக் கால் மைல் நடந்து பிரதான நுழைவாயிலை அடைதல் வேண்டும். வாயிலிலிருந்து தார்போட்ட வீதியால் கால் மைல் தொலைவில் அதிபர் அலுவலகம், விரிவுரை மண்டபங்கள், மாணவர் விரிவுரையாளர் மண்டபங்கள் அமைந்திருந்தன. செழிப்புமிக்க செம்மண் நிலம். விடுதிகளை அடுத்து வாழை, காய்கறித் தோட்டங்கள். விரிவுரை மண்டபத்துக்குத் தெற்குப் புறமாகப் பரந்த பெரிய விளையாட்டு மைதானம். அதன் கிழக்குப் புறத்தில் ஆசிரிய மாணவர் கற்பித்தல் பயிற்சிபெறும் சாதனா பாடசாலை.

இவற்றோடு, வெளியுலகத் தொடர்பின்றி எப்போதும் அமைதியே கொலுவிருக்கும் பலாலி ஆசிரியக் கலாசாலையிலே எமக்கு மூத்த அண்ணாக்களான (பயிற்சியில் ஓராண்டு நிறைவுசெய்தவர்கள்.) பத்தொன்பதின்மருடன் நாங்கள் நாற்பத்தொருபேர் 1950இல் பயிலுநராக இணைந்துகொண்டோம். அவ்வாறிணைந்த அந்த முதல்நாள் மறக்கமுடியாததாகும்.

பரபரப்பு, எதிர்பார்ப்பின் விடுப்பூக்கம், புதிய சூழலுக்கு இசைவாக்கம் செய்வதற்கு முன் ஏற்படும் அச்சம், தயக்கம் என்ற பல்வேறு உணர்ச்சிகள் எனக்கு மட்டுமல்ல, என் சகபாடிகளான புதியவர்கள் அனைவருக்குமே ஏற்பட்டன. (இதுபற்றி எனது 'செல்லும் வழி இருட்டு' நாவலின் முதல் அத்தியாயத்திலே விரிவாக வருணித்துள்ளேன்.)

நான் பஸ்ஸேறிப் பலாலிக்குச் செல்லும் வசாவிளான் சந்தியில் சின்னண்ணையுடன் றங்குப் பெட்டி, வாளி சகிதம் இறங்கியபொழுது இன்றும் என் நெஞ்சைத் தொட்டுக் கனியவும், உருகவும் நெகிழவுமாய் அந்தச் சம்பவம் இடம்பெற்றது.

"தம்பி வாளியை எடு" என்று சொல்லிவிட்டு, பாரம் நிறைந்த என் றங்குப்பெட்டியைத் தோளிலே தூக்கிவைத்தபடி, என் சின்னண்ணை முன்னால் நடக்கத்தொடங்கினார். உடன்பிறப்பில்லாத குறையைப் போக்கியதோடு, 1948ஆம் ஆண்டிலிருந்து என்னையும் என் தாயையும் அழைத்துச்சென்று நாயன்மார்கட்டில் வைத்துப் பராமரித்துப் பாதுகாத்தவர். என் தந்தைக்குச் சமமானவர். கூலியாள்போல என் சுமையைத் தாம் சுமந்து வந்தார் என்றால் அதற்குக் காரணம், தமக்குப் பிள்ளைகள் இல்லாததால் என்னைத் தம் பிள்ளையாகப் பாவித்து வந்த பாச உணர்வு மட்டுமல்ல. "எங்கள் குடும்பத்தில் முதன்முதலாக ஆசிரியனாகப் போகின்றவன். அவன் றங்குப்பெட்டியைத் தூக்குவதா? அவனுக்கு அது மரியாதையா?" என்ற கௌரவப் பிரச்சினையுந்தான் என்று நினைக்கின்றேன். என் தாய்க்கு அடுத்தபடி என் அண்ணியையும், தந்தைக்கு அடுத்தபடி சின்னண்ணை கந்தசாமியையும் என்றும் நெஞ்சில் இருத்தி அஞ்சலி செய்து வருகின்றேன். சின்னண்ணையின் அந்திமக் கிரியைகளைச் செய்யக் கிடைத்தமை என் அரும்பெரும் பேறே யாகும்.

கோப்பாயில் இயங்கிவந்த அரசினர் ஆசிரியக் கலாசாலை பலாலிக்கு 1948இல் இடம் பெயர்ந்தது. கோப்பாயில் அவ்வாண்டு தொடக்கம் அரசினர் மகளிர் ஆசிரியக் கலாசாலை தனித்து இயங்கலாயிற்று. இவற்றைவிடத் திருநெல்வேலியிலே சைவாசிரிய கலாசாலை, கொழும்புத்துறையில் கத்தோலிக்க ஆசிரியக்

கலாசாலை, நல்லூரில் கிறிஸ்தவ ஆசிரியக் கலாசாலை என்பனவும் நிலவின. கோப்பாய், பலாலி, திருநெல்வேலி ஆசிரியக் கலாசாலைகளுக்கு, ஆசிரியர் கலாசாலை நுழைவுப் போட்டிப் பரீட்சையிலே குறிப்பிட்ட புள்ளிகள் பெற்றவர்கள் தெரிவு பெற்றனர். கத்தோலிக்க ஆசிரியர் கலாசாலைக்கு முன்னையவற்றிலும் குறைந்த புள்ளிகள் பெற்றாலும், பெற்றவர் கத்தோலிக்கராயின் அங்கு பயிற்சிபெற வாய்ப்பளிக்கப்பட்டது. கிறிஸ்தவ ஆசிரியக் கலாசாலையிலும் கிறிஸ்தவர்கள் இவ்வாறே பயிலுநராகும் தகுதி பெற்றனர். கிறிஸ்தவரல்லாதவரும் கிறிஸ்தவராய் ஞானஸ்நானம் பெற்றால் அவர்களுக்கும் பயில்வதற்கு வாய்ப்பேற்பட்டது. இவ்வகையிலே பஞ்சாட்சரக் கிறிஸ்தவர்களாகிப் (பஞ்சாட்சரம் – ச ம் ப ள ம் ஐந்தெழுத்து) பயிற்சிபெற்றபின் அரைக் கிறிஸ்தவர், அரைச் சைவராய்ச் சிலர் (ஓய்வுபெற்று) இன்னும் எம்மிடை உள்ளனர்.

ஆசிரியப் பயிற்சித் தெரிவில் சமயஞ்சார்ந்த பாகுபாடு களுக்கு ஏற்பத் தெரிவுகள் நிகழ்ந்தாலும் ஈற்றில் எல்லாரும் பயிற்சித் தராதரம் பெற்று ஒரே பரீட்சைக்குத் தோற்றித் தெரிவடைந்து ஒரே சம்பளத் திட்டத்தில் ஆசிரிய நியமனம் பெற்றதும் குறிப்பிடத்தக்கதாகும். 1961இல் மதம்சார்ந்த சபைகளின்கீழ் இயங்கிய ஆசிரியக் கலாசாலைகள் மூடப் பெற்றன. இன்று கோப்பாய், பலாலி ஆகிய இரண்டிடங்களில் மட்டுமே, யாழ்ப்பாணத்தில் ஆசிரியக் கலாசாலைகள் உள்ளன. அரசின் நேரடி நிருவாகத்தில் 1961வரை எல்லா ஆசிரியக் கலாசாலைகளும் (சுதேசிய ஆசிரியக் கலாசாலைகளும் சிங்களமொழிக் கலாசாலைகளும் இவற்றுள் அடங்கும்.) ஆரம்ப கனிட்ட வகுப்புக்களிலே கற்பித்தற்கான பயிற்சிகளே அளித்துவந்தமையும் குறிப்பிடத் தக்கதாகும். (அண்மையில் தேசிய கல்வியியற் கல்லூரியும் கோப்பாயில் தற்காலிகமாக இயங்கி வருகின்றது.)

அதேவேளை ஆங்கில ஆசிரியர்ப் பயிற்சியை – சிரேஷ்ட இடைநிலை வகுப்புக்களில் கற்பித்தற்கான பயிற்சியை மகறகமவில் (ஆங்கிலமூலம் கற்று எஸ்.எஸ்.ஸி. பரீட்சையில் தேர்ந்தவர்கள் – சிங்களவர், தமிழர், முஸ்லிம்கள், பறங்கியர்) அளித்ததோடு அவர்களுக்கு, கனிஷ்ட ஆரம்பப் பயிற்சி பெற்றவர்களிலும் ஏறக்குறைய இரு மடங்கு வேதனம் வழங்கப் பட்டது.

1961இலிருந்து தாய்மொழியூடாகக் கல்வி வழங்கும் திட்டம் அறிமுகமான பின்னர் விஞ்ஞானம், தமிழ், ஆங்கிலம், சமயம், விவசாயம், சங்கீதம், நடனம், மனையியல் ஆகிய பாடங்களில் சிறப்புப் பயிற்சிகள் வழங்கப்படுகின்றன. சம்பளத்

திட்டமும் பாகுபாடற்றதாய் மாற்றி அமைக்கப்பட்டுள்ளது. இந்த வரலாற்றுப் பின்னணியில் 1950–51இல் நான் பெற்ற ஆசிரியர்ப் பயிற்சி பற்றி இனி எடுத்துரைப்பேன்.

ஒழுங்கும் கட்டுப்பாடும் பொருந்திய ஆசிரியச் சமுதாயம் உருவாக வேண்டுமானால், அதற்கு ஏற்ற சூழ்நிலை அமைதல் வேண்டும். அவ்வாறு அமைவதற்கு விடுதியிலே தங்கியிருந்து கல்விமான்களும் அனுபவசாலிகளுமான அதிபர், விரிவுரையாளர்களின் வழிகாட்டலில் ஈராண்டுகள் பயிற்சி பெறுதல் இன்றியமையாதது என்று அன்று கருதப்பட்டது. (இன்று விடுதியில் தங்கியிருந்து பயிற்சி பெறுவதை ஆசிரியக் கலாசாலைகள் தவிர்த்துக்கொண்டுவிட்டன. புதியவையாய் அறிமுகப்படுத்தப்பட்டுள்ள கல்வியியல் கல்லூரிகளிலே மட்டும் விடுதித் தங்கல் கட்டாயமாக்கப்பட்டுள்ளது.)

கணிதம், தமிழ், வரலாறு, புவியியல், சுகாதாரம் முதலிய பாடங்களோடு உளவியல், கல்வியியல், கற்பித்தல் முறைகள் ஆகிய பாடங்களும் பயிற்சியின்போது கற்பிக்கப்பட்டன. விவசாயம், தச்சு வேலை, சங்கீதம், சித்திரம் ஆகியன செய்முறைப் பாடங்களாய் விளங்கின. இவற்றோடு தேகப்பயிற்சி, மெய்வல்லுநர்க்கான பயிற்சிகள், காற்பந்து, கரப்பந்து விளையாட்டுக்கள் என்பனவும் இடம்பெற்றன.

இவையெல்லாம் கற்றும் பயின்றும் கற்பித்தலில் திறமை பெறாவிட்டால் பயன் என்ன? பயிற்சிக் காலத்திலே தவணைக்கு இருவாரங்கள் சூழலிலுள்ள பாடசாலைகளிலே விரிவுரையாளர்களின் மேற்பார்வையில் கற்பித்தலும் நடைபெறும். இறுதிப் பரீட்சையில் கற்பித்தலும், விரிவுரையாளரைப் பரீட்சகர்களாகக்கொண்டு மதிப்பிடப் பெற்றுப் புள்ளி வழங்கப்படும்.

இவ்வளவும் கிரமமாகவும், நிறைவாகவும் நடைபெற வேண்டுமானால் விடுதியிலே தங்கியிருந்து செயற்படுவதைத் தவிர்த்தல் இயலாது என்பது எவராலும் ஏற்றுக்கொள்ள வேண்டிய ஒன்றேயாகும். எங்களுடைய பயிற்சிக் காலத்தில் செயற்பட்ட நேரசூசி பின்வருமாறு அமைந்திருந்தது.

காலை	5.30 – 6.00	–	மண்டபங்களில் சுயமாகவிருந்து படித்தல்
காலை	6.00 – 7.00	–	அவசிய கருமங்கள். பகலுணவு.
காலை	7.00 – 12.00	–	விரிவுரைகள்.
மதிய இடை வேளை		–	மதிய உணவு.

பிற்பகல் 1.00 – 3.00	–	செய்முறைப் பாடங்கள் (சங்கீதம், சித்திரம் உட்பட)
3.00 – 4.00	–	தேநீர் இடை வேளை.
4.00 – 6.00	–	உடற் பயிற்சிகள், விளையாட்டுக்கள்.
மாலை 6.00 – 7.00	–	ஓய்வு.
7.00 – 8.30	–	மண்டபங்களில் சுய படிப்பு.
8.30 – 9.00	–	இரவு உணவு.

சனிக்கிழமைகளிலே சிறப்பாக விவசாயப் பாடம் இடம்பெறும். பயிலுநர்கள் தங்களுக்கென ஒதுக்கப்பட்ட துண்டு நிலங்களிலே பயிர் விளைவித்தல், மைதான விளையாட்டுக்கள் என்பவற்றில் எஞ்சிய நேரங்களைக் கழிப்பர். ஞாயிற்றுக்கிழமைகள் ஓய்வு நாட்களாயினும் வீட்டுக்குச் செல்ல முடியாது. இரு கிழமைகளுக்கு ஒரு தடவை மட்டுமே வீடு செல்லலாம்.

மேலோட்டமாக இந்தப் பணித்திட்டத்தைப் பார்க்கும் போது, இது ஓர் இலட்சியமேயன்றிச் செயற்படுத்துவது இயலாத காரியம்போலவே தோற்றலாம். ஆனால் அக்காலத்தில் இத்தகையதொரு திட்டத்திற்கு ஆசிரியப் பயிலுநர்கள் தம்மை இசைவாக்கம் செய்துகொள்ள வேண்டியேயிருந்தது.

சில பின்னடைவுகள் ஏற்பட்டாலும், கட்டுப்பாடுகளும் ஒழுங்குகளும் பாடத்திட்டமும் பெருமளவு நடைமுறைப்படுத்தப் பட்டன.

ஆசிரியச் சீருடை விடயத்திலே மிகவும் கண்டிப்பு நிலவியது. வேட்டி, தோள்பூட்டுடன் கூடிய தேசியச் சட்டை (நஷனல்) என்பவற்றோடு கற்பித்தல் பயிற்சி, பரீட்சைகளின் போது உத்தரீயமாக மடித்த சால்வை அணிதலும் கட்டாயமாயிருந்தது.

தோள்பூட்டுச் சட்டை அணிவது பின்னாள்களில் கட்டாயமில்லாதுபோயினும், நெஞ்சுப் பூட்டுச் சட்டையிலே தெறிகள் எப்பொழுதும் பூட்டப்பட்டு நெஞ்சு மறைக்கப் பட்டிருத்தல் அவசியம் என்றும் தெறி பூட்டாது திறந்த நிலையில் காட்சி தருவது அக்காலத்தில் ஒருவகைக் காடைத்தனம் என்றும் கருதப்பட்டதாகத் தெரிகின்றது.

இதுபற்றிய சுவாரசியமான நிகழ்ச்சி ஒன்றைக் குறிப்பிடல் வேண்டும். கோப்பாய் ஆசிரியக் கலாசாலையின் புகழ்பூத்த அதிபர் என். சண்முகரத்தினம் கொழும்பு றோயல் கல்லூரியின் ஆசிரியராயிருந்து கோப்பாய் ஆசிரியக் கலாசாலைக்கு வந்தவர்.

தமிழ்க் கலை, கலாசாரம், ஆன்மிகம் என்பவற்றில் நிறைந்த அறிவும், சிறந்த பிடிப்பும் இருந்ததோடு ஒழுங்கு, கட்டுப்பாட்டிலும் மிகுந்த கடுமையானவர்.

தொய்வு நோயினால் பீடிக்கப்பட்டிருந்த அதிபர் சண்முக ரத்தினம் பலாலி ஆசிரியக் கலாசாலையிலே, அதிபர்க்குரிய மனையிலேதான் காலமானார். அதிகாலைப்பொழுதில் நிகழ்ந்த இந்தத் துயரநிகழ்வைக் கலாசாலைப் பணியாளர் விடுதிக்குச் சென்று சிரேஷ்ட மாணவத் தலைவருக்கு அறிவித்தார்.

பதகளிப்புடன் எழுந்து மேற்சட்டையை அவசரம் அவசர மாக அணிந்தபடி விடுதியிலிருந்து வெளிப்பட்ட மாணவத் தலைவர், தமது மேற்சட்டையை, அதிபர் மனைக்குப் போகும் வழியில் பார்த்துவிட்டு, திகில் கொண்டவராய்த் திரும்பிச் சென்று தெறிகளை எடுத்துச் சட்டையில் இட்டுக் குத்தி நெஞ்சை மறைத்துக்கொண்டபின் திரும்பி அதிபர் மனைக்கு ஓட்டமாய் ஓடிச் சென்றாராம்.

மரணமடைந்த பின்னரும் அதிபர் தம்மை விழித்துப் பார்த்து "சட்டைத் தெறியை ஏன் குத்தவில்லை" என்று கேட்பார் என்று அவர் பயந்திருப்பார் என்று கொள்வது அசட்டுத் தனம். அமரத்துவம் அடைந்த அதிபரின் ஆத்மாவுக்கு எவ்வகையிலும் ஊறுசெய்யக் கூடாது என்ற நல்லெண்ணமே மாணவத் தலைவரை அவ்வாறு செய்யத் தூண்டியிருக்கலாம்.

1950ஆம் ஆண்டு இறுதிவரை எங்கள் அதிபராய் விளங்கியவர் த.கெ. முத்துவேற்பிள்ளை B.Sc, P.G.T. (பின்னாளில் மானிப்பாய் இந்துக் கல்லூரி அதிபர்) முன்னாள் அதிபர் சண்முகரத்தினத்திடம் றோயல் கல்லூரியிலே கற்கும் வாய்ப்புப்பெற்ற இவர், தம் ஆசிரியர் போன்று கடும் ஒழுக்காற்றினை மேற்கொண்டவர் அல்லர். ஆனால் பெரிய குற்றங்கள் என அறியவரின் அக்குற்றம் செய்தவரை ஆங்கிலமும் தமிழும் கலந்து கடின வார்த்தை களில் ஏசுவார். அவ்வாறு ஏசுகையில் உணர்ச்சிமயமாகி அவரே கண்ணீர்விடுவதும் உண்டு. இத்தகைய காட்சியைக் காணும் எவரும் அதன்பின் பெரும் பிழைகளைவிடக் கூசியதை, தவிர்த்ததை நான் கண்டிருக்கிறேன்.

கலாசாலையிலே அதிபர் விடுதி இருந்தபோதிலும் அதில் அவர் தங்குவது குறைவு. கலாசாலைச் சொத்துக்களிலோ மாணவர்க்குரிமையானவற்றிலோ கைவைத்துத் தமக்குரித்தாக்கு வதைக் கனவிலும் நினையாத தருமவானாய் அவர் விளங்கினார். தோட்டத்திலே உற்பத்தியாகும் காய்கறிகள், பழங்கள் யாவும் மாணவரின் உணவுக்கே அளிக்கப்பட்டன. அவர் அதிபராயிருந்த ஓராண்டுக் காலமும் எங்களுக்கு நல்லுணவு, சத்துள்ள உணவு,

தேவைக்கும் அதிகமான உணவு கிடைத்ததென்றால் அது மிகையன்று.

பயிலுநராக ஆசிரியக் கலாசாலைக்குத் தெரியப்படுவோர் அக்காலத்தில் இரு பிரிவினராயிருந்தனர். ஒரு பிரிவினர் ஆசிரிய தராதரப் பத்திரத்தோடு கற்பித்த, ஈராண்டு அரைச் சம்பள விடுப்புப்பெற்றோர். மற்றையோர் சி.பா.த. சித்தியடைந்து குட்டியாட்டின் வழுவழுப்புத்தீராத இளைஞர்கள். இவர்களுக்கு மாதந்தோறும் இருபது ரூபா ஒப்பியப் படியாக *(Allowance)* வழங்கப்பட்டது.

கலாசாலையிலே மாணவர் பாராளுமன்றம் என்ற ஓர் அமைப்பு உருவாக்கப்பட்டிருந்தது. இவ்வமைப்பின் சபாநாயகர் சிரேஷ்ட மாணவத் தலைவர். பிரதமர் சிரேஷ்ட உப மாணவத் தலைவர். கல்வியமைச்சர், சுகாதார அமைச்சர், போக்குவரவு அமைச்சர், உணவமைச்சர் என்று மாணவரிலிருந்து தெரியப்பட்டோர் தமக்கென வகுக்கப்பட்ட பணிகளை ஆற்றி வந்தனர். உணவமைச்சர் எமக்கு வழங்கப்படும் உணவின் தரத்தை நிருணயித்தல், சமையற்காரரோடு தொடர்புகொண்டு உணவு சம்பந்தமான பிரச்சினைகளைத் தீர்த்தல், அனுபவம் வாய்ந்த மூத்த மாணவர்களை இருவரிருவராகத் தெரிந்து, சுண்ணாகம் சந்தைக்கு வாரம்தோறும் அனுப்பி வேண்டிய பொருள்களை வாங்குவித்தல் ஆகிய பணிகளைப் புரிந்தார். இக்காலப் பிரிவில் எமக்கு வழங்கப்பட்ட இருபது ரூபாவில் ஒரு சிறுதொகை செலவினத்துள் அடங்க மிச்சமாகி அதனைத் தவணை முடிவில் எங்களுக்குப் பங்கிட்டு வழங்கினர் என்றால் அதனை இன்று நம்ப முடியாதுதான். அந்தப் பணத்தைக் கொண்டு விடுமுறைகளின்போது 25 சதம் கொடுத்து ‘கலரி ரிக்கட்’ வாங்கித் திரைப்படங்கள் பார்த்ததை இன்று இரைமீட்கையில் எவ்வளவு மகிழ்ச்சியாக இருக்கிறது.

முத்துவேற்பிள்ளை அவர்கள் தமது தற்காலிக அதிபர் பதவியிலிருந்து விலக, 1951இல் அதிபராகச் சவரிமுத்து M.A. (Lond), Dip. in Ed (Lond) பொறுப்பேற்றார். உளவியல் கல்வியியற் பாடங்களைத் திறம்படக் கற்பித்ததோடு, எங்களின் தனித் திறன்களை வெளிப்படுத்தவும், சமூக ஊடாட்டம், கலாரசனை, பேச்சாற்றல், நடிப்பாற்றல் என்பவற்றை வெளிப்படுத்தவும் பல பல வாய்ப்புக்களை ஏற்படுத்தினார். உடல் வளத்தைப் போலவே குரல் வளத்தையும் பெற்ற இவர், அதுகாலவரை மாணவராகிய எம் வசமிருந்த உணவு விநியோகப் பொறுப்பைத் தம் பொறுப்பாக்கிக்கொண்டார். இதன் விளைவு கசப்பானது. விரிக்கிற் பெருகும்.

விரிவுரையாளர்களிலே மூத்தவர், பாலர் கல்வியியல், சுகாதாரம் (வெள்ளிதோறும் பாடசாலைகளில் வைத்திய அதிகாரியான பெண்மணி ஒருவர் வந்து, சுகாதாரம் தொடர்பான விரிவுரைகளை ஆங்கிலத்தில் நிகழ்த்த இவரே எமக்கு மொழிபெயர்த்து வழங்குவார்.) ஆகியவற்றிலே நிபுணராகவும் விளங்கிய கந்தப்பு அவர்கள், சிரித்துச் சிரித்துப் பேசினாலும், எமது ஒழுங்குக் கட்டுப்பாட்டில் கடுமையாகவே இருந்துவந்தார்.

கணித, விஞ்ஞானப் பாடங்களுக்குப் பொறுப்பாளராகவும் விடுதிக் கண்காணிப்பாளராகவும் பணியாற்றிக் கலாசாலைக் கட்டடப் பிரிவொன்றிலே தமது மனைவியுடன் வதிந்தவர் கனகசிங்கம், B.Sc (Lond), Trained Teachers' Certificate (Rangoon). காலையில் முதல் விரிவுரை அவருடையது. அவரின் வருகையைச் சிகரெட் புகை மணம் அறிவிக்கக் கம்பீரமாக விரிவுரை மண்டபத்துள் நுழையும் அவர், கையில் வெண்கட்டியைச் சுழற்றியபடி, அடிக்கடி கரும்பலகையோடு உறவாடுவது விரிவுரைக்கான ஒரு மணித்தியாலமும் அயராது கடுமையான கணிதத்தினை எமது மண்டைக்குள் புகுத்த அவர் மேற்கொள்ளும் முயற்சி மகத்தானது. அவருடைய கணித அறிவும் மடக்கையின் உதவியின்றியே வாய்ப்பாட்டினை அநாயாசமாக ஒப்புவிக்கும் திறமையும் வியப்பை ஊட்டும். விவேகிகளுக்கு அவரின் விரிவுரை விருந்து என்றால் என்போன்றவர்களுக்கோ பேதி மருந்து. அந்த அதிகாலைப்பொழுதிலே நித்திராதேவி எங்களை அரவணைத்துக் கொள்வதையும் பொருட்படுத்தாது அவரின் விரிவுரையும், வெண்கட்டி விளையாடலும் ஒரே சீராகச் செல்வது வழக்கம்.

பிற்பகல் வேளைகளில் அவர் எங்களோடு உதைபந்தாட்டத்தில் கலந்துகொள்வார். கிண்டலும் நக்கலும் நிறைந்த அவரின் பேச்சுக்கள் அந்நேரத்தில் கலகலப்பை வெளிப்படுத்தி மகிழ்வூட்டும். பாரிய உருவம் கொண்ட எங்கள் அதிபரை (சவரிமுத்து) 'கனம் அதிபர்' என்றும் அதனையே வேடிக்கையாக மொழிபெயர்த்து 'Heavy weight' அதிபர் என்றும் கூறி அவர் எங்கள் வயிற்றைச் சிரிப்பால் புண்ணாக்குவது வழக்கமாயிற்று.

வரலாற்றுப் பாடத்தைச் சுவைபடக் கற்பித்த வேதநாயகம் அவர்கள் கல்கத்தா பல்கலைக்கழகக் கலைமாணியாய் முதல் வகுப்பில் தேர்ந்தவர். ஆங்கில ஆசிரியப் பயிற்சித் தராதரம் (முதல் வகுப்பு) அக்காலத்தில் பிரபலம் பெற்றிருந்த சங்கீத வித்துவான் புத்துவாட்டிச் சோமுவிடம் வயலினும் வாய்ப்பாட்டும் முறைமையாகக் கற்றவர். பின்னாளிலே தமிழ்த் திரைப்படம் ஒன்றினை இயக்கி வெளியிட்டவர். இவரது

நெறியாள்கையில் ‘பாதுகாப்பட்டாபிடேகம்’ இசை நாடகத்தில் நடித்த அனுபவமும் எனக்குண்டு. அதுபற்றிப் பின்பு கூறுவேன்.

எங்களின் சங்கீத ஆசிரியர் இசைமணி பொன். முத்துக்குமாரனும், சித்திர ஆசிரியர் சண்முகநாதனும், விவசாயப் போதனாசிரியர் நடேசனும், உடற்பயிற்சி ஆசிரியர் கார்த்திகேசுவும் ஒவ்வொருவகையில் குறிப்பிடப்படவேண்டியவர்களே. இவர்களுள் இசைமணி பொன். முத்துக்குமாரர் பற்றியும் பின்பு குறிப்பிடுவேன்.

இவ்வளவு பேரையும் குறித்துவிட்டு ஒருவர்பற்றி நான் இதுவரை குறிப்பிடாதது அர்த்தத்தோடுதான். அவர் என் நெஞ்சக் கருவறையில் தெய்வமாக வீற்றிருக்கிறார் என்றால் அது மிகையுமல்ல. பண்டிதமணி. சி.க. அவர்களாலே ‘கற்கண்டுப் பண்டிதர்’ எனக் கனிவோடு அழைக்கப்பட்ட பொன். கிருஷ்ணபிள்ளையே அவர்.

ஆசிரியக் கலாசாலையில் நான் பயின்ற காலத்தில் *ஈழகேசரி*யில் அடிக்கடி எனது சிறுகதைகள், நாடகங்கள், கட்டுரைகள் வெளியாகிய வண்ணம் இருந்தன. பண்டிதர் பொன். கிருஷ்ணபிள்ளையின் இலக்கியக் கட்டுரைகளும் நூல் திறனாய்வுகளும் அவ்வப்போது வெளியானது உண்டு.

பண்டிதர் விரிவுரை மண்டபங்களிலும் வெளியிலும் என்னை மனந்திறந்து பாராட்டிய சந்தர்ப்பங்கள் மிகப்பல. ‘டேய் சொக்கா. உன்னைப்போலை ஆட்கள் யூனிவேசிற்றியிலை படிக்கப் போயிருக்க வேணும். இந்தப் பயிற்சி உனக்கு வீண்’ என்று அவர் புகழ்ந்தது, சில ஆண்டுகளின் பின் தமிழ் டிப்புளோமா பயிற்சிக்கு நான் பேராதனைப் பல்கலைக்கழகம் சென்றது நிதர்சன உண்மையாயிற்று. கள்ளம் கபடமற்ற, குழந்தையுள்ளம் வாய்ந்த அவரின் ஆசியோடும் பரிந்துரையோடும் அவரின் மைத்துனர் யாழ்ப்பாணம் ஆசிரியர் சிவக்கொழுந்து அவர்களாலே எனது முதல் நூல் ‘வீரத்தாய்’ அச்சிட்டு வெளியானதை நான் மறக்க முடியுமா? அந்நூலுக்கு அருமையான அணிந்துரையையும் அவர் வழங்கியுள்ளார்.

நான் எழுதி வெளியிட்ட ‘இலக்கியக் கருவூலம்’ என்ற நூலினை இத்தனைப் பெருந்தகையானவரின் நினைவினைப் போற்றி அவருக்கே காணிக்கையாக்கினேன்.

பொன்கிருஷ்ண பிள்ளைபசும் பொன்னனைய பண்பாளர்
என்னா சிரியபிரான் என்னுளத்தே – எந்நாளும்
நீக்கமற நிற்கின்ற நேயத்தால் அன்னவர்க்கென்
ஆக்கமிது காணிக்கை யாம்.

நாடகத்தில் எனக்கிருந்த ஈடுபாடு மேலும் வளரவும் மெருகு பெறவும் பலாலி ஆசிரியக் கலாசாலையில் பல வாய்ப்புக்கள் கிடைத்தன. 1951இல் சங்கிலியனின் தியாக வரலாற்றினை நானே நாடகமாக எழுதி (இது முதலில் 'தீர்ப்பு' என்ற பெயரிலே ஈழகேசரியில் சிறுகதையாகவும் வெளிவந்தது. எனது கணிப்புச் சரியானதென்றால் சங்கிலியன் பெயரால் வந்த நாடகங்கள் யாவிற்கும் முன்னோடி எனது 'சங்கிலியன்' நாடகமே என்று மிக அடக்கமாகக் கூறிக்கொள்கின்றேன்.) நானே சங்கிலியனாக நடித்தேன். நண்பர்கள் மு.இராசரத்தினம் அப்பாபிள்ளையாகவும், தம்பிராசா பரநிருபனாகவும் நடித்தார்கள். கலாசாலைத் தமிழ் விழாவிலே இந்நாடகம் அரங்கேற்றப்பட்டது. எங்கள் சிரேஷ்ட மாணவரான பொன்னையா (காலமாகிவிட்டார்) ஷேக்ஸ்பியர் நாடகத்தில் யூலியசீசராக நடித்த நாடகம் அரங்கேறியது. விழாவின் சார்பில் நடைபெற்ற இந்நாடகப் போட்டியில், நடிப்பில் எனக்கு முதற் பரிசும், பொன்னையாவிற்கு இரண்டாம் பரிசும் கிடைத்தன. விழாவின் முதன்மை விருந்தினராய் வருகைபுரிந்த தந்தை செல்வாவின் (எஸ்.ஜே.வி. செல்வநாயகம்) கையால் பணப்பரிசும், பாராட்டும்பெற்ற பேற்றினை நினைந்து மகிழ்கின்றேன்.

மற்றொரு வைபவத்தில் 'இரு நண்பர்கள்' என்ற நாடகமும் என்னால் எழுதி, நெறியாளப்பட்டு அரங்கேறிப் பாராட்டும் பெற்றது.

நான் முன்பே குறித்ததுபோல 1952ஆம் ஆண்டுத் தமிழ் விழாவிலே 'பாதுகாப்பட்டாபிடேகம்' நாடகம் விரிவுரையாளர் வேதநாயகத்தின் நெறியாள்கையில் அரங்கேறியது. இசைநாடக மாகிய இந்நாடகத்தில் நயினாதீவுக் காமாட்சிசுந்தரம் (காலமாகிவிட்டார்) இராமராகவும், நான் இலக்குமணனாகவும் பாடி நடித்தோம். திருக்கோயில் வன்னியசிங்கம் சீதையாகப் பாத்திரம் ஏற்று நடித்தார். உணர்ச்சிமயமான நிலையில் நான் பெருங்குரல் எடுத்துப் பாடியபொழுது என் குரல் கட்டிவிட்டது. ஒருவாறு சமாளித்துப் பார்வையாளரின் கண்டனத்துக்குத் தப்பினேன்.

எனது நடிப்பை (சங்கிலியன் நடிப்பை) மிகுதியும் இரசித்துப் பலருக்குக் கூறிப் பாராட்டித் திரிந்தவர் என் இசை ஆசிரியரான இசைமணி பொன். முத்துக்குமாரு அவர்கள். எங்கள் பயிற்சி இறுதியிலே இடம்பெற்ற கல்விச் சுற்றுலாவில் நாங்கள் மட்டக்களப்புச் சென்றிருந்த வேளையில், மட்டக்களப்பு ஆசிரியக் கலாசாலையில் இரவு தங்கினோம். அங்கு அவ்வாசிரியக் கலாசாலை மாணவரால் எமக்கு இரவு விருந்து

வழங்கப்பட்டது. அவ்விருந்தின்போது, பொன். முத்துக்குமாரன் அவர்கள், சங்கிலியன் நாடகத்தில் நான் பேசிய வசனங்களை மட்டக்களப்பு ஆசிரிய மாணவர்கள் முன்பு பேசிக்காட்டுமாறு பணித்தார். அவர் பணிப்பினை நிறைவுசெய்ய மட்டக்களப்பு மாணவர் தங்கள் பாராட்டுக்களைக் கரகோசம்செய்து வெளிப்படுத்தினர்.

வேதநாயகம் அவர்கள் தமது விரிவுரை ஒன்றின்போது, ஷேக்ஸ்பியரின் *'Rape of Lucrece'* நெடும்பாக்கதையினைச் சுவைபட எடுத்துரைத்தார். அந்தக் கதையினைக் கருவாகக்கொண்டு 'புனிதவதி' என்ற நாடகத்தை எழுதினேன். அது *ஈழகேசரியில்* நாள் இதழ்களில் தொடர்ந்து வெளியாயிற்று. நான், அமரர் வரதராசப்பெருமாள், இன்னும் சிலர் (பெயர்கள் ஞாபகமில்லை) சேர்ந்து நடித்த, 'கவிஞன் பரிசு'ம் (யாழ்ப்பாடிக் கதை) அவ்வாறே வெளியாயிற்று.

'கந்தசாமி என்ற ஏழைச் சிறுவன் தாயின் காதுத்தோட்டை அடகுவைத்து, க.பொ.த. பரீட்சைக்கு விண்ணப்பம் அனுப்புகிறான். பரீட்சைக்கு மிகக்கவனமாகப் படித்து, சிறப்பாகவும் விடை எழுதுகிறான். ஆனால் பரீட்சைப் புள்ளிகளைப் பதிந்த எழுதுவினைஞர் (கணினி இல்லாத காலமது) அடுத்தடுத்து வந்த இரண்டு கந்தசாமிகளில் ஏழைக் கந்தசாமிக்குப் பரீட்சையில் சித்தியடையாத கந்தசாமியின் புள்ளியையும், சித்தியடையாத கந்தசாமிக்கு ஏழைக் கந்தசாமியின் புள்ளிகளையும் இட்டுவிடுகின்றார். பரீட்சை முடிவு வெளியானபோது ஏழைக் கந்தசாமி 'ஃபெயில்' என்றிருந்தது. தாயின் முகத்தில் விழிக்கவோ, தோல்வியைத் தாங்கவோ முடியாத கந்தசாமி தற்கொலை புரிகிறான். இந்தக் கதையும் 'பரீட்சைப் பிசாசு' என்ற தலைப்பில் என்னால் நாடகமாக எழுதப்பட்டு *ஈழகேசரியில்* வெளியாயிற்று. 1952 இலேயே யாழ்ப்பாணத்துப் பேச்சுத் தமிழையே முற்று முழுதாக அந்த நாடகத்தில் கையாண்டிருந்தேன் என்பது குறிப்பிடத்தக்கதாகும்.

ஆசிரியக் கலாசாலைக் காலத்தில் ஈழகேசரியில் வெளியான 'தீர்ப்பு' (சங்கிலியன் நாடகம்) கதைக்கு ஆசிரியர் இராஜ. அரியரத்தினம் சிறியதொரு பாராட்டுக் குறிப்பு வெளியிட்டிருந்தார். 'குட்டை நாய்' என்ற சிறுகதையோடும் பாராட்டுக் குறிப்பொன்றை வெளியிட்டார். ஈழகேசரியில் கரவைக்கவி கந்தப்பனார் என்ற புனைபெயரில், 'ஈழத்துப் பேனா மன்னர்கள்' என்ற தொடர் கட்டுரையில் (இரசிகமணி. கனக செந்திநாதன் என்னைப்பற்றி எழுதிய கட்டுரையிலே) 'குட்டை நாய்' சிறுகதையே எனது கதைகளில் உச்சம் என்ற சாரப்பட எழுதியுள்ளதையும் இவ்விடத்தில் நினைவுகூர்கின்றேன்.

எனது எழுத்தாக்கத் தொடக்கத்தில் என்னை ஊக்குவித்த நண்பர்களில் ஒருவர் அமரரான மதுரகவி நாகராஜன். அவருக்கு ஆரம்பத்திலிருந்தே கவிதை எழுதுவதில் ஈடுபாடும் திறமும் இருந்தன. ஆனால் எனக்கு அந்த ஆர்வம் அன்று இல்லை.

"சொக்கன், எனக்குக் கவிதை செய்வதில் ஆர்வம் உள்ள அளவிற்கு, வர்ணனைக்கான கற்பனை குறைவு. உமக்குக் கவிதையிலே ஆர்வமில்லாவிட்டாலும் உமது கதைகளிலே கவித்துவ வர்ணனைகளைக் கையாள்கின்றீர். எனக்கு அவ்வாறான சில வர்ணனைகளை எழுதித் தாரும். நான் கவிதையாக்குகிறேன்" என்று ஒருதடவை கேட்டுக்கொண்டார். அவர் கோரிக்கையை எனக்குத் தெரிந்தளவு எழுதி நிறைவேற்றினேன். அவர் அவற்றைக் கவிதையாக்கினார். முதிரா இளைஞரான எங்களின் ஆரம்ப முயற்சிகளை இன்று சுயவிமர்சனம் செய்தால் அவை சுய கண்டனமாகவே அமையும் என்பதில் ஐயமில்லை.

எனக்கும் எதுகை மோனை அமைந்த பாடல்களை இயற்ற முடியும் என்ற தன்னம்பிக்கை ஆசிரியக் கலாசாலையில் இடம்பெற்ற கல்விக் கண்காட்சி ஒன்றின்போதுதான் ஏற்பட்டது.

'கல்வி' என்ற தலைப்பில் விவேகானந்த சுவாமிகளின் கல்விசார் சிந்தனைகள் தமிழிலே மொழிபெயர்க்கப்பட்டு, அவிநாசிலிங்கம் செட்டியாரால் 'சக்தி' பிரசுரமாக வெளியாயிருந்தது. மண்டபச் சுவரின் மேற்புறவளைகளிலே அந்நூலிலிருந்து சில மேற்கோள்களைத் தெரிந்து நான் கொடுக்க, நல்ல உறுப்பெழுத்து எழுதும் திறமை படைத்தநண்பர் மு.இராசரத்தினம் அவற்றை எழுதுவதாய் ஏற்பாடாயிற்று.

அதற்கெனத் தெரிந்த மேற்கோள் வாசகங்கள் எதுகை மோனை அமைய ஆக்கினால் என்ன என்று எண்ணினேன். "கல்வி என்பது மாந்தரின் உள்ளத்தில் ஏற்கெனவே திகழ்கின்ற ஞானத்தினை வெளிக்கொணர்ந்து விகாசிக்கச் செய்வதாகும்" என்றுபொருள்பட்ட மேற்கோள் வாசகமே என் கவிதையாக்கத்தின் தொடக்கமாகும். அது பின்வருமாறு:

'உள்ளத் துறையும் ஞானத்தை
மறைக்கும் வலிய திரையதனை
மெள்ளக் களையும் வேலையே
மேலாம் கல்வி கற்றலாம்.'

ஆசிரியக் கலாசாலை மாணவக் காலத்திலேயே, ஆசிரிய சமுதாயத்தின் பணியினை (அது பணம் ஈட்டும் குறிக்கோளாய் இருத்தல் கூடாது. மாணவரின் அறிவை விருத்திசெய்து சமுதாயத்திற்கு அவர்களைப் பயனுள்ளவராய் ஆக்குதலே.)

பாலையும் சோலையும்

வலியுறுத்தி ஒரு விருத்தப்பா – ஒரே ஒரு விருத்தப்பா – எழுதி ஈழகேசரிக்கு அனுப்பினேன். என் படைப்புக்களில் எவற்றையுமே தள்ளாது ஏற்றுப் பிரசுரித்து வந்த ஈழகேசரி 'ஆசிரிய சமுதாயமே விழித்தெழு' என்ற தலைப்பில் பெட்டியிட்டு அப்பாடலை வெளியிட்டது.

டானியலின் சிறுகதைகள்பற்றித் தமது முதுமாணி தேர்வுக்கு ஆய்வு மேற்கொண்ட என் இளைய நண்பர், பண்டிதர் செ. திருநாவுக்கரசு, தமது ஆய்வுக்கு மேற்கோள் தேடியபொழுது இப்பாடல் அவர் கண்ணில் பட்டது. "சேர், அது நல்ல கவிதை. இன்றைக்குப் பொருந்தும்" என்று என்றோ நான் எழுதி நானே மறந்துவிட்ட கவிதையை நினைவூட்டிப் பாராட்டினார்.

எழுத்துலகின் எல்லாத் துறைகளிலும் கைவைத்தது என் பலமும் பலவீனமும் என்று நண்பர் செங்கையாழியான் கூறினார். அது ஓரளவு உண்மைதான். ஆனால் இது காலங்கடந்த கழிவிரக்கம்!

5

நான் கொண்ட காதலும் நண்பர்களும்

பத்து வயதிலேயே நாவல்கள், சிறுகதைகள், விக்கிரமாதித்தன் கதை போன்ற அற்புதச் சம்பவக் கதைகள் என்று பலவும் வாசித்தும், பாரதக் கதைகள் போன்றவற்றைப் புரிசை செஞ்சொற்கொண்டல் முருகேச முதலியார் மூலம் கேட்டும் வயதைக் கடந்த வெம்பல்நிலை என்னில் ஏற்பட்டிருந்தது. ஆண், பெண் உறவு, காதல் முதலியன பற்றி மங்கலான கருத்துக்கள் சிலவும் அந்தச் சின்னஞ்சிறு பருவத்திலே ஏற்பட்டிருந்தன என்று கூற நான் கூசவில்லை. ஏனெனில் மகாகவி பாரதிக்கே ஏழு வயதுப் பராயத்தில் ஏற்பட்ட கற்பனை உணர்ச்சிகள்; கேவலம் மிகச் சாதாரணனான எனக்கு ஏற்படப் புத்தகக் கணங்களோடு ஏற்பட்ட உறவும், கேட்டவை கண்டவை தொடர்பான கேள்வி, காட்சி அனுபவங்களும் எனது பதினான்கு வயதிலேயே காதற் கதை எழுதத் தூண்டின. ஆம்; நான் முதன் முதலில் எழுதி, வீரகேசரியிலே வெளியான 'தியாகம்' சிறுகதை காதலோடு தொடர்பானதுதான்.

இவற்றோடு வயது வளர வளரப் பாலியல் தொடர்பான ஆர்வங்களும் கனவுகளும் வளர்ந்தன. ஆனால் காதல் செய்யக்கூடிய துணிச்சலோ சந்தர்ப்பங்களோ அக்காலத்தில் எனக்கு இருக்கவில்லை. பல விஷயங்களிலே தீர்மானம் எடுக்கமுடியாதவனாய், கோழையாய் இருந்ததால்

என் பாலுணர்ச்சிகளும் காதல் ஏக்கங்களும் மானசீகமானவை யாகவே இருந்தன. இதனால் என்னை அப்பாவி என்றோ, கையாலாகாதவன் என்றோ என் நண்பர்கள் கொண்டு, என்னைச் சீண்டியதும் கேலிசெய்ததும் உண்டு. ஆனால், என் மனத்தைப் பொறுத்தவரையில் நான் எக்காலத்திலும் ரிஷ்யசிருங்கராக இருக்கவில்லை.

நான் கொண்ட காதல் கருச்சிதைவடைந்த கதை மிகவும் சுவாரசியமானது. ஸ்டான்லியில் கருக்கொண்டு அங்கேயே சிதைவடைந்த கதை அது.

நான் படித்த வகுப்பிலே இரு சகோதரிகளும் படித்தவர்கள். தமிழ்ப் பாடசாலை ஒன்றிலே எஸ்.எஸ்.ஸி. பரீட்சைக்குத் தோன்றிச் சித்தியடையாமல், ஆங்கிலம் படிக்க வந்தவர் மூத்த சகோதரி. எஸ்.எஸ்.ஸி. வகுப்பில் படித்துப் பரீட்சைக்குத் தோற்ற முன்பே விலகி ஸ்டான்லிக்கு வந்தவர் இளைய சகோதரி.

மூத்த சகோதரி என்னிலும் வயதில் மூத்தவர். இளைய சகோதரி என்னிலும் இரண்டாண்டு இளையவர். இருவரும் பெரும் அழகு சுந்தரிகள் என்பதற்கில்லை. மூத்தவர் பந்தயக் குதிரை வாகு கொண்டவர். கட்டுக்கோப்பான உடல் படைத்தவர். இளைய சகோதரி சற்று இரட்டைநாடி சரீரம் பெற்றவர். ஆனால் அவரின் கண்கள்? உண்மையில் இன்றுவரை அந்தக் கண்களைப்போன்ற காந்த சக்தி படைத்த கண்களை நான் கண்டதில்லை (எழுபத்தொரு வயதான என் மனைவி என்னை மன்னிப்பாராக!). இந்தக் கண்களின் சிறப்பைத்தான் எனது 'கடைசி ஆசை' கதையிலே வருணித்திருக்கிறேன்.

நான் இளையவள்மீது தாழாத காதல் கொண்டேன் என்று சொல்ல வேண்டியதில்லை. என் அந்தரங்கங்களை அந்தக் காலத்திலே பகிர்ந்துகொள்ளக் கிடைத்தவன் என் உயிர் நண்பன் நடராசா. (இன்று இந்தியாவில் மனைவி, மூத்த மகள் பேரர், பேர்த்தியரோடு வாழ்ந்தவண்ணம் நோர்வேவாழ் மக்களின் பணவரவால், எவ்வித குறையுமின்றிக் குடியும் குடித்தனமுமாக இருக்கிறான். அதிர்ஷ்டசாலி.) அவனுக்கு வாயூற ஊற நான் சொன்னவற்றைக் கேட்டும், என் மனநிலையையும் உணர்ந்தும், அவன் என்மீது அனுதாபம்கொண்டு உதவிசெய்ய முன்வந்தான். ஆனாலும் அவனும் பெண்கள்வரையில் என்னைப்போலவே பெருங்கோழை! குறித்த பெண்ணுக்கு என் கோரிக்கையைக் கடிதவாயிலாய் அறிவிப்பதை என்னைப்போல அவனும் விரும்பவில்லை.

வகுப்பிலே 'கெட்டிக்காரன், நல்லபிள்ளை' என்று பேரெடுத்த நான், கடிதம் எழுதி, அதை அப்பெண் விரும்பாது,

வகுப்பாசிரியருக்கு முறையிட்டுக் கடிதத்தையும் காட்டிவிட்டால்? இதைவிட வேறு வினையே வேண்டாம்! ஸ்டான்லியிலே இப்பெண்களின் தம்பிமார் இருவர் படித்தார்கள். சுத்த உதவாக்கரைகள்; படிப்பிலும் குணவிசேடத்திலும். இவர்கள் இருவரையும் நடராசாவின் அறிவுரைக்கிணங்க, அவனும் நானும் தாஜா பண்ணிச் சிநேகம் பிடித்தோம். அவர்களைச் சாட்டாக வைத்து அவர்களின் வீடு சென்று, அவர்களின் விதவைத் தாயோடும், சகோதரிகளோடும் நெருங்கிப் பழகினோம். கலகலப்பாக உரையாடினோம். மக்களில் ஒருவனுக்குக் கடும் நோய் வந்து மானிப்பாய் வைத்தியசாலையில் வைத்திருந்தபோது நானும் நடராசாவும் சென்று, கையுறையாக ஹோர்லிக்ஸ் வழங்கி (நான் டியூஷன்மூலம் பெற்ற பணத்தில் வாங்கியது.) ஏவியனவும் செய்தோம். இவ்வளவுக்கும் பிறகும்கூட என் காதலை எடுத்துரைக்கவோ, கடிதம் கொடுக்கவோ துணிவு ஏற்படவில்லை.

இறுதியில் ஒரு முடிவுக்கு வந்தேன். நடராசாவுக்கும் சொல்லாமல் நான் மேற்கொண்ட துணிகரமான முடிவு அது. என் மனத்திலுள்ளவற்றையெல்லாம் கொட்டி நீண்டதொரு கடிதம் எழுதினேன். இளையவளுக்கல்ல! மூத்தவளுக்கு!

"உமது தங்கையில் நான் கொண்ட காதல் தெய்வீகமானது. புனிதமானது. ஆனால் இவற்றை அவவுக்கு நேரில் எடுத்துரைக்கத் தயக்கம் வந்து தடுக்கிறது. அதனாலேயே உமக்கு எழுதினேன். அவவுடைய அக்கா என்ற முறையில், அவவின் எதிர்காலத்தில் உமக்கு மிகுந்த அக்கறை இருக்கும் என்பதால் நீரே தீர்மானம் எடுத்து, உமது தங்கையைக் காதலிக்க எனக்குத் தகுதி உண்டென்று நீர் நம்பினால் இக்கடிதத்தை அவரிடம் சேர்ப்பியும். எங்களையும் சேர்த்து வையும்" என்ற பொருள்பட நான் எழுதிய கடிதம் சற்றும் எதிர்பாராத அதிர்ச்சியையும் ஏமாற்றத்தையும் அளித்ததை என்னென் பேன்.

தன் தங்கைக்கு நான் எழுதிய வாசகங்களிலே மயங்கிப்போன தமக்கை, தன் காதலைக்கொட்டி எனக்குக் கடிதம் எழுதினார்!

'அன்று விட்டன் கொண்டலடி.'

இதற்குப் பின் நான் கொண்ட காதல்கள் எல்லாம் ஊமை கண்ட கனவுகளாய் என்னுள்ளேயே கருக்கொண்டு அங்கேயே சிதைவும் அடைந்துபோயின.

'காதலுக்கும் எனக்கும் காததூரம்' என்ற பாடம் என்னை வெளியுலகுக்கு இன்றுவரை நல்லவன்போலக் காட்டுவதோடு சரி.

எனது குடும்பத்திலே பிள்ளைப்பேறு என்பது மிகவும் அருந்தலாகவே இருந்தது. பெரும்பாலும் சொந்தத்துக்குள்ளேயே மைத்துனன், மைத்துனி திருமணம் செய்துகொண்டனர். எனது மாமாக்கள் மூவர். அவர்களுக்குப் பிள்ளைகள் இல்லை. சிறிய தகப்பனார் இருவருள் ஒருவருக்கு மட்டும் ஒரே மகன். அவர் பெயர் சுப்பிரமணியம் – மணி என்றும் கண்மணி என்றும் செல்லமாக எல்லாரும் அவரை அழைப்பார்கள். அவர் சைவபரிபாலன சபை அச்சகத்தில் அச்சுக்கோப்பாளராய்ப் பணியாற்றியவர் (இருபத்தாறு வயதில் இறந்துபோனார். இவருக்கும் பிள்ளைப் பாக்கியம் இல்லை.) இவர்தான் எனது முதற் கதையை வீரகேசரிக்கு அனுப்பி என்னை ஊக்கியவர். சின்னண்ணை கந்தசுவாமிக்குப் பிள்ளைகள் இல்லை என்று முன்னரே சொல்லியிருக்கிறேன்.

ஆக, எனது பெருங் குடும்ப வட்டத்தில் கடைசியாய்ப் பிறந்து இளையவனாக நான் இருந்தமையால் என் மூத்த உறவினர் அனைவரும் மிகுந்த செல்லம் காட்டி அவர்கள் பிள்ளையாக என்னை வளர்த்தனர். "சொக்கு, சொக்கா, தம்பி, குட்டி, குஞ்சு" என்றெல்லாம் அழைத்துச் சீராட்டினர். ஆனால் எல்லாருமே என் படிப்பிலே கண்டிப்பாகவே இருந்தனர். தாங்கள் பெறாத கல்விப் பாக்கியத்தை நானாவது முழுமையாகப் பெற வேண்டும் என்பதில் மிகுந்த அக்கறை காட்டினர்.

கடைசிப் பிள்ளை, ஒரே பிள்ளை என்பதால் சிறுவயதிலே நான் மிகவும் சுயநலம் உடையவனாயிருந்தேன். என்னைச் சீராட்டி அன்பு செலுத்துவோர், என்முன்பு பிறரிலே அன்பு காட்டுவது எனக்குப் பிடிக்காது. பொறாமையில் புழுங்குவேன். கடுங்கோபியாகவும் மாறுவேன். இந்தச் சுபாவம் நண்பர்களை அணையவும், அவர்களால் அணைக்கப்படவும் பெருந்தடையாயிருந்தது. பதினைந்தாவது வயதுவரையில் இந்தக் குறைபாடு எனக்கிருந்தது.

மதுரகவி நாகராஜன், சோ. இராமச்சந்திர ஐயர், த. இராசகோபாலன் ஆகியோர் என்னைப் புரிந்துகொண்டு என் பலவீனங்களைப் பொருட்படுத்தாது சமாளித்து நட்பை வளர்த்தனர். என் குறைபாடுகள் சிறிது சிறிதாய் மறைந்து நட்பினைப் போற்றவும் வளர்க்கவும் அன்பை ஏற்கவும் அளிக்கவும் இவர்கள் எனக்குப் பயிற்சி அளித்தனர். இவர்களால் நான் அடைந்த நற்பயன் அநேகம்.

நாகராஜனும் நானும் வேட்டியை மடித்துச் சண்டிக்கட்டுக் கட்டியபடி யாழ்ப்பாண நகரம் முழுதும் இரட்டையர்கள்போலத் திரிந்த நாள்களில் சாதித்தவை என்று எவையும் இல்லை.

ஆனால் வாசகசாலைகள், நூல்நிலையங்கள் எங்கும் சென்று பத்திரிகைகள், சஞ்சிகைகள், புத்தகங்கள் என்று மேய்ந்த நாள்கள் மறக்க முடியாதவை. டொமினிக் ஜீவா, எஸ். பொன்னுத்துரை ஆகியோர் நாகராஜன் மூலமே எனக்கு அறிமுகமாயினர்.

சோ. இராமச்சந்திர ஐயர் குடும்பத்தோடு நானும் நாகராஜனும் மிக நெருக்கமாக உறவாடிய நாள்கள் மிகவும் இனியவை. அவரின் மருமக்களுக்கு வீட்டில் நாங்கள் இருவரும் பாடஞ்சொல்லிக் கொடுத்தோம். அம்மருமக்களுள் ஒருவர் இ. பத்மநாப ஐயர் (கோபாலன்) என்பது எமக்குப் பெருமை தருவதாகும். தம்மை விளம்பரப்படுத்தாமல் இலக்கியவாதி களான பலருக்கும் ஆக்கமும் ஊக்கமும் அளித்துவருபவர் பத்மநாப ஐயர் என்பதை யாவரும் அறிவர்.

சோ. இராமச்சந்திர ஐயரை, வீட்டாரும், நாங்களும் 'இராசா' என்று அன்பாய் அழைப்போம். சரீர வளமும் சிறிது சங்கீத ஞானமும் அவருக்கு உண்டு. தமது உடலைப் பேணுவதில் மிகுந்த அக்கறை காட்டுவார். உடல்வளர்ப்பில் (Body Building) சிலகாலம் ஈடுபட்டிருந்த அவர், கோயிற் பூசையையும் பள்ளிப் படிப்பையும் ஒருசேர மேற்கொண்டு ஈற்றில் பள்ளிப் படிப்புக்கு முற்றுப்புள்ளி வைத்தது எல்லாருக்கும் கவலைதான். அந்தக் காலத்திலேயே சிறந்த விமரிசகராக விளங்கியவர். 'கண்ணகி' திரைப்படத்தில் கோவலன் (பி.யு. சின்னப்பா) கண்ணகியை நோக்கிக் கூறிய காதல் வசனம் ஒன்றைக் கேட்டதும் இவர் கலகலவென்று சிரித்தது இன்றும் நினைவிலிருந்து மறைந்து விடவில்லை. அந்த வசனம் இதுதான். "கண்ணே நீ நீலக் கடலிலே மலர்ந்த தங்கத் தாமரையிலே மகாலட்சுமிபோல வீற்றிருப்பாய். நான் ஒன்றும் பேசாது உன்னையே பார்த்த வண்ணம் இருப்பேன்."

திரைப்படம் பார்ப்பதையும் மறந்து ஏன் சிரித்தீர் என்று கேட்டபொழுது "நீலக் கடலிலே தங்கத் தாமரை எப்படி மலரும்?" என்று கேட்டுவிட்டுத் திரைப்பட மாளிகையில் இருப்பதையும் மறந்து மீண்டும் சிரித்தார். இத்தகைய ஒருவர் என் இலக்கிய வளர்ச்சிக்கு எவ்வளவு உதவியிருப்பார் என்று சொல்லித்தான் தெரிய வேண்டும் என்பதில்லை. பேராசிரியர் அமரர் கா. கைலாசநாத குருக்களின் மாமனாரும் சிறந்த தமிழ், சமஸ்கிருத அறிஞருமான சாம்பசிவக் குருக்கள், யாழ்ப்பாணச் சுருட்டுத் தொழிலாளர் சங்கச் செய லாளரும் பிரபல இடதுசாரிப் பேச்சாளருமான ஆ. துரைராசசிங்கம் (பின்னாளில் யாழ்ப்பாண மாநகரத் துணைமேயராய் விளங்கியவர், காலமாகிவிட்டார்.) முதலியவர்களோடு பழக்கமாவதற்கும் இராசா உதவினார். இதனால் அறிவு விரிவு ஏற்பட வகையுண்டாயிற்று.

சிறந்த கலாரசிகர், நடிகர், இடதுசாரிச் சிந்தனையாளர், நாடக திரைப்பட விமர்சகராய்த் தமது பத்தொன்பது வயதிலேயே விளங்கிய த. இராசகோபாலனின் நட்பு எனது இலக்கிய, கலை வளர்ச்சியில் குறிப்பிடத்தக்க பங்கினை வகித்தது என்பதற்கு ஐயமில்லை. பிற்பகல் வேளைகளில் அலுப்பாந்திக் கடற்கரைவரை செல்வதும், கலை இலக்கியம் சம்பந்தமாக உரையாடுவதும், சுப்பிரமணியம் பூங்காவில் அமர்ந்து வானொலி கேட்பதும் (வானொலி புழக்கத்தில் பெருமளவு வராத காலமது. ஆசை அருமையாகச் சிலரிடம் – வசதியுள்ளவர்களிடம் மட்டுமே வானொலிப்பெட்டிகள் இருந்தன.) பல ஆண்டுகளாய் எம் வழக்கமாயிருந்தன. இதனால் விளைந்த நற்பயன்கள் பல.

தமிழ்த் திரைப்படங்களின் கலை வறட்சியைக் கடுமை யாக விமர்சிப்பதும் ஹிந்திப் படங்களின் சிறப்புக்களை நயப்பதும் அக்காலத்தில் இராசகோபாலனின் நட்பினால் நான் பெற்றுக்கொண்ட பழக்கமாகும். ‘இராமராட்சியம்’, (ராம்ராஜ்யா) பாரத்மிலாப் ஹிந்திப் படங்கள் எம்மை மிகுதியும் கவர்ந்தவை. ‘ஆவாரா’ (ராஜ்கபூர், நர்கிஸ் நடித்த படம்) படம் பார்க்க ஒரே மிதிவண்டியிலே நாம் இருவரும் சாவகச்சேரி படமாளிகைக்குச் சென்று நள்ளிரவில் திரும்பியதும், செம்மணிச் சுடலை வந்த போது, நான் பயம் காரணமாகத் தேவாரம் பாட, என் வாயைப் பொத்தி, “உது வெறும் மூட நம்பிக்கை” என்று இராசகோபாலன் அதட்டி என்னை அடக்கியதும் நேற்று நடந்தவைபோல இருக்கின்றன.

1947இல் மறுமலர்ச்சியிலே ‘தமிழன் மறுமலர்ச்சி’ என்ற கட்டுரையைப் ‘புரட்சிதாசன்’ என்ற புனைபெயரில் எழுதிய இராசகோபாலன், என்னிலும் புரட்சி விதைகளை விதைத்தார். வெ. சாமிநாதசர்மா மொழிபெயர்த்தும், தாமே எழுதியும் வெளியிட்ட பிளாட்டோவின் ‘சமுதாய ஒப்பந்தம்’, கார்ல் மார்க்ஸ், ராகுலசங்கிருத்தியாயனின் ‘வால்காவிலிருந்து கங்கைவரை’ முதலிய நூல்களைத் தந்து அவற்றைக் கதைகள்போல மேலோட்டமாக வாசிக்காது, ஆழமாகப் படிக்க வேண்டும் என்று வழிகாட்டியவரும் இராசகோபாலனே.

இவரின் தூண்டுதலாலும் பரிந்துரையாலும் சில இடதுசாரிக் கூட்டங்களிலே எல்லாந் தெரிந்தவன்போல நான் சொற்பொழிவுகள் ஆற்றியதும் உண்டு. எனது வயதும் உருவமும் என்னிலும் மூத்தோர்க்கு வியப்பளித்திருத்தல் வேண்டும். என்னைப் பாராட்டியும் கரகோசம் செய்தும் அவர்கள் என்னை ஊக்குவித்தார்கள். இக்காலகட்டத்தில் எம்.எம். அன்வர் (சுப இளங்கீரன்) ஆசிரியர் பசுபதி முதலாம்

பொதுவுடமைவாதிகளும் இராசகோபாலன் மூலம் எனக்கு அறிமுகமாயினர்.

1950ஆம் ஆண்டு நான் ஆசிரியக் கலாசாலையில் பயிலுநராகச் சென்றதன் பின்பு இராசகோபாலைச் சந்திக்கும் வாய்ப்புக்கள் அருகின. என்னிலிருந்து 'கண்படுப்போர் கைப்பொடுபோல' இடதுசாரிக் கொள்கைகளும் மெல்ல மெல்லக் கழன்றுபோய் அரசியல் சார்புகளும் என்னை விட்டகன்றன.

எனினும் இராசகோபாலனின் தொடர்பை நான் எனக்குக் கிடைத்த நற்பேறாகவே இன்றும் கருதுகின்றேன். அவர் என்னில் மட்டுமல்ல, டொமினிக் ஜீவா, டானியல், எஸ். பொன்னுத்துரை முதலியோரிலும் தமது அருமையைப் பதித்தவர் என்பது குறிப்பிடத்தக்கதே.

ஆசிரியக் கலாசாலையில் எனக்கு மிகவும் அணுக்கமானவராய், அந்தரங்கப் பகிர்வாளராய் விளங்கி இன்றும் தொடர்பு அறாத ஆ. குமாரசாமி, ஸ்டான்லி காலத்திலிருந்தே குடும்ப உறவுபோலப் பழகியதோடு, நூல்கள் பலவற்றைத் தந்து என் அறிவு வளர உதவியவரும், காத்திரமான இலக்கிய வாதங்களை என்னோடு நிகழ்த்தி வந்தவரும் அண்மையில் அவலமாய் மறைந்தவருமான (ஷெல் இவரின் உயிரை விழுங்கியது) க.வ. தியாகராசன், என் துன்ப இன்பங்களிலே பங்குகொண்டு மனத்தாலன்றித் தூரித்த இடைவெளியால் விலகியுள்ள நடராசா நவரத்தினசிங்கம் ஆகியோரையும் நினைவு கூர்வதிலே என் நெஞ்சம் நிறைவு பெறுகின்றது.

> இனையர் இவர் எமக்கு இன்னம்யாம் என்று
> புனையினும் புல் என்னும் நட்பு.

என்பது வள்ளுவர் வாக்கு. 'இவர் எமக்கு இத்தகைய நட்பினர், நாம் இவருக்கு மிகவும் இனியவர்' என்று எடுத்துரைப்பது புனிதமான நட்புக்கு இழுக்கு என்பது இதன் பொருள். நண்பர்கள் என்னை மன்னிப்பார்களாக.

6

ஆசிரியர் ஆகிறேன்
(1950–1951)

1961இல் பாடசாலைகள் தேசியமயமாயின. கிறிஸ்தவ கத்தோலிக்கக் கல்லூரிகள் சில மட்டும் தமது மத தனித்துவத்தைப் பேண எண்ணித் தமது நிறுவனங்களை அரசுடைமைகள் ஆக்குவதை ஏற்காது தனித்து நின்றன.

தேசிய உடைமைகள் ஆக்கப்பட்ட பாடசாலைகளால் ஏற்பட்ட நற் பயன்கள் மிகப் பலவாகும். பாடசாலைக் கட்டணம், அபிவிருத்தி நிதி என்று பெருந் தொகைப் பணத்தை அறவிடும் முறை நீக்கியமை, (இன்று பாடசாலைச் சேர் அனுமதி என்றும், கட்டட விரிவாக்கம் அது இது என்றும் பல்லாயிரக் கணக்கில் நிதி சேர்ப்பது மீண்டும் அரசுப் பாடசாலைகளிலும் வழக்கமாகிவிட்டது. இதனால் இலவசக் கல்வி அர்த்தமற்றதாகி விட்டது.) எல்லா மத மாணவர்களும் தத்தம் மதக் கல்வியைப் பெற வாய்ப்பு ஏற்பட்டமை, ஏழை மாணவர்களும் பாடசாலை சென்று சமத்துவமாய் அமர்ந்து கல்வியைப் பெற வாய்ப்புண்டானமை என்பனவே அந்த நற்பயன்கள்.

ஆனால் 1950களில் நிலைமையே வேறு. அரசு நேரடியாக நிருவகித்த பாடசாலைகள், சமய சபைகள் (கத்தோலிக்கத் திருச்சபை, கிறிஸ்தவ திருச்சபைகள், சைவ வித்தியா விருத்திச் சங்கம், இந்துக் கல்லூரிச் சபை என்பன எடுத்துக்காட்டுகள். மேலும் பௌத்த சமயத்தினரும் தமக்கெனப்

பாடசாலைச் சபைகளை வைத்திருந்தனர். இஸ்லாமியரும் அவ்வாறே சாஹிராக் கல்லூரிகள், இஸ்லாமிய மகளிர் பாடசாலைகள்) தனியார் நடத்திய பாடசாலைகள் என்று மூவகைப் பாடசாலைகள் இயங்கி வந்தன.

அரசுப் பாடசாலைகள் தவிர்ந்த மற்றவைக்கு அரசு மானியமாக வழங்கிய நிதியிலிருந்து பாடசாலையை நடத்தவும், ஆசிரியர்க்கான சம்பளம் வழங்கவும் ஏற்பாடிருந்தது. மதச் சார்புடைய பாடசாலைகளில் ஆசிரியர்களாய் நியமனமான பலரும் அந்தந்த மதத்தினராயிருந்தனர். குறித்த மதத்தினரில் தகுதி வாய்ந்த ஆசிரியர்கள் கிடைக்காதபோது, பிற மதத்தவரும் நியமிக்கப்படுவது வழக்கம். அக் காலத்திலே யாழ்ப்பாணத்துக்கு வெளியே பிற மதத்தினரான இஸ்லாமியர் கற்ற பாடசாலை களிலும் மலையகத் தமிழரின் பாடசாலைகளிலும் (இவற்றிற் பல அரசுப் பாடசாலைகள் அல்லது தேயிலை றப்பர் தோட்ட நிருவாகத்தின் கீழ் இயங்கிய பாடசாலைகள்) யாழ்ப்பாணம், மட்டக்களப்புத் தமிழ் ஆசிரியர்களே பெரும்பாலும் நியமனம் பெற்றுப் பணியாற்றி வந்தனர். ஆசிரியக் கலாசாலையிலிருந்து வெளிப்படுவோருக்கு அரசுப் பாடசாலைகள் உடனடியாக நியமனம் வழங்குவதில்லை. வேலைக்கு விண்ணப்பம் அனுப்பி, நியமனம் வரும்வரை பல மாதங்கள் காத்திருக்க வேண்டும்.

சைவ வித்தியா விருத்திச் சங்கம், கிறிஸ்தவ மதம் சைவரின் கல்வியிலே செலுத்தி வந்த மேலாண்மையை உடைத்தெறிந்து சைவ கலாசாரத்தைப் பேணி மாணவரைச் சைவச் சூழ்நிலையிலே வளர்க்கவென உருவான ஒன்று. பிற மதத்தவர்க்குக் கிடைத்து வந்த நிதியுதவியோ பிற ஆதாரங்களோ இதற்குக் கிடைக்காத சூழ்நிலையில், சைவ மக்களின் ஆக்கம், ஊக்கம் என்பவற்றை மட்டுமே ஆதாரங்களாய்க் கொண்டு வசதி குறைந்த பின்னடைந்த கிராமங்களிலே பாடசாலைகளைத் தொடங்கி நடத்த வேண்டிய நிலையிலிருந்தது.

சிறிய கொட்டில்களுடன் பாடசாலைகள் தொடங்கிப் படிப்படியாக மாணவர்களைச் சேர்த்து, ஆசிரியர்களை நியமித்து, இப்பாடசாலைகளை அரசு அங்கீகரித்து நிதி வழங்கும்வரை சபையானது எவ்வித தளப்பமும் நேராது அவற்றை நடத்த வேண்டியிருந்தது.

இத்தகைய பாடசாலைகளிலே நியமனம் பெறும் ஆசிரியர்கள் பாடசாலை வளர்ச்சி நிதிக்கெனக் குறித்ததொரு தொகையை வழங்க வேண்டும். தங்கள் சம்பளத்தைப் பெறுவதற்கு அரசு மானிய நிதி வழங்கும் வரை – இதற்குப் பல மாதங்கள், வருடங்கள் கூடச் செல்லலாம் – காத்திருக்க வேண்டும்.

நிதி வசதி படைத்தோர், உள்ளூரிலேயே ஆசிரியராகப் பணி புரிய வேண்டும் என்று பிடிவாதமாயிருப்போர், தோட்டம் துரவுகள் மிகுதியும் உடையவராய், ஆசிரியத் தொழிலை உப தொழிலாகக் கருதுவோர் மட்டுமே சைவ வித்தியா விருத்திச் சங்கத்தில் ஆசிரியர்களாய் நியமிக்கப்பட்டனர். இன்று சிந்தித்துப் பார்க்கும்பொழுது இந்த முறை அவ்வளவு பிழையானது என்று தோன்றவில்லை. (ஆனால் 1950களில் இம் முறையையும், இம் முறையைக் கடைப்பிடித்த தலைமைப் பீடத்தையும் நான் வெறுத்தேன். எனது வெறுப்பின் வெளிப்பாடே 1959இல் நான் தினகரனில் தொடர் கதையாய் எழுதிப் பின்னர் *வீரகேசரியால்* வெளியிடப்பட்ட நாவல் 'செல்லும் வழி இருட்டு.')

மேற்குறித்த வசதிகள் படைத்தவர்கள் தவிர்ந்த என் போன்றவர்கள் யாழ்ப்பாணத்துக்கு வெளியே இயங்கிய பாடசாலைகளிலே ஆசிரிய நியமனம் பெறச் சாதகப் பட்சிகள் மழைத்துளிக்குக் காத்திருப்பதுபோலக் காத்திருக்க வேண்டியது தான்.

என் நல்ல காலம். பதுளை ஊவாக் கல்லூரியிலே, நான் ஆசிரியக் கலாசாலையிலிருந்து பயிற்சி முடிந்து வெளியேறிய ஒரு மாதத்திற்குள்ளேயே உதவி ஆசிரியர் நியமனம் கிடைத்தது. 28–01–1952இல் நான் ஆசிரியர் ஆனேன்

'நல்ல காலம், அதிர்ஷ்டம்' என்று நான் சொல்வதற்குத் தகுந்த காரணம் உண்டு. என்னிலும் ஆறு வயது மூத்தவரும், திருநெல்வேலி சைவாசிரியக் கலாசாலையிலே பயிற்சி பெற்ற அனுபவசாலியும், பாலபண்டிதரும், எண்கணித விற்பன்னரு மான அன்பர் ஐ. இராசரத்தினம் (அன்பர் என்பது நாம் அவருக்கு வழங்கிய பட்டப் பெயர். 'ஐயன்னா' என்பது இவரின் புனைபெயர். 'நாடக மாலை' என்ற குறுநாவல்த் தொகுப்பு நூலை வெளியிட்டவர். நீண்ட காலம் எழுது வினைஞராய்ப் பணியாற்றி அதனைத் துறந்து ஆசிரியராய் வர முனைந்தவர்.) குறித்த ஆசிரியர்ப் பதவிக்கு என்னைப் போலவே விண்ணப்பம் அனுப்பி நேர்முகப் பரீட்சைக்கும் சமூகமளித்திருந்தார். அவரளவு அறிவு அனுபவம் பெறாத, மாணவ வழுவழுப்பு நீங்காத என்னை ஊவாக் கல்லூரி அதிபர் எஃப். என். ஹெற்றியாராச்சி, ஆசிரியராயத் தெரிந்தெடுத்தாரென்றால் அது என் நல்ல காலம் என்னாமல் வேறு என்ன என்பது.

நான் 1955 யூன் மாதம், பேராதனைப் பல்கலைக்கழகத்திலே ஈராண்டு காலம் கற்றுத் (1953–1955) தமிழ் டிப்புளோமாப் பரீட்சைக்குத் தோன்றிய பின் தர்காநகர் (அளுத்கம) சாஹீராக்

கல்லூரியில் ஆசிரியர் நியமன நேர்முகப் பரீட்சைக்குச் சென்றிருந்த போதும், மீண்டும் அன்பர் 'ஐயன்னா' அங்கே தாமும் அதற்கு வந்திருந்தார். அங்கும் என்னையே அதிபர் ஷாபி மரிக்கார் தேர்ந்தெடுத்தார். இந்த இரண்டு சந்தர்ப்பங்களிலும் விதி ஒன்றே எங்கள் இருவரையும் போட்டியிடவும் இளமையும் துடிப்பும் மட்டுமே மூலதனங்களாகக் கொண்ட நான் தெரிவு பெறவும் வைத்தது. ஐயன்னாவுக்குக் கிடைக்காது எனக்கு ஆசிரிய நியமனம் கிடைத்தபோது நான் மகிழ்ந்தேன் என்பதை மறுத்தல் இயலாது.

ஆனால், ஹற்றன் புனித யோன் பொஸ்கோ கல்லூரியில், அன்பரோடு சக ஆசிரியனாகக் கற்பிக்க நேர்ந்தபோது, அவரின் நற்பண்புகளை நேரடியாகக் கண்டும் உணர்ந்தும் கொள்ள நேர்ந்தபோது இத்தகைய ஒருவருக்கா நான் போட்டியாயிருந்தேன் என்று கழிவிரக்கப்பட்டது உண்மை. உயர்ந்த நகைச்சுவையும், இன்சொல்லும், தமிழ்த் திறனும், கணித ஆற்றலும் வாய்ந்த 'ஐயன்னா'வின் நினைவாக அவர் வாழ்ந்த ஒழுங்கைக்கு 'ஐயன்னா வீதி' என்று பெயர் சூட்டியுள்ளதிலிருந்து அவரின் மகிமை புலனாகின்றது.

நான் சுழிபுரத்தில் இடம் பெயர்ந்து என் மகள் வீட்டில் தற்காலிகமாக வதிந்த காலத்தில், அன்பரின் ஏக புத்திரனின் மறைவையொட்டி அவரின் நினைவு மலருக்கு அஞ்சலிக் கட்டுரை எழுதும் துர்ப்பாக்கியம் ஏற்பட்டதும் என் விதிப்பயனே. இவையெல்லாம் அவருக்கும் எனக்கும் முற்பிறப்பொன்றிலே இருந்த தொடர்பினால் விளைந்தனவோ என்று நினைக்காது இருக்க முடியவில்லை.

என் வறுமையும் பொருளாதாரத் தேவையும் ஒன்றுகூடி என் பதினைந்து வயதுப் பிராயத்திலேயே 'ரியூசன்' சொல்லிக் கொடுக்கும் ஆசிரியனாய் என்னை மாற்றின. ஆசிரியத்துவத்தின் நுட்பங்களை அறிந்துகொள்ளாத பராயம் அது. ஏதோ எனக்குத் தெரிந்ததைப் படித்துக் கொடுத்தேன். பிள்ளைகளும் தமது பரீட்சைகளில் சிறப்பாகத் தேர்வு பெற்று என் மானத்தைக் காத்தனர். என் கைச் செலவுக்குச் சிறிது பணமும் கிடைத்தது. ஆனால் – ஆசிரியப் பயிற்சியின் பின்னர்தான் கற்பித்தல் சார்ந்த சில அறிமுறைகளைத் தெரிந்துகொள்ளும் வாய்ப்புக் கிடைத்தது. இது என் நற்பேறுதான்.

"மாணவரின் உளவியலை அறிந்து, தனியாள் தரத்தினை மதிப்பிட்டு, அவர்களின் முன்னறிவைத் தேடி(தேடல்), புதிதாக அவர்கள் அறிய வேண்டியவற்றை அவர்களின் உள்ளங்களிலே பதித்து(பதித்தல்), அவர்கள் அறிந்துகொண்டவை எந்த

அளவிற்குச் சரியானவை, பயனுள்ளவை என்று ஆராய்ந்து அவ்வறிவைப் புதியவற்றில் அவர்கள் பிரயோகிக்க வழிகாட்டி (பிரயோகம்), தண்டனை முறையைக் கையாளாது, அன்பு வழியிலே பொறுமையைக் கடைப்பிடித்துக் கற்பித்தல் வேண்டும்" என்ற உண்மைகளைக் கற்றும் கற்பித்தற் பயிற்சியிலே ஈடுபட்டும் பெற்றதே ஆசிரியப் பயிற்சியால் விளைந்த பயன்களாகும். 'மேலே கூறியவற்றை இயன்றளவு கடைப்பிடித்து, நல்லவரும் வல்லவருமான மாணவரை உருவாக்குவேன்' என்ற நம்பிக்கையுடனும், ஆர்வத்துடனும் 1952ஆம் ஆண்டுத் தொடக்கத்திலே பதுளைக்குச் சென்றேன். என் நம்பிக்கையும், ஆர்வமும் எந்த அளவிற்குப் பயனளித்தன.?

அன்று யாழ்ப்பாணத்திலிருந்து பதுளை செல்வது ஒரு முழுநாள் பயணம். மாலை 'மெயில்' புகைவண்டியிலே புறப்பட்டு வைகறையில் பொல்காவளை அடைந்து, அங்கு இறங்கி மலைநாடு செல்லும் புகைவண்டிக்குப் பல மணித்தியாலங்கள் காத்திருக்க வேண்டும். இந்த இடைவெளியில் புகையிரத நிலையத்துக்கு வெளியே சென்று அங்கிருந்த யாழ்ப்பாணத்துத் தேநீர்க் கடையிலே அவசிய கருமங்களை முடித்து உணவுண்டு, மதிய உணவையும் பொதி கட்டிக் கொண்டு மலையகப் புகையிரதம் வரும்வரை சிறிது தூரம் உலாவி வருவதும் வழக்கமாயிருந்தது.

மலைநாட்டில் பதுளைவரை உள்ள பாடசாலைகளிலே பணிபுரியும் ஆசிரியர்கள் பலரும் கூட்டாகப் பயணிப்பதால், பயண அலுப்போ, நீண்ட நேரக் காத்திருப்போ சலிப்பை ஏற்படுத்துவதில்லை. (புகை வண்டியிலிருந்து இறங்கும்வரை கடதாசி விளையாட்டும் வம்பளப்புக்களும்தான்.) இன்றுபோல டீசலில் ஓடும் கொடவண்டியும் அன்றில்லை. நிலக்கரி, விறகு எரித்து அவற்றிலிருந்து பெறப்படும் சக்தியில் 'கரிக்கோச்சிகள்' ஓடின. மலைப் பாதையில் உயரம் கூடிய பகுதிகளைக் கடக்க முன்னும் பின்னும் இரு வண்டிகளை இணைத்து இயக்குவதும் அன்றைய வழக்கமாயிருந்தது. புகைவண்டி ஓடுகையில் கரித்துணுக்கைகள் பறந்து வந்து கண்களில் விழுந்து உறுத்தும். அந்த உறுத்தலால் கண்களைக் கசக்க நேரலாம். அதனால் கண்கள் வேதனை தருவதும் சிவப்பதும் சகசமான நிகழ்ச்சிகள். எஞ்சிய கரித்துண்டுகள் உடைகளில் விழுந்து அவற்றைக் கறுப்பாக்கி, புகைவண்டியிலிருந்து இறங்கும்பொழுது இரவின் நித்திரை விழிப்பால் சோர்ந்த முகமும், அழுக்குடையுமாகப் பார்க்கச் சகிக்காத கோலத்தை அன்றைய பதுளைப் பயணம் – நீண்ட நெடும் பயணம் – தந்ததென்றால் அது மிகையுரையல்ல.

க. சொக்கலிங்கம்

ஆனால் இளமைத் துடிப்பும் உற்சாகமும் என் வரையிலே பதுளைப் பயணத்தை அலுப்பு நிறைந்ததாய் ஆக்கவில்லை என்றே சொல்ல வேண்டும்.

பதுளை ஊவாக் கல்லூரியிலே வேலை கிடைத்த அன்று பிற்பகலே ஒரு நாள் விடுமுறையெடுத்து யாழ்ப்பாணம் பயணமாகி மறு நாள் பிற்பகல் யாழ்ப்பாணம் வந்து, அன்றிரவு நண்பர்களுடன் திரைப்படம் பார்த்துவிட்டு அடுத்த நாள் பிற்பகல் பதுளைக்குப் பயணமானேன் என்றால், அது எனது இளமைத் துடிப்பும் மிடுக்கும் என்றுதான் சொல்ல வேண்டும்.

மலையகப் புகைவண்டிப் பயணத்தில் இறுதி நிலையகம் பதுளை. அது அழகான சிறிய நகரம். பிரதான வீதிகள் என்று நான்கு மட்டுமே உள்ளன. மலைநாட்டின் இயல்பிற்கேற்பப் பள்ளமும் மேடுமாய் அந்த வீதிகள் காட்சி தரும். பௌத்த பன்சல, சைவக் கோயில், கத்தோலிக்கக் கிறிஸ்தவத் தேவாலயங்கள் என்பன அமைதி கொலுவிருக்கும் புனிதத் தலங்கள். சிங்களவர், மலையகத் தமிழர், யாழ்ப்பாணத்தார், முஸ்லிம்கள் ஆகியோரின் வணிக நிலையங்கள், படமாளிகைகள், உணவுக் கடைகள், விடுதிகள் என்பன வீதிகளை அணிசெய்தன. சைவ வித்தியா விருத்திச் சங்க நிருவாகத்தில் இயங்கிய சரஸ்வதி வித்தியாலயம், கத்தோலிக்கத் திருச்சபையின் புனித. பீற்றஸ் கல்லூரி, கிறிஸ்தவ (மெதடிஸ்) திருச்சபையின் ஊவாக் கல்லூரி, மகளிர் உயர் கல்லூரி என்பனவும், அரசாங்க வித்தியாலயம் ஒன்றும் பதுளை வாழ் மக்களின் கல்விப் பசிக்கு விருந்தளித்த கலைக் கோயில்களாய் விளங்கின. சரஸ்வதி வித்தியாலயம் முற்று முழுக்கத் தமிழ்ப் பிள்ளைகளுக்குக் கல்வி வழங்கிய தமிழ்ப் பாடசாலை. அரசாங்கப் பாடசாலையும் அத்தகையதே. எஞ்சிய கல்லூரிகள் சிங்கள, தமிழ், முஸ்லிம் மாணவர்களுக்கு ஆங்கில மொழி மூலம் கல்வி வழங்கின. அவற்றிலே கற்பித்த தமிழாசிரியர்கள் திருக்கூட்டத்தில் நானும் ஒருவன்.

'மொடேன்' திரைப்பட மாளிகைக்கு வடபுறத்திலிருந்த தொடர் மாடிக் கட்டடத்தின், மேல் மாடியில் அஸ்பெஸ்ரஸ் படல்களைக் கொண்டு பிரித்துத் தனித்தனி அறைகளாய் நான்கிருந்தன. அவற்றில் ஒவ்வோரறையிலும் இருவராக யாழ்ப்பாண ஆசிரியர்கள் எண்மர் இருந்தோம். நீண்ட காலம் குடியிருந்த இருவர் மட்டுமே மெத்தை, கட்டில் பயன்படுத்த, எஞ்சியோர் சாக்குக் கட்டில்களைப் பயன்படுத்தினோம். எல்லாரும் தமிழ் ஆசிரியர்கள்; ஆதலால் அன்றைய வழக்கிற்கு அமைவாய்த் தேசியச் சட்டையும் (National) வேட்டியுமே எங்களின் சீருடைகள். வெளியே போகும்காலங்களில் காலை

மூடும் சப்பாத்து அணிவோம். கடைக்குச் சாப்பிடச் செல்லும் போதும், குளியலறை, கழிப்பறைகளுக்குச் செல்லும்போதும் மரமிதியடிகளைப் பயன்செய்தோம். சீமேந்துத் தரைகளிலும், தார் போட்ட வீதிகளிலும் 'டக் டக்' என்று பலத்த ஓசையுடன் 'கட்டை'யிலே போன காலங்கள் நினைவை விட்டகலாதவை.

மொடேன் திரைப்பட மாளிகையிலிருந்து இரவு பன்னிரண்டு மணிவரை, படப் பாட்டுகள் பெரும் ஓசையோடு ஒலிபரப்பாகிச் செவிகளை இனிக்க வைப்பதும் உண்டு, சில வேளைகளில் உறுத்துவதும் உண்டு. பன்னிரண்டு மணிக்குப் பின் எங்கள் மாடிக்குக் கீழிருந்த தேநீர்க் கடையின் பின்னறையிலே சூதாட்டமும் சூதாட்ட வட்டிகைகளைக் குலுக்கும் ஓசையும் விடியும்வரை தொடரும்.

இரவு பத்து மணிவரை சக ஆசிரியர்கள் கடதாசி விளையாடு வார்கள். அவ் விளையாட்டில் கலந்து கொள்ளாதவர்கள் உலகத்து வம்புகளையெல்லாம் அளந்துகொண்டிருப்பார்கள். படுக்கையிலே சாய்ந்தவர்கள் மூட்டைக் கடிக்கு ஆற்றாது உருண்டு புரள்வார்கள். விழித்தெழுந்து மூட்டைச் சங்காரத்தில் ஈடுபடுவதும் உண்டு.

மாலைநேர உலா, சனி ஞாயிறுகளில் படம் பார்த்தல் என்று பெரும்பாலான நேரங்கள் அவமாகவே கழிந்தன. ஆனால் கல்லூரிகளுக்கு ஒழுங்காகச் செல்வதும், வஞ்சகமின்றி எம்மால் இயன்ற அளவு திறம்படக் கற்பித்தலும் தவறாது நிகழ்ந்தன.

சிங்களர், தமிழர், பறங்கியர், முஸ்லிம்கள் என்ற பல்லினக் கலப்பான ஆசிரியர்கள், மாணவர்கள் சங்கமித்த கல்லூரிகளிலே ஆங்கிலமே பொதுமொழியாயிருந்தது; தமிழையே கற்று, ஆங்கிலத்தை அறியாதிருந்தாலும். எல்லோரும், சரியாகவோ பிழையாகவோ ஆங்கிலத்தில் உரையாட வேண்டிய நிர்ப்பந்தமும் இருந்தது. கருத்துப் புலப்பாடு, உணர்ச்சி வெளிப்பாடு என்பனவே முக்கியமாய்க் கொள்ளப்பட்டபடியால், உடையலாங்கிலத்தை *(Broken English)* எவரும் பெரிதுபடுத்துவதோ, கேலிசெய்வதோ இல்லை. ஓர் உதாரணம் தருகிறேன்:

எனது வகுப்பிலே – நாலாம் வகுப்பிலே – ஒரு மாணவன் மெலிந்த குள்ள உருவினன். தகப்பனார் இறந்து, சிறிய தகப்பனாரின் பராமரிப்பில் அவனும் தாயும் இருந்துவந்தனர். வறுமையின் கொடுமையிற் சிக்கிய குடும்பம். ஒருமுறை அவனால் கல்லூரிக் கட்டணத்தைச் செலுத்த முடியவில்லை. எனக்கு அவன் குடும்பநிலை முன்பே தெரிந்திருந்ததால் அவனுடைய நிலையை அதிபருக்கு எடுத்துரைத்து, பாடசாலைக்

கட்டணத்திலிருந்து தவிர்ப்பு பெற்றுத்தர எண்ணி அவனையும் அழைத்துக்கொண்டு அதிபரிடம் சென்றேன்.

அதிபர் எஃவ். என். ஹெற்றி ஆராய்ச்சி உடையிலும் உரையிலும் பழுத்த 'பிறவுண் சாகிப்'. அவருடைய ஆங்கில உச்சரிப்பு சுத்தமானது. ஆங்கிலம் வளமானது. அவருக்கு நானும் மாணவனும் வணக்கம் செலுத்தினோம். அவரும் வணக்கம் செலுத்திவிட்டு, அவனை அழைத்து வந்த காரணத்தைக் கேட்டார். நான் எனக்குத் தெரிந்த ஆங்கிலத்தில் விளக்கினேன். அதிபர் அனுதாபத்துடன் அவனை நோக்கி, *"My dear lad who is your guardian"* (அன்பான பிள்ளையே, உன்னைப் பராமரிப்பவர் யார்?) என்று வினவினார். அவன் சற்றும் தயக்கமின்றி *"My father-in-law "*என்றான். எனக்கு வந்த சிரிப்பை நான் வலிந்து அடக்கிக்கொண்டேன். (*father-in-law* - பெண்கொடுத்த மாமனார்.) ஆனால் அதிபர் சிரிக்கவில்லை. தனது சிறிய தந்தையையே அவன் அவ்வாறு குறிப்பிட்டதை அவர் விளங்கிக்கொண்டு, அவனின் தோளில் தட்டி, "நீ இம்மாதத்திலிருந்து பாடசாலைக் கட்டணம் கட்ட வேண்டாம்" என்று தமது உடையல் தமிழில் அவனுக்கு உரைத்தார்.

நவநாகரிகமும் ஆங்கில மொழியிலே நிபுணத்துவமும் பெற்றிருந்தும், மாணவனின் பிழையான ஆங்கிலத்தைப் பெரிதுபடுத்தாது அவனுடைய மொழியிலே அவனுக்கு ஆதரவு கூறிய அந்தப் பெருமகனாரின் பண்பு என் உள்ளத்தைத் தொட்டது.

கனிஷ்ட, இடைநிலை வகுப்புக்களுக்கான பயிற்சி பெற்றிருந்த எனக்கு நாலாம் வகுப்பாசிரியராய்ப் பணியாற்றவும், ஐந்தாம் வகுப்பில் தமிழ் கற்பிக்கவும் வேண்டியிருந்தது.

எல்லாப் பாடங்களையும் போதிய ஆயத்தம்செய்து, பாடக் குறிப்பெழுதிக் கற்பிப்பது என் வழக்கம். என் வகுப்பு மாணவர்களிலே பெரும்பான்மையினர் மலையகத் தமிழர். குறைந்த அளவு முஸ்லிம்களும் சில யாழ்ப்பாணத்தவரும் இருந்தனர். யாழ்ப்பாணப் பிள்ளைகள் பதுளையில் அரசுப் பணியாற்றியவரதோ, யாழ்ப்பாணத்திலிருந்து வந்து வர்த்தகம் செய்தவரதோ மக்கள். இவர்களின் பேச்சுக்கள், (யாழ்ப்பாணப் பிள்ளைகளுங்கூட) எனக்கு ஆரம்பத்தில் புதுமையாயிருந்தன. 'டுப்படிக்கிறான், விரசாய்ப் போறான், எங்கிட்டே,' முதலான சொல்லாட்சிகளை விளங்கிக்கொள்ளச் சில நாள்கள் எடுத்தன. காலப்போக்கில் அவை இனிக்கவும் செய்தன.

கதைகளைக் கேட்டும் வாசித்தும் ஓரளவு கதைக் களஞ்சிய மாய் இருந்த நான் கதை கட்டிச் சுவையாகச் சொல்வதிலும்

ஈடுபட்டு என் மாணவர்களை ஈர்த்தேன். அதனோடு சிறுவர் பாடல்களை அவர்களைக் கவருமளவுக்குப் பாடியதாலும், பாடல்களுக்கேற்ற அபிநயம் காட்டியதாலும் அவர்களுக்கு என்மீது ஓர் அலாதியான பிடிப்பு உண்டாயிற்று. தமிழ்ப்பாட நேரங்களில் மட்டுமன்றி ஓய்வு கிடைத்த வேளைகளிலெல்லாம் 'கதை கதை பாட்டு பாட்டு' என்று அவர்கள் என்னை நச்சரிப்பது வழக்கம்.

என்னிடம் கற்றவர்களில் இன்னும் நினைவில் நிற்போர் சோமநாதன், இராமநாதன், சந்திரசேகரன் என்னும் மூவர். மொடேன் படமாளிகை உரிமையாளரின் மக்களான இராமநாதனும் சோமநாதனும் இன்று பொறியியலாளராய் வெளிநாடுகளில் பணியாற்றுவதாய்ச் சந்திரசேகரன் மூலம் அறிந்து மகிழ்ந்தேன்.

சந்திரசேகரன் என்னிடம் நாலாம் வகுப்பில் கற்றவர். தமது க. பொ. த. உயர்தரக் கல்வியைத் தெல்லிப்பளை மகாஜனாக் கல்லூரியிலே பெற்றுப் பேராதனைப் பல்கலைக்கழகக் கலைப் பிரிவுக்குத் தெரிவாகி, தமது திறமையால் கல்விமாணிப் பரீட்சையிலே சிறப்பாகத் தேறி, கல்வித்துறையில் விரிவுரையாள ராய், இன்று கொழும்புப் பல்கலைக்கழகத்தில் கல்வியியற் பேராசிரியர் பதவியில் மிகவும் திறம்படப் பணியாற்றி வருகின்றார்.

நான் பொதுக்கலைத் தகுதிகாண் பரீட்சைக்கு வெளிவாரி மாணவனாய் 1964இல் பேராதனை சென்றபொழுது எதிர்பாராத வகையில் இவரைச் சந்திக்க நேர்ந்தது. அது ஒரு சுவாரசியமான நிகழ்வு.

பேராதனையில் அருணாசலம் மண்டபத்தின் பக்கமாய் வீதியில், நானும் என் போன்ற யீ.ஏ.கியூ. (G.A.Q) பரீட்சைக்குத் தோற்ற வந்திருந்த ஆசிரியர் சிலரும் வந்துகொண்டிருந்தோம். எங்கள் பின்னாலிருந்து 'சேர், சேர்' என்ற ஒரு குரல்.

எல்லோரும் திரும்பினோம். அழைத்தவர் என்னைச் சுட்டிக் காட்டி 'உங்களைத் தான்' என்ற வண்ணம் என் அருகில் வந்தார்.

"சேர் என்னைத் தெரிகிறதா ?"

நான் தடுமாறினேன். அசடு வழிந்தபடி "நீங்கள் ?" என்று இழுத்தேன்.

"ஊவாக் கொலிச்சிலே உங்களிடம் நாலாம் வகுப்பில் படித்தவன் நான்."

மங்கலான ஒரு நினைவு. சொற்களைப் படபடவென்று விரைந்து பேசி, அப்படிப் பேசுவதால் கொன்னையோ என்று

சந்தேகிக்க வைக்கும் குரல்... அதே குரல் தான்; இப்பொழுதும் என்னோடு உரையாடுகிறது.!

ஆ, தெரிந்துவிட்டது.

"சந்திரசேகரன்... நீங்கள்... நீர்... சந்திரசேகரன்தானே." வந்தவரின் முகத்தில் மகிழ்ச்சி, மலர்ச்சி.

"ஆம் சேர். சரியாகச் சொல்லிவிட்டீர்கள். நான் இங்கு கல்வித் துறையிலே விரிவுரையாளராயிருக்கிறேன்."

"மிகவும் மகிழ்ச்சி. என் மாணவர் நீர். உம்மையிட்டுப் பெருமைப்படுகிறேன்" என்றேன்.

"நன்றி சேர். நீங்கள்? எம். ஏ. பரீட்சைக்கு வந்திருக்கிறீர்களா?"

எனக்குப் பெருங் கூச்சம். தலையிறக்கம். "இல்லைத் தம்பி. பீ. ஏ. கியூ. எடுக்க வந்திருக்கிறேன். வெளிவாரி மாணவனாய். இவர்களும் அதற்காகத்தான் வந்திருக்கிறார்கள்." என்னோடு வந்தவர்களை அறிமுகம் செய்துவைத்தேன்.

"என்ன சேர். இவ்வளவு காலமும் என்ன செய்தீர்கள். நீங்கள் எப்பொழுதோ பட்டதாரியாயிருக்க வேண்டும்."

என்னால் பதில் சொல்லக் கூடவில்லை.

2001 ஒக்டோபரில் பேராசிரியர் சந்திரசேகரன், யாழ்ப்பாணப் பல்கலைக்கழகத்தில் சேர். பொன். இராமநாதன் நினைவுச் சொற்பொழிவைக் கல்வியாளர் யாவரும் மெச்சச் சிறப்புற நிகழ்த்தினார்.

அவர் தமது சொற் பொழிவை முடித்துக்கொண்டு வெளியே வந்தபொழுது எதிர்பாராத முறையில் என்னைக் கண்டார்.

பலரது முன்னிலையிலே தலை சாய்ந்து என்னை வணங்கி, "சேர் உங்கள் மாணவன் நான். உங்களுக்கு என் வணக்கம்" என்று அவர் கூறியது என் நெஞ்சைத் தொட்டது.

"சந்திரசேகர், நீ என்னிடம் 1964இல் எதிர்பார்த்ததை நான் 1975 இலாவது நிறைவேற்றிவிட்டேன், எம்.ஏ. பட்டதாரி நான்" என்று அவருக்கு நான் சொல்லவில்லை. மனத்திற்குள் கூறிக் கொண்டேன்.

1952இல் வீரகேசரியில் 'எரிமலை', 'குவேனி' முதலிய சிறுகதைகளும் சுதந்திரனில் சங்கிலியன் வரலாற்று ('தீர்ப்பு') நாடகமும் வெளிவந்தன.

'எரிமலை' சிகிரியாவைக் கலைக்கூடமாக்கிய காசியப்பனின் கதை, வீரகேசரியில் இரு வாரங்கள் தொடர்ந்து வெளியானது.

தாதுசேனன், காசியப்பன், முகலன், கருணவதி (காசியப்பனின் மனைவி) முதலிய பாத்திரங்களைக் கொண்டு வனப்பு நிறைந்த வசன அமைப்புடன் வெளியான இக்கதையை என் நண்பர்கள் மிகவும் பாராட்டினர். (கருணவதி என்னால் படைக்கப்பட்ட கற்பனைப் பாத்திரம் – ஆனால் வ.சு. இராசரத்தினம் (அமரர்) இதனை வரலாற்றுப் பாத்திரமாகக் கருதித் தமது வரலாற்று நாவலொன்றிலே கையாண்டார்.)

சில மாதங்களின் பின் என் 'எரிமலை' 'பழிக்குப் பழி' என்ற தலைப்பில் பெருமளவு என் வசனங்களையே கையாண்டு அதே கருவையே அடிப்படையாகக் கொண்டு 'கல்கி'யில் வெளியானது. என் நண்பர் இராமச்சந்திர ஐயர்தாம் இந்தப் பகற் கொள்ளையை, ஒருவன் பிள்ளையை இன்னொருவன் உரிமை கொண்டாடிய கொடுமையைக் கண்டு, எனக்குக் காட்டினார். உடனேயே வீரகேசரியில் எனது கதை வந்த பகுதிகளோடு கல்கியில் வெளியாயிருந்த கதைப் பகுதியையும் இணைத்து, கல்கிக்கு அனுப்பி வைத்தோம்.

இரு வாரங்கள் கழித்துக் கல்கியில், வெளிவந்த 'பழிக்குப் பழி' சிறுகதை அதை எழுதிய கதாசிரியரின் சொந்தக் கதையல்ல. வீரகேசரியில் வெளியான 'எரிமலை' என்ற கதையைக் காப்பியடித்துள்ளார். கண்ணியமற்ற அவர் செயல் கண்டிக்கத் தக்கது" என்று கல்கியாசிரியர் ஒரு குறிப்பை வெளியிட்டார்.

இந்தக் கண்ணியமற்ற செயலைப் புரிந்தவர் சாமானிய மானவரல்லர். அக்காலத்தில் நாவன்மை மிக்க மேடைப் பேச்சாளர். தமிழரசு மேடைகளிலே தமது பேச்சுக்களால் புகழ்க் கொடி நாட்டியவர். பாராளுமன்ற உறுப்பினராய், அமைச்சராய்ப் பிற்காலத்தில் விளங்கியவர்.

'தீர்ப்பு' நாடகம் சுதந்திரனில் வெளியாவதற்கு முதல் வாரத்தில், ஆசிரியர் எஸ்.டி. சிவநாயகம், "அந்நியர் ஆட்சியை ஏற்காது வீரம் விளைத்துத் தன் இன்னுயிரையே அர்ப்பணித்த தேசிய வீரன் சங்கிலியனின் வரலாறு, தேன் சொட்டும் தீந்தமிழில் நாடகமாக அடுத்த வாரம் முதல் வெளியாகின்றது" என்று விளம்பரம் கொடுத்திருந்தார்.

'தீர்ப்பு' நாடகத்தில் மரண தண்டனையை ஏற்று உயிர் துறக்குமுன் சங்கிலியன் நாட்டு மக்களுக்குச் சொற்பொழிவு நிகழ்த்துவதாய் ஒரு காட்சியை அமைத்திருந்தேன்.

அக்காட்சியில் "இன்று இத்துரோகிகளாலே போர்த்துக்கீசருக்கு அடிமையாகும் எனது தாய்த்திருநாடு,

தொடர்ந்து ஒல்லாந்தர், ஆங்கிலேயர் ஆகியோர்க்கும் அடிமை யாகும் நாள் அதிக தூரத்தில் இல்லை" என்ற சாரப்பட வசனம் ஒன்றை எழுதியதாக ஞாபகம்.

ஆசிரியர் சிவநாயகம் இந்த வரிசையிலே "சிங்களருக்கும் அடிமையாகும் நாள் அதிக தூரத்திலில்லை" என்று சேர்த்து விட்டிருந்தார். அன்றைய அரசியலில் – ஏன் இன்றுங் கூட – அக்கூற்றுப் பொருத்தமாயிருந்தது உண்மையே. ஆனால் எனது ஆக்கத்தில் ஆசிரியர், தமது கைவண்ணத்தையும் சேர்த்து, நான் கருதாத – விரும்பாத – கருத்தை இணைத்தது எனக்குப் பிடிக்கவில்லை. இது தொடர்பாக எனக்கும், சிவநாயகத்துக்கு மிடையே காரசாரமான கடிதப் போக்குவரத்து சில காலம் தொடர்ந்தது.

ஆனால், அவரின் கூற்றிலே எதிரது காணும் திறன் ஒளித்திருந்தது என்பதைப் பின்னர் நிகழ்ந்த நிகழ்வுகள் நிரூபித்துவிட்டன.

கடதாசி விளையாட்டு, திரைப்பட ரசனை, உலாத்து, வம்பளப்பு என்று பல வழிகளில் எங்கள் பலரது காலமும் அவமாகக் கழிந்துகொண்டிருந்த வேளையில், மூத்தோரான சிலர், பல்கலைக்கழகத் தமிழ் டிப்புளோமாப் புகுமுகப் பரீட்சைக்கு ஆயத்தம் செய்யும் முயற்சியில் ஈடுபட்டனர். இவர்களை ஊக்குவித்தவர், ஸ்டான்லியில் சில காலம் தற்காலிக தமிழாசிரியராய்க் கடமையாற்றி அக்காலத்தில் எங்கள் வகுப்பில் தமிழ் கற்பித்தவரும், ஏற்கெனவே 'தமிழ்ச் சான்றிதழ்' (Certificate in Tamil) என்ற பயில் நெறியைக் கொழும்புப் பல்கலைக் கழகத்தில் ஓராண்டு மேற்கொண்டு தேர்வு பெற்று, முன்னர் தாம் கற்பித்த ஊவாக் கல்லூரிக்குத் திரும்பி வந்து பணியாற்றிக்கொண்டிருந்தவருமான ஆசிரியர் (பால பண்டிதர்) சுப்பிரமணியம்.

இவ்வாறு ஆயத்தம்செய்ய முற்பட்டவர்களோடு நானும் இணைந்துகொள்ள முற்பட்ட பொழுது சுப்பிரமணியம் என்னை அச்சுறுத்தும் வகையில் "உது உமக்குச் சரிவராது. மிகவும் கஷ்டமான பரீட்சை" என்றது, என்வரையில் ஒரு சவாலாகவே அமைந்து விட்டது. நான் அவருக்கு இறுத்தது ஒரே வார்த்தைதான். "பார்ப்போம்."

தமிழ் டிப்புளோமாப் புகுமுகப் பரீட்சை அக்காலத்திலே பல்கலைக்கழகப் புகுமுகப் பரீட்சைக்கான தமிழ்ப் பாடநூல் களோடு, ஆங்கில வினாத்தாள் ஒன்றும் கொண்டிருந்தது. மூத்த ஆசிரியர்கள் இப் பரீட்சைக்கு மிகவும் முனைந்து

படித்தார்கள். நானும் அவர்களோடு கூடியும் தனித்தும் அதிக நேரம் செலவழித்துப் படித்தேன். இப்பரீட்சைக்குத் தோற்றியவர் எண்பதுக்கு மேற்பட்டவர்கள். தேறியவர்கள் பதினொரு பேர். நேர் முகப் பரீட்சைக்குத் தோற்றி இறுதித் தேர்வு பெற்றோர் எண்மர்.

இவ்வாறு தெரிவு பெற்றோர்களில் நானும் ஒருவர். பதுளையில் புனித பீற்றஸ் கல்லூரியின் ஆசிரியராயிருந்த வே. பொன்னம்பலமும், நானும் தெரிவு பெற்றோருள் அடங்கியமை கண்டு, முன்பு என்னை அச்சுறுத்திய என் ஒரு கால ஆசிரியர், சுப்பிரமணியம் தம் முன்னைய கூற்றை மீளப் பெறுபவர்போல என்னை மனந் திறந்து பாராட்டினார். எங்களுக்கு ஆசிரிய நண்பர்கள் பாராட்டுத் தேநீர் விருந்தும் பிரிவுபசாரமும் வழங்கியமையும் குறிப்பிடத்தக்கது.

1953 யூலை முதலாந் திகதி (என்று நினைக்கிறேன்) பேராதனைப் பல்கலைக்கழகத்தில், தமிழ்த் துறை அலுவலகத்தில் எமக்கு நடந்த நேர்முகப் பரீட்சை சுவாரசியமானது. அதனை அடுத்த இயலில் விபரிப்பேன்.

7

பேராதனைப் பல்கலைக்கழகத்தில்
[1953–1955]

"நீர்தானா வானொலிக்கு நாடகங்கள் எழுதும் சொக்கன்?" கேட்டவர் பேராதனைப் பல்கலைக்கழக முதுநிலைத் தமிழ் விரிவுரையாளர் செல்வநாயகம்.

அந்தக் கேள்வி என்னை ஐந்து ஆண்டுகளுக்கு முன் கொண்டுசென்றது. நீலச் சட்டையும் ஆறு முழ வேட்டியுமாய், பதினெட்டு வயதுச் சிறுவனாய் இலங்கை வானொலி ஒலிப்பதிவு அறைக்கு முன்னிருந்த விறாந்தையிலே, நான் என் நண்பர்களோடு நிற்க, 'கவிஞன் பலி' என்ற இந்த நாடகத்தை நீரா எழுதினீர்?" என்று என்னைக் கேட்ட அதே செல்வநாயகம்தான் இந்தக் கேள்வியையும் கேட்கிறார்.

எனக்கு ஏற்பட்ட மகிழ்ச்சிக்கு அளவில்லை!

1948இல் தமிழ் நாடகப் பிரதித் தெரிவுக் குழுவிலிருந்து அந்தப் பதவி நிலையில் அவர் வினாவிய வினா என்னைப் பாராட்ட எழுந்த வினாவல்ல என்பதும், 'இந்தப் பொடியன் இவ்வளவு திறமாக எழுதியிருப்பானா? எங்கோ பார்த்துக் காப்பி அடித்திருப்பான்' என்ற ஐயத்தினைத் தெளிவாக்க வினாவப்பட்டது என்பதும், நான் பின்னர் எழுதிய நாடகங்களை (செல்வநாயகம் நாடகத் தெரிவாளராயிருந்த காலத்தில்) ஒலிபரப்ப ஏற்கப்படாமை அதனாலேயே என்பதும் இந்தக் கேள்வி கிளப்பப்பட்ட பின்னும் பல நாள்கள்

எனக்குத் தெரியாதிருந்த உண்மைகள். செல்வநாயகம் அவர்களுக்கு எழுத்தாளர்களில் ஒவ்வாமை இருந்தது என்பதும் அவரிடம் கற்க நேர்ந்த காலத்திலேதான் எனக்குத் தெரியவந்தது.

ஆனால் அந்தக் கேள்வி நேரத்தில் எனக்கு மகிழ்ச்சி ஏற்பட்டமைக்குக் காரணம் இதுதான்.

மனிசன், ஐந்து வருசத்துக்குப் பின்னரும் என்னை நினைவில் வைத்திருக்கிறார் என்றால் என்னுடைய திறமையை அவர் உணர்ந்துள்ளார் என்றுதானே கொள்ள வேண்டும்.

எத்தகைய அப்பாவி, முட்டாள் நான்!

ஊவாக் கல்லூரியிலே எங்கள் தமிழ்ப் பிரிவுக்குத் தலைவராயிருந்தவரும், சோதிட விற்பன்னரும், வாயாடியுமான வீரகத்தி என்பவர் தமிழ் டிப்புளோமா எழுத்துப் பரீட்சையிலே தேறி, நேர்முகப் பரீட்சைக்கு வந்திருந்தவர்களில் ஒருவர்.

'தமிழ் இலக்கிய வரலாறு' எழுதிய ஆசிரியர்கள் இருவரின் பெயர்களைக் கூறுங்கள்? இது செல்வநாயகத்தின் கேள்வி.

தமிழ் டிப்புளோமா புகுமுகப் பரீட்சைக்குச் செல்வநாயகத்தின் தமிழ் இலக்கிய வரலாறும் பாட நூலாயிருந்ததால், வீரகத்தி அவரின் பெயரைக் குறித்தார்.

"நல்லது. வேறு ஒருவர் பெயரைக் கூறுங்கள்" – செல்வநாயகம்.

வீரகத்தி சிறிது சிந்தித்த பின் "வி.கோ. சூரியநாராயண சாஸ்திரியார்" என்று கூறினார்.

"சரியாக யோசித்துச் சொல்லுங்கள். சூரியநாராயண சாஸ்திரியார் தமிழ் இலக்கிய வரலாறு எழுதினவரா?"

"ஆம் சேர்."

"நீங்கள் அந்தப் புத்தகத்தைக் கண்டிருக்கிறீர்களா?"

"இதென்ன கேள்வி சேர், அந்த வரலாற்றை நான் இரண்டு தடவைகளுக்கு மேல் படித்தும் இருக்கிறேன்."

"ஓ அப்படியா, நான் படிக்கவில்லை. அந்தப் புத்தகத்தைப் பார்த்திருக்கிறேன். அதன் தலைப்பு 'தமிழ் மொழி வரலாறு' என்று இருக்க வேணும்."

"இல்லைசேர். எனக்கு நிச்சயமாய்த் தெரியும். 'தமிழ் இலக்கிய வரலாறு' சூரியநாராயண சாஸ்திரியார் எழுதியிருக்கிறார்."

வீரகத்தி அவர்களின் வாதமும், அவர் தமிழ் மொழி வரலாற்றைத் 'தமிழ் இலக்கிய வரலாறு' என்று சாதிக்க முற்பட்டதும், தமிழ் டிப்புளோமாப் பயிற்சி பெறத் தகுதியற்றவராய் அவரை ஆக்கிவிட்டன.

இதன் பின்னராவது வீரகத்தியார், எந்த நிலையில் எப்படிப் பேச வேண்டுமென்று கற்றிருக்கக் கூடும்.

இருப்பினும் அமரராகிவிட்ட அவரின் இனிமையான சுபாவமும் கலகலப்பும் உதவி புரியும் மனப்பாங்கும் இன்னும் மனத்திரையில் தவறாது உலா வருகின்றன. (நாவலர் இந்து மகா வித்தியாலய அதிபராய் இருந்த காலத்தில் புற்று நோய் அவரைப் பலி கொண்டது.)

பேராதனைப் பல்கலைக்கழகத்திலே இரண்டாண்டுகள் தமிழ் டிப்புளோமா (தமிழில் வித்துவான் என்று அழைக்கப் பட்டது.) கற்கையில் எங்களுக்கு விரிவுரையாற்றியவர்கள் பின்வருவோர்.

1. பேராசிரியர் க. கணபதிப்பிள்ளை – தமிழ் எழுத்து வரலாறு.
2. முதுநிலை விரிவுரையாளர் – வி. செல்வநாயகம் – தொல்காப்பியம் – பொருளதிகாரம் அகத்திணையியல் புறத்திணையியல் இலக்கிய விமர்சனம்.
3. கலாநிதி. சு. வித்தியானந்தன் – நன்நூல் விருத்தி, தொல்காப்பியம் – எழுத்து, சொல். திருக்கோவையார்.
4. கலாநிதி. அ. சதாசிவம். – புறநானூறு
5. சி. முருகவேள். – சீவகசிந்தாமணி, கந்தருவதத்தையார் இலம்பவம்
6. மகேஸ்வரி மகாதேவன் – திருநாவுக்கரசு நாயனார் புராணம்.
7. முதுநிலை விரிவுரையாளர் – கா. கைலாசநாதக் குருக்கள் – சமஸ்கிருதம்
8. விரிவுரையாளர் – சாள்ஸ். த. சில்வா – சிங்களம்.
9. பேராசிரியர். ராய் – இந்திய வரலாறு.
10. கலாநிதி. லக்ஸ்மன் பெரேரா

சிங்களம் எமது பயில் நெறியாளர்க்கெனத் தனித்துக் கற்பிக்கப்பட்டது. சமஸ்கிருதம் சிங்கள டிப்புளோமா மாணவரோடு இணைந்து ஆங்கில மொழி மூலம் கற்பிக்கப் பட்டது. வரலாற்று விரிவுரைகள் கலைப் பட்டதாரிகளோடும், சிங்கள டிப்புளோமா மாணவர்களோடும் இணைத்து ஆங்கில மொழி மூலம் கற்பிக்கப்பட்டன. பரீட்சைக்கான தமிழ் இலக்கிய, இலக்கண, விமர்சன விரிவுரைகள் பொது, சிறப்பு (தமிழ்) பட்டதாரி மாணவர்களோடு சேர்த்துக் கற்பிக்கப்பட்டன.

இந்த இணைப்புக்களாலே எமக்கு, (தமிழ் டிப்புளோமா கற்றோருக்கு) நற்பலன்கள் பல விளைந்தன என்பதற்கு ஐயம் இல்லை. தமிழாசிரியர்கள் என்று தீட்டுப் (*Stigma*) பட்டவர்களாய்ப் பட்டதாரிகளிலிருந்து பிரிக்கப்பட்ட நிலை ஒழிந்து அவர்களுடன் கற்கவும் பழகவும், அவர்களில் நிலவிய உயர்வு மனப்பான்மையும் எங்களிடையே நிலவிய தாழ்வு மனப்பான்மையும் ஓரளவு ஒழிந்தன. சிங்கள மாணவரோடு கலந்துறவாடும் வாய்ப்பும் கிட்டியது. ஆங்கில விரிவுரைகளைக் கேட்கவும் அவற்றை விளங்கி வினாவுக்கு விடை எழுதவும் திறன் உண்டாயிற்று. பல்கலைக்கழகங்களில் கற்பதற்கும், பரந்த நோக்கு உண்டாகவும் வழி ஏற்பட்டது.

தமிழை மரபு முறையாகக் கற்றுப் பண்டிதர், பாலபண்டிதர் பரீட்சைகளிலே தேறி, ஆசிரியர்ப் பயிற்சியோடு ஆங்கில எஸ். ஏஸ்.ஸி.யிலும் சித்தி பெற்றுப் பல ஆண்டு ஆசிரியர்களாய் அனுபவம் பெற்றோரும் ஆசிரியர்ப் பயிற்சியோடு ஆங்கில எஸ்.எஸ்.ஸி. சித்தி எய்திச் சில ஆண்டு ஆசிரிய அனுபவம் பெற்றோருமாக எழுவர், 1953இல் தமிழ் டிப்புளோமாவுக்குத் தேர்ந்தெடுக்கப்பட்டோம். பண்டிதர் க. இராசையா, அ. சரவணமுத்து, வே. பொன்னம்பலம், அந்தோனிப்பிள்ளை (அமரர்), தா. ஆறுமுகம், செல்வி புனிதவதி சுப்பிரமணியம் (பின்னாளில் திருமதி ஆறுமுகம்) நான் ஆகியோரே, அந்த எழுவரும். என்னையும் செல்வி புனிதவதியையும் தவிர மற்றைய ஐவரும் முப்பது வயதைக் கடந்தோர். அக்கால நியதிப்படி ஓராண்டுக்கான சம்பளம் (மாதந்தோறும்) பெற்று ஈராண்டு பயில வந்தோர். 1952 ஜனவரி முதல் 1953 யூன்வரை ஒன்றரை ஆண்டுகளே கற்பித்த எனக்கும், ஏறக்குறைய அதே காலம் கற்பித்த புனிதவதிக்கும் சம்பளத்தோடு கூடிய விடுமுறை கிடைக்கவில்லை. (ஐந்தாண்டுக்குக் குறையாத ஆசிரிய சேவையினர்க்கே ஓராண்டுச் சம்பளத்தோடு கூடிய விடுமுறை கிட்டும்.) நாங்கள் இருவரும் எமது வகுப்பில் கடைக் குட்டிகள்.

'எளியவனாய்ப் பிறந்தாலும் இளையவனாய்ப் பிறத்தல் கூடாது' என்பது பழமொழி. இந்தப் பழமொழிக்குப் பெண் என்ற காரணத்தால் புனிதவதி தப்பிக்கொண்டார். நானோ விரிவுரையாளர்களின் சிறப்பாகச் செல்வநாயகத்தின் மோதிரக் கையால் அடிக்கடி (வார்த்தைக்) குட்டுக்களுக்கு இலக்கானேன். மூத்தோரின் தவறுகளுக்கும், நானே அவரின் வாய்க்குள் நுழைய வேண்டி நேரிட்டது. பழிக்கரப்பு அங்கதத்திலே செல்வநாயகம் **செல்வ நாயகந்தான்**. 'நீங்கள்' என்ற பன்மையை விட்டு இறங்காமலே தமது வாக்குத் தீயினால் சுட்டு விடும் திறமை அவருக்கு இருந்தது. இந்தச் சூட்டுக்கு நான் இலக்காகக்

காரணம் நான் இளையவனாய் இருந்தது மட்டுமல்ல, எழுத்தாளனாய் இருந்ததுந்தான். செல்வநாயகத்தின் குத்தலுக்கு ஆளான ஒரு சந்தர்ப்பத்தை மட்டும் இங்கு குறிப்பிடுகின்றேன்.

டிப்புளோமாப் பயில்வின் இறுதியிலே ஓர் ஆய்வுக் கட்டுரை சமர்ப்பித்தல் வேண்டும். அதற்கான தலையங்கத்தைத் தெரிந்து, கட்டுரை மேற்பார்வையாளரான செல்வநாயகத்துக்கு அறிவித்து அவரின் அனுமதியும் அறிவுரையும் பெற்ற பின்னரே எழுத வேண்டும் என்பது நியதி.

ஆய்வுக் கட்டுரைக்கு நான் தேர்ந்துகொண்ட தலைப்பு 'தமிழில் சிறுகதை வளர்ச்சி.' தலைப்பிலேயே தகராறு.

"ஓ. நீங்கள் எழுத்தாளர். பொருத்தமான தலைப்புத்தான். ஆனால் ஒன்று. சிறுகதை எழுதுபவர் எல்லாம் சிறுகதைபற்றி ஆராயலாம் என்று நினைப்பதுதான் ஆராய வேண்டிய விடயம்."

நான் மௌனமாய் நின்றேன். அன்பர் வீரகத்தி பெற்ற பாடம் நான் அறியாததல்ல. அதனோடு அடிக்கடி அவரின் வாய்க்குள் நுழைந்து நுழைந்து அவரிலே விவரம் புரியாததொரு அச்சமும் அந்நேரத்தில் என் வாயை அடைத்துவிட்டது.

"சரி. தலைப்பைத் தெரிந்துவிட்டீர்கள். கட்டுரையின் உள்ளடக்கம்பற்றி இரண்டு பக்கத்தில் எழுதிக்கொண்டு வாருங்கள்."

தலை தப்பியது தம்பிரான் புண்ணியம் என்று மனத்தில் எண்ணிக்கொண்டு அவர் முன்னிலையிலிருந்து வெளியேறி னேன். அவரின் குத்தல், கவலையை மட்டுமல்ல, உரோசத்தையும் கிளப்பி விட்டது. அன்று பிற்பகலே கட்டுரைச் சாரம் எழுதிக் கொண்டு சென்று கொடுத்தேன்.

"ஓகோ. உடன் பாயசம் தயாரித்துவிட்டீர்களோ. தாருங்கள். நாளைப் பின்னேரம் தமிழ்த் துறை அலுவலகத்தில் சந்தியுங்கள்" என்றார். அவ்வாறே சென்றேன். கட்டுரைச் சாரத்தை அவர் சொல்லுக்குச் சொல் கண்டனம் கூறி விமர்சித்தார். திருத்தங்களும் கூறினார். என் கண்கள் கலங்கியதையும் அவர் கவனிக்கத் தவறவில்லை.

ஒரு வகையாக அவரின் மேற்பார்வையிலே ஆய்வுக் கட்டுரை சமர்ப்பித்து எம கண்டத்திலிருந்து தப்பிக்கொண்டேன். (அவரது 'தமிழ் இலக்கிய வரலாற்றில் இருபதாம் நூற்றாண்டு' என்ற இயலிலே தமிழ்ச் சிறுகதை சார்ந்த சில கருத்துக்களை அவர் அனுவதித்துள்ளமை வேறு கதை.)

பண்டிதர் பொன். கிருஷ்ணபிள்ளை முதல் என் தமிழாசிரியர்கள் எல்லாருமே என் எழுத்துத் திறத்தைப்

பாராட்டியதற்கு நேர்மாறான ஓர் அனுபவத்தை, தமிழ் டிப்புளோமாப் பயிற்சிக் காலம் முடியும்வரை செல்வநாயகம் எனக்கு இடைவிடாது கொடுத்து வந்தார் என்று நான் கூறுவது மிகையுரையல்ல.

ஆனால் அந்தக் கல்லனையக் கடிய நெஞ்சிலும் ஈரம் இருந்ததை, தம்மிடம் கற்று வெளியேறும் மாணவர்களுக்கு அவர் வழக்கமாக வழங்கும் தேநீர் விருந்தின்போது என்னால் உணர முடிந்தது. உண்மையில் இவ்விருந்துக்கு என் சக பாடிகளின் வற்புறுத்தலாலேயே நான் செல்ல நேர்ந்தது.

தேநீர் விருந்து முடிந்து நாங்கள் எல்லோரும் புறப்பட்ட பொழுது செல்வநாயகம் என்னைத் தனித்து அழைத்தார். "சொக்கலிங்கம் நீங்கள் இளைஞர். உங்களுக்குத் திறமையிருந்தது. ஆனால் பொறுமையும் கட்டொழுங்கும் உங்கள் எழுத்தில் அமைந்தால் மேலும் சிறக்கலாம் என்றே உங்களைக் கடுமை யாக நடத்தினேன். நல்ல எதிர்காலம் உங்களுக்கு உண்டு. கவலைப்படாதீர்கள்" என்ற பொருள்பட அவர் வழங்கிய அறிவுரை பசுமரத்தாணியாக என் நெஞ்சிலே பதிந்துவிட்டது. பல்கலைக் கழகத்தில் என் ஆசான்களாய் விளங்கியோரில் பேராசிரியர்கள் கணபதிப்பிள்ளை, வித்தியானந்தன் ஆகியோரில் மிகுந்த அன்பும் மதிப்பும் நன்றியும் எனக்கு என்றும் உண்டு. ஆனால் பேராசிரியர் செல்வநாயகத்திலே பயத்தோடு கலந்த பக்தியை இன்றும் மானசீகமாகச் செலுத்தி வருகிறேன். இன்று தமிழைப் (எனக்குத் தெரிந்தவரை) பிழையின்றியும், தருக்க ரீதியினின்றும் விலகாதும், கட்டமைப்புக் குலையாதும் நான் எழுதுகிறேனென்றால் அது பேராசிரியர் வி.செ. அவர்களது நெறிப்படுத்தலின் பயனேயாகும்.

அவரின் வழிகாட்டல் இன்றியே நான் கணிப்புக்குரிய எழுத்தாளனாக இருந்திருக்கலாம். ஆனால் நல்ல கட்டுரை யாசிரியனாக என்னைப் புடம்போட உதவியவர் அவரே.

பேராசிரியர் கணபதிப்பிள்ளையின் போக்கு அலாதி யானது. பல்கலைக்கழகம் என்றால் என்ன, படித்தவர் கூட்டம் என்றால் என்ன? பலவித நவநாகரிகக் கூட்டம் என்றால் என்ன? எங்கும் அவர் ஒரு கிராமப்புறத்தவன் போலவே எளிமையோடு யாவரையும் சமமாகப் பாவித்துப் பழகுவார். பேச்சில் கிராமத்து வாடை வீசும். மாணவரை 'அடா' போட்டுப் பேசுவதும், தம் கீழ் விரிவுரையாளராய் உள்ளவர்களை (பேராசிரியர் செல்வநாயகம் தவிர்ந்த மற்றவர்கள்; (வித்தியானந்தன் அவருக்குப் பிள்ளை போன்றவர்); அவரின் மாணாக்கராய் இருந்தவர்கள்) நீ என்று விளிப்பதும் அவரின் வழக்கம்.

இத்தனைக்கும் அவர் பன்மொழி வல்லுநர், மொழியிய லும் சாசனவியலும் அவரின் சிறப்புத் துறைகள். கீழ்த்திசை மொழிகளில் முதல் வகுப்பில் தேறிய கலைமாணி; அண்ணாமலை வித்துவான், லண்டன் பல்கலைக் கழகக் கலாநிதி, கிங்ஸ்பரி தேசிகர், விபுலானந்த அடிகள் ஆகியோரின் மாணாக்கர். சிறந்த கவிஞர். யாழ்ப்பாணப் பேச்சுத் தமிழை (வடமராட்சித் தமிழை) கையாண்டு நாடகங்கள் எழுதிய முன்னோடி, ஈழத்துத் தமிழரின் வரலாற்றிற்கும், ஈழத்துத் தமிழ் வரலாற்றிற்கும் புத்தொளி பாய்ச்சிய புதுமையாளர் என்று அவரின் பெருமைகள் பலபட விரிந்து செல்வன.

அவர் எமக்குக் கற்பித்த பாடம் தமிழ் எழுத்துக்களின் தோற்றம், வளர்ச்சி தொடர்பானது. அதனூடாக அவரின் திறமைகள் வெளிப்பட வாய்ப்பிருக்கவில்லை. எமது பாடப்பரப்புள் அடங்காததால் பரீட்சைக்கு வருமே என்ற அச்சமும் எமக்கில்லை. பெரும்பாலும் அவருடைய விரிவுரைகள் தமிழ் இலக்கணம் சார்ந்த விடயங்களை அவ்வப்போது தொட்டுச் செல்லும் பொழுதுதான் அவரின் நுண்ணறிவுத் திறன் மின்னலெனப் பளிச்சிடுவதைக் கண்டுள்ளேன்.

ஒரு நாள் "சொக்கா, வெற்றிலை என்ற சொற்றொடருக்கு இலக்கணம் சொல்லு" என்றார். பண்டிதர்களும் மரபுவழிக் கற்றோரும் இருந்தும் அவர்களில் வாய் வைக்காது – (அவர்களுக்குத் தகடு கொடுக்க என்னை அம்பாகப் பயன்செய்தார் போலும்.) என்னில் வாய் வைத்தது என் இளமை வளவளப்புக் கருதி என்று நினைக்கிறேன்.

நான் கம்பீரமாக "பண்புத் தொகை சேர்" என்றுரைத்து பக்கத்திலிருந்தவர்களை நோக்கினேன். "என்ன அவங்களைப் பாக்கிறாய் – அவங்களும் அதைத்தான் சொல்லுவாங்கள்" என்றார்.

இது பண்டிதர் இராசையாவைச் சீண்ட, "பண்புத் தொகை சரி தானே? அதில் என்ன பிழை சேர்" என்று சற்றுச் சினத்துடன் கேட்டார். (பேராசிரியருடன் சகசமாகவும், மனம் விட்டும் பேசலாம். அவர் சிடு சிடுக்கார் என்பது நாம் அறிந்ததே.)

"மடையங்களே, இலையிலை வெறுமிலை, வெறுமையில்லாத இலை எண்டு ஒண்டு இருக்கோ" என்பது எங்களைப் பார்த்து அவர் கிளர்த்திய அடுத்த கேள்வி.

"பாக்கு, சுண்ணாம்பு சேர்க்காதபோது வெறும் இலைதானே சேர்" என்பது சரவணமுத்து அவர்களின் சமாதானம்.

"பாக்கு, சுண்ணாம்புக்குப் பிறகோ, முதலிலோ வெற்றிலை என்ற பெயர் வந்திருக்கும்" என்பது பேராசிரியரின் அடுத்த கேள்வி.

எங்களிடம் இதற்குப் பதிலில்லை.

"வெற்றிலை என்ற பெயரோ, அதைப் பாக்குடன் சேர்த்துத் தரிக்கும் பழக்கமோ சங்க காலத்தில் இருந்ததற்குச் சான்று உண்டா?"

இல்லை என்றோம்.

"வெற்றிலைக்குப் பிற்காலத்தில் அடையல் என்ற பெயர் வழங்கியது தெரியுமா?" என்று கேட்டார்.

"ஆம்" என்றோம்.

"அப்படியானால் வெற்றிலை எங்கிருந்து வந்தடைந்தது என்று தெரியுமா?"

"தெரியாது" என்றோம்.

"அப்படி வாருங்கோ வழிக்கு இலங்கையிலும் இந்தியாவிலும் பாக்கு, வர்த்தகம் செய்தவர்கள் அராபியர்கள். அராபியர்தாம் வெற்றிலை போடும் வழக்கத்தைத் தமிழருக்கு அறிமுகம் செய்தவர்கள். இந்தோ ஆரிய மொழியிலே 'பெத்தல' என்ற சொல் வெற்றிலைக்கு வழங்கக் காணலாம். பெத்தல திரிந்தே வெற்றிலையானது. இலை என்ற பின்னொட்டுத்தான் பண்டிதர்மாரை மயக்கி வெற்றிலைக்கு, பண்புத்தொகை இலக்கணம் கூற வைத்தது."

இப்படி அவரிடம் கற்ற ஒரு வருட காலத்தில் அவரின் வாயிலிருந்து தெறித்த அறிவுக் கதிர்கள் பலப்பல. விரிக்கிற் பெருகும்.

'என்னுடைய கையெழுத்து நல்லது' என்று என்னைத் தஜாபண்ணி கைலாசபதி, பேராசிரியரின் கையெழுத்திலிருந்த நாடகத்தை (கைலாசபதிக்குக் கொடுத்த பணியை)– சங்கிலியனை – என்னைக் கொண்டு பிரதி பண்ணுவித்ததை நினைக்கின்றேன்.

நான் புத்தளத்தில் ஆசிரியனாகக் கடமையாற்றிய பொழுது அங்கு முத்துமாரி அம்மன் ஆலயத்திற்கு வருகை தந்து என் தலைமையில் உரை ஆற்றிய பேராசிரியர் என்னை 'நண்பர் சொக்கலிங்கம்' என்று கூறி என்னை மெய்சிலிர்க்க வைத்ததும், நான் ஹற்றனில் பணியாற்றிய காலத்தில், அவரும் கலாநிதி வித்தியானந்தனும் கைலாசபதியும் சிவனொளிபாத யாத்திரை செய்துவிட்டு, எனதும் நண்பர் கணபதிப்பிள்ளையதும் விருந்தினராய் எம் விடுதிக்கு வந்துசென்றதும் நினைவில் அழியாது நிலைத்துள்ளன.

க. சொக்கலிங்கம்

கலாநிதி சு. வித்தியானந்தன் விரிவுரையாளர் என்பதிலும் நல்லாசிரியராகவே எம் உள்ளங்களில் வாழ்கின்றார். மாணவருக்கு எந்த இடங்கள் கடுகலானவையாயிருக்கும், கடினமானவையாயிருக்கும் என்று தமது முன் அனுபவங்களால் தெரிந்துவைத்திருந்து ஐயம் களைந்து சரியான வழிகாட்டியவர் அவர். அவருடைய இலக்கணப் பாடங்கள், இலக்கியம் போலவே சுவைத்தன. இலக்கியமோ (சில வேளைகளில் விரசமான விளக்கங்களை மாணவிகள் கேட்டுத் தலை குனிந்து தம்முள் முறுவலித்த சந்தர்ப்பங்களுக்கும் குறைவில்லை.) நயத்தோடு நகைச்சுவையும் மலிந்து அலுப்பற்றுச் சுவை தந்தன.

பின்னாட் பேராசிரியர், யாழ்ப்பாணப் பல்கலைக்கழகத்தில் கூடிய காலம் (9ஆண்டுகள்) துணை வேந்தராய்ச் சாதனை படைத்தவர் வித்தியானந்தன். இவற்றுக்கப்பால் நண்பனாய், பண்பிலே சேவகனாய்ப் பல மாணவர்க்குப் பல வழிகளில் உறுதுணைபுரிந்ததோடு, நாட்டாரியல், நவீன நாடகம் ஆகிய கலைத்துறைகளுக்கும், அவர் ஆற்றிய பணிகள் பொன்னெழுத்துக்களிலே பொறிக்கப்பட வேண்டியவை. பல்கலைக்கழகத்திலிருந்து நான் வெளியேறிய பின்பும் எனக்குப் பலவழிகளில் நல்வழி காட்டி, நற்றுணை புரிந்த இப்பெருந்தகைக்கு நானும், என் மகள் வாசுகியும் எழுதிய 'உரை நடைத் தெளிவு' என்ற நூலை எங்கள் நன்றிக் கடனாகப் படையல் செய்துள்ளோம்.

பேரா சிரியர் பெரும்புகழ்வித் யானந்தன்
சீரார் கலைமகிழ்நன் தீந்தமிழில் – ஆராத
அன்புடனே வாழ்ந்த அவரடிக்கிந் நூலினைநாம்
இன்பாய்ப் படைத்தோம் இணைந்து.

என்பது எமது படையற்பா. இவர்பற்றி இனிவரும் இயல்களிலும் கூற வேண்டியவை உள்ளன.

பேராசிரியர் வித்தியானந்தன் அளவு அணுக்கமோ நெருக்கமோ இல்லாவிடினும் என் பேரன்பிற்கும், பெருமதிப்புக்கும் உரியவராய்ப் பேராசிரியர் அமரர் கா. கைலாசநாதக் குருக்கள் திகழ்ந்தார். அவர் முன்னேச்சர வடிவாம்பிகைமீது நான் யாத்த அந்தாதி, பிள்ளைத்தமிழ் ஆகிய பிரபந்தங்களுக்கு அணிந்துரை வழங்கி என்னைப் பாராட்டியமையையும் நன்றியுடன் நினைவு கூர்கின்றேன்.

கலாநிதி ஆ. சதாசிவம் (பின்னாட் பேராசிரியர்) சி. முருகவேள், மகேஸ்வரி மகாதேவன் ஆகியோரிடம் சில மாதங்களே கற்கக் கிடைத்தமையால் விதந்தோ வியந்தோ குறித்தற்கு எதுவுமில்லை. (ஆனால் பின்னால் பேராசிரியரான ஆ. சதாசிவம் பற்றி வேறோரிடத்தில் குறிக்க வேண்டியிருக்கும்.)

விரிவுரைகளைக் கேட்ட அளவோடு மட்டும் தொடர்புற்ற பேராசிரியர் ராய், கலாநிதி லக்ஸ்மன் பெரேரா, சாள்ஸ் த. சில்வா ஆகியோர் பற்றிக் கூற எதுவுமில்லை.

வங்காள தேசத்தவரும், கேம்ப்ரிஜ் பல்கலைக்கழகத்தின் வருகைப் பேராசிரியராய்ப் பணியாற்றியவரும், விரிவுரைகளிலே கலாநிதி மெண்டிஸ் (வரலாற்று விரிவுரையாளராயிருந்தவர். 'History of Ceylon', 'Ceylon under the British' நூல்களின் ஆசிரியர்.) போன்றவர்களின் அறிவுத் தரத்தைப் பகிரங்கமாகக் கண்டித்தவரும், சிங்கள இனம், ஆரிய இனம் என்ற கூற்றை அடியோடு மறுத்தவருமான ராய், ஒரு தனித்துவம் வாய்ந்த அறிவாளராய் விளங்கியதை இன்னும் நினைத்துக்கொள்கிறேன்.

1953இல் கலைப்பிரிவு மாணவராய்ப் பேராதனைப் பல்கலைக்கழகம் புகுந்த கைலாசபதி, சிவத்தம்பி ஆகியோரின் தனித்துவங்களும் நட்பும் மிக விரித்துக் கூறப்பட வேண்டியன.

இவர்களின் சிரேஷ்டர்களாய் விளங்கிய முதுநிலை விரிவுரையாளராய்ப் பணிபுரிந்து மறைந்த தனஞ்சயராசசிங்கம், அண்மையில் யாழ்ப்பாணப் பல்கலைக்கழகக் கல்வியல் துறைத் தலைவராய்ப் பணியாற்றி ஓய்வு பெற்றுள்ள பேராசிரியர் வ. ஆறுமுகம், வெளிநாட்டு இராசதந்திரியாய் உலகின் பல நாடுகளில் பணியாற்றி இன்று கனடாவிலே குடியேறியுள்ள அ. கதிரமலைநாதன், இவர்களோடு துணைக் கல்விப் பணிப்பாளராய்ச் சேவை புரிந்து ஓய்வு பெற்ற வெ. சபாநாயகமும் பல்கலைக்கழகச் சகாக்களில் குறிப்பிட்டுக் கூற வேண்டிய நினைவில் நிலைத்துள்ளோராவர்.

இவர்களிலே கைலாசபதி, சிவத்தம்பி ஆகியோரோடு நான் ஏற்படுத்திக்கொண்ட இலக்கிய உறவினைப் பொருத்தமான இடங்களில் விரித்துரைப்பேன்.

ஆ. கதிரமலைநாதன் என் குடும்பத்தில் ஒருவராய் என் உடன் பிறவாச் சகோதரராய்ப் பல காலம் விளங்கியதால் அவரையும் பொருத்தமான இடத்தில் அறிமுகம் செய்வேன்.

புதிய மொழி இரண்டையும், நாம் முன்பு கற்காத வரலாறு (விரிவாகக் கற்காதவை) இலக்கிய விமர்சனம் முதலியவற்றை யும் குறுகிய காலத்தில், முற்றல் பருவத்தில் நாங்கள் கற்ற வேளையில் அவை சுவையாக இருந்ததுடன், பிற் காலத்தில் கற்கவும் கற்பிக்கவும் பெரிதும் உதவின என்பதற்கு ஐயம் இல்லை.

8

தர்க்கா நகர் சாஹிறாக் கல்லூரியில்

(1955–1957)

1955 யூன் நடுப்பகுதி.

நானும் நடராசாவும் 'முதல்தேதி' படம் பார்த்துக்கொண்டிருந்தோம். நடிகர் திலகம் சிவாஜி நடித்த படம். குடும்பஸ்தரான அவரை வேலையில்லாத் திண்டாட்டம் வாட்டுகிறது. அவர் படும் பாடுகளை நான் படுவனபோலவே அந்நேரத்தில் உணர்ந்தேன். இதற்குக் காரணம் இருந்தது.

என்னுடன் தமிழ் டிப்புளோமா கற்றவர்கள் பயிற்சி முடிந்ததுமே மீண்டும் தத்தம் பாடசாலை களுக்குக் கற்பிக்கச் சென்று விட்டார்கள். ஒன்றரை ஆண்டுகளே கற்பித்து, தமிழ் டிப்புளோமாவுக்குத் தெரிவுபெற்ற பொழுது அந்தப் பயிற்சி முடிந்ததும் என் எதிர்காலம் என்ன என்று சிந்திக்கத் தவறி விட்டேன். அதனால், மீண்டும் புதிதாக ஆசிரிய நியமனத்துக்கு முயல வேண்டிய நிர்ப்பந்தம் ஏற்பட்டது. தொழிலின்றிக் கழியும் ஒவ்வொரு நாளும் ஒவ்வொரு யுகமாகத் தோன்றி வதைத்துக் கொண்டிருந்த காலம் அது.

ஒன்றரையாண்டுக் கற்பித்தலிலே நான் மிச்சம் பிடித்ததென்று ஒன்றும் இல்லை. தமிழ் டிப்புளோமாப் பயின்ற இரண்டாண்டுகளும் வட்டிக்குக் கடன் பெற்றே வாழ்க்கையையும் கல்வியையும் ஓட்டிக் கொண்டிருந்தேன். இனியும் கடனில் எவ்வளவு காலம்?

'முதல்தேதி' படம் பார்த்துக்கொண்டிருக்கையில் இந்த எண்ணங்களெல்லாம் என் மனத்திரையில் ஓட "நடராசா படம் பார்த்தது போதும். வா" என்று இடை வேளையிலேயே நிர்ப்பந்தித்து அவனோடு படமாளிகையை விட்டு வெளியேறி னேன்.

"என்னடாப்பா? நீ சிவாஜி ரசிகனல்லவா? ஏன் அரைவாசி யில் வெளியேறினாய். என்னையும் பார்க்கவிடவில்லை" என்று நடராசா புறுபுறுத்ததை நான் பெரிதாக எடுக்கவில்லை.

வெளியில் வந்ததும் நடராசாவுக்கு என் அப்போதைய மனநிலையை எடுத்துரைத்தேன். அவன் எனக்காக இரக்கப் பட்டான். வேறு என்னதான் அவனால் செய்ய முடியும்? நட்பின் இறுக்கம் இருந்த அளவுக்கு எனக்கு உதவக்கூடிய பொருளாதார வளம் அவனுக்கு இல்லை, அதை நான் எதிர்பார்க்கவும் இல்லை. இத்தனைக்கும் நான் வேலையில்லாதிருந்த காலம் ஒரு மாதம் தான். இன்று ஆண்டுக்கணக்காய் வேலையின்றித் தவிக்கும் இளைஞர்களின் விரக்தியும் வேதனையும் தலையிறக்கமும் எவ்வளவாக இருக்கும் என்பதை என்னால் உணர முடிகிறது என்று சொல்லவா வேண்டும்?

அப்பாடா! விடிவுக்கான முதற்கதிர், அழுத்கம தர்க்கா நகர் சாஹிராக்கல்லூரி அதிபரின், 'தமிழாசிரியர் தேவை' என்ற விளம்பரமாய்த் தினகரனில் வெளியாயிற்று. அது வெளியான அன்றே விண்ணப்பம் அனுப்பினேன்.

ஒரு வாரத்தில் நேர்முகப் பரீட்சைக்கு அழைப்பு வந்தது. கொழும்பு சென்று எனக்கு முன்பே நன்கு அறிமுகமான மருதானை தவளகிரி ஓட்டல் உரிமையாளரின் தயவில் அந்த ஒட்டலிலேயே என் உடைப்பெட்டியை வைத்து அங்கேயே குளித்து உணவுண்டு, அழுத்கம செல்லும் பஸ் எடுத்து அழுத்கம சென்றேன்.

கொழும்பிலிருந்து அழுத்கம முப்பத்தாறு மைல். ஒரு மணித்தியால பயணம். அழுத்கமவிலிருந்து தர்க்கா நகர் ஒரு மைல் தொலைவு. அக்காலத்தில் சிறிய மாட்டுவண்டிகள் அழுத்கமவில், பஸ்ஸிலோ, புகைவண்டியிலோ வந்திறங்குபவர்களை ஒரு ரூபா கட்டணத்தில் தர்க்கா நகருக்குக் கொண்டு செல்லும்.

நான் ஒரு வண்டியை ஏற்பாடு செய்து தர்க்காநகர் சென்றேன். தென்னந் தோப்பை அடுத்திருந்த சதுப்பு நிலத்தின் நடுவே, சாஹிராக் கல்லூரியின் புதுமெருகு இரட்டைமாடிக் கட்டடம் – கன்னிப் பெண் ஒருத்தி கொலு வீற்றிருப்பதுபோல – காட்சி தந்தது.

நான் கல்லூரி மேல்மாடியிலிருந்த ஆசிரியர் அலுவலகம் சென்றபொழுது, அலுவலகத்துக்கு வெளியே இடப்பட்டிருந்த நாற்காலிகளில் ஒன்றில், அன்பர் ஐயன்னா அமர்ந்திருந்தார். நகைமுகத்துடன் என்னை வரவேற்றார். (அவரை முன்பே சிறிது அறிந்திருந்தேன்.)

"வணக்கம் சொக்கன்! நீங்களும் இன்ரவியுவுக்கோ? வாருங்கோ இப்படி இருங்கோ" என்று சொல்லிக் கலகலப்பாக ஏதோவெல்லாம் பேசினார்.

நான் அவரைப்போல நகைமுகம் காட்டிப் பேச முனைந்தாலும், உள்ளம் குறுகுறுத்தபடியே இருந்தது. காரணம் நேர்முகப் பரீட்சையில் நான் சந்திக்கும் இப்போட்டியாளரைத் தெரிந்துவிட்டால்? என் கதி?

எனது அந்நேர மனநிலை அவ்வாறிருந்தது, எவ்வளவு அற்பத்தனமானது, சுயநலமானது என்று இப்போது உணர்கிறேன்.

நேர்முகப் பரீட்சை நடந்தது, முடிந்தது. நடத்திய அதிபர், "முடிவு இரண்டு நாட்களில் அறிவிக்கப்படும். நீங்கள் எங்கே தங்கியிருக்கிறீர்கள்?" என்று வினவினார். "கொழும்பில்" என்றேன்.

"விலாசத்தைத் தந்து செல்லுங்கள்" என்றார். 'தவளகிரி' விலாசத்தைக் கொடுத்துவிட்டுத் திரும்பினேன்.

கொழும்பு திரும்பித் தவளகிரி ஓட்டலுக்குச் சென்றேன். "என்ன மாஸ்டர், இன்ரவியு எல்லாம் எப்படி?" எனது ஓட்டல் உரிமையாளர் விசாரித்தார்.

"இரண்டுபேருக்கு இன்டர்வியூ. அதிபர் என் விலாசத்தைக் கேட்டு, முடிவை அந்த விலாசத்துக்குத் தெரிவிப்பதாகச் சொல்லி விலாசத்தை வாங்கி வைத்திருக்கிறார். இரண்டு நாள்களில் முடிவை அறிவிப்பாராம் நான் உங்களின் விலாசத்தைத் தான் கொடுத்து வைத்திருக்கிறேன்" என்றேன்.

"அதுக்கென்ன மாஸ்டர், இரண்டு நாள் என்றால் ஊருக்கு போய்ப் பிறகு திரும்புவது கஸ்டம் தானே, நீங்கள் ஓட்டல் விலாசம் கொடுத்தது நல்லதுதான். இங்கேயே தங்கலாம். வசதிக் குறைவு தான். ஒரு மாதிரிச் சமாளியுங்கள்" என்ற அவரின் ஆறுதல் வார்த்தைகள் எனக்கு அந்த வேளையில் மனத்தெம்பை அளித்தது உண்மைதான்.

ஆனால், கடிதம் வரும் வரையில் நான் அடைந்த பதகளிப்பும் எதிர்பார்ப்பும் சொல்லுந்தகையன அல்ல.

தர்காநகர் சாஹிராக் கல்லூரியிலே அதிபர் உட்படப் பதினைந்து பேர் ஆசிரியர்கள். இவர்களில் பத்துப்பேர்

முஸ்லிம்கள். பெண்ணாசிரியை ஒருவர் உட்பட நால்வர் தமிழர். ஒருவர் சிங்களவர். ஆங்கில மொழியினை ஊடகமாகக் கொண்டு கல்வி வழங்கப்பட்டது. சிங்களம் கற்பிக்க ஆசிரியர் ஒருவரும், தமிழ் கற்பிக்க நானும் நியமிக்கப்பட்டிருந்தோம்.

ஆண்களும் பெண்களும் ஐந்தாம் வகுப்புவரை கற்கும் கலவன் பாடசாலையாகவும், ஆறாம் வகுப்புக்கு மேல் ஆண்கள் மட்டுமே கற்கும் பாடசாலையாகவும் சாஹிராக் கல்லூரி இயங்கியது. (இன்றுள்ளநிலை எனக்குத் தெரியாது.) முஸ்லிம்களிடையே கல்வி விழிப்புணர்வு அரும்பத் தொடங்கி யிருந்த காலம் அது.

அதிபர் ஜனாப் ஷாபி மரிக்கார் B.A, Dip.in.Ed முஸ்லிம் களின் கல்வி வளர்ச்சியில் மிகுந்த ஈடுபாடும் கரிசனையும் மிக்கவர். அக்காலத்தில் உயர்ந்த கல்வித் தரம் பெற்ற ஒரு சில முஸ்லிங்களில் ஒருவராயிருந்த அவர், விரும்பியிருந்தால் கொழும்பு சாஹிராக் கல்லூரில் ஆசிரியராயிருந்துகொண்டே அக்கால முஸ்லிம் கல்வியாளர்களின் மரபைப் பின்பற்றிச் சட்டத்தரணியாகிப் பெரும் வருவாயைச் சம்பாதித்திருக்கலாம். அல்லது தொடர்ந்தும் கொழும்பு சாஹிராவிலே பணியாற்றி யிருப்பின், இரண்டோர் ஆண்டுகளிலே அக்கல்லூரிக்கே அதிபராயிருக்கலாம். (பின்னாளிலே கொழும்பு சாஹிரா அதிபரா யிருந்தே இளைப்பாறினார்.) இரண்டையும் வேண்டாது தமது அயலூரிலே (பேருவலை அவரின் தாயகம். அங்கிருந்து தர்கா நகர் மூன்று மைல் தொலைவு) அப்பொழுதுதான் புனருத்தாரணம் பெற்றிருந்த, மாணவர் தொகையோ, ஆசிரியர் எண்ணிக்கையோ அதிகமில்லாத சிறிய கல்லூரியின் அதிபர் பதவியை ஏற்றது அவரின் தியாக உணர்வையே காட்டுகிறது.

அவரின் உபஅதிபராயிருந்தவரும், அவரைப் போலவே பட்டதாரியாயும், கல்வி டிப்புளோமா பெற்றவராயும் இருந்தார் (அவரின் பெயர் நினைவுக்கு வரவில்லை). அதிபரிலும் மூப்பும் அனுபவமும் மிக்கவரான இவர், லண்டன் மற்றிக்குலேஷன் பரீட்சையில் இலங்கையிலேயே முதல்வராய்த் தேர்ந்தவர் என்பதும் குறிப்பிடத்தக்கது. அரசுடைமையான அழுத்கம ஆசிரியக் கலாசாலையின் அதிபராயிருந்து, ஏதோ காரணத்துக்காக இடைநிறுத்தப்பட்டதால், தமது அதிபர் பதவியிலிருந்து விலகி, சாஹிராவுக்கு வந்து உபஅதிபரான இவரை அதிபர் மிகவும் கௌரவமாக நடத்தினார். சிறந்த பண்பாடும் உயர்ந்த குணநலமும் வாய்ந்த இவரை ஆசிரியர்களும் மாணவரும் நன்கு மதித்தனர்.

இவர்களுக்கு அடுத்து மாணவரின் அச்சத்துக்கும் (வயது முதிர்ந்த மாணவர் பலர் என்னிலும் சிலவயதுகளே இளையவரான

பலர் – இலங்கையின் பல பாகங்களிலிருந்து கண்டி, மாவனல்லை, புத்தளம் முதலிய பகுதிகளிலிருந்து வந்து விடுதியிலிருந்து பயின்ற காலம் அது) ஆசிரியர்களின் மதிப்புக்கும் உரியவராய், மூத்த ஆசிரியராய் விளங்கியவர், இந்திய வம்சாவளியினரும் பதிவுப்பிரசாவுரிமையாளரும், *Inter Arts* சித்தி எய்தியவருமான ஏபிரகாம் என்பவர். கணிதத்தில் மட்டுமன்றித் தமிழிலும் போதிய அறிவு பெற்றிருந்த இவர், ஷேக்ஸ்பியரின் '*The Taming of the shrew*' என்ற நாடகத்தைத் தழுவி 'அகங்கார மன்னனின் அடக்கம்' என்ற நாடகம் எழுதியவர். இந்நாடகத்தை விமர்சனம் செய்து எனது 'ஈழத்துத் தமிழ் நாடக இலக்கிய வளர்ச்சி' ஆய்வு நூலில் எழுதியுள்ளேன்.

என்னோடு ஒரே அறையில் வசித்தவரும், கல்விப் பணிப்பாளராய்ப் பணிபுரிந்து அண்மையிலே இளைப்பாறிய வரும், *B.Sc* பரீட்சையிலே (இந்தியாவில் படித்தவர்) முதல் வகுப்பில் தேர்ந்தவரும், சிறந்த பண்பாளருமான எஸ்.எம். சாமுவேல் விஞ்ஞான பாடங்களைக் கற்பித்தார். இவரிலும் மூத்த மாணவர்க்கு (இவர் ஆசிரியராய் வந்தபொழுது வயது 21.) இவர் கற்பிக்க வேண்டியிருந்தமை இவரைப் பொறுத்தவரை யில் புதிய அனுபவம்தான். எனினும் தனது திறமையாலும் பொறுமையாலும் கடமையைச் சரிவரச்செய்து அதிபர் உட்பட எல்லோராலும் மதிக்கப்பட்டார்.

கல்லூரி விடுதி மேற்பார்வையாளரான ஜனாப் அலவி பயிற்றப்பட்ட ஆங்கில ஆசிரியத் தராதரம் பெற்றவர். (பின்னாளில் றோயல் கல்லூரியில் ஆசிரியராயிருந்து இளைப்பாறியவர்). ஆங்கிலம் இவர் நாவில் சரளமாக விளையாடும். நகைச் சுவையோடு இவர் உரையாடுகையிலே (அவ்வப்போது விரசம் தட்டுவதும் உண்டு) கேட்போர் சிரித்து வயிறு புண்ணாவர்.

சிங்களவரின் சூழலில் அவர்களுடன் நெருங்கி உறவாடி வந்த அழுத்கம முஸ்லிம்களின் தமிழிலே சிங்களத்தின் சாயல் அதிகமாயிருந்தது. மிகவும் இலாவகமாகச் சிங்களத்தைப் பேசி வரும் இவர்களின் தமிழ் கொச்சை மலிந்தது. அத்துடன் யாழ்ப்பாணத்தவனாகிய எனக்கு ஆரம்பித்தில் விளங்கிக் கொள்ளக் கடினமாயிருந்ததும் உண்மைதான். (என்னத்தியும் செய்திய, ஹறாங் குட்டி, அம்புட்டான – (அவனைச் சந்தித்தாயா ?) தமிழைச் சரிவர மாணவர்களுக்கு ஏற்றுவதும் மிகக்கடினமா யிருந்தது.

வயது முதிர்ச்சியும், பல்வேறு சூழலும் கொண்டு, மத உணர்வும் மிக்கிருந்த மாணவர்களை, இனிய உரையாலும் அன்பினாலுமே வசப்படுத்தலாம் என்ற உண்மையை

விரைவிலுணர்ந்து கொண்டு நடக்க முற்பட்டமையால் மாணவரின் அன்புக்கும் மதிப்புக்கும் உரியவனானேன். இல்லையேல் எனது ஆசிரிய அனுபவம் மிகக் கசப்பானதாயும், வேதனை நிறைந்ததாயுமே மாறியிருக்கும்.

என்னிடம் கற்ற அக்கால மாணவர்களில் சிலர் இன்று ஆசிரியர்களாயும் சட்டத்தரணிகளாயும் நல்ல நிலையில் இருக்கிறார்கள் என்பதை, நான் யாழ்ப்பாணம் இந்துக்கல்லூரி யில் ஆசிரியராய் இருந்த காலத்தில் முன்பு சாஹிராவில் என்னிடம் கற்ற மாணவர் கபூர் (பலாலி ஆசிரியர் கலாசாலைக்குத் தெரிவு பெற்றுப் பயிலுநராய் வந்தவர்) கற்பித்தற் பயிற்சிக்காக இந்துக் கல்லூரிக்கு வந்தபோது எடுத்துரைத்தார்.

"சேர் எங்கள் தலைகளுக்குள் தமிழைப் புகுத்த அரும்பாடுபட்டீர்கள். உங்களிடம் தமிழ் கற்ற எங்களிற் சிலராவது நல்ல நிலையில் இருக்கிறோம். நாங்கள் சந்திக்கும்போ தெல்லாம் உங்களைப் பற்றியும் சாமுவேல் பற்றியும் நினைவு கூர்ந்து உரையாடத் தவறுவதில்லை" என்று அவர் கூறியபொழுது என்னுடைய உள்ளத்தில் பெருமிதத்தோடு கூடிய மகிழ்ச்சி உண்டானதில் வியப்பில்லை.

ஆசிரியன் ஒருவனுக்குக் கிடைக்கக்கூடிய மிக உயர்ந்த பேறு இது ஒன்றே!

நான் 1955 தொடக்கம் 1957 வரை இரண்டாண்டுகளே தர்க்கா நகர் சாஹிராக் கல்லூரியில் பணிபுரிந்தேன். ஆனால் தமிழர், முஸ்லிம்கள், சிங்களவர் என்ற பாகுபாடின்றி நாங்கள் சகோதரர் போலப் பழகினோம்.

எனினும் இக்காலகட்டத்திலே இலங்கையின் மற்றப் பகுதிகளிலே தேசிய உணர்வு மறைந்து வகுப்புவாதம் சிறிதுசிறி தாகத் தலைகாட்டத் தொடங்கிவிட்டது என்பதையும் இவ்விடத்தில் கூறியேயாகவேண்டும். சிங்களம் ஆட்சிமொழி யாக ஆக்கப்பட்ட காலத்தில் நான் தர்காநகரில் பணிபுரிந்தேன் என்பது குறிப்பிடத்தக்கதாகும்.

என் உள்ளம் தனிச்சிங்களச் சட்டத்தால் பெரிதும் பாதிப்புக்குள்ளாயிற்று என்பதற்கு, சிங்களப் பெண் ஒருத்தியைக் காதலித்து மணம் செய்துகொண்ட ஒருவன் அவளின் வகுப்புவாதப் போக்கினால் கவலை கொண்டு அவளுக்குக் கடிதம் எழுதுவது போன்று நான் எழுதிய சிறுகதை சான்றாகும். இது *ஈழகேசரி*யில் வெளிவந்தது.

பிறமதத்தினருக்குக் கற்பிக்கும்பொழுது எவ்வளவு கவனமாக இருத்தல் வேண்டும் என்பதற்கு நான் பெற்ற அனுபவத்தை

இவ்விடத்தில் கூறியாக வேண்டும். *சாஹிராவில் ஆசிரியனாகி ஒரே வாரத்தில் இந்நிகழ்வு இடம்பெற்றது.*

ஐந்தாம் வகுப்புக்கு உட்பட்ட மாணவர்களின் தமிழ்மன்றத்தின் புரவலர் நான். வாரந்தோறும் திங்களன்று நடைபெறும் இந்தக் கூட்டத்திலே மாணவரின் பங்களிப்பு குறைவாக இருக்கும். ஆனால் அவர்களின் இரைச்சலுக்குக் குறைவிருக்காது. அந்த இரைச்சலைக் கட்டுப்படுத்தி அமைதியை ஏற்படுத்த, நான் கற்பனை பண்ணி ஒரு கதையைக் கூறினேன். அந்தக் கதையை அவர்களின் சூழலுக்கு அமைத்துக் கூறினால் அவர்கள் மேலும் அதிகமாகச் சுவைப்பார்களென்று கருதிப் பாத்திரங்களின் பெயர்களை முஸ்லிம் பெயர்களாக அமைத்து என் கதை தொடர்ந்தது.

முகமதி யூசுவ் என்ற பெயரைக் கதாநாயகனுக்கும். சித்தி ஆமினா என்ற பெயரைக் கதாநாயகிக்கும் வழங்கினேன். இந்தப் பெயர்களை நான் சொன்ன போதே கூட்டத்திலே சிரிப்பும், கும்மாளமும் ஏற்பட்டன. இவற்றின் பின்னணியை நான் புரிந்து கொள்ளாமல், எனது கதையின் சுவாரசியத்துக்கு இவை சான்று எனக்கருதி உற்சாகத்துடன் கதையைக் கூறிமுடித்தேன். கதை முடிவிலே மாணவரின் கரகோஷம் வானைப் பிளந்தது.

மறுநாள், கல்லூரியின் இஸ்லாமிய ஆசிரியரான மௌலவி (பெயர் நினைவில்லை) என்னைத் தனிமையில் அழைத்தார்.

"மாஸ்டர், நேற்றைய கூட்டத்திலே நீங்கள் ஒரு கதை சொன்னீர்களாம்" மௌலவி.

"ஓம் பிள்ளைகள் கதையை நன்றாக ரசித்தார்கள்" – நான்.
"மாஸ்டர், உங்கள் கதை பெரிய பிரச்சினையை உண்டாக்கி விட்டது" என்று அடுத்து மௌலவி சொன்னார்.

எனக்குத் திகைப்பு உண்டாயிற்று. என் முகத்தில் ஏற்பட்ட கலவரத்தைக் கண்டு கொண்ட மௌலவி, என் தோளில் மெதுவாகத் தட்டி, "மாஸ்டர் பயப்படாதீர்கள். நடந்தது இதுதான். நீங்கள் உங்கள் கதையில் கையாண்ட பாத்திரங்களின் பெயர்களை உடைய மாணவனும் மாணவியும் அந்தக் கூட்டத்திலிருந்தார்கள். அதனால் தான் மற்ற மாணவர்கள் கைதட்டி, ஆரவாரித்துக் கும்மாளம் இட்டார்கள்.

"இதனால் பாதிப்படைந்த சித்தி ஆமினா நடந்ததைப் பெற்றோரிற்கு முறையிட்டு அழுதிருக்கிறாள். உடனே தகப்பனார் என்னிடம் வந்து உங்கள் கதைபற்றி மிகவும் கோபத்துடன் எனக்கு எடுத்துரைத்து 'நாளைக்கு நான் கல்லூரிக்கு வந்து ஆசிரியரைப் பற்றி (கதை கூறிய என்னைப் பற்றி) முறையிட்டுத் தகுந்த நடவடிக்கை எடுக்கப் போகிறேன்' என்றார்.

பாலையும் சோலையும்

“நான், ‘அந்த ஆசிரியர் புதியவர். அவருக்குப் பிள்ளைகளின் பெயர்கள் தெரியாது. வேண்டுமென்றே அவர் உங்கள் பிள்ளையின் பெயரைக் கையாளவில்லை. எதற்கும் நாளை நான் அவருக்கு இதுபற்றி எடுத்துச் சொல்லி எச்சரிக்கை செய்கிறேன். நீங்கள் அமைதியாகப் போங்கள்’ என்று அவரை அனுப்பிவிட்டேன். இனிமேல் நீங்கள் கொஞ்சம் கவனமாக இருங்கள். கவலைப்பட இதில் ஒன்றும் இல்லை. நீங்கள் வேண்டுமென்று செய்யவில்லை” என்றார்.

அன்றிலிருந்து நான் மிகக்கவனமாக இருந்தேன். எனினும் எனது நாடகப் பித்தும், மாணவர் சிலரின் நடிப்பார்வமும் இஸ்லாமியக் கதை ஒன்றை நாடகமாக்கி அரங்கேற்ற முனைந்தன.

ஆனால் இதே மௌலவி “முஸ்லிம்கள் பெண்பாத்திரம் ஏந்தி நடிக்கக் கூடாது. அது ஹராம்”(பாவம்) என்று தடுத்து விட்டார். இத்தடையும் அறிவுறுத்தலும் எனக்கு மட்டுமன்றி, நாடகம் நடிக்கப் பெரிதும் ஆர்வம் கொண்டிருந்த மாணவர்களுக்கும் பெரிதும் கசப்பினை ஏற்படுத்தின.

அவ்வேளையில், ஹிந்தித் திரை உலகில் மிகப்பிரபலமாய் விளங்கிய டிலிப் குமார் (இது அவரின் திரை உலகப் பெயர். அவர் ஒரு முஸ்லிம்) நர்கிஸ் ஆகியோரின் பெயர்கள் நினைவில் வந்தன. முஸ்லிங்கள் வேடமேற்று நடிப்பதற்கு இவர்களை உதாரணங்காட்டி விவாதிக்க என் வாய் துருதுருத்தது. அடக்கிக் கொண்டேன். வாதிட்டிருந்தாலும் “முஸ்லிம்கள் நடிப்பது தவறில்லை. ஆனால் பெண் ஆணாகவோ, ஆண் பெண்ணாகவோ வேடம் தாங்கி நடிப்பது தான் ‘ஹராம்’ (பாவம்) என்று அவர் என் வாயை அடக்கியிருப்பார்.

இவ்விடத்தில் அதிபர் ஷாபி மரிக்கார், ஆசிரியர்களை நெறிப்படுத்தக் கையாண்ட இரண்டு உத்திகளைச் சொல்வது சுவாரசியமாயிருக்கும்.

காலை வேளையிலே பாடசாலை முதல்மணி அடிக்கையில் அவர் தமது அலுவலக அறை யன்னலூடாக வெளியில் தம் பார்வையைச் செலுத்துவார். இரண்டாம் மணிஅடித்துச் சிறிதுநேரமாகும் வரைக்கும் அவரது அவதானிப்புத் தொடரும்.

நேரம் பிந்திவரும் மாணவர்களோடு அவசரம் அவசரமாக ஓட்டமும் நடையுமாக வரும் ஆசிரியர்களையும் காண்பார். அவ்வாறு கண்டதன் வெளிப்பாடாக ஆசிரியர்களுக்குப் பின்வரும் சுற்றுநிருபம் அனுப்பப்படும்.

“மாணவர்கள் இன்னமும் கல்லூரிக்குப் பிந்தியே வந்து கொண்டிருக்கிறார்கள். இது பெரிதும் கண்டிக்கத்தக்கது.

தயவுசெய்து பிந்திவரும் மாணவர்களை வகுப்புக்குள் அனுமதிக்காது எனது அலுவலகத்துக்கு அனுப்பிவைக்கவும்."

ஆசிரியர்கள் சிறுபிள்ளைகள் அல்லர். அதிபரின் அம்பு யார் மீது செலுத்தப்படுகிறது என்பதை நாங்கள் அறிந்து கொண்டு நேரத்துக்குக் கல்லூரி வருவது வழக்கமாயிற்று.

ஆனால் ஆசிரியர் மௌலவியில் இந்தத் தந்திரம் பலிக்கவில்லை. உள்ளூரவர் என்பதாலும், திறமைசாலி, சிறந்த முறையில் கற்பிக்கும் நல்ல ஆசிரியர் என்பதாலும் அவரின் பிந்தல்களைக் கண்டும் காணாதவர்போல அதிபர் இருந்து தன் கௌரவத்தைக் காப்பாற்றிக்கொண்டார்!

அதிபரின் வகுப்பு மேற்பார்வையும் தனிரகம். வகுப்புகளை அடுத்துள்ள தாழ்வாரத்தில் அவர் நடந்து வரும்பொழுது, சிலவேளைகளில் ஆசிரியர் இருவரோ மூவரோ, வகுப்பறை வாயில் ஒன்றில் நின்று உரையாடிக்கொண்டிருப்பர். அதிபரைக் கண்டதும் மெல்ல நழுவித் தத்தம் வகுப்பறைக்குள் செல்ல அவர்கள் முற்படுவதைத் தடுத்து நிறுத்திச் சில நிமிடம் கலகலப்பாக அவர்களோடு அதிபர் உரையாடுவார்.

உரையாடலின் இடைநடுவில் திடீரெனத் தமது பேச்சை நிறுத்தி விட்டு "மன்னிக்கவும். உங்களின் படிப்பித்தலை குழப்பிவிட்டேன்" என்றுகூறிச் சிரித்துக்கொண்டே அப்பாற் செல்வதும் "கட்டையன்ரை நக்கலைப் பார்த்தீர்களா?" என்று ஆசிரியர்கள் சொல்லிய வண்ணம் வகுப்பறைக்குள் செல்வதும் சகஜமான நிகழ்ச்சிகள்.

எனினும் முஸ்லிம் ஆசிரியர்கள் இனஉணர்வோடும் மற்றவர்கள் கடமை உணர்வோடும் மாணவரின் முன்னேற்றத்தில் மிகுந்த அக்கறை செலுத்திக் கற்பித்தார்கள் என்பதற்கு அதிபரின் தந்திரமான செயற்பாடுகள் உதவின என்பதில் ஐயம் இல்லை.

1957 ஜனவரி 17ஆந் தேதியன்று எனது திருமணம் இடம் பெற்றது. என் மதிப்புக்குரிய ஆசிரியர் ஏபிரகாம் அனுப்பிய வாழ்த்துத் தந்தி இது:

Joy! Joy! Joy! Next year boy! boy! boy!

(மகிழ்ச்சி! மகிழ்ச்சி! மகிழ்ச்சி! மறு ஆண்டு மகன்! மகன்! மகன்!)

9

ஹற்றன் புனித. யோன். பொஸ்கோ கல்லூரியில்
(1957-1961)

அழுத்கமவின் ஒரு சிறு குறிச்சிதான் தர்காநகர். முஸ்லிம்கள் பெரும்பான்மையாக வாழ்ந்த காரணத்தால் அவர்களிருந்த பகுதி 'தர்காநகர்' ஆயிற்று. ஆயினும் வெளியுலகத்தைப் பொறுத்தவரை தர்காநகர் என்ற பெயர் அறியப்படாத நகராக இருந்தது.

சாஹிராக் கல்லூரியோடு, முஸ்லிம் மகளிர் ஆசிரியக் கலாசாலை, அரசினர் முஸ்லிம் தமிழ் மகாவித்தியாலயம் என்ற இரு கல்வி நிறுவனங்களும் அழுத்கமவில் இருந்தன. (இன்று புதியனவாகப் பாடசாலைகள் உருவாகியுள்ளனவா என்பது எனக்குத் தெரியாது)

அழுத்கம மகாவித்தியாலத்தில் யாழ்ப்பாணத்தவரான சுப்ரமணியம் தம்பதியர், காசிநாதன், குணசிங்கம், செல்வராசா ஆகியோரும் மட்டக்களப்பைச் சேர்ந்த தம்பிராசா என்பவரும் ஆசிரியர்களாய்ப் பணியாற்றினார்கள்.

எம்மவரில் மூத்தவரான சுப்ரமணியம் லண்டன் பல்கலைக்கழகக் கலைப்பட்டதாரியாவதற்குக் கடுமையாக ஆயத்தம் செய்துகொண்டிருந்தார். அவரோடு சிலகாலம் இணைந்து படித்தபின் அலுப்படைந்து அம்முயற்சியை கைவிட்டுவிட்டேன்

பாடசாலைகள் காலை 7.30 மணிக்குத் தொடங்கி 1.30 மணிவரையும் வெள்ளிக்கிழமை தவிர்ந்த நாட்களில் நடைபெறும். வெள்ளிக் கிழமைகளில் 12 மணியோடு விடப்படும். முஸ்லிம்கள் அந்நாளில் விசேடத் தொழுகைக்குச் செல்வதற்கு இந்த ஏற்பாடு.

எனவே கிழமை நாள்களில் பெரும்பான்மையான நேரங்கள் தனிமையிலும் வேலையற்ற சோம்பலிலும் கழியும். சனி ஞாயிறுகளோ சொல்ல வேண்டியதில்லை. கோயில் குளமோ, வாசிக சாலை, நூல்நிலையங்களோ, ஒத்த நோக்கும் சுவையும் கொண்ட நண்பர்களோ இன்றித் தவியாய்த் தவிக்க வேண்டியிருந்தது. இந்நிலையில் அழுத்கம வாழ்க்கை முற்றாகச் சலித்ததில் வியப்பில்லை.

இவ்வாறு இருக்கையில் ஹற்றன் புனித யோன் பொஸ்கோ கல்லூரியிலே உயர் வகுப்புகளிலே தமிழ் கற்பிக்க ஓர் ஆசிரியர் தேவைப்படுவதாய் அறிந்தேன். பண்டிதர் த. வேலுப்பிள்ளை (த.வே) நீண்டகாலம் அங்கு கற்பித்துவிட்டு யாழ்ப்பாணத்துக்கு மாற்றம் பெற்று வந்து மானிப்பாய் இந்துக்கல்லூரியில் பணியாற்றியதால், வெற்றிடமாகிவிட்ட இடத்துக்குப் பொருத்தமான ஆசிரியரை ஹற்றன் பொஸ்கோ அதிபர் தேடிக் கொண்டிருப்பதாய் அறிந்து விண்ணப்பம் அனுப்பினேன். ஒரு கிழமையில் ஆசிரியர் வண. சகோதரர் ஏ.எம். தோமஸ் இடமிருந்து கூடிய விரைவில் ஆசிரியர்ப் பொறுப்பேற்குமாறு கடிதம் வந்தது. எனது மகிழ்ச்சிக்கு அளவில்லை.

01–02–1959இல் ஹற்றன் சென்று பொஸ்கோ கல்லூரி ஆசிரியரானேன்.

என் வாழ்க்கையில் பெருந்திருப்பம் ஏற்படுவதற்கு அடித்தளமிட்ட அந்த நாளை என்றும் மறவேன்.

மலையக வாழ்க்கை எனக்குப் புதியதல்ல. பதுளை, கண்டி, பேராதனை ஆகிய இடங்களிலே ஏறக்குறைய நான்காண்டுகள் வாழ்ந்த அனுபவத்தோடு ஹற்றன் சென்றபொழுது முன்னைய இடங்களிலும் கூடிய குளிர் இருந்தபோதும் அது என் வாலிபத்துக்கு இதமாகவே இருந்தது. அதிகாலைப் பொழுதில் மேற்சட்டை அணியாத வெற்றுடம்போடு, நண்பர்களுடன் சென்று பீலிகளில் (spout) குளித்து வருவேன். அந்த நாள் முழுவதும் உற்சாகமும் விறுவிறுப்புமாகவே இருக்கும். நோய்நொடிக்கே இடமிருக்கவில்லை.

அடிக்கடி நோய்வாய்ப்படும் என் மனைவிக்கு ஹற்றன் சுவாத்தியம் நன்கு ஒத்து வந்தது. அவவின் தாய், என் தாய்

ஆகிய முதியோரும் எங்களுடன் சிற்சில காலங்களிலே தங்கி யிருந்தார்கள். நீரிழிவு நோயாளியாயிருந்தும் என் மாமியாருக்கு ஹற்றனில் எந்தவிதமான பிரச்சனைகளும் இருக்கவில்லை.

ஆரம்பத்தில் சில மாதங்கள் கல்லூரிச் சகாக்களோடு விடுதியில் இருந்தும், பின்பு குடும்பமாய் வீடெடுத்திருந்தும் ஹற்றன் வாழ்க்கை அமைதியாகவும் இன்பமாகவுமே கழிந்தது.

அக்காலத்தில், அரசாங்க நன்கொடை பெறும் பாடசாலைகளில் நியமனம் பெறும் ஆசிரியர்கள் அப்பாடசாலைகளை நிருவகிக்கும் கல்வித் திணைக்களங்களுக்கு அதிபர் மூலமாகத் தமது ஆவணங்களை அனுப்பிவைப்பர். அவை பரிசீலனை செய்யப்பட்டு, குறித்த ஆசிரியருக்கு நியமன அங்கீகாரம் கிடைக்கவும், அதன் பின்பு சம்பளப் பட்டியலில் அவர் பெயர் இடம் பெற்றுச் சம்பளம் பெறவும் பல மாதங்கள் காத்திருக்க வேண்டியிருந்தது. இந்த இடைக்காலத்தில் மாதாந்த சம்பளம் பெற வாய்ப்பில்லை. நியமன உறுதிக்குப்பின் சேவை புரிந்த காலம் முழுவதுக்குமான சம்பள நிலுவை வழங்கப்படும். இது அன்றாடங் காய்ச்சிகளான என் போன்றவர்க்குச் சிரமமாய் இருந்தது. பதுளை, அழுத்கம ஆகிய இடங்களிலே பணிபுரிந்த காலங்களில் முறையே ஆறுமாதம், ஐந்துமாதம் என்று சம்பள நிலுவைக்குக் காத்திருந்த அனுபவம் எனக்குண்டு. அக்காலங்களில் சம்பளம் வரும்வரை நண்பர்களிடம் கடன்வாங்கியும் வீட்டிலிருந்து பணம் எடுப்பித்தும் வாழ நேர்ந்தது.

ஹற்றன் புனித யோன் பொஸ்கோ கல்லூரியிலே ஆசிரியர்க்கு சம்பளம் வழங்கப்படும் நாளில் புதியதாய் நியமனம் பெற்றவர்க்கும் கல்லூரி நிதியிலிருந்து சம்பளம் வழங்கப்பட்டது. மாத இடையில் முற்பணம் பெறவும் வழி செய்யப்பட்டிருந்தது.

ஆசிரியர்க்கான விடுதிகளுக்கும் வீடுகளுக்கும் கல்லூரி நிருவாகமே வாடகை வழங்கி, மாதமுடிவில் ஆசிரியர்களின் சம்பளத்திலிருந்து கழிக்கும் வழக்கமும் இருந்தது. இவ்வொழுங்குகளால் ஆசிரியர்கள் பணந்தொடர்பான பிரச்சனை எதுவும் இன்றி நிம்மதியாகக் கடமை புரிய முடிந்தது.

இரு மாடிகளோடு கூடிய நீண்ட கட்டடம். கீழ்மாடியில் பொதுக்கூட்டங்களுக்கான மேடையினால் பிரிக்கப்பட்டு, பிரிக்கப்பட்ட பின்பக்கத்தில் மாணவர்க்கான விடுதி இருந்தது. இக்கட்டடத்தின் வடகிழக்கில் அதிபர் அலுவலகம். மேல்மாடியின் தெற்குப் புறத்தில் பலகைகளால் பிரிக்கப்பட்ட அதிபர் உள்ளிட்ட சகோதரர்களின் தங்கறைகள். மீதிமண்டபம் விடுதி மாணவரின் சயனமண்டபமாகப் (Dormitroy) பயன்பட்டது.

மேலும், கிழக்குப் புறத்திலே வகுப்பறைகள், ஆசிரியர் ஓய்வு அறை என்பன ஒரு தொடராகவும் தெற்கே சற்றுத் தொலைவில், ஆரம்பப் பாடசாலைப் பிரிவும் அமைந்து இயங்கின.

பிரதான மண்டபத்தின் முன்னால் சிறிய விளையாட்டு மைதானமும், அதன் மேற்குப்புறத்தில் விஞ்ஞானக் கூடமும் தேநீர்க் கடையும் இருந்தன.

ஒட்டுமொத்தமாக நோக்கினால் வசதிகள், நிலப்பரப்பு என்பன குறைந்த ஒரு பிரதேசத்திலே, கல்விசார்ந்த அத்தனை வசதிகளோடும் கூடிய ஒரு சிறந்த கல்வி நிறுவனமாகப் புனித யோன். பொஸ்கோ கல்லூரி இயங்கி வந்ததென்றால் அது மிகையுரையல்ல.

மெதடிஸ் சபையின் நிருவாகத்தில் இயங்கிய ஹைலன்ட்ஸ் கல்லூரி, பௌத்த சபையின் கீழ் இயங்கிய ஸ்ரீபாதக் கல்லூரி என்பன, ஹற்றன் நகரத்திலிருந்த மற்றுமிரு பாடசாலைகள். இவற்றில் ஹைலன்ட்ஸ் கல்லூரியோடு ஆரோக்கியமான போட்டி ஒன்று, நான் ஆசிரியனாய் இருந்த காலத்தில் நிலவிவந்தது.

யாழ்ப்பாணத்தில் கத்தோலிக்கத் திருச்சபைப் பிதாக்களின் கீழ், இளவாலை துறவகத்தில் இருந்து ஆசிரியர்களாகவும், மதத்தொண்டர்களாகவும் இயங்கிவந்த ஞானச்சகோதரர் களுக்கும், தலைமைப் பீடத்திற்குமிடையே முரணிலை ஏற்பட்டபொழுது ஞானச்சகோதரர்கள் இளவாலையிலிருந்து வெளியேற்றப்பட்டனர்.

ஞானச்சகோதரர்கள் கிறிசோஸ்றம் தலைமையிலே அங்கிருந்து புறப்பட்டதும், வத்திக்கான் சென்று, பாப்பாண்டவரோடு வாதாடித் தமக்கென ஒரு சபை அமைக்க அங்கீகாரம் பெற்றதும் வறுமை, கடின வாழ்க்கை, தியாகம் என்பவற்றை மேற்கொண்டு ஹற்றன், கம்பளை ஆகிய இடங்களில் கல்லூரிகள் அமைத்ததும் கல்விப் பணியைச் சீராகவும் சிறப்பாகவும் நடத்தியதும் பொன்னெழுத்திலே பொறிக்க வேண்டிய காவியக் கதை என்றே கூற வேண்டும்.

பொதுவாக ஹற்றன் வாழ் தமிழ்ப் பெற்றோர், சிங்களப் பெற்றோர்களின் (தமிழ், சிங்களவர் இருசாராருக்கும் ஆங்கில மொழிமூலம் கல்வி கற்பிக்கப்பட்டது. தமிழும் சிங்களமும் கட்டாயப் பாடங்கள். நாலாம் வகுப்பவரை சிங்களவருக்குச் சிங்களத்திலும், தமிழருக்குத் தமிழிலும் எல்லாப் பாடங்களும் கற்பிக்கப்பட்டன. ஆங்கிலம் இவர்களுக்கு ஒரு பாடம் மட்டுமே) பிள்ளைகளுக்கும் ஹற்றனின் அண்மையிடங்களான மலையகத் தமிழ்ப் பெற்றோரின் பிள்ளைகளுக்கும், பொஸ்கோ

கல்லூரி தரமானதும், பயனுள்ளதுமான கல்வியை வழங்குவதில் முன்னணியில் நின்றது என்று தயங்காது கூறலாம்.

மலையகத் தமிழரின் வாழ்க்கை அவலம் நிறைந்தது. வறுமை, அடக்குமுறை என்பவற்றால் அவர்களின் கல்வி பாதிக்கப்பட்டிருந்தது. தம் பிள்ளைகளுக்குக் கல்வி வழங்குவதன் மூலம், அவர்கள் தம்மைப்போல் அவலமின்றி மனிதராய்த் தலைநிமிர்ந்து மற்றவர்களோடு சமத்துவமாக வாழ்வார்கள் என்ற முடிவினைப் பெருந்தோட்டத் தொழிற்சங்கத் தலைவர்களும் அரசியல்வாதிகளும் அவர்களில் ஏற்படுத்தியிருந்தனர்.

இந்த ஆக்கமும் துடிப்பும் தோட்டப் பிள்ளைகள் பலரையும் ஹற்றன் பள்ளிகளுக்குப் பல சிரமங்களைச் சகித்துக்கொண்டு, அதிகாலைப் பொழுதில் நெடுந்தொலைவிலிருந்து, கொட்டும் பனியில் பஸ்ஸிலோ நடையிலோ புகைவண்டியிலோ வந்து கல்வி பெறவைத்தன.

ஹற்றன் பொஸ்கோ கல்லூரியின் அன்றைய அதிபர் ஞானச்சகோதரர் ஏ.எம். தோமஸ் சிறந்த நிருவாகி, உயர்ந்த கலாரசிகர். கல்கத்தாப் பல்கலைக்கழகத்தின் கலைப் பட்டதாரி யான அவரின் ஆங்கில அறிவு மிகவும் போற்றத்தக்கதாய் இருந்தது. உச்சரிப்புச் சுத்தத்துடன் அவர் பேசுவதும், இலக்கியத் தரங்குன்றாது எழுதுவதும் கல்வியாளர் பலராலும் பாராட்டப் பட்டதைக் கண்டிருக்கிறேன். இவ்வளவுக்கும் அப்பாலாய்த் தமிழ் மொழியில் ஆழ்ந்த பற்றும் தமிழ்ப் பண்பாட்டில் மிகுந்த ஈடுபாடும் தமிழின உணர்வில் அரசியல்வாதிகளுக்குச் சமமான ஈடுபாடும் அவருக்கிருந்தன.

ஹற்றன் பொஸ்கோ கல்லூரியில் ஞானச்சகோதரர்கள் அறுவரும், யாழ்ப்பாணம், மன்னார் பிரதேசங்களிலிருந்து வந்த தமிழாசிரியர்கள் (கலை விஞ்ஞானப் பட்டதாரிகள் உட்பட) பன்னிருவரும், மலையகப் பட்டதாரியாசிரியர்கள் மூவரும், சிங்கள ஆசிரியர்கள் ஐவரும் ஆசிரியர்ப் பணியாற்றினோம்.

யாழ்ப்பாணம் மானிப்பாயிலே பிறந்து, சிறு வயதிலேயே ஹற்றனுக்குச் சென்று அங்கேயே நிலையாக வாழ்ந்து, ஹற்றன் நகர சபை உறுப்பினராகவும், உபதலைவராகவும் திகழ்ந்த வாமதேவன் (Inter Arts), ஞானச்சகோதரர்களின் பெருமதிப்புக்கும் தமிழாசிரியர்களாகிய எங்களின் பேரன்பிற்கும் உரிய மூத்த ஆசிரியராய் இருந்து எமக்கு வழிகாட்டினார். ஒருவகையில் அவரை எமது தந்தை போலவே கருதி உரிமையோடு அவருடன் பழகி வந்தோம்.

தமிழார்வமும் இசை, நாடகம் போன்றவற்றில் மிகுந்த ஈடுபாடும் மிக்கதொரு கலைக் குடும்பமாக அக்காலத்தில்

பொஸ்கோ கல்லூரி அதிபர், ஆசிரியர்கள் மாணவர்கள் இயங்கி வந்தோம் என்பது சிறப்பித்துக் கூறப்படவேண்டிய தாகும். ஆண்டுதோறும் தமிழ் விழாக்கள், பெற்றோர் தினங்கள், இடையிடையே சிறப்பு வைபவங்கள் என்பன – நாடகம், பாட்டு, சொற்பொழிவு, மாணவர் பேச்சு, என்பன – இன்றி நடந்தேறியதில்லை. கல்லூரிச் சஞ்சிகையின் தமிழ்ப் பிரிவுப் பொறுப்பாசிரியனாயும், வாமதேவன் அவர்களின் வழிகாட்டலில் தமிழ் மாணவர்மன்றப் புரவலனாகவும் செயற்பட வேண்டியிருந்தமையால், கல்லூரிக் கலாசார நிகழ்ச்சிகளி ளெல்லாம் எனது கணிசமான பங்களிப்பு எப்பொழுதும் இருந்து வந்தது. இதைத்தானே நானும் எதிர்பார்த்தேன். கரும்பு தின்னக் கைக்கூலி பெற்றது போலாயிற்று.

நாடகம் எழுதல், மாணவரை இயக்குதல், அரங்கேற்றல், பிற பாடசாலைகளோடு பேச்சுப்போட்டிகளுக்கு மாணவரைத் தயார்ப்படுத்தல் முதலாகப் புறச்செயற்பாடுகள் யாவிலும் திரிகரண சுத்தியோடு நான் ஈடுபட்டுழைத்தேன். என் உழைப்பைக் கணித்ததோடு, உற்சாகமும் அளித்து, 'எள்ளென்று சொல்லமுன் எண்ணெயே' தந்து உதவிய அதிபர் ஞானச்சகோதரர் தோமஸ் என்பதை நன்றியுடன் நினைவுகூர்கின்றேன் (அமரராகிவிட்டார்).

இயல்பாகவே கலையுணர்வும், என்னில் மிகுந்த நட்புணர் வும் கொண்டிருந்த ஆசிரியர் ஏ.எம். யோசப் நடிகர்களுக்கு ஒப்பனை செய்வதில் தமது முழுத்திறமையையும் பயன்படுத்தி நான் தயாரித்த நாடகங்களைப் பரிமளிக்கவைத்தார் என்பது மறக்கமுடியாததேயாகும்.

இந்திய வம்சாவழியினராய்ப் பின்னாளில் பதிவுக்குடியுரிமை யாளரான அமரர் த. செந்தூரன் யாழ்ப்பாணம் இந்துக்கல்லூரி யிலே தமது இடைநிலை, உயர்நிலைக் கல்விகளைப் பெற்றுப் பின்பு இந்தியா சென்று கற்றுக் கலைப் பட்டதாரியானவர், சிறந்த கலைஞர். கம்பீரமான குரலினர். நல்ல நடிகர். என்னோடிணைந்து நாடகங்களை அரங்கேற்ற ஊக்கமும் உறுதுணையும் வழங்கியதோடு, திரை பின்வசனங்களை உணர்ச்சி ததும்பப் பேசி நாடகங்களுக்கு உயிரூட்டிய வகையிலும் இவரின் பங்களிப்பு மிகுதியும் போற்றத்தக்கதாகும். கல்கியின் சிறுகதைப் போட்டி ஒன்றில் இவரது சிறுகதை முதற்பரிசு பெற்றமை குறிப்பிடத்தக்கதாகும்.

நாடகக் கல்வியில் டிப்புளோமாப் பயில்நெறியினையும் பெற்றுத் தமது நாடகத்திறனுக்கு மெருகூட்டிக் கொண்ட செந்தூரன் ஹற்றன் ஹைலன்ட்ஸ் கல்லூரி அதிபராயும் பணியாற்றியமை இன்று நினைவுகூரத்தக்கதாகும்.

பண்புநலமும் அன்பு நிறைவும் கொண்ட இவர் ஏனோ பின்னாளில் யாழ்ப்பாணத்தவராகிய எமது கலைப் பணியை, மலையக நாடக வளர்ச்சிக்கு நாம் வழங்கிய பங்களிப்பை இருட்டடிப்புச் செய்ததோடு, திரைப்படச் செல்வாக்கை நாடகத்தில் புகுத்தியவர் என்ற குற்றச்சாட்டையும் எம்மீது சுமத்தினார் என்பது என் வரையில் விளங்காத புதிரே!

நான் இயற்றும் பாடல்களுக்கு இசை அமைத்து அரங்கேற்றிய நண்பர் க. பரராசசிங்கம் ஒரு விஞ்ஞானப் பட்டதாரி. வட இலங்கைச் சங்கீத சபையின் சங்கீத ஆசிரியர் சான்றிதழ் பெற்றவர். சுயத்துவமாகவே புதுப்புது மெட்டமைத்துப் பாடுவதில் நிகரற்றவர்; அதிகம் ஏன்? பிற்காலத்தில் அவர் வானொலியில் வர்த்தகத் துறையிலும் இசைத் துறையிலும் பெரும் பதவி வகித்தவர்.

1961இன்பின் மலையகத் தொடர்பு அற்றிருந்தபோதும், அடுத்த ஆண்டு நானும், நந்தியும் (பேராசிரியர் செ. சிவஞானசுந்தரம்), அமரர் க.போ. முத்தையாவும் (விடிவெள்ளி) டொமினிக் ஜீவாவும் ஒன்றுசேர்ந்து உருவாக்கிய தமிழ்ப் புத்தக வெளியீட்டுக் கழக நிதிக்காக எனது 'சிங்ககிரிக் காவலன்' நாடகத்தை யாழ்.மாநகரசபை மண்டபத்தில் இருநாள்கள் மேடையேற்றினோம். அந்த நாடகத்தின் கதாநாயகனாக ஜனாப் ஜகுபர் (இன்று கம்பளையில் ஆசிரியராயுள்ளார்) கதாநாயகியாக பச்சைமுத்து ஆகிய ஹற்றன் பொஸ்கோ பழைய மாணவர்களை அழைத்து வந்து நடிக்க வைத்தேன் என்றால் அது மலையகத் தமிழ் இளைஞரின் கலைத் திறத்தினை ஊக்குவித்து, யாழ்ப்பாணத்தவர்க்கும் வெளிப்படுத்தும் ஆர்வத்தினால் நான் மேற்கொண்ட முயற்சி என்பதை இவ்விடத்தில் நான் கூறியாக வேண்டும்.

1960, 1961ஆம் ஆண்டுகளிலே இலங்கைக் கலைக் கழகத் தமிழ் நாடகக் குழுவினர், தாம் நடாத்திய தமிழ் நாடகப் பிரதிப் போட்டியிலே தொடர்ந்து எனது 'சிலம்பு பிறந்தது', 'சிங்ககிரிக் காவலன்' நாடகங்களுக்கு முதற் பரிசு வழங்கினர். (இப்பரிசுகளின் பின்விளைவுகள் பற்றிப் பிறிதோரிடத்தில் கூறுவேன்) பரிசுபெற்ற அந்நாடகங்களில் ஒன்றான 'சிங்ககிரிக் காவலன்' யாழ்ப்பாணத்தில் மேடையேற்றப்பட்டதில் சில சிறப்புகள் உள்ளன. அவற்றை இவ்விடத்திலே பொருத்தமற்ற இடமாயினும் குறித்தாக வேண்டும்.

ஹற்றனிலிருந்து நான் விரும்பாமலே 1961இல் (பாடசாலைகள் அரசுடமையாக்கப்பட்டதின் விளைவாக) புத்தளம் சஹிராக் கல்லூரிக்கு மாற்றப்பட்டேன். அங்கு என்னிடம் கற்ற கலையார்வம் மிக்க, நீர்கொழும்புத் தமிழ் மாணவன் ஒருவனையும் (பெயர் ஞாபகமில்லை) 'சிங்ககிரிக்

காவல்'னில் நடிக்கவென்று அழைத்து அவரை நண்பர் நந்தி வீட்டில் தங்கவைத்தேன். ஜகபரும் பச்சைமுத்துவும் என் வீட்டில் தங்கியிருந்தார்கள்.

அமரர் க.போ. முத்தையாவின் (விடிவெள்ளியின்) அநுசரணையோடும் இசைவோடும் செல்வி பத்மாவதி (இன்று பத்மா பாக்கியராசா) என்ற நல்லூரில் சாதனா பாடசாலை ஆசிரியையும், அங்கு கற்ற உயர்வகுப்பு மாணவியர் இருவரும் இந்நாடகத்தில் நடித்தனர். நந்தியின் தம்பியாரும் பொறியியளாளருமான செ. திருநாவுக்கரசுவும், வைத்தீஸ்வராக் கல்லூரி மாணவர் அ. கந்தசாமியும் முக்கியப் பாத்திரமேற்று நடித்தனர்.

நாடகப் பாடல்களுக்கு இசையமைத்துத் தந்தவரும் பின்னணியில் பாடியவரும், அன்று மகாஜனாக் கல்லூரி ஆசிரியராயுமிருந்த இசைமணி ராம்குமாரசாமி *B.A.* நடனம் பயிற்றி நட்டுவாங்கம் செய்தவர் அவரின் சகோதரியான திரிபுரசுந்தரி குமாரசாமி (பிற்காலத்தில் திரிபுரசுந்தரி இராமலிங்கம். அண்மையில் இலங்கைப் பல்கலைக்கழகத்தின் கௌரவ விருது பெற்றவர்.) மேடை அலங்காரம் கட்அவுட்கள் செய்தளித்தவர், பிரபல ஓவியர் பெனடிக்ற். (பென்)

ஒருவகையில் தேசியத்தன்மை வாய்ந்ததாகக் கொள்ளத்தக்க 'சிங்ககிரிக் காவலன்' 1961இல் மிகச்சிறந்த தமிழ் நாடகமாகக் கலாரசிகர்களால் பாராட்டப்பட்டது.

இந்நாடகத்தில் இன்னொரு சிறப்பு இதில் பெண்கள் பாத்திரமேற்று நடித்தபோதும், ஆண் ஒருவரே (பச்சைமுத்து) கதாநாயகி பாத்திரமேற்று நடித்தார் என்பதே அச்சிறப்பு. பெண்ணுக்கேயுரிய நளினமும், குரலும், நடிப்பும், ஆடல் வன்மையும் அவருக்கு அமைந்திருந்தமையே அவர் முதன்மைப் பெண்பாத்திரத்தை ஏற்று நடிக்கவும், பாராட்டுப்பெறவும் காரணங்களாய் அமைந்தன.

சிங்ககிரிக் காவலன் நாடகப்பிரதி, யாழ்ப்பாணத்தின் பல கல்லூரி மாணவர்களால், நாடகப்போட்டிகளுக்குப் பயன்படுத்தப்பட்டு, நடிக்கப்பட்டு, மேடையேற்றப்பட்டு முதற்பரிசுகளையும், பாராட்டுக்களையும் பெற்றது என்பதும் குறிப்பிட்டுக் கூற வேண்டியதாகும். அதன் உரையாடற் சிறப்பையும், நாடக அமைப்பையும் இன்றும் சிலர் நினைவுகூர்ந்து என்னை மனந்திறந்து பாராட்டுவதும் உண்டு.

இனி, பொஸ்கோ கல்லூரியில் நான் எழுதி, நெறியாண்டு மேடையேற்றிய நாடகங்கள்பற்றிக் கூற முற்படுகின்றேன். 'கண்ணன் என் தம்பி', 'அவன் சென்ற பாதை', 'அவன் ஒரு புதிர்'

முதலாக நான்கு ஆண்டுகளில் ஆறு நாடகங்கள் அரங்கேறின. கிருஷ்ணன், கார்மேகம் (வீரகேசரி ஆசிரியர் பீடத்தில் உள்ளார்), பச்சைமுத்து வீரையா, கனகராஜன், ஜகுபர் முதலியோர் (மற்றவர்களின் பெயர் நினைவிலில்லை.) நாடகங்களிலே பங்கேற்றுத் தமது உணர்ச்சி பூர்வமான நடிப்பினால் அவையினரைக் கவர்ந்தமை இன்றும் நினைவில் பசுமையாயுள்ளது.

நான் யாழ்ப்பாணத்தவனாயிருந்தும் மலையகத்தவரின் பேச்சு நடையிலேயே நாடகங்களை எழுதியமையால், அவை இயல்பானவையாய் விளங்கின; மலையக மக்களின் எதார்த்த வாழ்வுச் சித்திரங்களாயும் அமைந்தன. ஒரு வகையில், 'திரைப்படப் பாணியில் அமைந்தன' என்ற செந்தூரனின் குற்றச்சாட்டு ஏற்புடையதாயினும், முற்றுமுழுக்கத் திரை மேலாண்மைச் செல்வாக்கு ஆக்கிரமித்து இருந்தது என்று கூற முடியாது.

நாடக அரங்கியல் தொடர்பான கற்கை நெறிகளோ அறிவோ முறைகொள்ளாத நாள்கள் அவை. எனினும் யாழ்ப்பாணத்தில் மேடையேறிய நாடகங்கள் பலவற்றையும் பார்த்து, ரசித்து அவற்றின் பாணிகளைச் சீரணித்துக் கொண்டவனாதலாலும், பலாலி ஆசிரியர் கலாசாலையிலே நான் பெற்ற அனுபவத்தாலும் திரைப்படப் பாணியை அதிகம் கையாளாது என் நாடகங்களை அமைத்துக்கொண்டேன் என்றுதான் இன்று சொல்லத் தோன்றுகிறது.

நான் ஹற்றன் பொஸ்கோவில் பணிபுரிந்த காலத்தில், நவாலியூர் நா. செல்லத்துரை (இன்று கலாபூஷணப் பட்டத்தோடு தொடர்ந்து நாடக ஆசிரியராகவும் இயக்குநராகவும் யாழ்ப்பாணத்தில் திகழ்கின்றார்) ஹைலன்ட்ஸ் கல்லூரியிலே ஆசிரியராயிருந்து சிறந்த நாடகங்களைப் பயிற்றி அரங்கேற்றியமையும் குறிப்பிடத்தக்கதாகும். நாடகங்களை மாணவரைக் கொண்டு அரங்கேற்றியதோடு தாமும் சில நாடகங்களில் பாத்திரமேற்று நடித்தமை இவரின் நடிப்பார்வத்தை மட்டுமன்றி, மாணவரோடு சகஜமாகப் பழகும் பண்பையும் புலப்படுத்தியதெனலாம்.

ஈழத்தின் தேசிய வீரனாம் சங்கிலியன்மீது எனக்கிருந்த பற்று மிகவும் பெரியது. நானே சங்கிலியன் வேடம் தாங்கி நடித்ததும், ஈழகேசரியிலே அவன் வரலாற்றைச் சிறுகதையாகவும், சுதந்திரனில் நாடகமாக எழுதியதும் அந்தப் பற்றின் வெளிப்பாடுகளே.

இவற்றோடு நில்லாது ஜகுபர், பச்சைமுத்து ஆகியோரைக் கதாநாயக நாயகிகளாகக் கொண்டு, சங்கிலியன் வரலாற்றை முழுமையான நாடகமாக (மூன்று மணித்தியால நாடகமாக)

ஹற்றன் பொஸ்கோவில் மேடையேற்றினேன். அந்நாடகத்தை யாழ்ப்பாணத்தில் மேடையேற்ற நான் மேற்கொண்ட முயற்சிகள் துரதிஷ்டவசமாக நிறைவேறவில்லை.

யாழ்ப்பாணத்தில் அன்று எனக்குத் தொடர்புகள் குறைவாகவே இருந்தன. காரணம் 1951இலிருந்து வெளிமாகாணங் களில் ஆசிரியசேவை புரிந்து, விடுமுறைகளில் மட்டுமே யாழப்பாணத்தில் தங்குவது என் வழக்கமாயிருந்து வந்தது. யாழப்பாணத்தில் நிற்கும் காலங்களிலும் குறித்த சில நண்பரோடு மட்டுமே தொடர்புகள் இருந்தன. அரசியல்ரீதி யான தொடர்புகளோ, பெரும் பிரமுகர்கள், கலைஞர்கள், எழுத்தாளர்கள் தொடர்புகளோ, அன்று இல்லாத நிலையில் என் திட்டம் கருவிலேயே சிதைந்து போயிற்று.

‘துரோகம் தந்த பரிசு’ நாடகம் தினகரன் வாரமஞ்சரியில் தொடர்ந்து வெளியானது மட்டுமே கண்ட பயனாயிற்று. (1961) இத்தொடர் நாடகத்தின் ஆசிரியனாக நான் இட்டுக்கொண்ட புனைப்பெயர் ‘வேனிலான்’ என்பதாகும்.

பிற்காலங்களில் திரிபுராந்தகன், ஆராவமுதன், பாலன், சுடலையூர்ச் சுந்தரம்பிள்ளை, ஜனனி, எதார்த்தன், திருவள்ளுவர், பரிமேலழகியார், பேய்ச்சாத்தன், ஈழவளவன் என்னும் பல்வேறு புனைப்பெயர்களை நான் கையாண்டு எழுதியதும் இவ்விடத்தில் குறிப்பிடத்தக்கதே.

மீண்டும் பொஸ்க்கோவிற்கு வருகிறேன். ஒவ்வோராண்டும் எம் கல்லூரி, தமிழ் விழாக்களுக்கு முதன்மை விருந்தினராய் இலங்கையின் பல பாகங்களிலுமிருந்து தமிழ் அறிஞர்களை அழைப்பது வழக்கமாயிருந்தது.

நான் புரவலனாயிருந்து விழா நடத்திய காலங்களில் பேராசிரியர் ஆ. சதாசிவம், அ. கதிரைமலைநாதன் (வெளிநாட்டு இராசதந்திரி சேவையில் பணியாற்றியவர். தமிழ் வல்லார், என் உடன்பிறப்புப் போன்று உறவாடியவர். பிறப்பிடம் திருநெல்வேலி) மூதறிஞர் எஸ்.எச். பேரின்பநாயகம் (கொக்குவில் இந்துக்கல்லூரி அதிபராயிருந்தவர், வட்டுக்கோட்டை யாழ்ப்பாணக் கல்லூரியில் ஆங்கில விரிவுரையாளராய் விளங்கிப் பல அறிஞர்களை உருவாக்கியவர், அரசியல் சமூகம் சார்ந்த மாபெரும் சிந்தனையாளர். அஹிம்சாவாதி.) ஆகியோர் அழைக்கப்பட்டிருந்தனர்.

இவர்களுள்ளே பலவகையிலும் போற்றுதலுக்கும் மதிப்புக்கும் உரியவரான பேரின்பநாயகம் அவர்களின் பேச்சு மலையகத் தமிழருக்கு சுவைக்கவில்லை என்பது ஆச்சரியத்தைத் தரும் ஒன்றாகும், அதற்குப் போதிய காரணம் இருந்தது.

யாழ்ப்பாணத்துப் பேச்சுவழக்கை முழுமையாகக் கையாண்டு இயல்பாக, அலங்காரம் எதுவுமின்றிப் பேசியதால், எதுகை, மோனை, எழில் கொஞ்சும் சொல்லாட்சி ஆகியவற்றை எதிர்பார்த்து வந்தவர்களுக்கு ஏமாற்றம் ஏற்பட்டதில் தவறில்லை. கொடுப்பது அமிர்தமாயினும் கொள்ளும் திறமறிந்து வழங்காவிட்டால் அது நஞ்சாகவே கருதப்படும் என்பதற்கு மூதறிஞர் சொற்பொழிவு தக்க உதாரணமாயிருந்தது.

பேரின்பநாயகமும் அமரர் இ. சபாலிங்கமும் (யாழ். இந்துக்கல்லூரி முன்னாள் அதிபர்) வந்து ஹற்றன் ஓய்வு விடுதியிலே தங்கியிருந்ததும் நினைவில் உள்ளது.

இத்தகைய தமிழ் விழா ஒன்றில் ஏற்பட்ட ஒரு கசப்பான அனுபவம் ஒன்றை இவ்விடத்தில் கூறியாக வேண்டும்.

தமிழ் விழா இறுதியிலே நன்றியுரை நவிலும் பொறுப்பு என்னிடம் அளிக்கப்பட்டிருந்தது. எந்த விழாவிலும் எமது மூத்த ஆசிரியரான வாமதேவன் அவர்களுக்கு நன்றி கூறுவது சடங்காசாரமாயிருந்தமையால் அவருக்குப் பின்வருமாறு நன்றி கூறினேன்.

"எமது விழாவின் சிறப்புகளுக்கெல்லாம் தோன்றாத்துணை யாயிருந்து வருபவர் எம் அன்பிற்கும் மதிப்புக்குமுரிய ஆசிரியர் வாமதேவன் அவர்கள். அவருக்குப் பிள்ளைகள் இல்லை; ஆனால் எங்கள் அனைவருக்கும் தந்தையாய் இருக்கும் அவருக்கு, அவரின் பிள்ளைகளாகிய அனைவரின் சார்பிலும் என் சார்பிலும் நன்றி கூறுகிறேன்."

எனது நன்றியுரையை அவையினர் அனைவரும் இரசித்தனர் என்பதற்கு அவர்களின் கரகோஷம் ஒன்றே சான்று, வாமதேவனும் அவரின் பாரியாரும் என்னுரையினை இன்னுரையாய் முகமலர்ந்து ஏற்றுக்கொண்டதும் உண்மையே.

ஆனால், எமது கல்லூரி விழாக்களின் சிறப்பையும், அச்சிறப்பினால் கிடைக்கும் பாராட்டுதல்களையும் பொறுக்காத ஒருவர், ஹைலனட்ஸ் கல்லூரி ஆசிரியர், என் கூற்றுக்குத் தப்பான ஒரு வடிவத்தினைக் கொடுத்து திருமதி வாமதேவனுக்கு வத்தி வைத்துவிட்டார்.

"அம்மா! சொக்கனின் விளையாட்டைக் கவனித்தீர்களா? உங்களுக்குப் பிள்ளை இல்லை, மலடி என்பதைப் பகிரங்கமாக மேடையில் நின்று கூறியிருக்கிறார். நீங்கள் இதை விளங்கிக் கொள்ளாது அவரைப் பாராட்டுகிறீர்கள். எத்தகைய அப்பாவி நீங்கள்".

அடுத்தநாள் வாமதேவன் என்னைத் தனிமையில் அழைத்தார், "தம்பி நீங்கள் நேற்று நன்றியுரையில் தன்னை

மலடி என்று குறிப்பாகச் சொன்னதாய் என் மனைவி எனக்குக் கூறி அழுதுகொண்டிருக்கிறா. உங்களை நேரில் கண்டு இதைப்பற்றிக் கதைக்க விரும்புகிறா. நீங்கள் வேண்டுமென்று சொல்லவில்லை என்பது எனக்குத் தெரியும். ஆனால் என் மனைவிக்கு 'வெளுத்ததெல்லாம் பால்' அவ அவர் சொன்னதை நம்பி உங்களில் கோபமாய் இருக்கிறா. சமாதானம் செய்ய வேண்டியது உங்கள் பொறுப்பு" என்றார்.

அடுத்த நாள் நானும் நண்பர் யோசப்பும் வாமதேவனின் வீடு சென்று, மிகவும் விநயத்தோடு உண்மையை விளக்கி அம்மையாரைச் சாமாதானப்படுத்த வேண்டியிருந்தது. அழுக்காறு (பொறாமை) எனும் ஒரு பாவி எத்தகைய கொடியது என்பதையும், அது எங்கெல்லாம் புகுந்து எவ்வாறெல்லாம் விளையாடும் என்பதையும் அனுபவபூர்வமாக நான் அறிந்து கொள்ள இந்த நிகழ்ச்சி உதவிற்று.

எனது நாடகக் கலையனுபவம் விரிவடைந்ததுபோல, எழுத்துத் துறையிலும் பரந்துபட்ட செயற்பாடுகளை நான் மேற்கொள்ள ஹற்றன் வாழ்க்கை உதவியது என்பதற்கு ஐயம் இல்லை.

இக்காலகட்டத்தில் என் வாழ்வில் நிலையாக இடம் பெற்ற நிகழ்வு 'நந்தி' (பேராசிரியர் செ. சிவஞானசுந்தரம்) அவர்களின் நட்புக் கிடைத்ததாகும். அது எதிர்பாராது நிகழ்ந்த ஒன்று. நாவலப்பிட்டி – ஹற்றன் பிரதேச மருத்துவ அதிகாரியாய் (M.O.H) இருந்த அவர் உத்தியோரீதியாக பொஸ்கோவிற்கு விஜயம் செய்து, மாணவருக்குப் 'பால்' என்ற விடயம்பற்றிச் சொற்பொழிவாற்ற ஏற்பாடாயிற்று. ஆங்கில மருத்துவர் ஆனபடியால் தமிழில் உரையாற்ற மாட்டார் என்று கருதி அதிபர் என்னை அவருக்கு மொழிபெயர்ப்பாளராய் நியமித்தார். ஆனால் நந்தியோ 'பாலும் தெளிதேனும்' என்ற ஔவையார் பாடலோடு தம் உரையைத் தொடங்க, என் மொழிபெயர்ப்பு வேண்டாததாகிவிட்டது. எல்லோருக்கும் மகிழ்ச்சி கலந்த அதிர்ச்சி. அன்று முதல் எங்களின் நட்பு, சகோதர உறவாய் நீண்டு இன்றும் நிலைத்திருக்கிறது; இறுதி வரை நிலைக்கும் என்பதற்கும் ஐயமில்லை.

முன்னர் நான் குறிப்பிட்டதுபோல, இலங்கைக் கலைக் கழகத் தமிழ்நாடகக் குழு நடாத்திய தமிழ் நாடகப் பிரதிப் போட்டியிலே தொடர்ந்து ஈராண்டுகள் (1960, 1961) எனக்கு முதற் பரிசில்கள் கிடைத்தன. ('சிலம்பு பிறந்தது', 'சிங்ககிரிக் காவலன்')

1958, 1959ஆம் ஆண்டுகளிலும் இப்போட்டிகள் இடம் பெற்றும் முதற் பரிசில்களுக்கு தகுதியான நாடகப் பிரதிகள்

கிடைக்கவில்லை என்றும், 1960இலேயே தகுதி வாய்ந்த நாடகப் பிரதி கிடைத்தது என்றும், கலைக்கழகத் தமிழ் நாடகக்குழுத் தலைவர் கலாநிதி சு. வித்தியானந்தன், 'சிலம்பு பிறந்தது' நாடக அணிந்துரையில் குறிப்பிட்டிருந்தமையும் இவ்விடத்தில் குறிப்பிடத்தக்கதே.

ஆனால், நவாலியூர்ச் சோமசுந்தரப் புலவரின் மகனும், தமிழ், வடமொழி, ஆங்கில விற்பன்னரும் கவிஞரும் நாடகாசிரியரு மான சோ. நடராசனும் B.A(Hon), அவரைச் சார்ந்த பலரும், என்னையும் இ.க.க.தமிழ் நாடகக் குழவினரையும் கண்டபடி திட்டிப் பத்திரிகைகளில் அறிக்கைகள் விடுத்தார்கள்.

இத்தனைக்கும் காரணம் சோ. நடராசன், இப்சனின் '*Inspector General*' என்ற நாடகத்தைத் தழுவியோ தமிழ்ப்படுத்தியோ எழுதிப் போட்டிக்கு அனுப்பி வைத்த நாடகத்துக்குப் பரிசு கிடைக்காமையே. பெரியோரெல்லாம் பெரியருமல்லர்!

ஆனால் இவர்களின் கண்டனங்களோ தாக்குதல்களோ இ.க.கழகத் தமிழ் நாடகக் குழுவையோ அதன் தலைவரையோ எவ்விதத்திலும் பாதிக்கவில்லை என்பதற்கு 1961இல் இரண்டாவது தடவையாகவும் எனது நாடகத்துக்கு முதற் பரிசு வழங்கப்பட்டமையே சான்று.

'சிலம்பு பிறந்தது' நாடகத்தை நூல் வடிவில் இ.க.கழகத் தமிழ் நாடகக் குழவினரே வெளியிட்டு, அதன் தகுதிப்பாட்டைப் பலரும் அறியப் பகிரங்கப்படுத்தியதோடு, என்னையும் நாடக ஆசிரியனாகத் தமிழ் உலகுக்கு அறிமுகப்படுத்தினர். 'நன்றி மறப்பது நன்றன்று.'

1961இல் சிங்ககிரிக் காவலனுக்கும் கண்டனமும் இழிப்புக் களும் தொடரவே செய்தன. இந்நாடகப் போட்டியிலே கலந்துகொண்ட பிரபலமான எழுத்தாளர் ஒருவர், "சொக்கன், உண்மையில் நீர் நாடகப் பிரதி அனுப்பினனீரா?" என்றுகூடக்கேட்டார் என்றால் போட்டியும் பொறாமையும் அன்று எவ்வளவு மோசமான நிலையில் இருந்தன என்பது தெரிகின்றதல்லவா?

குறித்த எழுத்தாளரின் குற்றச்சாட்டினைப் பொய்யாக்கச் சிங்ககிரிக் காவலனை நானே அச்சிட்டு வெளியிடவேண்டி யிருந்தது. கலைவாணி அச்சக அதிபர், அமரர் கு.வி. தம்பிப்பிள்ளை ஆபத்பாந்தவராய் முன்வந்து, தமது கலைவாணி அச்சகத்தில் 'சிங்ககிரிக் காவலனை' அச்சிட்டு வெளிப்படுத்தினார். அவர் செய்த நன்றி காலத்தினாற் செய்தது. ஆதலால் அது ஞாலத்தின் மாணப் பெரிது.

சிங்ககிரிக் காவலன் நாடகநூல் வெளியான பின்பு கண்டனக்காரரின் வாய் அடங்கியது மட்டுமல்ல, அதன் தரமும் நயமும் இன்றுவரை அழியாது ஒரு சிலரால் நினைவுகூரப்பட்டு வருவதும் இவ்விடத்தில் சுட்டிக்காட்ட வேண்டியதொன்றாகும்.

நான் பேராதனைப் பல்கலைக்கழகத்தில் தமிழ் டிப்புளோமா பயின்ற காலத்தில், கலைமாணிச் சிறப்புப்பட்ட மாணவராய் அங்கு பயின்ற க. கைலாசபதி (பின்னாட் பேராசிரியர்) தினகரனில் பிரதம ஆசிரியராய் இருந்த காலம் அது. அவரின் காலத்தில் தினகரன் தமிழ் விழா ஒன்றெடுத்தது. அவ்விழாவை ஒட்டி நடந்த அகில இலங்கைத் தமிழ்ச் சிறுகதைப் போட்டியில் எனது 'பிரயாணம்' என்ற சிறுகதை (தமிழ்–சிங்கள உறவுப் பிறழ்வின் அவலத்தைச் சித்திரித்த சிறுகதை) இரண்டாம் பரிசான வெள்ளிப் பதக்கத்தைப் பெற்றது. முதற்பரிசு அ. முத்துலிங்கம் எழுதிய 'அக்கா' என்ற சிறுகதைக்குக் கிடைத்துத் தங்கப் பதக்கம் வழங்கப்பெற்றது.

இவ்விழாவிற்கு முதன்மை விருந்தினர்களாகப் பன்மொழிப் புலவர் தெ.பொ. மீனாட்சி சுந்தரம் அவர்களும், சிவாஜி கணேசனும் அழைக்கப்பட்டிருந்தார்கள். இவ்விழாவில் சிவாஜிக்குக் 'கலைக்குரிசில்' பட்டம் வழங்கப்பட்டது.

ஈழத்துத் தமிழ் எழுத்துலகின் பொற்காலம் எனக் கூறத்தக்க சிறப்பு இக்காலத்துக்கு உண்டு. இப்பொற்காலத்தினைத் தொடக்கி வைத்து, வழிகாட்டி, வளர்த்தவர் அமரர் க. கைலாசபதியே என்பதை அவரின் பகைவரும் மறுக்கார். தினகரன் ஈழத்துத் தமிழ் எழுத்தாளரின் பயில்களமாகவும் நாற்றங்காலாகவும் விளங்க அவர் வகை செய்தார்.

எழுத்தாளரை ஆதரித்து, அவர்களின் ஆக்கங்களைச் சிறந்த முறையிலே வெளிப்படுத்தியதோடு, எழுத்தாளரின் ஆலோசனைகளையும் புறக்கணிக்காது பரிசீலித்துத் தக்கவையா யின் அவ்வாலோசனைகளைச் செயற்படுத்தியவகையிலும் கைலாசபதி நன்றியுடன் நினைவுகூரப்பட வேண்டியவரே.

வங்காள நாவலாசிரியரான சரத் சந்திரரின் நாவல்கள் (மொழிபெயர்ப்பில்) வாசித்து அவர்மீது, மாறாக் காதல் கொண்டவன் நான். ஹற்றனில் இருந்தபொழுது அவரின் வாழ்க்கை வரலாற்றுச் சுருக்கத்தை வாசிக்கவும் எனக்கு வாய்ப்புக் கிடைத்தது.

இவற்றின் அடிப்படையில் 'நான் விரும்பும் நாவலாசிரியர்' என்ற பொதுத் தலைப்பில், தினகரனில் ஒரு கட்டுரைத் தொடரை ஆரம்பிக்க ஆலோசனைகூறி, அதனோடு சரத்

சந்திரர் பற்றிய எனது கட்டுரையையும் கைலாசபதிக்கு அனுப்பிவைத்தேன். கைலாசபதி என் ஆலோசனையை ஏற்று, 'நான் விரும்பும் நாவலாசிரியர்' தொடரினைத் தினகரனில் ஆரம்பித்து வைத்தார். என்னுடைய கட்டுரையோடு, எஸ். பொன்னுத்துரை, சண்முகலிங்கம் முதலியோரின் கட்டுரை களும் இத்தொடரில் வந்தன.

எனது முதல் நூலான 'வீரத்தா'யும் ஹற்றனில் நான் இருந்த காலத்திலேயே வெளிவந்தது. அது கண்ணீரும் புன்னகை யும் கலந்த ஒரு கதை.

என் பெயரிலே ஒரு புத்தகமாவது வெளியிட வேண்டும் என்ற வெறி ஏற்பட்டிருந்த நாள்கள் அவை. அக்காலத்தில் பாட வழிகாட்டி நூல்களை அவற்றின் பொருளாதார லாபத்தினை மட்டும் மனங்கொண்டு வெளியிட்ட ஒரு சில வெளியீட்டாளர் இருந்தனரேயன்றிப் புத்தக இலக்கியங்களை வெளியிட எவரும் முன்வரவில்லை.

எனவே ஆசை பற்றி அலைந்த நான் 'வீரத்தாய்' கவிதை நூலை வெளியிட்டேயாவது என்று உறுதியான முடிவுக்கு வந்திருந்தேன். அந்த நிலையில் அதற்கான மூலதனம் பற்றிய எண்ணமே முதலில் முன்வந்தது.

வேறு வழியில்லாத நிலையில் என் மனைவியின் பதக்கமே கைகொடுத்தது. அதனை விற்றுப் புத்தகத்திற்கான முதலீட்டை அச்சக உரிமையாளரான சிவக்கொழுந்து (யாழ்ப்பாணம்) அவர்களுக்கு வழங்கினேன்.

பருத்தித்துறையில் வியாபாரிமூலையில் வாழ்ந்த என் பேரன்பிற்கும் பெருமதிப்பிற்கும் உரிய ஆசான் பண்டிதர் பொன். கிருஷ்ணபிள்ளை அவர்களின் நல்லாசி, அணிந்துரைகளோடு அவரின் மைத்துனர் யாழ்ப்பாணன் தமது முன்னுரையையும் இணைத்து இந்நூலை வெளியிட்டார்.

நூலின் விலை 50 சதந்தான். வெளியீட்டு விழாக்கள் அறிமுகமாகாத அக்காலத்தில் ஆயிரம் பிரதிகளைப் புத்தகசாலைகள் வாயிலாகவும், தனிப்பட்டவர் வாயிலாகவும் விற்பது பிரமப்பிரயத்தனமாயிருந்தது.

ஹற்றனிலே நான் இருந்த விடுதியிலே புத்தகக் கட்டுகளை வைப்பதற்கு வசதி குறைவாயிருந்ததால், நான் உணவுண்டு வந்த நேநீர்க் கடையில் பலகைப் பரலொன்றில் கொண்டுசென்று வைத்தேன்.

எலியூருக்கு பயந்து புலியூர் சென்ற கதையாய் அது முடிந்தது. ஏறக்குறைய 750 புத்தகங்கள் கறையான்களுக்கும் எலிகளுக்கும் பலியாகின.

'வீரத்தாய்க்கு' சிறந்த முறையில் விமர்சனம் செய்த கைலாசபதி, அதன் பிரதிகள் மூன்றைச் சாகித்திய மண்டலத்திற்கு அனுப்பி வைக்குமாறு ஆலோசனை கூறினார். (தாம் அதில் அங்கத்தவராய் இருப்பதுபற்றி அவர் குறிப்பிடவில்லை). இந்தச் சிறிய புத்தகத்திற்கு சாகித்திய மண்டலம் பரிசளிப்பதாவது என்ற தாழ்வுச் சிக்கல் என்னைப் பிடித்ததால், கைலாசபதியின் ஆலோசனையை முளையிலேயே கிள்ளி எறிந்துவிட்டேன். (அடுத்து முயன்றாலும் ஆகு நாளின்றி எடுத்த கருமங்கள் ஆகா என்பது என் வரையில் உண்மையாயிற்று.)

இக்காலகட்டத்தில், பொஸ்கோ கல்லூரி நூல் நிலையத்தில் பேராசிரியர் பெ. சுந்தரம்பிள்ளையின் 'மனோன்மணீயம்' நாடக நூலைப் படிக்கும் சந்தர்ப்பம் ஏற்பட்டது. மனோன்மணீயம் என்னைக் கவர்ந்தது. அதனை மாணவர்க்கு உகந்த முறையில் சுருக்கி உரைநடையில் '**மனோன்மணி**' என்ற நூலை எழுதினேன்.

அக்காலத்தில் பாடநூல் வழிகாட்டிகளை வெளியிட்டு வந்த கலைவாணி அச்சகத்தின் (கண்டி) அதிபர் கு.வி. தம்பிப்பிள்ளையை அந்நூலை வெளியிட்டுதவுமாறு, கண்டி சென்று நானும், என் சக ஆசிரியர் டி.எஸ்.கே. வணசிங்காவும் (அகில இலங்கைத் தமிழாசிரியர் சங்கத் தலைவராயிருந்தவர், சிங்களவராயினும் (கலப்பு) மொழியாலும் பண்பாட்டினாலும் தமிழர், அகாலமரணமடைந்தவர்) வேண்டினோம். அவர் ஒப்பவில்லை. சிலகாலத்துக்குப் பின் ஸ்ரீலங்கா அச்சக அதிபர் கந்தசாமி (அமரர்) அதனை அழகாக நூல் வடிவில் வெளியிட்டார். சில ஆண்டுகள் அந்நூல் மலையகப் பாடசாலைகள் சிலவற்றில் எட்டாம் ஆண்டுத் தமிழ் உப பாடநூலாய் விளங்கியதையும் இங்கு குறிப்பிட்டாக வேண்டும்.

1959 தை மாதத்தில் யாழ்ப்பாணம் கைதடி விக்னேஸ்வர வித்தியாலயத்தில் ஆசிரியர் வெற்றிடம் ஒன்றிருப்பதாக அறிந்து அதனைப் பெறும் முயற்சியில் ஈடுபட்டேன். கைக்கெட்டி வாய்க்கெட்டாத கதையாய் அது முடிந்த வரலாறு மிகச்சோகமானது. எனினும் அதனையும் இங்கு சிறிது விவரித்தல் அவசியம் என்று உணர்கின்றேன். எனது ஆற்றாமையின் ஒரு கூறை அது எடுத்துக்காட்டும் என்பதால் அதனையும் இங்கு கூறுகிறேன்.

'பத்தில் வியாழன் பதிஎழுப்பும்' என்பது பழமொழி. அது என் வரையில் உண்மையாயிற்று.

சைவ வித்தியா விருத்திச் சங்கத்தின் (Hindu Board of Education) நிருவாகத்தில் கைதடியில் இயங்கிவந்தது விக்னேஸ்வரா

வித்தியாசாலை. கைதடிவாசரும், பெருங்குடித் தோன்றலுமான சிதம்பரநாதன், அவர் சை.வி.வி சங்க விதிப்படி பாடசாலையின் உள்ளூர் முகாமையாளர். ஏனெனில் அவரே இப்பாடசாலையைத் தொடக்கி, சை.வி. விருத்திச் சங்கத்திற்குக் கையளித்தவர்.

இவ்வாறு கையளித்தபோது பாடசாலை ஆசிரிய நியமனத்தில் தம்முடன் கலந்தாராய்ந்தே முடிவுசெய்தல் வேண்டும் என்று அவர், சங்கச் செயலாளரோடு (அமரர் த. இராசரத்தினம்) ஒப்பந்தம் செய்திருந்தார்.

இந்த ஒப்பந்தத்திற்கிசைய என்னைத் தமது பாடசாலை யில் நியமிக்கலாம் என்று முடிவு செய்த சிதம்பரநாதன், இதுபற்றிச் சங்கச் செயலாளருக்கும் அறிவித்திருக்கிறார்.

செயலாளரின் பதில் கிடைக்கத் தாமதமாயிற்று. தாமதத்தைப் பெரிதுபடுத்தாத சிதம்பரநாதன், செயலாளர் இசைவார் என்ற நம்பிக்கையுடன், என்னை ஆசிரியராய் நியமனம் செய்து, பொறுப்பேற்குமாறு கடிதமும் அனுப்ப, நான் ஹற்றன் பொஸ்கோவில் இருந்து விலகி யாழ்ப்பாணம் சென்றேன். சென்று விக்னேஸ்வர வித்தியாசாலையில் ஆசிரியராயும் பணியாற்றலானேன்.

ஒரு வாரம் சென்றது. உள்ளூர் முகாமையாளருக்கு, சைவ வித்தியா விருத்திச் சங்கச் செயலாளரிடமிருந்து பின்வரும் அறிவுறுத்தல் கடிதம் கிடைத்தது. அதன் சாரம் இது.

"உங்கள் பாடசாலையில் எனது ஒப்புதலின்றி நீங்கள் புதிதாய் ஆசிரியரை நியமிப்பது தவறு. அவரை இடைநிறுத்தவும். எதிர்வரும் முதலாம் திகதி நாம் அனுப்பிவைக்கும் ————— ———— அவர்களை ஆசிரியப் பணியாற்ற அனுமதிக்கவும்."

செயலாளர்.

சைவ வித்தியா விருத்திச் சங்கச் செயலாளர் அனுப்பி வைத்துள்ள ஆசிரியர், ஆசிரியத் தராதரப் பத்திரம் மட்டுமே பெற்றவர். நானோ ஆசிரியப் பயிற்சியோடு தமிழ் டிப்புளோமாச் சான்றிதழும் பெற்றவன்.

ஆறாம் வகுப்புத் தொடக்கம் பத்தாம் வகுப்புவரையுள்ள வகுப்புகளிலே (இடைநிலை வகுப்புகளிலே) கற்பித்தால் மட்டுமே டிப்புளோமாச் சம்பளம் கிடைக்கும் என்ற நியதியும் அக்காலத்தில் இருந்தது.

அதனையும் புறக்கணித்து, அதனிலும் குறைந்த ஆசிரியப் பயிற்சித் தராதர சம்பளத்தை ஏற்கவும் தயாராகி எட்டாம்

க. சொக்கலிங்கம்

வகுப்புவரையுள்ள ஒரு பாடசாலையில் சேவைபுரிய வந்த என்னை இடைநிறுத்த வேண்டுமாம். சாதாரண ஆசிரியத் தராதரத்தையுடைய ஒருவரை என் இடத்தில் நியமிக்க வேண்டுமாம்.

சைவ வித்தியா விருத்திச் சங்கச் செயலாளரின் இந்த உத்தரவு, உள்ளூர் முகாமையாளரின் சீற்றத்தைக் கிளப்பி விட்டது. பாடசாலையைத் தரமுயர்த்திக் கல்லூரித் தரத்திற்குக் கொண்டுவரக் கனவுகண்டு, அதற்கு முன்னோடியாகத் தரம் வாய்ந்த என்னை நியமித்த தமது முடிவினுக்குக் குந்தகமாக நடவடிக்கை மேற்கொண்டவரைச் சும்மா விடுவதில்லை என்று அவர் முடிவெடுத்தார்.

அந்தஸ்து பலமும், ஆள் அதிகார பலமும் ஒன்றுடன் ஒன்று மோதலாயின. சங்கச் செயலாளர் தமது உரிமை பெரிதென்றும், உள்ளூர் முகாமையாளர் தமது உரிமை முடிவானதென்றும் வாதப்போர் நிகழ்த்தலாயினர்.

இவர்களிடையே என்பாடு திரிசங்கு சுவர்க்க நிலையில் தத்தளித்தது. ஒருவாறு ஒன்பது மாதங்கள் தாக்குப்பிடித்தேன். அக்கால மரபுப்படி, நியமனம் உறுதியாகிச் சம்பள நிலுவையும் கிடைத்த அன்றே எனது விலகுதற் கடிதத்தையும் உள்ளூர் முகாமையாளரிடம் அளித்தேன்.

அவருக்குப் பெரும் அதிர்ச்சி! "நான் உங்களை விலகச் சொல்லவில்லையே! நீங்கள் தொடருங்கள். உங்களுக்குப் பாதுகாப்பு நான் அளிப்பேன்" என்று அவர் பலதரம் வேண்டினார்.

"ஐயா! உங்களின் வேண்டுதலை மறுப்பதற்கு மன்னியுங்கள். என்னுடைய சம்பளத் திட்டத்தின்படி நான் பெற வேண்டிய சம்பளத்திலும் குறைச்சலான சம்பளத்தில் தொடர்ந்தால் சம்பள உச்சத்தில் (*Maximum*) பெரும் பாதிப்பு உண்டாகும். உள்ளூர் முகாமையாளரான உங்களின் சக்திக்கும் அப்பாலான மாபெரும் சக்தியுடைய சங்கச் செயலாளரோடு நீங்களோ நானோ மோதி வெற்றி பெறுவது இயலாத காரியம். ஆனபடியால் என்னை மன்னியுங்கள்" என்றுரைத்து, கைதடி விக்னேஸ்வரா வித்தியாலயத்திலிருந்து விலகிக்கொண்டேன்.

ஹற்றன் புனித. யோன். பொஸ்கோ கல்லூரி மீண்டும் திறந்த கரங்களுடன் என்னை வரவேற்றது.

1959 பெப்ருவரி 28ஆந் திகதியோடு கைதடி பாடசாலைப் பணி முடிவுற்றாலும், இந்த இடைக் காலத்தில் எனக்கு ஒரு பொறுப்பும் வந்துசேர்ந்தது. அது மிகவும் மகிழ்வான பொறுப்பாகவே இருந்தது.

தேவன்(யாழ்ப்பாணம்) வகித்த ‘யாழ்ப்பாணத் தமிழ் எழுத்தாளர் சங்கச் செயலாளர்’ என்பதே அந்தப் பொறுப்பு.

நான் செயலாளராயிருந்த காலத்தில் இரு நிகழ்ச்சிகள் என்னால் ஒழுங்குசெய்து நடத்தப்பட்டன.

1. கவிஞர் இ. முருகையனைக் கொழும்பிலிருந்து அழைத்துச் சொற்பொழிவொன்றை நிகழ்த்துவித்தது.

2. ‘வெறி’ என்ற பொதுத்தலைப்பில் எழுத்தாளர் ஐவரைக் கொண்டு சிறுகதைகள் எழுதுவித்து வாசிப்பித்தது.

கைதடி விக்னேஸ்வரா வித்தியாசாலையிலே நான் பெற்ற அனுபவங்களே எனது ‘செல்லும் வழி இருட்டு’ நாவலாகி, அது தினகரனிலே தொடர்கதையாகிப் பின்னர் வீரகேசரி வெளியீடாய் நூல்வடிவில் வெளிவந்தது.

வண்ணை வைத்தீஸ்வரா வித்தியாலய உயர்தர வகுப்பு மாணவர் எனது ‘சங்கிலியன்’ நாடகத்தைத் தமது விழா ஒன்றிற்குப் பழக்கி மேடையேற்றினார். அதில் சங்கிலியனாகப் பாத்திரம் ஏற்று நடித்த அ. கந்தசாமி (பின்பு விஞ்ஞானப் பட்டதாரியாகி இன்று கனடாவில் பணிபுரிகிறார்) எனது ‘சிங்ககிரிக் காவலன்’ நாடகத்தில், மகாகாமர் என்ற பிக்குவாக வேடம் தாங்கி நடித்ததையும் இவ்விடத்தில் குறிப்பிடலாம். இந்நாடக உருவாக்கத்தில் கந்தசாமியின் சகபாடியான இ. பத்மநாப ஐயரின் பங்களிப்பும் கணிசமானதாகும்.

1959இல் எஸ்.டபிள்யு.ஆர்.டி. பண்டாரநாயக்கா, ‘பண்டா செல்வா ஒப்பந்தத்தைத்’ கிழித்தெறிந்து, சிங்கள மக்களிடையே இனவாதத்தைக் கொழுந்துவிட்டெரிய வைத்துவிட்டு, அதன் பயனாகத் தாம் கொலையுண்டு மறைந்து போனார்.

அவரின் மறைவின் பின்பு ஹற்றன் முதலாம் மலையகங் களிலே பேரினவாதம் சிறிது சிறிதாக முளைகொண்டு வளரத் தொடங்கியது. எனவே இக்காலகட்டம், ஹற்றன் பொஸ்கோ கல்லூரிக்கு இறங்குதிசையாகவே ஆனதில் வியப்பில்லை. அங்கு பணியாற்றிய தமிழாசிரியர்களான எங்களையும் பேரினவாதிகள் (காவல்துறையினர் உட்பட) சந்தேகக் கண்கொண்டே பார்க்கலாயினர். சிறுபொறியே பெருநெருப்பாகப் பரந்து செல்லும் நிலைகளும் இருந்தன.

இவை போதாவென்று பாடசாலைகளைத் தேசிய மயமாக்கும் திட்டமும் இன்றோ, நாளையோ செயற்படலாம் என்ற அச்சமும் ஞானச்சகோதரர்களிடம் ஏற்பட்டு வளர்ந்து கொண்டிருந்தது.

“எங்கள் பாடசாலையை அரசாங்கம் பொறுப்பேற்க முற்பட்டால், அதை இடித்துத் தரைமட்டமாக்குவோம்” என்று தமது சீற்றத்தின் உச்சியில் அதிபர் ஞானச்சகோதரர் தோமஸ் கூறியது இன்றும் என் மனச் செவியில் ஒலித்த வண்ணமேயிருக்கிறது.

ஆனால்,

அவர்கள் சற்றும் எதிர்பார்க்காதது நடந்தே விட்டது.

பாடசாலைகள் தேசியமயமாக்கப்பட்டபோது, ஹற்றன் புனித யோன். பொஸ்கோ கல்லூரியும் தவிர்க்க இயலாதவாறு அரசுடைமையாயிற்று.

‘குடைநிழலிலிருந்து குஞ்சரம் ஊர்ந்தோர்’

என்ற முதுமொழி அவர்கள் வரையில் மறுக்கமுடியாத உண்மையாயிற்று.

பாடசாலைகள் தேசிய உடைமையாவதற்கு ஓரிரு மாதங்களின் முன்பு அதிபர் “நாங்கள் தனித்துத்தான் இயங்கப் போகிறோம். நீர் தொடர்ந்து எங்களோடு இருப்பீரா” என்று கேட்டார்.

நான் பதில் இறுக்கவில்லை. “ஊரோடில் ஒத்தோடு” என்ற பழமொழியில் எனக்கு நம்பிக்கை இருந்தது. ஆனால் என்னிலே அளவு கடந்த நம்பிக்கையும் அன்பும் வைத்திருந்த ஒருவரின் முகத்தை முறித்துப் பதிலிறுக்க என்னால் கூடவில்லை.

“நீர் தொடர்ந்து இங்கு பணியாற்றுவீராயின் இந்தியா சென்று B.O.L படிக்க வழிசெய்து தருவோம். என்ன சொல்கிறீர்” என்று தொடர்ந்தார்.

“பார்ப்போம்” என்றேன்.

ஆனால் அவரோ, நானோ சற்றும் எதிர்பாராத வகையில், புத்தளம் சாஹிரா கல்லூரிக்கு என்னை அரசு மாற்றி விட்டது. எனது ஆலோசனையின் பேரில் தொடங்கப்பெற்ற க.பொ.த (உ-த) கலைப்பிரிவும் நான் மாற்றப்பட்டதோடு கைவிடப்பட்டதென அறிந்தேன்.

09-01-1961இல் புத்தளம் சென்று சாஹிராக் கல்லூரி ஆசிரியரானேன்.

10

புத்தளம்
சாஹிராக் கல்லூரியில்
(1961–1963)

கடும் குளிரிலிருந்து கொடும் வெப்பத்திற்கு ஈடுகொடுக்க வேண்டிய நிலைக்கு எனது மாற்றம் இடம் அளித்தது. ஹற்றனிலிருந்து புத்தளத்திற்கு மாற்றம் பெற்றதைத்தான் சொல்கிறேன்.

ஹற்றன் குளிருக்கு இசைவாக்கம் செய்து கொண்ட என் மனைவிக்குப் புத்தளத்தின் வெப்பம் தாங்கக்கூடியதாய் இருக்கவில்லை. மலேரியாக் காய்ச்சலுக்கு இலக்காகிப் படுக்கையில் விழுவது அவரது இயல்பாகிவிட்டது. தலைமயிர் உதிர்ந்து மிகுந்த பலவீனத்துடன் அவர்பட்ட அவலம் தாங்கக் கூடியதாயில்லை.

என் முதல் மகள் வாணியும், மூன்றாவது மகன் குமரனும் யாழ்ப்பாணத்தில் என் அன்னையோடும், அண்ணன் அண்ணியோடும் இருந்ததுதான் ஓராறுதல். என் இரண்டாவது மகன் அமுதன் எங்களுடனேயே இருந்தான். அவனும் கொழுக்கிப்புழு உபாதையால் அடிக்கடி பேதியாவதும், படுக்கையில் வீழ்வதும் சகஜமான நிகழ்ச்சிகள்.

இவர்களை வைத்துக்கொண்டு தனிமையில் நான் பட்ட அவதிகள் கொஞ்சம் அல்ல, ஒரு சம்பவத்தை மட்டும் இங்கு குறிப்பிடுகிறேன்.

அன்று கல்லூரியில் வருடாந்தத் திரட்டு (Annual Return). வட்டாரக் கல்வி அதிகாரி மட்டுமன்றி, கொழும்பிலிருந்து கல்விப் பணிப்பாளர் மெண்டிஸ் அவர்களும் வருவார் என்று முன்னரே

அறிவிக்கப்பட்டிருந்தமையால், இரவிரவாக விழித்திருந்து பாடக் குறிப்பு எழுதி, பாட ஆயத்தம்செய்ய வேண்டியிருந்தது. இவை முடிந்து படுக்கைக்குச் செல்ல இரவு பதினொரு மணியாகி விட்டது.

என் மனைவி காய்ச்சலின் வேகத்தில் பிதற்றிக் கொண்டிருக்கிறார். மகன் அமுதனோ அடிக்கடி பேதியாகிக் கொண்டிருக்கிறான். அதிகாலை ஐந்து மணிக்கே எழுந்து இருவரதும் கடமைகளை முடித்துப் பரபரப்போடு சமையல் செய்ய முற்படுகிறேன்.

சமையலுக்கு நான் புதியவன். முருங்கைக்காய் வெட்டிப் பொரிக்கவெனத் தேங்காய் நெய்க்குப் பதில் மண்ணெண்ணெயை ஊற்றி ... நல்லவேளை நெருப்புப் பற்றி மண்ணெண்ணெயோடு இணைந்து ... எத்தகைய ஆபத்துக்கு நான் முகங்கொடுத்திருக்க வேண்டும்.

என் அவலத்தைக் கண்டு என் மனைவி எழுந்து தன் கடும் வருத்தத்தையும் பொருட்படுத்தாது சமையல் பொறுப்பைத் தான் ஏற்று எனக்கு விடுதலை அளித்ததால் நான் பிழைத்தேன்.

மனைவியின் பாசமும் தியாகமும் என் நெஞ்சைத் தொட்டன. அவரின் மெலிந்த, கறுத்த (ஏற்கெனவே கறுப்பு நிறம், நோயினால் மேலும் கறுத்துக் காட்சி தந்தார்.) உருவம் எரிந்து அணைந்த குறைக் கொள்ளியை எனக்கு நினைவூட்டியது.

பயன்?

கலைச்செல்வியில் எனது 'குறைக்கொள்ளி' என்ற சிறுகதை அடுத்த மாதம் வெளிவந்தது.

நோய் நொடிகளுக்கிடையிலும் மென்மையான பாசத்தின் ரேகை – எங்களிடையே ஓடியதொன்றே குடும்பப் பாரத்தையும் உடற்பிணிகளையும் தாங்க வைத்தது என்பதை நான் அன்றும் இன்றும் உணர்ந்துகொண்டு இருக்கிறேன்.

சில மாதங்களின் பின் என் அன்னை வந்து சமையற் பொறுப்பில் ஒரு பகுதியை ஏற்று என் மனைவிக்கு ஆறுதல் அளித்தார்.

முன்னரே முஸ்லிம்களுக்கான கல்லூரியில் கற்பித்தவன் நான். ஆனால் அக்கல்லூரியின் சூழலிலிருந்து புத்தளம் சாஹிராக் கல்லூரி பெருமளவு வேறுபட்டிருந்தது.

சிங்களச் சாயல் சற்றுமே படியாத தமிழ்ப்பாங்கு இங்கு கூடுதலாயிருந்தது. முந்தல் உடப்பு முதலாம் தமிழ்க் கிராமங்களிலிருந்தும், தமிழ் மாணவர் கணிசமான அளவு

இங்கு கற்றனர். யாழ்ப்பாணத்திலிருந்து வந்து புத்தளத்தில் நிரந்தரவாசிகளாகிவிட்ட தமிழ்ப் பெற்றோரின் பிள்ளைகளும், உத்தியோக நிமித்தம் வந்து தற்காலிகமாக வதிவோரும், வர்த்தகரின் பிள்ளைகளும் இருந்தனர்.

புத்தளம் வாழ் முஸ்லிம்கள் தமிழரிலே எவ்விதத் துவேஷமும் காட்டாது சகஜமாக நடந்துகொண்டதும் குறிப்பிடத்தக்க தாகும். (குருநாகலில் மாவத்த கிராமத்திலிருந்து வந்து சிங்களம் கற்பித்த ஆசிரியர் ஹாசிம், "யாழ்ப்பாணத்தில் முஸ்லிம்களைத் தாழ்த்தப்பட்டவர்போல நடத்துவார்களாமே. போத்தலில்தான் தேநீர், தண்ணீர் வழங்குவார்களாமே" என்று ஒருநாள் என்னிடம் கேட்டபொழுது என்னால் பதில் கூறமுடியவில்லை.)

வாழ்க்கைத் தரத்தைப் பொறுத்தவரை அழுத்கமவில் போலவே புத்தளத்திலும் பெரும்பாலான முஸ்லிம்கள் பொருளாதார வசதி குறைந்தவர்களே. அழுத்கமவில் ஒருசிலர் பெருந்தனவந்தர்களாய் இருந்ததுபோலப் புத்தளத்திலும் ஒரு சிலர் பெருமளவு செல்வ வளம் பெற்றிருந்ததும் உண்மைதான். இத்தகைய உயர்வு தாழ்வு எங்கும் ஒரே மாதிரித்தான் போலும்!

அறுபதுகளிலும் முஸ்லிம்களின் கல்வித் தேவைகளை நிறைவு செய்யத் தமிழாசிரியர்கள் பெருமளவு தேவைப்பட்டார்கள். இவ்வுண்மையின் பிரதிபலிப்பாக, கல்வித் தரத்தாலும், தொகையாலும் சாஹிராவில் கணிசமான அளவு யாழ்ப்பாணத் தமிழாசிரியர்கள் பணியாற்றிக்கொண்டிருந்தார்கள். மட்டக்களப்பு, நீர்கொழும்பு ஆகிய இடங்களிலிருந்தும் தமிழாசிரியர் இருவர் இங்கு கற்பித்தனர்.

சிங்கள ஆசிரியர் ஒருவர், முஸ்லிம்களில் சிங்களத் தராதரம் பெற்ற ஆசிரியர்கள் இருவர் (மாவத்தகமவிலிருந்தும் மாத்தறையிலிருந்தும் வந்தவர்கள்) சிங்களம் கற்பித்தலுக்குப் பொறுப்பாயிருந்தனர்.

அதிபர் மரிக்கார் உட்பட மௌலவி ஒருவர் (இவர் ஆசிரியர் பயிற்சியும் பெற்றவர்) முஸ்லிம் ஆசிரியர்கள் நால்வர் (நால்வரும் ஆசிரியர் பயிற்சி பெற்றோர்) இங்கு பணிபுரிந்தனர்.

எஞ்சியோர் யாவரும் தமிழாசிரியர்களே. அவர்களின் விபரம் வருமாறு.

1. எஸ்.வி. மகேசவேல் எம்.ஏ (பின்னாளில் மானிப்பாய் இந்துக்கல்லூரியின் அதிபராயிருந்து ஓய்வு பெற்றவர்)
2. எஸ்.நவரத்தினம் B.Sc விஞ்ஞான ஆசிரியர்.
3. க. சொக்கலிங்கம் – ஆசிரியர்ப் பயிற்சி 1 தமிழாசிரியர் தமிழ் டிப்புளோமா

4. ஆசிரியை 1 கலைப்பட்டதாரி (பெயர் நினைவிலில்லை) ஆங்கிலம், புவியியல்

5. ஆசிரியை 2 கலைப்பட்டதாரி (பெயர் நினைவிலில்லை) ஆங்கிலம், வரலாறு, சமூகவியல்.

6. கனகசிந்தாமணி – ஆசிரியர்ப் பயிற்சி 1 தமிழ், எண்கணிதம் கற்பித்தவர்

7. சு. திருவள்ளுவர் ஆசிரியர்ப் பயிற்சி 1 ஆரம்ப வகுப்பாசிரியர்

8. கனகசபாபதி ஆசிரியர்ப் பயிற்சி 1 ஆரம்ப வகுப்பாசிரியர்

9. திருமதி. செல்வரத்தினம் ஆசிரியர்ப் பயிற்சி 1 ஆரம்ப வகுப்பாசிரியர்

10. சீவரத்தினம் ஆசிரியர்ப் பயிற்சி தமிழ், ஆங்கில (S.S.C) ஆசிரியர்

சிறுச்சிறு பனிப்போர்கள் அவ்வப்போது இடம்பெற்றாலும் பொதுவில் ஆசிரியர்களிடையே சுமுகமான உறவே நிலவிற்று. மாணவர்கள் ஓரளவு வகுப்புகளுக்குரிய வயதைக் கடந்தவர்களாயினும் பிரச்சினையாளர்களாய் இருக்கவில்லை. ஆசிரியர்களோடு முரணாது அடக்கமாகவே நடந்துகொண்டார்கள்.

ஜனாப் அமீர், ஜகுபர், உவைஸ், மௌலவி (பெயர் நினைவிலில்லை) ஆகிய ஆசிரியர்களில் என்னோடு மிகுந்த நட்புறவு பாராட்டி வந்தவர் ஜனாப் அமீர். அவர் சாரணர்ப் பயிற்சியாளராகவும், ஆங்கிலம் சரளமாகப் பேசுபவராகவும், எவருக்கும் உதவ முன்வருபவராகவும் இருந்தும் முஸ்லிம் சக ஆசிரியர்களோடு அவரின் உறவு சற்று விரிசலடைந்தே காணப்பட்டது. காரணம் அவர் மனைவியை விவாகரத்து செய்திருந்தமையும், பொருளாதாரக் குறைவினால் பெரும் சிக்கனக்காரராய் இருந்தமையாலும் என்று கருதுகிறேன்.

ஆனால் தேவைநோக்கி அவர் எவ்வளவு தொகையையும் செலவிடத் தயங்கார் என்பதையும் நான் அறிந்துகொள்ள வாய்ப்பு ஏற்பட்டது.

அமீரின் ஒன்றுவிட்ட சகோதரர் ஒருவர் சாஹிராவில் கற்று, க.பொ.த (சா.த) பரீட்சையில் திறமையுடன் சித்திபெற்றார். அவருக்குத் தந்தை இல்லை. மிகுந்த ஏழையான குடும்பம். அவரை மேற்படிப்புக் கற்பித்து ஆளாக்க வேண்டும் என்பது அமீரின் வேணவா. எனவே என்மூலம் அவரை யாழ்ப்பாணம் இந்துக் கல்லூரியிலே சேர்த்து விடுதிச்சாலையில் இருந்து கற்கவும்

பாலையும் சோலையும்

வசதிசெய்து, இவையாவிற்கும் தாமே செலவுப் பொறுப்பையும் ஏற்றுக்கொண்டார்.

ஆனால், புதிய சூழலுக்கு இசைவாக்கம் செய்துகொள்ள முடியாத அமீரின் சகோதரர் இடைநடுவில் படிப்பைக் குழப்பி கொண்டதற்கு அமீர் பொறுப்பல்ல.

1962இல் ஜனாப் என்பவர் நிரந்தர அதிபராய்ப் பொறுப்பேற்றார். இவர் பேராதனைப் பல்கலைக்கழகத்தில் கலைமாணிப் பட்டத்திற்காய்த் தெரிவுபெற்று ஓராண்டு கற்று முதற்கணப் பரீட்சையில் *(First in Arts)* தேர்வு பெற்ற பின் இடைநடுவில் படிப்பை நிறுத்திக்கொண்டவர். கொழும்பில் சட்டத்தரணிக்குப் படித்துப் பெறுபேற்றினை எதிர்பார்க்கும் வேளையில், சாஹிராக் கல்லூரி அவரது சேவையை நாடிற்று.

இஸ்லாமிய கல்லூரிக்கு இஸ்லாமியர்களே அதிர்பர்களாய் நியமிக்கப்படல் வேண்டும் என்ற விதிக்கமைவாய், பட்டதாரியாய் இல்லாத போதும் ஜனாப் இன்று அதிபரானர்.

முன்னவரான மரிக்கார் போலவே எல்லோருடனும் நட்புறவுடன் பழகி வேலைவாங்குவதில் சமர்த்தராய் விளங்கிய இவரை ஆசிரியர், மாணவர் யாவரும் நேசித்தனர்.

நான் இங்கு பணிபுரிந்த காலத்தில் இரண்டு முன்னோடி முயற்சிகளை மேற்கொண்டேன். அவற்றுக்கு அதிபரும், சிறப்பாக முஸ்லிம் ஆசிரியர்களும் பெற்றோர்களும் மாணவர்களும் பூரண ஆதரவு தந்தார்கள். ஒன்று கல்லூரிக்கு ஒரு நூல் நிலையம் அமைப்பது. இதற்கு ஆசிரியர் ஒவ்வொவரும் ரூபா ஐம்பதுக்குக் குறையாத நிதி வழங்க வேண்டும்.

ஐம்பது ரூபா அந்தக் காலத்தில் பெருந்தொகை. எனக்கும் கட்டுப்படியாகாது. எனினும் ஆர்வத்தினால் கூறிவிட்டேன். பணம் என்று வந்தபோது ஆசிரியர் பலரும் பின்னடித்ததோடு என்மீதும் மனதளவில் வெறுப்பும் எரிச்சலும் கொண்டனர். இந்த வெறுப்பும் எரிச்சலும் பலமாதங்கள் நீடித்தன. எனினும் முயற்சி முற்றாகக் கைவிடப்படவில்லை. நான் சாஹிராவிலிருந்து விலகி வந்தபின், நூல்நிலையத் திறப்பு விழாவிற்கு அழைப்பு அனுப்பியதிலிருந்து இவ்வுண்மை புலனாகிறது.

க.பொ.த(சா.த) வகுப்புவரை இருந்ததை க.பொ.த(உ.த)க் கலைப்பிரிவுக்கான வகுப்பு ஆரம்பிக்க வேண்டும் என்ற என் ஆலோசனையும் ஏற்றுக்கொள்ளப்பட்டது. முஸ்லிம் மாணவர்கள் நால்வரும் (உடப்பு, சிலாபம்) தமிழ் மாணவர் இருவரும் இவ்வகுப்பிலே சேர்த்துக்கொள்ளப்பட்டனர். நான் தமிழ், இலங்கை வரலாறு ஆகிய பாடங்களையும் எஸ்.வி. மகேசவேல்

பொருளாதாரம், இந்திய வரலாறு ஆகிய பாடங்களையும் கற்பித்தோம். நான் விலகி வரும்வரை இவ்வகுப்புகள் நடந்தன.

இவ்வகுப்புகள் கைவிடப்பட்டாலும், ஊக்கம் தளராது யாழ்ப்பாணம் வந்து மயில்வாகனம் என்ற மாணவன் செங்குந்தா இந்துக் கல்லூரியிலே உயர்தர வகுப்பில் சேர்ந்து கற்றுப் பல்கலைக்கழகத் தெரிவும் பெற்றுக் கலைமாணியானார். சிலாபத்திலிருந்து வந்த தமிழ் மாணவர் டயனீசியஸ் யாழ்ப்பாணக் கல்லூரியில் சேர்ந்து கற்று, பல்கலைக்கழகம் சென்று பட்டதாரியானார்.

சுந்தரமூர்த்தி நாயனார் ஆற்றிலிட்ட பொன்னைக் குளத்தில் எடுத்தார். நான் புத்தளத்தில் இட்ட பொன்னைச் சிலாபத்தில் எடுக்கும் பேற்றை அடைந்த வரலாறு மறக்க முடியாதது. அதனை உரிய இடத்தில் எடுத்துரைப்பேன்.

புத்தளத்தில் எனக்குக் கிடைத்த ஓர் உறவை என் வாழ்வில் மறக்க முடியாது.

நான் குடியிருந்த வீட்டுக்கு அண்மையில் சுதேச வைத்தியர் (முஸ்லிம்) இருந்தார் (பெயர் நினைவிலில்லை.) அவரின் ஒரே மகன் இலியாஸ். நான் சாஹிராவிலே ஆசிரியரானபொழுது அவன் க.பொ.த(சா.த) முதலாண்டு வகுப்பிலே கற்றுக்கொண்டிருந்தான்.

இயல்பாகவே தமிழில் ஈடுபாடும் பத்திரிகைகள், சஞ்சிகைகள் வாசிப்பதில் ஆர்வமும் கொண்ட அவன், என்னில் விசேட அன்பும் மதிப்பும் காட்டினான். அவனுக்கு அயலவனானபோது என் வீட்டிற்கு அடிக்கடி வந்து எங்கள் பிள்ளை போலவே உறவு கொண்டான். அக்கா என என் மனைவியையும் அண்ணா என்று என்னையும் பாவித்து மிகுந்த நட்புறவுடன் நடந்துகொண்டான். முஸ்லிம் – தமிழ் என்ற பாகுபாட்டைச் சிறிதளவுகூட அவன் பாராட்டியதில்லை.

இந்த உறவு அவனுடைய வீட்டாரோடும் ஏற்பட்டது. இரு தடவைகள் நான் என் மனைவியையும் மகனையும் தனிமையில் விட்டு யாழ்ப்பாணம் வந்து திரும்பிய வேளைகளில் இரவில் இலியாசின் தாயார் வந்து என் மனைவியோடு தங்கியிருந்து உதவினார். சிறுசிறு நோய்களுக்கு இலியாசின் தந்தை மருந்துகள் தந்து ஒரு சதம்கூடப் பெறாது எம்மை மாறாக் கடமைக்குள்ளாக்கினார்.

எனது ‘சிங்ககிரிக் காவலன்’ நாடகம் யாழ்ப்பாணத்தில் நடந்தபோது வந்து என் வீட்டில் தங்கி, தொட்டாட்டு வேலைகள் செய்து எனக்கு உதவியவன் இலியாஸ்.

பொறளை ஆயுர்வேதக் கல்லூரியில் கற்று ஆயுர்வேத டாக்டரான இவன், கட்டக்காடு சி.க.த.மகாவித்தியாலய அதிபராய் நான் நியமனம் பெற்று, சிலாபம் சென்ற போது, நான் முன்னரே அறிவித்தபடி புத்தளம் பஸ் நிலையம் வந்து என் பயணப் பெட்டியைத் தூக்கித் தோளில் வைத்தபடி, என்னை அழைத்துச் சென்று ஓரிரவு தன் வீட்டிலே தங்கவைத்து உபசரித்ததோடு, நான் அங்கிருந்து மாற்றலாவதற்குத் துணைபுரிய முன்வந்து உழைத்தவன். (இதுபற்றிப் பின்னர் விபரமாக எடுத்துரைப்பேன்).

டாக்டர் இலியாஸ் தமிழரசுக் கட்சி சார்பில் சாவகச்சேரியில் பா.உ தேர்தலுக்கு ஓர் அபேட்சகராய்ப் போட்டியிட்டபொழுது, தமது தேர்தல் மனுவை, என் வீட்டிலிருந்து சென்றுதான் யாழ்செயலகத்தில் கையளித்தார்.

டாக்டர் இலியாஸ் (முன்னாள் நாடாளுமன்ற உறுப்பினர்) இன்று தமது பாரியாருடன் (அவரும் ஆயுர்வேத டாக்டர்) புத்தளத்தில் பிரபல வைத்தியராய் விளங்குவது எனக்கு மிகுந்த மகிழ்ச்சியை தரும் ஒன்று.

மதம், இனம், மொழி என்ற செயற்கைப் பிரிவுகளுக்கு அப்பால் 'மனிதம்' என்ற ஒருமை ஒன்று உண்டு என்பதும், அது மகத்தானது, போற்றப்பட வேண்டியது என்றும் எனக்கு உணர்த்தி வைத்தவர் டாக்டர் இலியாஸ் என்று மனமார உணர்கிறேன்.

நான் எழுதி, விவேகி சஞ்சிகையிலே தொடர்ந்து வெளியான 'சீதா'வுக்கு அடித்தளம் புத்தளத்திலேயே இடப்பட்டது. இதற்கு ஆதார தகுதியாய் விளங்கியவர்கள் டாக்டர் இலியாசும் அவரின் பெற்றோருமே என்பதையும் இவ்விடத்தில் எடுத்துரைக்க வேண்டும். 'சீதா' வீரகேசரிப் பிரசுரமாய் வெளியாகி, சாதிப் பிரச்சனை தொடர்பாய் வெளிவந்த நாவல்களுக்கு முன்னோடி என்ற பாராட்டைப் பிரபல நாவலாசிரியர் செங்கையாழியானிடமிருந்து பெற்று, அவரது நூலிலே ஆவணப்படுத்தப்பட்டும் உள்ளது.

புத்தளத்தில் நானும் மனைவியும் பிள்ளைகளும் வாழ்ந்த காலத்தில் அங்கு வாழ்க்கைத் தரம் மிகவும் மலிவாகவேயிருந்தது. ஒரு வாரத்திற்கு வேண்டிய காய்கறிகளை ரூபா ஐந்துக்குள் பெறக்கூடியதாயிருந்தது. பலாப்பழம் ஒன்று ஒரு ரூபாவுக்கு கிடைத்தது. அரிசிமா முதலியன உணவுக்கட்டுப்பாட்டு அடிப்படையில் விநியோகம் செய்யப்பட்டன.

முதியவரும் அனுபவசாலியான டாக்டர் வஸ்தியாம்பிள்ளை என் மனைவிக்கு மருந்து வழங்கும் ஒவ்வொரு தடவைக்கும்

கட்டணமாய்ப் பெற்ற தொகை ரூபா ஒன்று மட்டுமே! ரோனிக் மேலதிகமாக அளிக்கும்போது மட்டும் மேலதிகமாக ஒரு ரூபா செலுத்தினோம்.

என் மனைவியின் தாயார் நீரிழிவு நோயாளி என்று முன்பே குறிப்பிட்டிருந்தேன். அவர் எங்களுடன் புத்தளத்தில் இருந்தபோது அண்மையிலிருந்த அரசினர் மருத்துவ நிலையத் திற்குச் சென்று இலவசமாக மருந்துகள் பெற்று வந்தார்.

இரண்டொரு பிள்ளைகளுக்குப் பாடம் சொல்லிக் கொடுத்தும் *வீரகேசரி*, தினகரன் முதலாம் பத்திரிகைகளுக்குச் சிறுகதை, கட்டுரைகள் எழுதியும், வானொலி நாடகங்கள், உரைச்சித்திரங்கள் முதலியன வரைந்தும் கணிசமான ஒரு தொகையை அவ்வப்போது பெற்றபடியால் புத்தள வாழ்க்கை தளப்பமின்றி கழிந்தது உண்மையே.

*1961*இல் *Sunday Observer*இல் ஏ.ஜே. கனகரத்தினா அவர்கள் மொழிபெயர்த்த 'தாலி' (கடைசி ஆசை என்பது நான் அளித்த தலைப்பு) சிறுகதை, கைலாசபதியின் அறிமுகத்தோடு வெளியானது என்னால் மறக்கமுடியாத நிகழ்ச்சியே.

எனினும் எனது எதிர்காலத்தைக் 'கல்வி' ஒன்றினாலேயே சீர்ப்படுத்தலாம், வளமாக்கலாம் என்ற எண்ணம் அழுத்கம, ஹற்றன் போலவே இங்கும் ஏற்படவில்லை. கடதாசி விளையாட்டும் வம்பளப்பும் தொடர்ந்துகொண்டிருந்தன. இவ்விடயத்தில் நவரத்தினம், சீவரத்தினம், அமீர் ஆகியோர் என் கூட்டாளிகள்! (சீவரத்தினம் நான் *M.A.Q* செய்த காலத்தில், உள்வாரி மாணவராய்ப் பேராதனைப் பல்கலைக்கழகத்தில் கலைமாணி பட்டத்திற்குப் படித்துக்கொண்டிருந்தார். ஆங்கிலத்தை ஒரு பாடமாகக் கொண்டு கலைமாணிப் பட்டம் பெற்று ஆசிரியரான அவர், அகால மரணத்திற்கு ஆளானது பெருங்கவலைக்குரியது.) *1961*இல் கவிஞர் முருகையனின் தம்பியும், கொழும்புப் பல்கலைக்கழகத்தில் அப்பொழுது விஞ்ஞானம் பயின்றவரும் பின்னாளில் பிரதிக்கல்விப் பணிப்பாளராயிருந்து அகாலத்தில் மறைந்தவருமான அமரர் இ. சிவானந்தனின் வேண்டுகோளினை ஏற்று நான் எழுதிய 'இரட்டை வேஷம்' நாடகம் கொழும்புத் தமிழ்ச் சங்கத் தமிழ் விழாவில், சிவானந்தனைத் தலைமைப் பாத்திரமாகக் கொண்டு மேடையேறியது. கலாநிதி கா. சிவத்தம்பி (பின்னாட் பேராசிரியர்) அந்நாடகத்தை நெறியாண்டார். நாடக ரசிகரின் பாராட்டுக்கு அந்நாடகம் உரித்தாயிற்று.

1963–09–01 முதல் யாழ்ப்பாணம் இந்துக் கல்லூரிக்கு மாற்றலானேன். ஆனால்?

11

யாழ்ப்பாணம் இந்துக் கல்லூரியில்
(1963–1973)

பத்து வருடங்களுள் நான்கு பாடசாலைகளுக்கு மாற்றங்கள்!

"உண்மையில் ஓரிடத்தில் நிலையாக நில்லாமைக்கு உமது நிலையற்ற மனநிலையா? அல்லது நிருவாகத்திற்கு உம்மீது ஏற்படும் அதிருப்தியா? எது காரணம்?" என்று என்னில் அக்கறை கொண்ட நண்பர்கள் கேட்கிறார்கள். விளக்கம் தர வேண்டியது என் பொறுப்பு.

1953–1955 ஆண்டுகளில் மேற்கல்வி பெற, ஊவாக் கல்லூரியிலிருந்து விலகினேன்.

1957இல், சாஹிராக் கல்லூரியிலிருந்து நான் விலகியது, எனது விருப்பங்களையும் திறமைகளையும் பயன்செய்ய சாஹிரா உகந்ததல்ல, ஹற்றனில் அவற்றுக்கு வாய்ப்புண்டு என்ற காரணத்தால் விலகினேன்.

1959இல் யாழ்ப்பாணத்தில் உள்ளூர் வேலைவாய்ப்புக் கிடைத்ததால் மாறினேன். அது என் சம்பளத்தையும் மனத்தையும் பாதித்ததால் மீண்டும் ஹற்றன் சென்றேன்.

1961இலும் 1963இலும் நடந்த மாற்றங்கள் முற்றிலும் அரசாங்க நடவடிக்கைகள். அவை என்னால் தவிர்க்க முடியாதவை.

1973இல் அதிபர்ப் பதவியுயர்வால் சிலாபத்துக்கும், பின்னர் முல்லைத்தீவுக்கும், அடுத்து யாழ்ப்பாணத்திற்கும் மாற்றலானேன்.

1976–1979, 1982–1983 ஆகிய காலங்களில் என் விருப்பத்திற் குரிய விரிவுரையாளர் பதவி கிடைத்தது. அப்பொழுது பணியாற்றிய பாடசாலைகளிலிருந்து மாறி முறையே கோப்பாய், பலாலி ஆசிரியக் கலாசாலைகளுக்குச் சென்றேன்.

ஆக,'கடற்கரைத் தாளங்காய்'போல விரும்பியும், அரசுவிதிக்கு அமைவாயும் நான் மாறியதும் மாற்றியதும் நிகழ்ந்தன.

ஆனால் ஒன்று.

எந்த இடத்திலும் என் பணிக்கு மாசு கற்பித்து ஒழுக்காற்று நடவடிக்கையால் நான் மாற்றப்படவில்லை என்பதை மட்டும் இவ்விடத்தில் குறிப்பிடுகிறேன். "உங்கள் பணிகளுக்கு நன்றி. செல்லாதிருப்பதே எம் விருப்பம், செல்கிறீர்கள். சென்று மீண்டும் வருக" என்ற பாங்கிலே தான் ஒவ்வொரு நிறுவனமும் என்னை அனுப்பிவைத்தது.

ஆனால், இந்துக்கல்லூரிக்கு மாறிச் சென்று இருவாரங்களில் நடந்த சம்பவம் அனியாயமாக என்மீது சுமத்தப்பட்ட பழி, முகத்திற் பூசிய கரிப்பூச்சு.

என் வாழ்வில் என்றுமே மறக்க முடியாத நிகழ்ச்சி அது.

1956ஆம் ஆண்டினை, இலங்கை வரலாற்றிலே மிக முக்கியமான ஆண்டாகக் கொள்வது வழக்கமாயிருந்து வருகிறது. இடதுசாரிகளையும் இணைத்துக்கொண்டு எஸ். டபிள்யூ. ஆர்.டி. பண்டாரநாயக்கா கூட்டணி அமைத்ததும், தேசிய உணர்வுக்கு முதன்மையளிக்கப்பட்டதும் இவ்வாண்டிலேதான்.

நாட்டின் பல துறைகளிலும் தேசியத்தின் செல்வாக்கு மேலோங்கியது போலவே, நவீன தமிழிலக்கியத்திலும் இத்தேசியம் தனது மேலாண்மையை ஆழப்பதிக்க முற்பட்டது.

சமூகத்தின் அடிமட்டத்தில் நசுக்கப்பட்டோர், பாட்டாளிகள், சாதித்துவத்தினால் பாதிப்படைந்தோர் பற்றியே இலக்கியங்கள் படைக்கப்படல் வேண்டும் என்றும் அவர்கள் படும்பாடுகள், அவர்களை நசித்துக்கொண்டிருக்கும் மேல்த்தட்டு வர்க்கமான முதலாளி வர்க்கத்தை எதிர்த்து நடத்தும் போராட்டங்கள் எதார்த்த பூர்வமாக இலக்கியங்களில் இடம்பெற வேண்டும் என்ற கோஷம் முன்வைக்கப்பட்டது.

'மரபு வழி நின்று, இலக்கணக் கட்டுக்கோப்புடன், உயர்ந்த இலட்சியங்களை, உயர்மாந்தர்களைப் பாத்திரங்களாகக்

கொண்டு, ஒழுக்கம் தவறாத கருக்களைக் கையாண்டு இலக்கியம் படைத்தல் வேண்டும்' என்று மேற்குறித்த கோஷத்திற்கு எதிர்க் கோஷம் கிளப்பப்பட்டது.

பல்கலைக்கழக அறிவுசீவிகள், விழிப்படைந்த இலக்கிய உணர்வுமிக்க பாட்டாளி வர்க்கத்தினர் ஆகியோர் முதலிற் குறித்த கோட்பாட்டுக்கமைவாய் முற்போக்கிலக்கியத்தை ஊக்குவித்தும் எழுதியும் ஒரு புதுவழி சமைக்கலாயினர். தமது குறிக்கோளுக்கமைவாய், இயக்கரீதியாக ஒன்றுபட்ட முற்போக்கு எழுத்தாளர் சங்கத்தை உருவாக்கச் செயற்பட்டனர்.

மரபுவழி கற்ற பண்டிதர்களும் அவர்களுக்குச் சார்பான புத்திசீவிகளும் அவர்கள் இயக்கரீதியாக ஒன்றுபடா விட்டாலும் முற்போக்கு எழுத்தாளர்களுக்கு எதிராக ஒன்றுபட்டு அவர்களின் படைப்புக்கள் 'இழிசினர்' இலக்கியம் எனக் குற்றம் சாட்டினர்.

மரபுவழி இலக்கியவாதிகள் பலரும் மேல்சாதியினர் எனத் தம்மைப் பெருமைப்படுத்தி இனங்காட்டியமையால், பெரும்பாலும் நசுக்குண்ட, தாழ்த்தப்பட்ட பலரையும் உறுப்பினராகக் கொண்ட முற்போக்கிலக்கியவாதிகள் 'இழிசினர்' என்ற சொல்லாட்சியை மிகக் கடுமையாக எதிர்த்தனர்.

மரபிலக்கியவாதிகள் தாம் 'இழிசினர்' என்றது தாழ்த்தப்பட்டோரையல்ல, கல்வியறிவில்லாத கொச்சை மொழியைக் கையாள்கின்ற படிப்பறிவற்றாரை என்று சமாதானம் சொன்ன போதிலும், அவர்களின் உள்நோக்கம் தாழ்த்தப்பட்டோரை இழிப்பதே என்றுகொண்டு, எதார்த்த வாதிகள், மேற்போக்கிலக்கியகாரர்களுக் கெதிராய்ப் பெரும் கருத்துப் போராட்டம் ஒன்றைத் தொடங்கி நடத்தலாயினர்.

கைலாசபதி பிரதம ஆசிரியராயிருந்த தினகரன் இவ்விரு வாதிகளுக்கும் களம் அமைத்துக் கொடுத்தது. நானும் சிவத்தம்பியும் செ. தில்லைநாதனும் இன்னும் பலரும். மரபுவாதத்திற்கு எதிராகக் கட்டுரைகள் எழுதியும், பொதுக் கூட்டங்களில் பேசியும் வந்தோம். கவிஞர்கள் முருகையன், சில்லையூர் செல்வராசன் முதலியோர் நையாட்டம், குத்தல், எள்ளல் அமைந்த கவிதைகளால் மரபுவாதிகளைச் சாடினர்.

சோ. நடராசா, பண்டிதர் இளமுருகனார், கலாநிதி. அ. சதாசிவம், வித்துவான் வேந்தனார் முதலியோர் மரபுக்கு வக்காலத்து வாங்கிக் கட்டுரைகள் வரைந்தனர். இதனோடு உயர் பதவிகளிலும் மேலிடங்களிலும் பதவிகள் வகித்த இவர்கள் தம் பதவி வழிகளாலும் முற்போக்கு வாதிகளுக்குத் தொல்லை கொடுக்க முற்பட்டனர். சாகித்திய மண்டலத்

தமிழ்ப் பிரிவைத் துணைக் கொண்டு முறையற்ற வகையில் தம்மைச் சார்ந்தோர்க்கு அவர்கள் வெளியிட்ட நூல்களைச் சிறந்த நூல்களெனப் பரிந்துரைத்து அவர்கள் பரிசில் பெற வாய்ப்புக்களை உண்டாக்கினர்.

கொழும்பில் நடந்த முற்போக்கு எழுத்தாளர் மகாநாடு, யாழ்ப்பாணத்தில் நடந்த மாநாடு, மாநாடுகளை ஒட்டி வெளியான மலர்கள் என்பன முற்போக்கு வாதத்தை (சோஷலிச எதார்த்த வாதத்தை) முன்னெடுக்கும் கட்டுரைகள். கதைகள், கவிதைகள் மூலம் தமது நியாயங்களைப் பிரச்சாரம் செய்தன. யாழ்ப்பாணத்தில் நடந்த மாநாட்டில் 'கவிதைச் சமர்' என்ற தலைப்பில் நடந்த ஒரு சிறப்பு நிகழ்ச்சி இங்கு குறிப்பிடத் தக்கது. சில்லையூர் செல்வராசன் முற்போக்கிலக்கிய வாதத்துக்குச் சார்பான நியாயங்களைக் கவிதையில் எடுத்துரைக்க, கவிஞர் முருகையன் மரபுவழியில் பண்டிதரின் நியாயங்களை எடுத்துரைக்க, நடுவராய் நான் இருந்து தீர்ப்பு வழங்க, கவிதைச் சமர் சுவாரசியமாகவும், கேட்போரின் சிந்தனைகளைக் கிளறுவ தாகவும் அமைந்ததும் இவ்விடத்திற் குறிப்பிடத்தக்கது.

1963 செப்டம்பர் 15ஆம் திகதி சாகித்திய மண்டலத் தமிழ்ப் பிரிவின் மாநாடு யாழ்ப்பாணம் இந்துக் கல்லூரியில் நடந்தது. அன்று மிகவும் சிறந்த அறிஞராயும் பிரமுகராயும் போற்றப்பட்ட த. நடேசபிள்ளை மாநாட்டின் தலைவர். அந்நாளைய கல்விப் பணிப்பாளர் எஸ்.யூ. சோமசேகரம் போன்ற பெருந்தலைவரும் இம்மாநாட்டில் பங்கு கொண்டனர்.

அவ்வாண்டுச் சாகித்திய மண்டலப் பரிசு, முற்போக்கு எழுத்தாளரான கா. இளங்கீரனின் நாவலுக்கு வழங்கப்படும் என்று பலராலும் எதிர்பார்க்கப்பட்டு ஏமாற்றமான நிலையில் முற்போக்கெழுத்தாளர் அணிதிரண்டு, மாநாட்டைக் குழப்பும் வகையில் கூழ் முட்டை எறியத் திட்டமிட்டிருந்தார்கள்.

முற்போக்கு எழுத்தாளர் சங்க யாழ்பபாணக் கிளையின் தலைவராய் அன்றிருந்தவர் நந்தி. மாநாட்டின் முதல்நாளே யாழ்ப்பாணக் கிளையினர் கூழ் முட்டை எறிதல் பற்றி அவர் தலைமையில் கூடி முடிவுசெய்தனர் என்று பின்னர்தான் எனக்குத் தெரியவந்தது. நான் சங்கத்தின் ஆதரவாளனேயன்றிச் சாதாரண அங்கத்தவனும் அல்லன். ஆதலால் நான் மேற்படி கூட்டத்துக்குச் சமுகமளிக்கவுமில்லை. நடக்கப் போவதும் தெரியாது.

நந்தி அவர்கள் கூட்டம் முடிந்ததன் பின்பு தமது காரில் என் வீட்டுக்குப் பிற்பகல் வந்தார். நாளை மாநாடு நடக்கும் இடத்திற்குத் தம் காரில் வந்து அழைத்துச் செல்வதாகவும் தமக்காகக் காத்திருக்கவும் சொன்னார்.

நான் புத்தளத்திலிருந்து அனுப்பிவைத்த கட்டில், பெட்டி முதலியவற்றை யாழ். புகையிரத நிலையம் சென்று எடுக்க வேண்டியிருப்பதால் நாளை வரமுடியாதெனக் கூறினேன்.

"அது நாளைக்கும் எடுக்கலாம். வெளிக்கிட்டு நில்லுங்கள்" என்ற வேண்டுதலுடன் அவர் சென்றுவிட்டார்.

அடுத்த நாள் விடிந்தது. நந்தி வந்தார். நான் இரு வாரங்களே பணியாற்றிய கல்லூரியின் குமாரசுவாமி மண்டபத்தினை மு.ப. *9.00* மணிக்குச் சென்றடைந்தோம்.

கூட்டம் தொடங்கியது. தலைவர் நடேசபிள்ளை உரையாற்றத் தொடங்கி ஓரிரு நிமிடங்களே ஆகியிருந்தன.

திடீரென நாலாதிசைகளிலுமிருந்து கூழ் முட்டைகள் மேடையை நோக்கிப் பறந்தன. முற்போக்காளர் வரிசையிலிருந்து முட்டைகளோடு வசைமொழிகளும் மேலெழுந்து கூட்டம் குழம்பி ஒரே ஆரவாரமும் கூச்சலுமே மேலோங்கின.

நடேசபிள்ளை, சோமசேகரம் முதலாம் மேடையிலிருந்தோர் முகங்கள், சட்டைகளெல்லாம் கூழ்முட்டை.

குழப்பத்தை அடக்கி அமைதியுண்டாக்க எழுந்து பேச முற்பட்ட வித்துவான் க. வேலன் அவர்களின் சட்டை முற்போக்காளர் ஒருவரால் கிழிக்கப்பட்டது.

முடிவு?

கூட்டம் குழம்பி முறுமுறுப்பு, குற்றச்சாட்டுக்கள். கண்டனங்கள் என்ற பக்கவாத்தியங்களோடு சனம் மண்டபத்தை விட்டு வெளியேறியது. சிவத்தம்பி "எங்களுக்குக் கிடைக்க வேண்டியது கிடைத்துவிட்டது" என்று மகிழ்ச்சியோடு சொல்லிய வண்ணம் கம்பீரமாக நடந்து சென்றது இன்றும் என் மனக்கண்முன் நிற்கிறது.

நான் யாழ். இந்துக் கல்லூரிக்கு என். யூ. சோமசேகரம் அவர்கள் விரும்பி அனுப்பிய ஆசிரியன். சைவக் குடும்பம் என்பதாலும், தமிழ் சமயம் தெரிந்தவன் என்பதாலும் என்னால் இந்துக் கல்லூரிக்கு நற்பயன் உண்டாகும் என்று நம்பி மாற்றப்பட்டவன்.

ஆனால், "சிறிது கூட விசுவாசமோ, நன்றியோ இன்றி, உண்ட வீட்டுக்கே இரண்டகம் செய்துவிட்டான் சொக்கன். அவனை மீண்டும் தண்ணியில்லாக் காட்டுக்கு அனுப்ப வேண்டும்" என்று சீற்றத்துடன் கூறிய சோமசேகரம் தமது முடிவை உடனேயே செயற்படுத்தினார்.

"உமது மாற்றம் ரத்துச் செய்யப்பட்டுவிட்டது. உடனடியாக மீண்டும் புத்தளம் சாஹிராக் கல்லூரி சென்று கடமையை

ஏற்கவும்” என்ற சாரப்பட இரு நாள்களில் கடிதம் அவரிட மிருந்து வந்தது.

முற்போக்கு எழுத்தாளர் சங்கத்தின் ஓர் அனுதாபி என்ற வகையிலும் அவர்களின் கோட்பாடான எதார்த்தவாதத்தை ஏற்றவகையிலும் எனக்கு எந்தவித குற்ற உணர்வோ கழிவிரக்கமோ இருக்கவில்லை.

பழையன கழிதலும் புதியன புகுதலும்
வழுவல கால வகையி னானே.

என்ற நன்னூற் சூத்திரத்திற்குப் பண்டிதர்கள் செய்யும் வியாக்கியானம் எதுவாயினும், என்னைப் பொறுத்தவரையில் அன்றும் சரி இன்றும் சரி புதியன தமிழில் புக வேண்டும் என்பதில் ஆழ்ந்த நம்பிக்கையும் எதிர்பார்ப்பும் உண்டு.

காலம் என்பது கறங்கு போற் சுழன்று
மேலது கீழாய்க் கீழது மேலாய்
மாறிடும் நிதாற்றம் என்பது மறந்தனை

என மனோன்மணிய வாசகமும் ஏற்புடையதே.

ஆனால், முட்டையின் மணத்தையே பிறந்ததிலிருந்து அறியாத நான், கூழ் முட்டை எறிந்து கூட்டத்தைக் குழப்பப் போவதை முன்னரே அறியாதிருந்த நான், இத்தகைய போராட்டத்தை விரும்பாது, கருத்துப் போராட்டத்தையே கடைப்பிடிக்க வேண்டும் என்பதில் உறுதியான நம்பிக்கை கொண்டு செயற்பட்டு வந்த நான்; இவற்றுக்கு எதிரானவற்றைச் செய்தேன் என்ற குற்றச்சாட்டுக்கு உள்ளானதிருக்கிறதே? இதனை என் இறப்புவரை நான் மறப்பேனோ என்பது ஐயந்தான்.

நீங்கி வந்த பாடசாலைக்கே மீண்டும் செல்வது எனக்குப் புதியதன்று. மாசற்றவன் என்ற தூய நிலையோடு, சென்று கல்லூரியும் திறந்த கையோடு வரவேற்க, கைதடி விக்னேஸ்வராவி லிருந்து ஹற்றன் புனித பொஸ்கோ கல்லூரிக்குத் திரும்பிச் சென்றேன்.

ஆனால், குற்றவாளி என்ற குறுகுறுப்போடு, மீண்டும் முந்திய பாடசாலைக்கு அழையா விருந்தினனாகச் செல்வது போன்ற அவமானம் வேறு என்ன இருக்கிறது?

“எனக்கு இந்த வாழ்க்கையைத் துறக்க விருப்பம்தான். ஆனால் வலை விரித்தது போன்ற வெட்டவெளியிலே வேடன் ஒருவன் கலைக்கச் சென்றொளிக்க இடம் இன்றி அலைக்கப்படும் மான்போல, எனது குடும்பத் தளையானது என்னைத் தடுக்கிறதே. என் செய்வேன்” என்று புறநானூற்றுப் புலவன் ஒருவன் புலம்பியதுதான் அந்த வேளையில் எனக்கு நினைவு வந்தது.

என்னையே நம்பியிருக்கும் நாலு குழந்தைகள், என்னைத் தவிர வேறு ஆதாரம் ஒன்றில்லாத என் மனைவி, முதுமையடைந்த தாய் என்ற தளைகளால் கட்டப்படாதிருந்தால், அன்றே என் முடிவை நானே தேடிக்கொண்டு மாஜி சொக்கனாயிருப்பேன்.

நந்தி, க.பே. முத்தையா (விடிவெள்ளி) ஆகியோரின் காலத்தினாற் செய்த உதவியால் என் கவலையை உள்ளத்தில் அடக்கிக்கொண்டு, அடுத்த நடவடிக்கைகளில் இறங்கினேன். மாற்றத்தை ரத்துச்செய்ய வேண்டிக் காரணங்கள் காட்டி மேலிடத்துக்கு விண்ணப்பம் அனுப்பினேன்.

ஒரு மாதம் தொடர்ந்து இந்துக் கல்லூரியிலே கடமை புரியுமாறு மாதம்பைக் கல்வித் திணைக்களத்திலிருந்து தந்தி வந்தது. சொல்ல முடியாத வேதனையோடும், சக ஆசிரியர்களில் விழிக்க முடியாத கூச்சத்துடனும் அந்த மாதம் முழுவதும் இந்துக் கல்லூரியில் நரக வேதனையை அனுபவித்தேன். என் காதில் பட்டும் படாமலும் என் உள்ளத்தை உறுத்தும் அபிப்பிராயங்கள், கிண்டல்களைத் தாங்கும் வலு எனக்கு எப்படி வந்தது என்று இன்றும் வியப்புறுகின்றேன்.

இடையில் விடுமுறை எடுத்துப் புத்தளம் சென்று நண்பன் சுமீனையும் அழைத்துக்கொண்டு மாதம்பை திணைக்களம் சென்றேன். அங்கு கல்விப் பணிப்பாளராய்ப் பணி புரிந்தவர் எனது தலைக் கறுப்பைக் கண்டதுமே. "மிஸ்ரர் சொக்கலிங்கம் கம் இன்" என்று அழைத்தார்.

ஆச்சரியத்தில் அதிர்ந்து போனேன். யந்திரம்போல் உட் சென்றேன். வணக்கம் உரைத்தேன். பதில் வணக்கம் செய்தார்.

"சேர் என்னை எப்படித் தெரிந்துகொண்டீர்கள்?"

"நீங்கள் என்னுடைய கோல் மேற் ஆகப் பீரிலில் இருந்தீர்கள். 1955இல். எப்படி மறப்பது.?"

நிம்மதிப் பெருமூச்சு என்னை அறியாதெழுந்தது. வந்த விடயத்தை விளக்கத் தொடங்கினேன். வேண்டாம் என்று கையசைத்தார்.

"உங்கள் யாழ்ப்பாண மாற்றத்தை ரத்துச் செய்யும்படி நான் அறிவித்திருக்கிறேன். அவரின் (சோமசேகரம்) குணம் தெரியும். நீங்கள் யோசிக்காது போங்கள். இந்துக் கல்லூரியிலே தொடர்ந்து கடமையாற்றுங்கள். புத்தளம் திரும்ப வேண்டியிருக்காது."

ஆங்கிலத்தில் நடந்த இந்த உரையாடல் என் நெஞ்சில் பால் வார்த்தது என்று சொல்லவா வேண்டும். திரும்பினேன்,

அடுத்த நாள் கல்லூரி சென்றேன். புத்தள மாற்றம் நிறுத்தப்பட்ட தந்தி வந்தது. நான் மகிழ்ச்சியோடு வகுப்பறை சென்றேன். அந்தவேளை அதிபர் அழைப்பதாக ஊழியர் வந்து உரைத்தார். மிடுக்குடன் சென்ற என்னை அதிபரின் கேள்வி அதிரவைத்தது.

"உம்மை யார் வகுப்புக்குப் போகச் சொன்னது?"

"இங்கே தொடர்ந்து படிப்பிக்குமாறு தந்தி வந்தது சேர். அதனால்தான்."

"தந்தி வந்தால் போதுமா? எனக்கு வந்து ஏன் அறிவிக்க வில்லை? இன்னும் உம்மை ஆசிரியராய் ஏற்பதா இல்லையா என்று நான் முடிவு செய்யவில்லை."

"அப்படியானால் நான் வகுப்புக்குப் போகவில்லை. வீட்டுக்குப் போகிறேன்."

அதிபர் மௌனம்.

அவ்வேளை, அதிபர் அலுவலகத்திற்குப் பக்கத்திலிருந்த உப அதிபர் அறையிலிருந்து "மிஸ்டர் சொக்கலிங்கம்" என்ற அழைப்பு வந்தது. தயக்கத்துடனும் அவமானத்தால் கூசிக் கறுத்த முகத்துடனும் அவரின் அறைக்குச் சென்றேன்.

"அதிபர் தமக்கு அறிவிக்காமல் வகுப்புக்குப் போனதுக்குத் தான் கோபிக்கிறார். அவரிடம் மன்னிப்புக் கேளும். போம்" என்று உப அதிபர் என். சபாரத்தினம் அவர்கள் எனக்கு அறிவுரை வழங்கினார். அப்படியே சென்று "சேர். மன்னிக்க வேண்டும். உங்களுக்கு அறிவிக்காமல் வகுப்புக்குப் போனது பிழைதான்" என்றேன்.

"ஊம்" ஓர் உறுமல்தான் பதில்.

தப்பினேன் பிழைத்தேன் என்று வகுப்புக்குத் திரும்பிச் சென்றேன்.

இவ்வாறு என்னை அச்சுறுத்திய அதிபர். எஸ்.சபாரத்தினம் அதிகம் பேசாதவர். முகத்தில் கடுமை பிரதிபலிக்க, திறப்புக் கோவையின் நாதம் முன் வரத் தாம் பின் சென்று வகுப்பறை களை மேற்பார்வை செய்யும்போது எங்கும் ஊசி விழுந்தால் கேட்கும் அமைதி நிலவும்.

இத்தகையவரின் கல்நெஞ்சும் கரைந்துருகும் சந்தர்ப்பம் ஒன்று நிகழ்ந்ததையும் சொல்ல வேண்டும்.

கல்லூரியின் மூத்த ஆசிரியரும் தமிழறிஞரும் சைவ ஆசாரசீலருமாகிய வை. ஏரம்பமூர்த்தி அவர்கள், மாணவர் தமிழ் மன்றப் புரவலராயிருந்தபொழுது பாரதிக்கு விழா

எடுத்தார். அவ்விழாவிலே பாரதியின் பாஞ்சாலி சபதம் பற்றிப் பேசினேன். சரியாக முக்கால் மணித்தியாலப் பேச்சு. ஆசிரியர்கள், மாணவர்கள் யாவரும் அமைதியாயிருந்து இரசித்துக் கேட்டனர்.

நான் பேசி முடிந்து மேடையிலிருந்து இறங்கியதும் அதிபர் சபாரத்தினம் என்னை அழைத்தார், முதுகில் தட்டினார். 'இன்னும் பேசி இருக்கலாமே' என்றார்.

வசிட்டரால் 'பிரமரிஷி' என்று அழைக்கப்பட்டது போன்ற பெருமகிழ்ச்சி எனக்கு உண்டாயிற்று.

> குணமென்னும் குன்றேறி நின்றார் வெகுளி
> கணமேயுங் காத்தல் அரிது.

என்ற உண்மை அப்போது புலனாகி, அதிபர் தமது கோபத்தைக் கணத்தில் காட்டி என்னை மலைக்கவும் அஞ்சவும் வைத்தமை நியாயமே என உணர்ந்தேன்.

இன்று இவர்களெல்லாம் அமரர்களாகிவிட்டார்கள். நல்லோர் அருந்தலான சூரிய வெளியிலே இருப்பதாக உணர்கின்றேன்.

இன்னும் எத்தனை காலம்!.

ருஷ்ய எழுத்தாளன் மாக்சிம் கோக்கி "எனது பல்கலைக் கழக நாள்கள் (*My University days*)" என்று உலகையே பல்கலைக் கழகமாக்கித் தன் அனுபவங்களைச் சுவைபட எழுதியுள்ளான்.

என்னைப் பொறுத்த வரை யாழ்ப்பாணம் இந்துக் கல்லூரியே எனது பல்கலைக்கழகம் என்பேன். நான் பெற்ற பட்டங்களுக்கெல்லாம் ஊக்கமும், உந்து சக்தியும் யாழ்ப்பாணம் இந்துக் கல்லூரியிலேயே கிடைத்தன.

அங்கு நான் சேவை செய்த காலம் ஒரு தசாப்தம் மட்டுமே. ஆனால் நான் பெற்ற அனுபவங்கள் ஒரு சதாப்தத்திற் கூடப் பெற முடியாதவை.

"இந்துக் கல்லூரி ஒரு பல்கலைக்கழகம். இங்கு ஒரு துறையில் நடப்பது மற்றத் துறைக்குத் தெரிவதில்லை. அதனோடு எங்கள் கல்லூரி ஆசிரியர்களின் சேவைகளை மற்றைய கல்லூரிகள் எதிர்பார்க்கின்றன. அதனால்தான் இன்று சரஸ்வதி பூசையில் பேசுவதற்காகத் தேவன், சிவராமலிங்கம், சொக்கன் ஆகியோர் வேறு வேறு கல்லூரிகளுக்குப் போயிருக்கிறார்கள்" என்று கல்வியதிகாரி ஒருவர் "ஆசிரியர்களைக் காணவில்லையே" எனக் குறைபட்டதற்கு அதிபர் என். சபாரத்தினம் பதில் இறுத்தாராம். இதனை அவரே ஆசிரியர் கூட்டம் ஒன்றில் எடுத்துரைத்தார்.

அஞ்சாமை, திறமை, பரந்த அறிவு, நகைச்சுவை, சொற்சாதுரியம், தன்னம்பிக்கை என்பன இந்துக் கல்லூரி ஆசிரியர்கள் பலரிலும் காணப்பட்ட சிறப்புப் பண்புகள். காசுக்காகவோ பதவிக்காகவோ எவருக்கும் எந்நிலையிலும் பணியாது நிமிர்ந்து நிற்கும் பண்பும் அவர்களின் மூலதனங்கள். இவற்றோடு 'மனிதர்கள் வருவார்கள், போவார்கள் நாமோ எப்பொழுதும் சென்றவண்ணமே இருப்போம்' என்ற ஆங்கிலப் பொன்மொழிக்கு இசைவாய் இந்துக் கல்லூரி, எந்த இழப்பையும் தாங்கும் வலிமையும் பெற்றிருந்தது. இதற்கு ஓர் உதாரணம்.

அவர் ஒரு கணித ஆசிரியர். உயர்தர வகுப்புக்களிலே கணிதம் கற்பிப்பதில் அவருக்கு நிகர் அவரே. ஆனால் அவரில் ஒரு குறை. தம் சக ஆசிரியர்கள் – தம்மைப்போலவே உயர் வகுப்புக்களில் கற்பிப்பவர்கள் – தம்மீது பொறாமை கொண்டு தமக்கு எதிராகச் சதி செய்வதாகச் சந்தேகித்து எந்நேரமும் அதுபற்றிக் குறைபட்டுக் கொண்டே இருப்பர்.

அவரில் மிகுந்த மதிப்பும் பற்றும் வைத்திருந்த மூத்த ஆசிரியரிடமே அவர் அடிக்கடி இதனைக் கூறி ஒரு பாட்டம் அழுவது வழக்கமாயிருந்தது. மூத்த ஆசிரியர் ஒரு நாள் "நீ இதைப் பற்றி அதிபருக்கு எடுத்துச் சொல். இந்தச் சதிகள் தொடர்ந்தால் நான் வேறு கல்லூரிக்கு மாறிச் செல்லுவேன் என்று பயங்காட்டு. நீ போனால் தெரியும். கணிதப் பிரிவு தலை குப்புற விழுந்துவிடும்" என்று அவருக்கு அறிவுரை வழங்கினார்.

ஆசிரியரும் அவ்வாறே சென்று, மற்றவர் செய்யும் சதிபற்றிக் கூறுவதைத் தவிர்த்து "நான் மானிப்பாய் இந்துக் கல்லூரிக்கு மாறப் போகிறேன். என் மாற்றத்துக்கு உதவுங்கள்" என்று கேட்டார்.

அதிபர் சபாரத்தினம் சற்றும் தயங்கவில்லை. "ஓ உங்களுக்கு அதுதான் விருப்பமென்றால் நான் தடுக்க மாட்டேன். சந்தோசமாகப் போங்கள். நான் உங்கள் மாற்றத்திற்குப் பரிந்துரைக்கின்றேன்" என்றார்.

ஆசிரியர்க்குப் பெரும் அதிர்ச்சி. திரும்பிச் சென்று தமக்கு ஆலோசனை கூறியவருக்கு நடந்ததை விரித்துரைத்தார்.

மூத்த ஆசிரியரோ தலையில் கைவைத்தவராய் விடு விடு என்று அதிபரின் அலுவலகத்தினுள் நுழைந்தார். அதிபரோடு நீ நான் என்று நட்புணர்வுடன் சமமாகப் பேசுவது அவர் வழக்கம். "ஐயோ சபா! என்ன முட்டாள்த்தனம். உவன் பொடியன் மாறினானென்றால் கணிதப் பிரிவை நாங்கள் மூட வேண்டித்தான் வரும்" என்று ஒரு பாட்டம் புலம்பினார்.

பாலையும் சோலையும்

அதிபர் கிறுங்கவில்லை. அலட்சியமாகச் சிரித்தார். "ஒரு கல்லூரி கேவலம் ஒருவருடைய திறமையில் மட்டும் தங்கியிருப்பதில்லை. உந்த ஆசிரியர் போனால் இன்னொரு ஆசிரியர் வருவார். அவர் இவரிலும் திறம்படக் கற்பிக்க மாட்டார் என்பதற்கு என்ன உத்தரவாதம். போ. அவரை மாற்ற விண்ணப்பத்தைக் கொண்டுவரச் சொல்" என்றார்.

மூத்த ஆசிரியரின் வாதங்கள் யாவும் தவிடு பொடியாயின. கணித ஆசிரியர், இந்துக் கல்லூரிக்கு (மனதுக்குள் சாபம் போட்டபடி) பிரியாவிடை அளித்துத் தாம் விரும்பிய கல்லூரிக்குச் சென்றார். ஆனால் இந்துக் கல்லூரி மாணவர் அளவு திறமையாளர், அவர் சென்ற கல்லூரியில் கிடைக்காமையால் அவரால் சிறப்புப் பெறுபேறுகளைப் பெறக் கூடவில்லை.

ஆனால், இந்துக் கல்லூரி மாணவரின் கணிதப் பரீட்சைப் பெறுபேறுகள் எல்லையறு பரம்பொருள் முன் இருந்தபடி இருப்பதுபோல் மாற்றமடையாது முன்போலவே இருந்தன.

சபாரத்தினம் பரீட்சைப் பெறுபேறுகளைச் சுட்டிக்காட்டி மூத்த ஆசிரியருக்குப் பின்வருமாறு கூறினார்.

"கற்றோருக்கச் சென்ற இடம் எல்லாம் சிறப்பு" என்ற பழ மொழி, பழுது மொழியாய் விட்டது. "கற்போர்க்கு இருக்குமிடமெல்லாம் சிறப்பு' என்பதை எங்களின் மாணவர் நிரூபித்து விட்டார்கள்." (நான் காட்டியுள்ள மேற்கோள் அவர் கூறியதன் சாரம். சொல்லுக்குச் சொல் அவர் கூறியதல்ல.)

இந்துக் கல்லூரியிலே தமது பிள்ளைகளுக்கு இடம் தேடி நடக்கும் போராட்டம் நாடறிந்த இரகசியம். ஆனால் அதிபர் சபாரத்தினமோ தமது மக்களை யாழ். மத்திய கல்லூரியிலே சேர்த்தார். அவர்கள் தத்தம் துறைகளிலே சிறந்ததும் அவரின் முதல் மகன் சிவகுமாரன் மருத்துவ உலகில் இன்று கொடிகட்டிப் பறப்பதும் இங்கு சுட்டி உரைக்கப்பட வேண்டியனவாம்.

'கற்போர்க்கு (அவர்) இருந்த இடமெல்லாம் சிறப்பு' என்பது உண்மையே.

இத்தகையதொரு கலைக் கோயிலில் சாதாரணமான சிறிய தொண்டராய்ப் பணிபுரிந்த நான் கற்பித்ததிலும் கற்றதே பலவாகும்.

வெள்ளிக் கிழமை தோறும் நடக்கும் பிரார்த்தனைக் கூட்டத்தில் முதல் முறையாக நான் பேசியது இன்னும் என் நினைவில் உள்ளது. வேட்டியை இழுத்தெடுத்துத் தொடையிடுக்கில் செருகியபடி வியர்க்க விறுவிறுக்க நடுக்கத்துடன் பேசியதாகப்

பாவனை பண்ணினேன். அவ்வளவுதான். ஆனால் இந்துக் கல்லூரியில் எனக்குக் கிடைத்த பேச்சு வாய்ப்புக்கள் என்னைக் கணிசமான நல்லதொரு பேச்சாளனாய்ப் புடம் போட்டன. இது உண்மை, வெறும் புகழ்ச்சி அல்ல.

பல்வேறுபட்ட சங்கங்கள், கழகங்கள், பொது நிறுவனங்களில் தலைவர், செயலாளர் போன்ற பொறுப்பு வாய்ந்த பதவிகள் வகிக்கும் பயில்களமாகவும் யாழ். இந்துக் கல்லூரி எனக்கு உதவிற்று. (நான் நிருவகித்த சங்கங்கள், கழகங்கள் பற்றித் தனித்துக் கூறுவேன்.)

ஆங்கில எஸ்.எஸ்.ஸி. சித்தியடைந்தும், தமிழ் கற்று ஆங்கிலம் பின்பு கற்றதால் அம்மொழியினை லாவகமாகப் பேச இன்னும் என்னால் முடிவதில்லை. ஆனால் பேராதனைப் பல்கலைக் கழகத்தில் தமிழ் டிப்புளோமா பயின்ற காலத்தில் ஆங்கில விரிவுரைகளைச் செவிமடுத்தும் தமிழரல்லாதோருடன் ஆங்கிலத்தில் உரையாடியும், ஆங்கிலக் கதைகள், கட்டுரைகளைப் படித்தும் பெற்றிருந்த அறிவு ஆங்கிலத்திலிருந்து தமிழில் மொழிபெயர்க்கும் திறமையை என்னில் ஓரளவு ஏற்படுத்தியிருந்தது.

இந்தத் திறனை வளர்க்க அதிபர் எஸ். சபாரத்தினம் எனக்குப் போதிய வாய்ப்பளித்தார். உம்மால் முடியும் என்று என்னைத் தட்டிக் கொடுத்தார். அவர் தயாரிக்கும் பரிசளிப்பு விழா ஆங்கில அறிக்கைகளை மொழி பெயர்க்கச்செய்து, வேண்டிய இடங்களில் திருத்தி, நன்கு மொழிபெயர்த்தமைக்காகத் தட்டிக்கொடுத்து என்னை வளர்த்தார்.

அவரின் பின் அதிபராய் வந்த இ. சபாலிங்கம் அவர்களும் பரிசு விழா அறிக்கையின் தமிழாக்கத்தினை என்னைக் கொண்டே செய்வித்தார். நான் இந்துக் கல்லூரியிலிருந்து விலகியபோதும், இரண்டாண்டுகள் என் இல்லம் வந்து என்னைக் கொண்டு தமிழறிக்கையை அவர் தயாரிப்பித்த வேளையில் அவரின் பெருந்தன்மை கண்டு மெய்சிலிர்த்தேன்.

வெட்ட வெளியான தாழ்வாரத்தில் காற்றுப் புழுதியையும் மண்ணையும் அள்ளியிறைக்க, சால்வையால் தமது மூக்கைப் பொத்திய வண்ணம் அவர் என்னோடு உரையாடிய காட்சி இன்னும் மனக் கண்ணின் முன் நிற்கின்றது.

"சேர் நீங்கள் ஒரு அஞ்சல் அட்டை போட்டிருந்தால் நான் நேரில் வந்து, பரிசளிப்பு விழா அறிக்கையைத் தயாரித்துத் தந்திருப்பேன். உங்களுக்கு வீண் அலைச்சல்" என்று என் கவலையையும், அதேசமயம் என் வீடிருந்த கோலத்தால்

ஏற்பட்ட கூச்சத்தையும் புலப்படுத்தியபொழுது சபாலிங்கம் என்னை நோக்கி முறுவலித்தார்.

“சொக்கலிங்கம், நீர் இந்துக் கல்லூரியின் ஆசிரியராயிருந்த பொழுது நான் உமது அதிபர். உம்மிடம் உதவி கோருவது என் உரிமை. ஆனால் நீர் இப்பொழுது என்னைப்போல ஓர் அதிபர். ஒரு சக நண்பனிடம் உதவி கேட்பது அவனை நாடிச் சென்றுதான். என்னை நாடி உம்மை வரவைப்பது அழகல்ல” என்ற பொருட்பட அவர் சொன்னபோது என் உடல் புல்லரித்தது.

பட்டதாரி நியமனமோ அதற்குரிய சம்பளமோ கிடைக்காது ஐந்தாண்டுகள் கழிந்த பின், மூன்றாந்தர அதிபர் பதவி பெற்று நான் சிலாபம் செல்ல நேர்ந்தபொழுது, என்னை அதிபர் என்ற தரத்தோடேயே தம் கீழ் நடுப்பிரிவுத் தலைவராய்ச் சேவை புரிவிக்க அவர் எடுத்த முயற்சி மகத்தானது. ஆனால் அந்நாளைய கல்விப் பணிப்பாளரும், ஆசிரியர் அதிபர் மாற்றங்களுக்குப் பொறுப்பானவருமான மெண்டிஸ், அவரின் வேண்டுதலை முற்றாக மறுத்துவிட்டார்.

“நீங்கள் திறமை படைத்தவர்களையெல்லாம் யாழ்ப்பாணத் திற்கே சொந்தமாக்கப் பார்க்கிறீர்கள். வெளியில் உள்ளவர்களும் உங்கள் சகோதரர்கள்தானே? சொக்கலிங்கம் போன்றவர்கள் அவர்களுக்கும் பயன்படட்டுமே. தடுக்காதீர்கள்” என்ற மெண்டிஸின் வற்புறுத்தல் அதிபர் சபாலிங்கத்தின் வாயைக் கட்டிவிட்டது.

இத்தகைய பெருமக்களின் வழிகாட்டலில் வளர்ந்த எனக்கு, யாழ். இந்துக் கல்லூரி பல்கலைக்கழகமாக விளங்கியதில் அதிசயம் என்ன இருக்கிறது.

பிரபல அறிவிப்பாளர், எழுத்தாளர், பேச்சாளர், நாடகாசிரியர், நாடக இயக்குநர் என்ற பல திறமும், பலமுகமும் படைத்த தேவன்(யாழ்ப்பாணம்) அவர்களோடு தொடங்கிய எனது தொடர்பு நுனிக் கரும்பைச் சுவைப்பது போன்று கசப்பியாயிருந்தே தொடங்கியது. முற்போக்கு எழுத்தாளர்களின் கூழ் முட்டையெறிக்கு இலக்கானவர்களில் அவரும் ஒருவர். முற்போக்காளரை நஞ்செனை வெறுத்தவர். எஸ். பொன்னுத்துரையின் நற்போக்கு எழுத்தாளர் சங்கத்துக்குத் துணையாய் நின்று உறுதுணை புரிந்தவர்.

ஆரம்பத்தில் அவர் என்னுடன் முகங்கொடுத்துப் பேசுவதையே வெறுத்தார். ஆனால் காலகதியில் என்னைப் புரிந்துகொண்டு அணுக்கராய்ப் பழகினார். மரபை மீற நினைத்தாலும் மீற முடியாதவர் என்று அவர் என்னைப்பற்றி உரைத்த விமர்சனம் ஆழமான அர்த்தம் பொருந்தியது.

இலங்கைக் கம்பன் கழகத்தில் நான் செயலாளராய்ப் பணிபுரிந்த காலத்தில் அவர் பொருளாளராய் இருந்து என் வலக்கரமாய் இயங்கினார். 'பாரதி பாடிய பராசக்தி' என்ற எனது கட்டுரைத் தொகுப்பு நூலுக்குச் சிறந்ததொரு அணிந்துரையை அவர் வழங்கினார்.

என் உடன்பிறவாச் சகோதரராய் இன்றும் விளங்கும். யாழ். இந்துக் கல்லூரியின் முன்னாள் உப அதிபர் சிவராமலிங்கம் எனது இடரினும் தளரினும் எனது நோயறிந்து பரிகாரம் இளைத்து வருபவர். பல துறைகளிலும் என்னை ஊக்கி, என்னிடம் பெறும் இலக்கிய உதவிகள் மூலம் என்னை வளர்த்து வருபவர். என் முன்னேற்றத்தில் அக்கறை மிக்க இப்பெருந்தகை யாளரின் தூண்டுதலால் நான் ஏறிய மேடைகள் பல. எழுதிய ஆக்கங்கள் பல.

உரிமையுடன் பேசியும் ஊடியும் கூடியும் என் அருமை நண்பன் சோமசுந்தரம் செட்டியாருடன் நான் பழகிய நாள்கள் மிக இனிமையானவை. நானும், அவரும் இணைந்து சொக்கன் – சோமன் என்ற புனை பெயரில் எழுதிய 'இந்து சமய பாடம்' என்ற நூல் எமக்குப் பெரும் புகழ் தந்தது. க.பொ.த. (சா–த) மாணவருக்கு ஒரு காலத்தில் அது 'வேதம்'போலப் பயன்பட்டது. அண்மையில் அமரரான அவருக்கு எனது கண்ணீர் அஞ்சலிகள்.

மூத்த ஆசிரியரும் முதுபெரும் அறிஞரும் கலைஞருமான ஏரம்பமூர்த்தி என்னை நன்கு பயன்படுத்தி இந்து சமய கலாசார வைபவங்களில் பங்கேற்க வைத்து வளர்த்தார். நான் எழுதிய 'தெய்வப்பாவை' நாடக நூலின் முகப்பு அட்டைச் சித்திரத்தை வரைந்து தந்தவரும் இவரே.

சங்கப்பலகைபோல எங்கள் ஆசிரியர் அறை மேசையைச் சூழ்ந்திருந்து மூத்த ஆசிரியர்கள் உரையாடுகையில், அவர்களின் அறிவொளி சுடராகி என் நெஞ்சையும் அறிவையும் நிறைத்த நாள்கள் பல.

ஏ.எஸ். கனகரத்தினம், மு. கார்த்திகேயன், வை. சுப்பிர மணியம், தேவன் ஆகியோரின் உரையாடல்கள் கருத்துக் களஞ்சியங்களாகி என்னுள் கிளர்ந்து என்னை வளர்த்தன.

'ஞானக்கவிஞன்', 'நல்லை நகர் தந்த நாவலர்', 'கடல்', 'அறநெறிப்பாமஞ்சரி' ('சங்க காலத்திலிருந்து கண்ணதாசன் வரையுள்ள புலவர்கள் அறம் பற்றிக் கூறியவற்றின் தொகுப்பும், விளக்கமும்', இந்நூலையும், இதுபோன்ற, 'சைவம் வளர்த்த பதின்மர்', கந்த புராண – காசிபன் உபதேசப் படலம், விபுலாநந்த அடிகளின் 'அருட்பா அமுதம்', 'அறுபெரும் மதங்கள்' முதலாம் பல நூல்களை என்னைக் கொண்டு எழுதுவித்து வெளியிட்டவர்

நாயன்மார்கட்டு வாசகரான சைவத்திருவாளர் அ. சரவணமுத்து. நீத்தார் நினைவாகத் தமது உறவினரின் நிதி உதவியோடு, இலவசமாக மேற்படி நூல்கள் அவர் மூலம் வெளியாயின. (இவைபற்றி வேறிடத்தில் கூறவாய்ப்பில்லையாதலால் இவ்விடத்தில் கூறுகின்றேன்.) ஆகிய நூல்களை நான் இந்துக் கல்லூரியிலிருந்தபோதே எழுதினேன். இலங்கா புத்தசாலை உரிமையாளர் தெய்வேந்திரம், சுப்பிரமணிய புத்தகசாலை அதிபர் ஆ. சுப்பிரமணியம் அவர்களின் வேண்டுதல்களால் எழுதப் பட்ட சமய, தமிழ் இலக்கிய வழிகாட்டி நூல்கள் வெளியாக ஊக்கம் தந்தவர்கள் இந்துவின் மைந்தர். ஆக்கம் அளித்தவர்கள் இலங்கா, சுப்பிரமணிய புத்தகசாலை உரிமையாளர்கள்.

இக்காலகட்டத்திலே வரதர் 'தமிழ் இலக்கிய விளக்கம்' (275 பக்கம் கொண்டது.) க.பொ.த (சா.த) இலக்கிய வழிகாட்டி பாடநூலையும் எழுதிவித்து வெளியிட்டார். இரசிகமணி கனக செந்திநாதன் என்னைப் பாடநூலாசிரியராகவும் இனங்கண்டது இந்நூலின் மூலமே என்பதையும் குறிப்பிட விரும்புகிறேன்.

வானொலி, பத்திரிகைகள் பலவற்றிற்கும் பல்வேறு ஆக்கங்களை எழுதியதும், 1966இல் *வீரகேசரி* நடத்திய அகில இலங்கைச் சிறுகதைப் போட்டியில் எனது சிறுகதை 'தபாற்காரச் சாமியார்' முதற் பரிசு பெற்றதும், கல்கி தீபாவளி மலரில் 'நசிகேதன்' (நாற்பது பாடல்கள்) கவிதை வெளியானதும் நினைவு கூர்தற்குரியது.

தமிழ் நாடகத் துறையிலும் இந்துக் கல்லூரியில் எனது பங்களிப்புக்கு ஊக்கமும் ஆக்கமும் வழங்கப்பட்டன. 1968இல் நான் எழுதி, யாழ். இந்துக் கல்லூரி மாணவர் நடித்த 'ஞானக் கவிஞன்' நாடகம் யாழ். கலைக் கழகத் தமிழ் நாடகக் குழு நடாத்திய நாடகப் போட்டியில் (தெல்லிப்பழை மகாஜனாக் கல்லூரியில்) இரண்டாம் பரிசினைப் பெற்றது. 1972இல், நான் எழுதிய கலைஞர் எஸ்.டி. அரசு நெறியாண்ட 'கவரி வீசிய காவலன்' திருகோணமலையில் நடந்த தமிழ்த் திரை விழாவில், அகில இலங்கைரீதியில் முதற் பரிசு பெற்றது. அண்ணாமலை இசைத் தமிழ் மன்ற நிதியுதவிக்காக நானும் எஸ்.டி. அரசும் நெறியாண்ட, எனது 'தெய்வப் பாவை'யில் இந்துக் கல்லூரி மாணவர்களான, க. கணபதிப்பிள்ளை, சி. மாணிக்கராசா ஆகியோரும் பிரதான பாத்திரங்களில் பங்கேற்று இந்துக் கல்லூரிக்குப் புகழ் சேர்த்தனர்.

இவ்வாறு எழுத்துத் துறை, பேச்சுத் துறை, மொழிபெயர்ப்புத் துறை, சமயத் துறை, பாடநூல் வழிகாட்டிகள் துறை ஆகிய பல துறைகளிலும் எனது அறிவும் அனுபவமும் விரிவடைய யாழ். இந்துக் கல்லூரி அதிபர், ஆசிரியர்கள், மாணவர்கள் எனக்கு வழங்கிய ஊக்கம், உறுதுணை என்பன மறக்க முடியாதவை.

1969இல் மகாத்மா காந்தியின் நூற்றாண்டு விழாவின் நினைவாக, இந்துக் கல்லூரி இந்து இளைஞர் மன்றம் 'காந்தி மலர்' ஒன்றினை வெளியிட்டது. இம்மலரின் புரவலராகக் க.சிவராமலிங்கமும், பொறுப்பாசிரியராக நானும் பணிபுரிந்தோம்.

இம்மலர் வெளியீட்டோடு தொடர்பான ஒரு நிகழ்ச்சியை இவ்விடத்திற் கூறுவது பொருத்தமாயிருக்கும்.

1927இல் மகாத்மா காந்தி யாழ்ப்பாணம் வந்தபொழுது யாழ். இந்துக் கல்லூரிக்கும் வருகை புரிந்து சொற்பொழிவாற்றினார். அச்சொற்பொழிவு Young Hindu (இந்து இளைஞன்) என்ற கல்லூரிச் சஞ்சிகை ஒன்றில் வெளியாயிருந்தது. அதனை காந்தி நூற்றாண்டு விழா மலரில் மறுபிரசுரம்செய்ய எண்ணினேன். அதற்கு உகந்ததான அறிமுக உரை ஒன்றை ஆங்கிலத்தில் எழுதி வெளியிட மு. கார்த்திகேசன் அவர்களை அணுகினேன். கல்லூரிப் பரிசளிப்பு விழா அறிக்கை அச்சாகிக்கொண்டிருந்த 'இந்துசாதனம்' அச்சகத்தில் அறிக்கையின் சரவை (Proof) பார்த்துக்கொண்டிருந்தார். அவரிடம் என் வேண்டுகோளை வெளியிட்டேன். அவர் சிறிது சிந்தனையின் பின்பு புன்முறுவல் பூத்தபடி சொன்னார். "எனக்குக் காந்தியிலோ அவரின் கொள்கைகளிலோ ஈடுபாடில்லை. ஆனால் நீர் கேட்கிறீர். உம்மில் எனக்கு ஈடுபாடுண்டு. ஆதலால் எழுதித் தருகிறேன்" என்றார்.

சொன்னபடியே தமக்கே கைவந்த நளினமான ஆங்கில நடையில் அவர் எழுதிய அறிமுகவுரை காந்தி நூற்றாண்டு மலரின் அழகுக்கு அழகு சேர்த்த அறிமுகம் என்பது பலராலும் ஏற்றுக்கொள்ளப்பட்ட அபிப்பிராயம்.

பொதுவுடைமைவாதியாக உள்ளும் புறமும் ஒருதன்மைக் காட்சியராய் வாழ்ந்த தோழர் மு. கார்த்திகேசனின் இருபத்தைந்தாம் ஆண்டு நினைவையொட்டிச் சிறந்ததொரு மலர் வெளியாகவுள்ளது. அம்மலருக்கு நானும் ஒரு கட்டுரை எழுதி என் இதயங்கனிந்த நன்றியினைச் செலுத்தியுள்ளேன். இது எனக்குக் கிடைத்த நற்பேறாகும். ஆங்கிலத்திலும் தமிழிலும் சொற்சாதுரியத்தைச் சொற்சிலம்பமாக உடனுக்குடன் வீசுவதற்கு இனி ஒரு கார்த்திகேசன் பிறக்க வேண்டும்.

பாடசாலை நாள்களில், கையிலே ஒரு பெட்டியுடன், யாழ்ப்பாணம் பஸ் நிலையத்திலிருந்து அசைந்தசைந்து இரட்டை நாடியான ஓர் உருவம் இந்துக் கல்லூரியை நோக்கி வரும். சரியாக 7.30 மணிக்கு வந்து ஆசிரியர் அறையிலிருந்து புத்தகமோ பத்திரிகையோ வாசிக்கும்.

வகுப்பறை மணி அடிக்க வகுப்பறை செல்லும் தனது கடமையைத் திரிகரண சுத்தியோடு சிறப்பாகச் செய்து,

மாணவரைப் படிப்பிலும், பண்பிலும் வளர்ப்பதே அதன் முதலும் முடிவுமான குறிக்கோள்.

அந்த உருவம் வேறு யாருமல்ல. பண்டிதர் க.செல்லத்துரை பி.ஏ. அவர்கள்தான். நான் அறிந்த வரையில் தமது மாமியாரின் மரண வீட்டிற்கு அரை நாள் விடுமுறை எடுத்துச் சென்றதன்றி வேறு ஒரு நாளும் அவர் விடுமுறை எடுத்ததில்லை. அவர் ஒரு மனித தெய்வம்.

தனது ஓய்வு பெறும் நாளிலும் கடமை தவறாது வகுப்புக்குச் சென்று கற்பித்தவர் ஏ. எஸ். கனகரத்தினம் அவர்கள். இடதுசாரிக் கொள்கைகளிலே உறுதியான பிடிப்போடு, அதேபோது கடமை தவறாக் கண்ணியராய் விளங்கியவர் அவர்.

இலங்கைக் கம்பன் கழகச் செயலாளராய் நான் இருந்த போது, உடனடியாக ஆங்கிலத்தில் ஓர் கடிதம் அனுப்ப வேண்டி யிருந்தது. பாடசாலை முடிவதற்கான இறுதிப் பாட நேரத்தில் அதனை எழுதி, பிழை திருத்தி அனுப்புமாறு ஏ.எஸ்.கே யிடம் ஒரு மாணவன் மூலம் அனுப்பிவைத்தேன்.

"இது பாட நேரம். இப்போது திருத்த முடியாது. பாடசாலை விட்டதும் திருத்தித் தருவேன்" என்று சொல்லி மாணவனைத் திருப்பி அனுப்பிய அவரின் கடமை வீரம் என்றும் எவராலும் பின்பற்றத்தக்கதாகும்.

இந்துக் கல்லூரியிலே 'ஏ' பிரிவு தொடக்கம் 'எஃப்' பிரிவுவரை ஒவ்வொரு வகுப்பும் பல பிரிவுகளைக் கொண்டிருப்பது வழக்கம். 'ஏ' வகுப்பிலிருந்து படிப்படியாய்த் தரம் குறைந்த மாணவர்களை ஒவ்வொரு வகுப்பும் கொண்டிருப்பதும் குறிப்பிடத்தக்கதே. (இன்றைய கல்வியியலாளர் இத்தகைய பிரிப்பு முறையினை ஏற்பரோ என்பது ஐயம்.)

'ஏ' முதல் 'சீ' வரையுள்ள மாணவருக்குப் படிப்பிக்காதிருக்க முடியாது. அவர்கள் படிப்பிக்காதிருக்க விடமாட்டார்கள். அவ்வாறான ஆசிரியர்களைத் தங்கள் குறும்புகளால் வதைத்து விடுவார்கள். 'டீ' முதல் கீழ் நோக்கிச் செல்லும் வகுப்புகளில் மாணவருக்குப் படிப்பிப்பதை அவர்கள் விரும்புவதில்லை. கதையும் பாட்டுமே அவர்கள் அதிகமாய் விரும்புவன. இருபகுதியாரையும் சமாளித்துக் கற்பிப்பது சாதனையும் சோதனையுமான விஷயந்தான். 'ஏ' வகுப்பில் ஒரு நாள் தமிழ் கற்பிக்கும்பொழுது செயப்பாட்டு வினை வாக்கியத்தை (Passive Voice) செய்வினையாகவும் சொல்வதுண்டு என்ற பகுதியை விளக்க வேண்டியிருந்தது. 'தமிழ் மலர்' பாடநூல் அடிப்படையிலே விளக்கம் தந்துவிட்டு அப்புத்தகத்திலேயே தரப்பட்ட உதாரணத்தையும் சொன்னேன்.

‘திண்ணை மெழுகிற்று’ என்பது அந்த உதாரணம். இது திண்ணை மெழுகப்பட்டது என்பதைக் குறிக்கும் என்பது என் விளக்கம்.

விளக்கத்தைக் கேட்டதும் வகுப்பிலிருந்து பெருஞ் சிரிப்பொன்று ஒய்ந்தது. தோன்றி எனக்குக் கோபம் வந்தது. சிரித்தவனை எழுப்பி, “ஏன் சிரித்தாய்?” என்று கேட்டேன்.

“திண்ணை மெழுகிறது என்று யாராவது சொல்வார்களா சேர்?” மாணவன். “இல்லை. ஏற்றுக் கொள்கிறேன். உனக்கு வேறு உதாரணம் தெரியுமா?”

“ஆம்.”

“அப்படியானால் சொல்.”

“இந்தப் புத்தகம் நான் படிச்சது.”

“இந்த வீடு நான் கட்டியது.”

என்று அவன் உதாரணங்களை அடுக்கியபோது நான் மலைத்துப் போனேன்.

அன்று தொடக்கம் நான் ஓர் உண்மையை அவன் மூலம் புரிந்துகொண்டு செயற்படத் தொடங்கினேன்.

பத்தாம்பசலியாய்விட்ட பழைய உதாரணங்களை வாய்ப்பாடுகள்போலத் திரும்பத் திரும்பச் சொல்லி இலக்கணப் பாடத்தை ‘சப்’ என்று ஆக்கக் கூடாது. நடைமுறை உதாரணங்கள் மூலம் விளக்கினால் மாணவர் புரிந்துகொண்டு உற்சாகமாகக் கற்றுக்கொள்வார்கள்.

இவ்வகையில் அந்த மாணவனே என் ஆசிரியன். இதைச் சொல்வதில் நான் எவ்வித நாணமும் அடையவில்லை. இதே போன்று நேர்மை என்றால் என்ன என்று ஒரு மாணவன் புகட்டியதையும் இவ்விடத்தில் கூறியாக வேண்டும்.

இறுதித் தவணைப் பரீட்சையில் மிகக்கூடிய புள்ளியை ஒரு பாடத்தில் பெறும் மாணவனுக்கு அவ்வாண்டுப் பரிசளிப்பு விழாவிலே பரிசு வழங்குவது வழக்கம். இதனைப் பரிந்துரைப்பவர் அப்பாடம் கற்பித்துப் பரீட்சிக்கும் ஆசிரியரே.

இவ்வகையில் 11ஆம் ஆண்டு மாணவரின் தமிழ் விடைத் தாள்களுக்குப் புள்ளி வழங்கி, விடைத்தாள்களையும் அவரிடம் கொடுத்துச் சரிபார்த்துச் சொல்லும்படி வேண்டினேன்.

வழக்கமாக முதலாவதாய் வரும் மாணவனுக்கே பரிசு கிடைக்கும் என்ற நம்பிக்கையில், அவனிடம் விடைத்தாளை

வழங்க முன்னமே அதனைப் பரிசீலித்துக் கூட்டுத் தொகையும் சரிபார்த்திருந்ததால் "உனக்கே பரிசு" என்று முதுகில் தட்டினேன்.

அவன் எனது முடிவை முடிந்த முடிவாகக் கொள்ள வில்லை. அவனோடு போட்டியிட்டு இரண்டாமிடத்துக்கு வருபவனோடு தன் விடைத்தாளையும் ஒப்பிட்டுக் கூட்டியபோது இரண்டாமவனுக்கே ஒரு புள்ளி கூடுதலாயிருக்கக் கண்டான்.

இரண்டு விடைத்தாள்களையும் கொண்டுவந்து என்னிடம் தந்து "சேர், என்னிலும் இவனுக்கு ஒரு புள்ளிகூட. இன்னொரு முறை கூட்டிப் பாருங்கள்" என்றான்.

கூட்டிப் பார்த்தபோது அவன் சொன்னதே சரி எனக் கண்டேன்.

நேர்மையாகப் பெறும் முதலிடத்தையன்றி, மற்றவனின் மேன்மையைத் தனது மேன்மையாக்க விரும்பாத அந்த மாணவன்,

"நேர்மை என்றால் என்ன ?" என்பதை எனக்குப் புகட்டினான்.

வாழ்க்கையில் இத்தகைய சோதனைகள் வரும்போது அந்த மாணவனை நினைத்துக்கொண்டு என்னைத் திருத்திக்கொள்வது இன்றும் என் வழக்கமாக இருந்து வருகின்றது.

யாழ்ப்பாணம் இந்துக் கல்லூரிக்கு வித்துவான் க. சொக்கலிங்கம் (பயிற்றப்பட்ட ஆசிரிய தராதரம் 1) ஆக வந்த நான், அக்கல்லூரியை விட்டு மாற்றம் பெற்ற வேளையில் மேற் குறித்த பட்டங்களோடு கலைமாணி *(B.A)* முதுகலைமாணித் தகுதி காண் தேர்விதழ் *(M.A.Q)* ஆகிய மேலதிக பட்டங்களோடு மட்டும் வெளியேறவில்லை.

யாழ்ப்பாணம் இந்துக் கல்லூரி வளர்த்த பாரம்பரியங்கள் சிலவற்றையும் என்னுடன் இணைத்துக் கொண்டேன்.

ஆம். யாழ்ப்பாணம் இந்துக் கல்லூரி எனது பல்கலைக்கழகம். அது என் வணக்கத்திற்குரிய கலைப் பெருங் கோயில்.

நான் இந்துக் கல்லூரியிலிருந்து வெளியேறுகையில் நான் எழுதி வெளியிட்ட நூல்களின் தொகை பதின் மூன்று. (அவற்றுள் க.பொ.த. (உ—த) மாணவருக்கும் பெரிதும் பயன்பட்டதும், கைலாசபதியின் வழிகாட்டலும் பாராட்டும் பெற்றதும் 'பைந்தமிழ் வளர்த்த பதின்மர்' ஆகும்.)

12

அதிபர் ஆனேன்
(1973-1976)

1973 மார்ச் முதலாம் தேதியன்று, சி. கட்டைக்காடு – கொத்தாந்தீவு கத்தோலிக்க மகாவித்தியால அதிபர்ப் பதவியை ஏற்குமாறு சிலாபம் கல்வித் திணைக்களத்திலிருந்து நியமனக் கடிதம் கிடைத்தது.

1968இல் பேராதனைப் பல்கலைக்கழக வெளிவாரித் தேர்வு நாடியாய்த் தோற்றி கலைமாணிப் பரீட்சையில் தேறிய எனக்கும் என் போன்றவர்களுக்கும் பட்டதாரிக்குரிய சம்பளமோ நியமனமோ கிடைக்காத நிலையில், பட்டதாரி களுக்குச் சமமான சம்பளத் திட்டத்தில் மூன்றாந்தர அதிபர்களாய் எம்மை நியமிக்க இலங்கைத் தமிழாசிரியர் சங்கமும் அதன் செயலாளர் பாலசுப்பிரமணியமும் (மோட்டார் சைக்கிள் விபத்தில் அகாலமரணமடைந்தவர், சட்டத்தரணித் தேர்வும் பெற்ற தமிழாசிரியர்) வாதாடியதன் பயனாக அரசு வழங்கியதே இந்த அதிபர் பதவி. (மூன்றாந்தர அதிபர் என்பது இன்றுள்ள முதலாந்தர அதிபர் பதவிக்குச் சமமானது என்று முன்னமே குறிப்பிட்டுள்ளேன்.)

பலத்த மனப்போராட்டத்தின் பின் சிலாபம் சென்று அதிபர் நியமனத்தை ஏற்க முடிவுசெய்தேன். சிலாபம் மாவட்டம் என்பது சி – என்ற குறியீட்டெழுத்தால் கண்டுபிடிக்கக்

கூடியதாயிருந்தது. ஆனால் கட்டைக்காடு கொத்தாந்தீவு எங்கே? பெயரே வினோதமாகப் பட்டது!

புத்தளம் சாஹிராக் கல்லூரியில் என்னுடன் கற்பித்த ஆசிரியர் கனகசிந்தாமணி "கோப்பாய் ஆசிரியர் கலாசாலையில் அந்த ஊரிலிருந்து வந்த இரு பெண்கள் பயிற்சிபெறுகிறார்கள். அவர்களைச் சென்று விசாரியும்" என்று என்னை ஆற்றுப் படுத்தினார்.

அவர் எனக்கு இதைச் சொன்னபோது பொழுது மங்கி இரவை அணைத்துக்கொண்டிருந்தது. மறுநாள் பயணமாக வேண்டும், இரவுவேளையில் கோப்பாய் மகளிர் ஆசிரியக் கலாசாலையுள் நுழைய முடியாதே என்ற ஐயம் உண்டாயிற்று.

அந்த ஐயம் சிறிது நேரந்தான்!

என் அன்பரும் பண்பாளரும், தமிழ்ப் பேரறிஞருமான வித்துவான் சி. குமாரசுவாமி அப்பொழுது கோப்பாய் ஆசிரியக் கலாசாலையிலே விரிவுரையாளராய்ப் பணிபுரிந்தது நினைவில் வந்தது.

'பருத்தி புடைவையாய்க் காய்த்தது' என்ற புளுகத்துடன் அவர் வீடு சென்றேன், உதவுவதற்குக் காலநேரம் பாராத உத்தமரான அவர் உடனேயே என்னுடன் புறப்பட்டு வந்தார்.

ஆனால், கோப்பாய் வாயிற்கேற்றுகள் மூடிப் பூட்டப்பட்டுக் கிடந்தன. வாயிற்காவலரிடம் வந்த விடயத்தைச் சொன்னார் குமாரசுவாமி.

"பொறுங்கள். அம்மாவிடம் கேட்டுவந்து கதவு திறக்கிறேன்" என்று வாயிற்காவலர் கூறிவிட்டு அம்மாவைத் (விடுதிக் காப்பாளர்) தேடிச் சென்றார்.

அரைமணித்தியாலம் ஆயிற்று.

நின்றோம். நின்றோம் கால்கடுக்க நின்றோம்.

காவலர் ஆடி அசைந்து வந்தார். "இப்பொழுது உள்ளே அனுமதிக்க முடியாதாம், நாளை காலை வந்து காணலாமாம்" என்பது அவர் கொண்டுவந்த செய்தி.

வித்துவானுக்கு அவமானமும் சீற்றமும் பொங்கி எழுந்தன.

"கதவைத் திறக்க வேண்டாம். அந்தக் கன்னிகளைக் கதவடிக்குக் கூட்டி வா. நாங்கள் வந்த விடயத்தை அவர்களிடம் விசாரித்து விட்டுச் செல்கிறோம். அவர்களைப் பிய்த்துத் தின்பது எங்கள் நோக்கமல்ல" என்றார்

காவலர் தயங்கித் தயங்கிச் சென்று மேலும் அரைமணித்தியாலத்தின் பின் குறித்த பெண்களை அழைத்து வந்தார்.

அவர்கள் ஊர் இருக்கும் இட விவரத்தைச் சொன்னார்கள்.

"புத்தளத்திலிருந்து கொழும்பு வீதியில் முந்தல் என்ற ஊரின் சந்தி பத்துமைல் தொலைவிலுள்ளது. அந்தச் சந்தியிலிருந்து ஒருமைல் தொலைவு தெற்குப்புற வீதியால் சென்றால் கட்டைக்காடு கொத்தாந்தீவு வரும்."

அவர்களுக்கு நன்றிகூறிய வித்துவான் நன்றியில்லாத, பண்பறியாத பாவையான விடுதிக் காப்பாளரைத் திட்டிய வண்ணம் என்னையும் அழைத்துக்கொண்டு திரும்பினார்.

விடுதிக் காப்பாளர் என்ன செய்வார்? பாவம்.

அவர் வெறும் அம்பு!

எய்தவரோ சகலவல்லமை கொண்ட அதிபர்!

அவரின் கீழ் மூன்று ஆண்டுகள் விரிவுரையாளராய்ப் பணியாற்ற நேரிடும் என்ற உண்மை அன்று எனக்குத் தெரிந்திருக்க வில்லை.

"நினையாத முன்வந்து நிற்பினும் நிற்கும்."

நான் எனது வருகையையும் நோக்கத்தையும் என் அன்பு மாணவன் (அன்புத்தம்பி சுலையான்) இலியாசுக்கு அறிவிக்க, அவர் என்னைப் புத்தளம் பஸ்நிலையம் வந்து தம் வீட்டுக்கு அழைத்துச்சென்றதை முன்பே கூறியிருக்கிறேன்.

"நீங்கள் நாளை அந்தப் பள்ளிக்கூடம் போகிறீர்கள். ஆனால் அங்கே எவ்வளவு காலம் கடமையாற்றப் போகிறீர்களோ தெரியாது. இப்பொழுது அங்கு அதிபராயிருக்கும் ஆள் உங்களை அதிபராய் வரவிடாது, கல்வித் திணைக்களத்துக்குச் சென்று எதிர்ப்பு தெரிவித்துள்ளாராம். ஊரவர்களையும் உங்களுக்கு எதிராகத் திரட்ட முயன்று வருகிறாராம்."

எனக்கு இது முதல் அனுபவம். இவ்வளவு எதிர்ப்புக்கு மத்தியிலும் தனியாளாய் அந்த ஊருக்குச் சென்று தப்பிவருவேனா என்ற அச்சம் என்னை ஆக்கிரமித்தது. முகம் கறுத்தது. உடல் சோர்ந்தது.

என் மனஓட்டத்தை இலியாஸ் புரிந்துகொண்டார். "ஒன்றுக்கும் பயப்பட வேண்டாம். கல்வியமைச்சோடு தொடர்பு கொண்டு (அப்பொழுது அரசியற் செல்வாக்கு அவருக்கிருந்தது) உங்களை யாழ்ப்பாணத்துக்கே மாற்ற முயல்வேன். நீங்கள்

ஒன்றுக்கும் யோசிக்க வேண்டாம்" என்று இலியாஸ் ஆறுதல் கூறினார்.

அடுத்தநாள் பாடசாலைக்குச் சென்றேன். எனது படுக்கை, உடைப்பெட்டி ஆகியவற்றோடுதான் சென்றேன். எங்கே, யாருடன் தங்குவது என்ற எந்தவிதத் திட்டமும் இருக்கவில்லை. என்னை எதிர்த்து அதிபராய்த் தானே தொடரக் கங்கணம் கட்டியிருந்த அதிபர், தம்முடிவினை வெளிக்காட்டாமல் என்னை முகமலர்ச்சியுடன் வரவேற்றார். மாணவர் இருவரைக் கொண்டு என் பெட்டி படுக்கைகளை அலுவலக அறையிலே வைப்பித்தார். அந்த அறையிலேயே இரண்டு வாங்கில்களை இட்டு உடன் கட்டிலும் தயாரித்தார்.

இவை எல்லாம் என்ன?

எனக்கு இலியாஸ் சொன்ன தகவல்கள் பொய்யா?

அப்படி ஒன்றும் இல்லையா?

அவருடைய திட்டத்தின்படி என்னை அடியாட்கள் கொண்டு அடிப்பித்து இரவுக்கிரவே விரட்டும் திட்டத்தை மறைத்துக்கொண்டு அவர் ஆடிய சதி நாடகம்தான் அது.

ஆனால் அது பலிக்கவில்லை.

அதிபரின் உபசாரங்களாலும், என்னை வரவேட்டில் கையொப்பமிடவும், லொக் புத்தகத்தில் நான் பதவியேற்றதைப் பதிய விட்டதாலும் அவரை நான் நம்பி அச்சமின்றி, அந்த முதலிரவில் அலுவலகத்திலிருந்த குப்பிவிளக்கைக் கொளுத்தி வைத்தபடி, அதிபர் தயாரித்துத் தந்த படுக்கையில், படுக்கைவிரிப்பை விரித்து, தலையணையிட்டுச் சற்றுச் சாய்ந்திருந்தேன். (பயணத்துக்கெனத் தயாரித்து மனைவி தந்திருந்த இடியப்பத்தை உண்டு, சாடித் தண்ணீர் அருந்திக் கைகழுவி என் இரவு உணவையும் முடித்திருந்தேன்.)

சரியாகப் பத்துமணிக்கு இருவர் வந்தனர்.

"சேர்! சேர்" என்ற அழைப்பு.

முன்பு கேட்டது போன்ற குரல்!

எழுந்து வெளியில் வந்தேன்.

அங்கு, புத்தளத்தில் என்னிடம் உயர்தரவகுப்பில் படித்த டயனீசியல்! அவரோடு இன்னும் ஒருவர். இவர்களா எனக்கு அடிக்கவென அனுப்பப்பட்ட அடியாட்கள்? திகைப்புடன் டலனீசியலைப் பார்த்தேன்.

க. சொகலிங்கம்

“சேர்! பயப்படாதீர்கள் உந்த அதிபரின் பாச்சா நான் இருக்குமட்டும் பலிக்காது; மருதிர்க்காரன் உவனுடைய தலையீட்டையோ, நிருவாகத்தையோ ஊரவாராகிய நாங்கள் சிறிதும் விரும்பவில்லை. நீங்கள் எனது ஆசிரியர். உங்களில் ஒருவன் கைவைக்க நான் விடுவேனா? நான் இந்தக் கிராமத்தின் அதிகாரி. (கிராமசேவகர், இன்று கிராம உத்தியோகத்தர் என்று அழைக்கப்படுபவர்) ஒன்றுக்கும் யோசிக்காதீர்கள். படுத்து அமைதியாய் நித்திரைகொள்ளுங்கள்” என்று சொல்லிவிட்டு டயனீசயஸ், தம்முடன் வந்தவரையும் அழைத்துக்கொண்டு நடையைக்கட்டினார்.

இலியாசின் தலையீட்டாலும், பாஸ்கரலிங்கத்தின் (மேலதிகக் கல்விச் செயலாளராய் அன்று பணிபுரிந்தவர்) துரித நடவடிக்கையாலும் (அவர் எனது சமகாலத்தில் பேராதனைக் பல்கலைக்கழகத்தில் கணக்குப் பட்டதாரியாகப் பயின்று கொண்டிருந்தவர். அவருக்கு எனது நிலையை விவரித்துத் தனிப்பட்ட முறையில் கடிதம் எழுதியிருந்தேன்.) நான் அடுத்துவந்த விடுமுறை முடிந்து, பாடசாலை சென்றபொழுது முல்லைத்தீவு மகாவித்தியாலயத்துக்கு மாற்றலான கடிதம் அங்கு எனக்காகக் காத்திருந்தது.

அக்கடிதத்தைத் தந்த அதிபர் பொன்னையா, “சேர், என்னாலேதான் நீங்கள் மாறிச் செல்வதாக ஊரவர் நினைக்கப்போகிறார்கள். டயனீசியஸ் என்னைச் சும்மா விட மாட்டான். தயவுசெய்து நீங்கள் உங்கள் விருப்பத்துடன் மாற்றலாகிச் செல்வதாக ஒருகடிதம் எழுதித்தந்து செல்லுங்கள்” என்று மிகத்தயக்கத்துடன் வேண்டினார்.

அப்படியே அவருக்குக் கடிதம் எழுதிக்கொடுத்து, பாடசாலையின் முன்புறத்தேயிருந்த வீட்டவரின் அன்பு விருந்தை நானும் என்னுடன் வந்த என்மகன் ஆராவமுதனும் அருந்திவிட்டு அன்று பின்னேரமே யாழ்ப்பாணம் புறப்பட்டோம்.

நான் முனைந்து முன்னின்று க.பொ.த. (உ.த) வகுப்புத் தொடங்கியதை என் சகாக்களில் சிலர் விரும்பவில்லை. ‘முஸ்லிம்கள் கல்வி முன்னேற்றத்திற்கு ஒரு தமிழனே வழி சமைப்பதா?’ என்று அவர்கள் தமக்குள்ளே நினைத்திருக்கலாம்.

ஆனால் அன்று நான் தொடங்கிவைத்த உயர்தர வகுப்பிலே படித்த மாணவனாலேதான் என் மானமும் உடலும் காப்பாற்றப்பட்டன!

இதுதான் இறைவன் நியதிபோலும்.

நான் கட்டைக்காடு க.ம.வி.இலே அதிபராய் இருந்த காலத்தில், ஓய்வு நேரங்களில் 'நந்தி' வெளியீட்டுக்கென 'படிப்பது எப்படி?' என்ற நூலை எழுதினேன். தொழில்புரிவோர், மாணவர் ஆகியோருக்கு அவரவர் துறைகளிலே வழிகாட்டும் நூல்களாக, ஆங்கிலப் பாணியில் புதிய ஒரு நூல் வெளியீட்டுத் தொடரை நந்தி தொடங்கினார். அவர் விருப்பத்தினை நிறைவேற்ற உயர்தர மாணவருக்குப் பயனாகும் வண்ணம் எழுதப் பட்டதே 'படிப்பது எப்படி? இந்நூலுக்குச் சன்மானமாக நந்தி இருநூறு ரூபா வழங்கினார் என்பதையும் இவ்விடத்தில் கூற வேண்டும்.

ஒரு மாத இடைவெளியில் இந்நூலை எழுதினேன்.

முல்லைத்தீவு வன்னியரின் மாநிலம். அவர்களின் வீரமும் பிரதேச உணர்வும் பிரசித்தி பெற்றவை.

முல்லைத்தீவு மகா வித்தியாலயத்தில் நீடித்த காலம் அதிபராய் நின்றுபிடித்தவர்கள் குறைவு என்று எனக்கு எச்சரிக்கை வழங்கப்பட்டிருந்தது.

ஆனால் நான் அதைப் பொருட்படுத்தவில்லை. ஏனெனில் "புதிய நியமனம் பெற்ற ஒருவரை உடனடியாக யாழ்ப்பாணத்துக்கு மாற்ற முடியாது. இந்த வருடம் முடியும்வரை பொறுத்திரும் சொக்கன். அடுத்தவருடத் தொடக்கத்திலே உம்மை யாழ்ப்பாணத்துக்கு மாற்றலாம்" என்று பாஸ்கரலிங்கம் அளித்த வாக்குறுதியை முழுமையாய் நம்பியிருந்ததாலேயே அச்சமும் தயக்கமும் அருகில் வர அஞ்சின.

ஆனால் இந்த வருடத்தில் பெரியதொரு பிரச்சினைக்கு நான் முகம்கொடுக்க நேர்ந்ததும், இறைவன் செயலால் தலைக்கு வந்தது தலைப்பாகையுடன் போனதும் குறிப்பிட்டுக் கூற வேண்டுவனவாகும்.

முல்லைத்தீவு மகாவித்தியாலம் கரைக்குடியிருப்பில் இருந்தது. அதாவது கடற்கரைப் பிரதேசத்தில் இருந்தது. கரைக்குடியிருப்பார் அனைவரும் கத்தோலிக்கர். மீன்பிடித் தொழிலில் ஈடுபட்டவர்கள்.

முல்லைத்தீவின் பெருநிலப்பரப்பில் வசித்தோர் உழவுத்தொழில் புரிவோர்; சமயத்தால் சைவர். அவர்களின் பிள்ளைகள் சிலரும் கரைக்குடியிருப்புப் பிள்ளைகள் பலரும் படித்த பாடசாலையே முல்லைத்தீவு மகாவித்தியாலயம்.

கத்தோலிக்கச் சபையால் நிருவகிக்கப்பட்டு, அரசுடைமை யாய் இப்பாடசாலை ஆக்கப்பட்டபொழுது கத்தோலிக்கர்

தமது உரிமையையும் தனித்துவத்தையும் நிலைநாட்டுவதற்காகப் பாடசாலை மைதானத்தின் கீழ்நின்ற ஆலமரத்தின் கீழ் கன்னிமரியின் சிலையை நிறுவினர். அரசுடைமையான பின்னரும் அங்கு கற்கும் சைவப்பிள்ளைகளுக்கு அவர்களின் மதஉரிமைகளை வழங்கத் தயங்கினர்.

சைவ ஆசிரியர்களே பெரும்பான்மையினராக (யாழ்ப்பாணத்தவரும் முல்லைத்தீவாரும்) இருந்ததால், அவர்கள் தங்கள் பிள்ளைகளின் காலைப் பிராத்தனைக்கு வசதியின்மை இருப்பதை உணர்ந்து, அதனைப் போக்க மனத்தில் எண்ணிய போதும் வெளிப்படச் சொல்ல அஞ்சியிருந்தனர்.

என்னிடம் அதிபர்ப் பொறுப்பைக் கையளித்தவர், நான் பதுளையிலே கற்பித்த காலத்தில், முஸ்லிம் அரசினர் தமிழ்ப் பாடசாலையிலே ஆங்கில ஆசிரியராயிருந்தவர். பின்பு மகரகமவில் பயிற்சிபெற்று முல்லைத்தீவு ம.வி.இல் தமிழாசிரியராகி நிறைவேற்று அதிபராய் (Performing Principal) வவுனியாக் கல்வித் திணைக்களத்தால் நியமிக்கப்பட்டிருந்தார்.

ஆனால் அவருக்கு அந்தப் பதவி முள்ளாய் உறுத்தியது என்றைக்கு அந்தப் பொறுப்பிலிருந்து விலகுவோமோ என்று காத்திருந்த காரணம் கரைக்குடியிருப்பில் செல்வாக்கு நிறைந்த குடும்பத்தைச் சேர்ந்தவரும், கலைப்பட்டதாரியுமான இராஜேந்திரம் என்பவர் அவருக்கு இடையறாது தொல்லை கொடுத்துவந்தார். தமக்கு உரிமையான பதவியில் முத்தையா இருப்பதாக எண்ணி அவரிலே துவேஷம் கொண்டாலும் அவரிடமிருந்து பதவி ஏற்கவும் மறுத்து, அவருக்குப் பெரும் கரைச்சல் கொடுத்துவந்தார்.

முத்தையா அதிபருக்கான பொறுப்பை என்னிடம் அளித்தபோது அவர் கண்கள் கலங்கின. சிறிது பொழுதில் அழுதே விட்டார். "சேர், எனக்குச் சமீபத்தில் பெரிய சத்திர சிகிச்சை ஒன்று நடந்தது. எனது உடலிலும் உள்ளமே பாதித்திருக்கிறது. காரணம் உந்த இராஜேந்திரன்தான். அவரிடம் மிகவும் கவனமாய் இருங்கள். உங்களின் நிருவாகத்துக்கு என்னால் இயன்ற உதவிகள் அனைத்தும் செய்வேன்" என்று உறுதியும் வழங்கினார். அப்படியே எனது பதவிக் காலம் முடியும்வரை அவரின் அலுவலக உதவிகள் எனக்குப் பெருந்துணையாய் இருந்தன.

"சேர் கத்தோலிக்கப் பிள்ளைகளுக்கு வெளியிலே காலையில் பிராத்தனை செய்ய வாய்ப்பிருக்கிறது. எங்கள் பிள்ளைகளுக்குப் பிரதான மண்டபத்தில் ஒரு சிறிய படம் மட்டும் தூக்கியிருக்கிறது பாருங்கள், (படத்தைக் காட்டுகிறார்.)

சிலவேளைகளில் இந்தப் படத்தின் பீடத்தில் மீன், மீன்செதில் வைக்கப்படும் குறும்பையும் நான் அவதானித்திருக்கிறேன். எங்களின் பிள்ளைகள் பிராத்தனை செய்ய ஏதாவது வழிசெய்யுங்கள்" என்று அவர் ஒருநாள் மிகவும் மனம்நொந்து கூறினார்.

அவர் கூறியது நியாயமாகப்பட்டது. பாடசாலையின் விஞ்ஞானக் கூடத்தின் மேற்குச் சுவரோடு படங்களைவைத்து அறையிலே காலைப் பிராத்தனையை நடத்தலாம் என்ற எனது ஆலோசனையை முத்தையா ஏற்றுக்கொண்டார்.

ஒரு நல்ல நாளிலே படங்களை வைபவரீதியாக நிறுவுவதென முடிவாயிற்று. வைபவத்திற்கு வவுனியாக் கல்விப் பணிப்பாளர் சிமியாம்பிள்ளை அவர்களை வவுனியா சென்று அழைத்தோம்.

"மாஸ்டர், நான் கத்தோலிக்கன். நான் பிரதம விருந்தினராய் வருவது அழகல்ல. இங்கு கடமையாற்றும் சிரேஷ்ட கல்வியதிகாரி நல்லையாவை அழையுங்கள். என் ஒத்துழைப்பு உங்களுக்கு என்றும் உண்டு" என்று பவ்வியமாக உரைத்துத் தாமே நல்லையா அவர்களை ஒழுங்குசெய்து தந்தார்.

நான் வார இறுதியில் யாழ்ப்பாணம் சென்றபொழுது மில்க்வைற் அதிபருக்கு எங்கள் திட்டத்தைக் கூறி உதவி வேண்டினேன். அவர் இரும்புக்கம்பி இரண்டும், அவற்றில் இணைத்தற்கான திரைச்சீலையும் வழங்கினார். அவை பெரும் சுமையாயிருந்த போதிலும், நல்லதொரு செயலைப் புரிகிறோம் என்ற மகிழ்வோடு, என்வீட்டிலிருந்து யாழ்ப்பாணம் பஸ்நிலையத்திற்குச் கொண்டுசென்று பஸ்சில் ஏற்றிப் பாடசாலையில் கொண்டு சேர்த்தேன்.

விநாயகர், முருகன், நடராசர், சிவன் படங்கள் ஆசிரியர்களின் நிதியுதவியில் பெறப்பட்டன. எதிர்பாராவிதமாக இசைப்பேரறிஞர் கே.ஆர். நடராசனும், பரமேசுவராக் கல்லூரி அதிபர் பரநிருபசிங்கமும் அன்று அங்கு வந்தனர்.

சைவப் பிள்ளைகளை விறகு, (பனைவடலிகள் அதிகமாக உள்ள பிரதேசம் முல்லைத்தீவு) தேங்காய் எண்ணெய், தேய்காய், பூக்கள் முதலியன கொண்டுவரப் பணித்தோம். ஆனால் அவர்களோடு கத்தோலிக்கப் பிள்ளைகளும் தமது பங்களிப்பையும் செய்தது வியப்போடு மகிழ்ச்சியும் அளித்தது.

ஆசிரியைகள் பிரசாதம் செய்தளித்தனர். பிள்ளைகள் மலர்மாலைகள் கட்டி ஈந்தனர். பிரதம விருந்தினரான நல்லையா அவர்கள் திரை நீக்கிவைக்க, முத்தையா தீபாராதனை செய்ய, இசைப்பேரறிஞர் திருமுறை பாட, தூய பத்திச் சூழல் அங்கு

ஏற்பட்டதில் வியப்பில்லை. மாணவ மாணவியர் உட்பட எங்கள் யாவரதும் உள்ளங்களிலே பக்திப் பரவசம் உண்டாயிற்று.

அன்றிலிருந்து சைவப் பிள்ளைகளின் காலை வழிபாடு எவ்வித விக்கினமுமின்றிச் சிறப்பாக நடந்தேறிவந்தது.

ஆனால், இராஜேந்திரனுக்கு இந்த ஒழுங்குகளைக் கண்டு மனத்திலே வெகுளி மூண்டிருக்க வேண்டும். ஆனால் அவர் காலம் வரும்வரை மீனுக்குக் காத்திருக்கும் கொக்குப்போலக் காத்திருந்தார்,

அவர் எதிர்பார்த்த நவராத்திரியும் வந்தது.

நவராத்திரியோடொட்டிய பத்து நாள்களும் பூசை நடப்பது வழக்கம். இறுதி நாளிலே சரஸ்வதி பூசை கோலாகலமாக நடைபெறுவது உண்டு.

இவற்றிற்கான நிதி, பூக்கள் முதலாம் சாமக்கிரியை களை மாணவ மாணவியரைக் கொண்டுவருமாறு அதிபர் அறிவுறுத்தல் கொடுப்பது மரபாய் இருந்தது. “பிள்ளைகளே நவராத்திரி ஒவ்வொரு நாளும் பூக்கொண்டு வாருங்கள். சைவப் பிள்ளைகள் ஒவ்வொருவரும் ரூபா இரண்டு நிதியாக வழங்க வேண்டும். கத்தோலிக்கப் பிள்ளைகள் விரும்பினால் உதவலாம். கட்டாயமில்லை” என்று நான் வகுப்புக்கள் தோறும் சென்று அறிவுறுத்தல் வழங்கினேன்.

அன்று இராஜேந்திரம் பாடசாலை வரவில்லை. அடுத்த நாள் கத்தோலிக்கப் பிள்ளைகளின் பிராத்தனை முடிவிலே, இராஜேந்திரம் சீற்றம் மிக்கவராய்ப் பின்வருமாறு முழங்கினார்.

எல்லாம் இங்கு தலைகீழாகிவிட்டது. உங்களுக்கு உங்கள் சமயத்தில் மதிப்பில்லை. எங்கள் கன்னிமரித்தாய்க்குப் பூக்கொண்டு வரும்படி சொன்னால் செய்யமாட்டீர்கள். ஆனால் பிற சமயத்தவர் சொன்னால் மிகவும் பணிவோடு செய்வீர்கள். சரஸ்வதி பூசைக்கு உங்களையும் கட்டாயமாக நிதி வழங்கும்படி கட்டளையிடப்பட்டது என்று அறிந்தேன். அது மன்னிக்க முடியாத குற்றம். இதற்கான நடவடிக்கை எடுப்பேன்.”

நான் இந்தத் தாக்குதலை எதிர்பார்க்கவில்லை. ஆனால் இதன் பின்னணியை விளங்கிக்கொள்வது சிரமமாயிருக்க வில்லை.

பிராத்தனை முடிந்து பிள்ளைகள் வகுப்பறைக்குச் சென்றபின் இராஜேந்திரத்தை அலுவலகத்துக்கு அழைத்தேன்.

“இராஜேந்திரம் என்மீது நீங்கள் அபாண்டமான பழியைச் சுமத்துகிறீர்கள். எங்கள் பூசைக்கு நிதி வழங்குமாறோ, பூக்கள்

கொண்டுவருமாறோ நான் கத்தோலிக்கப் பிள்ளைகளைக் கட்டாயப்படுத்தவில்லை. அவர்கள் வழக்கமாக எங்கள் பூசைக்கு ஒத்துழைப்பு வழங்குவதுண்டு என்று கேள்விப்பட்டேன். நட்பு, சகோதரத்துவம், சகிப்புத்தன்மை உள்ளவர்கள் தாமாக விரும்பிச் செய்வதைத் தடுக்கமாட்டோம். இதுதான் உண்மை என்றேன்."

இராஜேந்திரம் சீறிப்பாய்ந்தார். "நீங்கள் அதிபராய் வந்தபிறகு உங்கள் சமயப் பிள்ளைகளுக்கும் எங்கள் சமயப் பிள்ளைகளுக்கும் பாகுபாடு காட்டி நடத்துவதை நான் அவதானித்துத்தான் வருகிறேன். நீங்கள் எங்கள் பிள்ளைகளை நவராத்திரிக்கு நிதி வழங்கக் கட்டாயப்படுத்தியதற்குச் சாட்சி உண்டு."

விஷயம் எல்லைகடந்து போவதை என்னால் உணர முடிந்தது. "நல்லது நான் கட்டாயப்படுத்தினேன் என்று உங்களால் நிரூபிக்க முடியுமென்றால் நிரூபியுங்கள்" என்று கூறிவிட்டு மேல்வகுப்புக்களிலே கற்ற கத்தோலிக்கப் பிள்ளைகளை அலுவலகத்துக்கு அழைத்தேன். இராஜேந்திரத்தை என் முன்னிருந்த நாற்காலியில் அமரச் செய்துவிட்டு, பிள்ளைகளை நோக்கிப் பின்வருமாறு கூறினேன்.

"பிள்ளைகளே, நான் அந்நியன். இன்று இங்கு அதிபராகக் கடமை ஆற்றுகிறேன். நாளையே மாற்றலாகி வேறிடம் செல்லலாம். ஆனால் இராஜேந்திரம் உங்களவர். உங்களிற் சிலர் அவரின் உறவினராகவும் இருக்கலாம். ஆனால் நீங்கள் இவற்றையெல்லாம் மறந்து, மனச்சாட்சியோடு, கடவுள் பயத்தோடு சொல்லுங்கள். நான் சரஸ்வதி பூசைக்கு நிதி வழங்கக் கட்டளையிட்டேனா? அச்சமின்றி உண்மையைச் சொல்லுங்கள்."

சிறிது மௌனம். அது பயங்கரமாய் இருந்தது.

முடிவில், மாணவத் தலைவன் "இல்லை சேர். நீங்கள் கட்டாயப்படுத்தவில்லை. விரும்பினால் கொடுக்கலாம்" என்றீர்கள்.

இராஜேந்திரத்துக்குப் பெரும் ஏமாற்றம்! அவர், "நீ பொய் சொல்கிறாய். அதிபருக்குப் பயந்துவிட்டாய்" என்று கோபத்துடன் மாணவத் தலைவனை முறைத்தார்.

நான் சொன்னேன், "தம்பி, நான் முதலிலேயே சொல்லி விட்டேன். உங்களை நான் தண்டிக்கப்போவதில்லை. தண்டிக்கும் சக்தியும் எனக்கில்லை. ஏனெனில் நான் வேறுசமயத்தவன்.

ந. சொக்கலிங்கம்

உங்கள் உரிமையில் தலையிடக் கூடாது. முடியாது. உண்மையைச் சொல்லும்" என்றேன்.

அவன் மீண்டும் உறுதியாகச் சொன்னான். "நான் சொன்னது உண்மை சேர். நீங்கள் கட்டாயப்படுத்தவில்லை."

இராஜேந்திரம் "உவன் சொன்னால் போதுமா? மற்றவர்கள் சொல்லுங்கள்" என்றார்.

அதிபர் கட்டாயப்படுத்தவில்லை என்று கோஷ்டியாகக் கோஷம் எழுந்ததும் இராஜேந்திரத்தின் வாய் அடைத்துவிட்டது.

பிள்ளைகளை அனுப்பிவிட்டு, இராஜேந்திரத்தைச் சிறிது நேரம் உற்றுநோக்கினேன். கண்கள் சிவந்து, முகம் கருகி இன்னும் அவர் கோபந்தணியவில்லை.

"இராஜேந்திரம், நான் என் விருப்பத்திற்கு இங்கு அதிபராய் வரவில்லை. கல்வியமைச்சின் பணிப்பின்பேரில் வந்திருக்கிறேன். இந்த வருட முடிவில் நான் யாழ்ப்பாணம் சென்று விடுவேன். செல்லும்போது உங்களிடந்தான் அதிபர்ப் பொறுப்பை வழங்குவேன். அதுவரை எல்லாவற்றையும் மறந்து சகோதரர் போல நடந்துகொள்வோம். வீண் மனஸ்தாபம் வேண்டியதில்லை" என்றேன்.

"நான் அதிபர் பதவிக்கொன்றும் ஆசைப்படவில்லை. நீங்கள் யாரிடம் கொடுத்தாலும் சரிதான்" என்று கூறிவிட்டு அவர் அலுவலகத்திலிருந்து வெளியேறினார்.

இதன்பின் சிலநாள்கள் என்னோடு அவர் பேசாதிருந்தார். நிருவாகத்தின் பெரும்பகுதியை முத்தையா அவர்களும், அவர் ஏவல்களைப் பணியாளர் இரத்தினசிங்கமும் திறம்படச் செய்ததால், என் சிரமம் குறைந்தது.

நான் ஒரு நிருவாக அதிபராய் இல்லாமல் கற்பிக்கும் அதிபராகவே என் பெரும் பொழுதைக் கழித்தேன். எனது தமிழ்க் கற்பித்தல் பெரும்பாலான மாணவருக்குப் புதுமையும் சுவையும் பொருந்தி இருந்ததனால் அவர்கள் என்னை மதித்து நடந்தார்கள் என்றும் தோன்றுகின்றது.

ஹற்றன் பொஸ்கோவில் என் உடனாசிரியராயிருந்த அலோஷியஸ் என்பவரே முல்லைத்தீவு வட்டாரக் கல்வியதிகாரியாய் எமது கல்லூரியிலேயே ஓர் அறையில் இருந்தபடி, அதனையே அலுவலகமாகவும் பயன்படுத்தி வந்தார். என்னைப்பற்றி அவர் நன்கு அறிந்திருந்தமையால் எங்களிடையே பிரச்சினை எதுவும் எழவில்லை.

பாலையும் சோலையும்

முல்லைத்தீவிலே பணிபுரிந்த ஒன்பது மாதங்களில், கல்லூரியில் ஒரு நூல்நிலையம் அமைக்கும் முயற்சியில் முனைந்து ஈடுபட்டேன். முல்லைத்தீவு மாவட்ட ஆசிரியர்களின் கருத்தரங்குக்குத் தலைமை தாங்கியதோடு, உரையும் ஆற்றினேன். தமிழ்த்தினப் போட்டிக்கென நான் எழுதிய நாடகத்தை, ஆசிரியர் கனகராஜா மாணவரைக் கொண்டு பயிற்றி, போட்டியிலே கலந்துகொள்ளவைத்தார். நாடகம் மாவட்டப் போட்டியில் முதலிடம் பெற்றது.

மார்கழி விடுமுறையில் நல்ல மழைநாளில் கல்லூரி சென்று ஆசிரியர்களின் சம்பளத்தையும் வழங்கியபின் ஆசிரியர்களின் சமூகத்திலேயே வைத்துக் கல்லூரித் திறப்புக்களைத் இராஜேந்திரத்திடம் கையளித்தேன்.

அவர் முதலில் மறுத்துப் பின்பு ஏற்றார். ஆசிரியர்கள் கரகோஷம் செய்தனர்.

இராஜேந்திரம் தமது உரையில் பின்வருமாறு குறிப்பிட்டார் “அதிபர் சொக்கலிங்கம் அவர்களின் அதிபர்ப் பதவிக் காலம் மிகக் குறுகியதாயினும் அது பொன்னெழுத்துக்களிலே பொறிக்கத்தக்க பெருமையுடையது.”

முல்லைத்தீவு ம.வி.இல் நான் பணியாற்றியபோது, ‘கடல்’ என்ற என் சிறுகதைத் தொகுதிக்கும், சு.வேயின் ‘மண்வாசனை’ என்ற சிறுகதைத் தொகுதிக்கும், சாகித்திய மண்டலத்தின் 1972ஆம் ஆண்டிற்கான பரிசு வழங்கப்பட்டுள்ளதாய்க் கடிதம் வந்தது.

01–01–1974இல் யாழ்ப்பாணத்துக்கு மாற்றம் பெற்றேன். யாழ்ப்பாணக் கல்வித் திணைக்களத்திலிருந்து, என்னை யா. நீர்வேலி அத்தியார் இந்துக் கல்லூரி அதிபர்ப் பொறுப்பினை ஏற்குமாறு கடிதம் வந்தது. கடிதத்தை அனுப்பியவர் அந்நாட் கல்விப் பணிப்பாளர் தி. மாணிக்கவாசகர் (இன்று அமரர்.)

நான் அக்கல்லூரியிலே அதுநாள்வரை நிறைவேற்றதிபராய்ப் பணியாற்றிக்கொண்டிருந்த பூ. இராசரத்தினம் அவர்களிடமிருந்து அதிபர்ப் பொறுப்பை ஏற்க வேண்டும்.

பூ. இராசரத்தினம் சமூக சேவையில் ஈடுபாடு கொண்டவர். பலநோக்குக் கூட்டுறவுச் சங்கம் ஒன்றில் இயக்குநர் சபையிலும் பணியாற்றிவந்தார்; திறமைசாலி. இத்தனையிலிருந்தும் அவரின்மீது பாடசாலை அபிவிருத்திச் சங்க செயற்குழு உறுப்பினர் சிலரும், உள்ளூர்ப் பிரமுகர் சிலரும் கொண்ட அதிருப்தி காரணமாக அவர்களின் அழுத்தத்துக்குப் பணிந்து கல்விப் பணிப்பாளர், இராசரத்தினத்தை யா. கோப்பாய்

கிறிஸ்தவ கல்லூரிக்கு அதிபராய் மாற்றி என்னை அவரின் இடத்தில் நியமித்தார்.

ஆனால் என்னை அதிபராய் நியமித்ததிலும் பாடசாலை அபிவிருத்திச் சங்கத்தினருக்கோ உள்ளூர்ப் பிரமுகர்களுக்கோ நிறைவு ஏற்படவில்லை.

தேசிய உடை தரித்த, ஆங்கில அறிவு குறைந்த ஒருவர் தங்கள் கல்லூரிக்கு அதிபராய் வருவது கல்லூரிக்கு இழுக்கு என்று அவர்கள் கருதினார்கள். என் நியமனத்தை எதிர்த்து ஆர்ப்பாட்டம் செய்யப்போவதாகக் கல்விப் பணிப்பாளரை அவர்கள் அச்சுறுத்தியதாயும் அறிந்தேன். யாழ்ப்பாணக் கல்வி மரபில் அதிபர் ஒருவர் தம்மிடத்திற்குப் பிற அதிபர் ஒருவர் நியமிக்கப்படுவது, தம்மை இழிப்பது என்று கருதித் தமது சக்தியையெல்லாம் திரட்டிப் புதியவராய் வரும் அதிபருக்குத் தொல்லை கொடுத்தாக வேண்டும்!

ஆனால், பூ. இராசரத்தினம் மிகவும் பெருந்தன்மை யாக நடந்துகொண்டார். நான் அதிபர்ப் பதவி ஏற்பதற்கு முதல் நாளே என்னிடம் வந்து, தாம் எந்தவித எதிர்ப்பும் காட்டப்போவதில்லை என்றும், மறுநாள் பாடசாலையில் வைத்துப் பொறுப்பெல்லாம் அளிப்பார் என்று உறுதி வழங்கிச் சென்றார்.

அவ்வாறே பொறுப்பை மறுநாள் வழங்கினார். என் நியமனத்தை எதிர்த்து ஆர்ப்பாட்டம் நிகழும் என எதிர்பார்த்ததும் இடம்பெறவில்லை.

ஆனால், நவரத்தினம் (விகன்டி என்பது இவருக்குப் பட்டப் பெயர். செவிப்புலக் குறைபாடும் உள்ளவர். இக்குறைபாட்டி னால் பின்பொரு காலத்தில் எனக்கு ஏற்பட்ட பாதிப்பினைப் பின்பு சொல்வேன்) என்ற கல்வியதிகாரிக்கு அதிபர் நியமனம் அளிக்க வேண்டிய நிர்ப்பந்தம் (கல்வியதிகாரியாக நியமனம் பெறுபவர் ஓராண்டு கல்லூரி அதிபராய்ப் பணிபுரிய வேண்டும்) கல்விப் பணிப்பாளருக்கு ஏற்பட்டபொழுது, எனது கல்லூரிதான் அவருக்கு உகந்ததாகப் பட்டது.

நான் அதிபராய் அத்தியாருக்குச் சென்றபொழுது என்னை வரவேற்ற அக்கல்லூரி இசையாசிரியர் கா. மாணிக்க வாசகர், உங்கள் வரவால் இனி இங்குத் தமிழ்மணங் கமழப் போகிறது என்றார். ஆனால் ஆங்கில மணம் கமழ வேண்டும் என்று எதிர்பார்த்தவர்களுக்கெல்லாம் என் மாற்றமும், நவரத்தினம் அவர்களின் நியமனமும் உள்ளூர மகிழ்ச்சியை அளித்திருக்கவேண்டும்.

எனக்கு ஒருமாதச் சேவை அத்தியாரில் முடிந்ததும், கல்விப் பணிப்பாளர் மாணிக்கவாசகர் என்னைத் தமது அலுவலகத்துக்கு அழைத்தார். தமது முடிவையும் அதற்கான காரணத்தையும் பவ்வியமாக எடுத்துரைத்தார்.

முடிவாக "உங்களுக்கு யா. அரியாலை ஸ்ரீபார்வதி வித்தியாசாலை அதிபர் பதவி வழங்கப்படுகிறது. நாளை முதல் அங்கு செல்லுங்கள். கடிதத்தைப் பிரதமக் கல்வி அதிகாரி தருவார்" என்றார்.

தமிழாசிரியன் என்ற ஒரே காரணத்தால் அங்கும் இங்கும் பந்தடிபடுவது எனக்குப் பெருத்த தலையிறக்கமாயிருந்தது. ஆனால் எனக்கு மிகவும் நெருக்கமானவர்கள் வாழ்வது, நான் ஓடியாடித் திரிந்ததும், என்னுடன் கற்ற சில சகபாடிகள் அங்கு ஆசிரியப்பணியாற்றுவதும், நீர்வேலியிலும் மிக அண்மையில் பாடசாலை இருந்ததால் சிரமமின்றிப் பயணம் செய்யலாம் என்பதுமாய்ச் சேர்த்து, அரியாலை ஸ்ரீபார்வதி வித்தியாசாலை மாற்றத்தை மனப்பூர்வமாக ஏற்றுக்கொண்டேன்.

ஆனால், அரியாலை பார்வதி வித்தியாசாலையில் அதிபராய் இருந்த இராஜேந்திரம் தமது பதவியிலிருந்து அசைவதாயில்லை. என்னிலும் மூத்தவரான அவர், தமது சக்தியையெல்லாம் செலவழித்து எனது மாற்றத்தினைத் தடுக்க முற்பட்டார்.

யா. அரியாலை ஸ்ரீபார்வதி வித்தியாசாலை, அரியாலையில் மிகவும் பிரசித்தராய் வாழ்ந்த பெரியார் அருளம்பலத்தினால் நிறுவப்பட்டது. அவரின் மகன் விசுவநாதன் B.A. (சாவகச்சேரி இந்துக் கல்லூரியில் ஆசிரியராய் இருந்தவர். சமசமாஜக் கட்சி உறுப்பினர். யாழ். மாநகரசபை உறுப்பினராயும் சிலகாலம் இருந்தவர்.) 1961இல் பாடசாலைகள் அரசுடமையான பொழுது தாமே முன்வந்து முதல்முதலாகப் பாடசாலையைக் கையளித்தவர் என்பது குறிப்பிடத்தக்கது.

அத்தகைய ஒருவரை அணுகி இராஜேந்திரம் தமது முறையீட்டை முன்வைத்தார். 'நான் ஒரு சிரேஷ்ட அதிபர், என் இடத்திற்கு அனுப்பப்படுபவரோ அனுபவம் குறைந்தவர். அல்லாமலும் எனக்கு இன்னும் சில ஆண்டுகளே ஓய்விற் செல்ல உள்ளன. ஆனபடியால் அவரின் வருகையை நீங்கள் தடுக்க வேண்டும். பார்வதி வித்தியாசாலையின் முன்னாள் முகாமையாளர் நீங்கள். நீங்கள் ஒரு சொல்சொன்னால் போதும் கல்விப் பணிப்பாளர் அவரின் மாற்றத்தை இரத்துச் செய்வார்."

விசுவநாதன், அவருக்கு அளித்த பதிலைத் விசுவநாதன் பின்பு சொன்னது இன்றும் நினைவில் பசுமையாயுள்ளது. "என்றைக்குப்

பாடசாலையை அரசாங்கத்துக்குக் கையளித்தேனோ, அன்றே அதனோடிருந்த தொடர்பு நீங்கிவிட்டது. கல்வித் திணைக்களம் மேற்கொள்ளும் நடவடிக்கைகளில் நான் தலையிடமாட்டேன். அல்லாமலும் அரியாலை பார்வதிக்கு மாறிவரும் சொக்கனை நான் நன்கறிவேன். ஸ்டான்லியிலே சிலகாலம் தற்காலிகமாக நான் ஆசிரியராய்ப் பணியாற்றிய பொழுது அவர் என்னிடம் கற்றவர். அரியாலை அவருக்குத் தாயகம்போல. அல்லாமலும் அதிபர்த் தரத்திலும் அவர் உங்களிலும் கூடியவர். நான் தலையிட்டு அவரின் மாற்றத்தைத் தடுத்தால் அரியாலை மக்களே கெம்பி எழக்கூடும். ஆனபடியால் என்னை மன்னிக்கவும்."

இராஜேந்திரத்தின் முயற்சி பலிக்கவில்லை, வேண்டா வெறுப்பாக அதிபர்ப் பொறுப்பை என்னிடம் அளித்தார்.

ஆனால், நான் அவரை எந்த விதத்திலும் பழிவாங்க முற்படவில்லை. மூப்புக்கான மதிப்பை அவருக்கு வழங்கி, எவ்வெவ்வகையில் அவரை முன்னணியில் இருத்த வேண்டுமோ அவ்வவ்வகையில் அவரை முன்னணியில் இருத்தினேன்.

நான் அதிபராய் இருந்தவரை அவர் எவ்விதத்திலும் முரண்டுபிடியாமல், எல்லா விதத்திலும் ஒத்துழைத்தார். பிற்காலத்தில் என் குடும்ப நண்பரே ஆகிவிட்டார்.

அரியாலை ஸ்ரீபார்வதியில் நான் அதிபராய்ச் சேவை யாற்றிய காலம் இரண்டாண்டுகளே (1974–1976). என் ஊரவரும், திறமையானவருமான க. சிவராசா, (இவர் பின்னர் எமது குடும்ப நண்பராக விளங்கிப் பல வழிகளிலும் எமக்கு உதவிவருகின்றார் என்பதை மிகவும் நன்றியுடன் இவ்விடத்தில் நினைவுகூருகின்றேன்.) என் சக கல்லூரி மாணவரான மு. மயில்வாகனம், திருமதி. சிவலோகநாதன், அம்பலவாணர் முதலியோரின் அர்ப்பண சேவையும் உறுதுணையும் எனது பொறுப்பினை மிகவும் எளிதாக்கின.

அரியாலை ஊரவரும் ஆபிரிக்காவிலே தொழில்புரிந்து திரும்பியவருமான பெரியார் ஒருவரின் நிதியுதவி பெற்று விஞ்ஞான அறை கட்டியது, யாழ். பல்கலைக்கழகத்தின் வளாகத் தலைவராயிருந்த பேராசியர் க. கைலாசபதியைப் பிரதம விருந்தினராய் அழைத்து, பரிசளிப்பு விழா, நிறுவனர்விழா என்பவற்றை மிகவும் கோலாகலமாக நடத்தியது, நூலக விரிவாக்கத்துக்கு முயன்றது ஆகியன என் காலத்தில் நான் முன்னெடுத்த முன்னேற்றப் பணிகளாகும்.

இவ்வாறு அமைதியாகவும் இனிமையாகவும் அரியாலை பார்வதியில் நான் இருந்தபொழுது, என் பேரன்பிற்குரிய அன்பர் வித்துவான் சி. குமாரசுவாமி அவர்கள் ஒருநாள்

என்னைச் சந்தித்தார். தாம் கோப்பாய் ஆசிரியர் கலாசாலை விரிவுரையாளர்ப் பதவியை விட்டு விலகி வவுனியா மகாவித்தியாலயத்துக்கு ஆசிரியராகச் செல்ல இருப்பதாகவும், நான் விரும்பினால் தமது இடத்துக்கு என்னைப் பதவி யிடைமாற்றம் செய்வித்துத் தருவதாகவும், கலாசாலை அதிபர் திருமதி ஆனந்தக்குமாரசாமி எனது சேவையை விரும்புகிறார் எனவும் எடுத்துரைத்தார்.

கரும்பு தின்னக் கைக்கூலியா?

தமிழ் விரிவுரைகள் ஆற்றுவதற்கும், கலாசாலைக் கலை நிகழ்ச்சிகளில் பங்களிப்புச் செய்வதற்கும் வாய்ப்புக் கிடைப்பது, அதிபராயிருந்து நிருவாகப் பளுவினைச் சுமப்பதிலும் பலமடங்கு சிறந்தது என்று எண்ணினேன். வித்துவான் அவர்களுக்கு என் பூரண சம்மதத்தை வழங்கினேன்.

கோப்பாய் ஆசிரியர் கலாசாலை அதிபர் மேற்கொண்ட பெருமுயற்சியினால், யாழ். கல்வித் திணைக்களம் என்னைத் தற்காலிகமாக அதிபர் பதவியிலிருந்து விடுவித்து, கோப்பாய் ஆசிரியர் கலாசாலை விரிவுரையாளராய்ப் பணியாற்ற அனுமதித்தது. 1978 மார்ச் முதலாம் தேதியிலிருந்து கோப்பாய் ஆசிரியர் கலாசாலையில் விரிவுரையாளரானேன்.

அரியாலை பார்வதியில் நான் இருந்தபொழுது, பாடசாலையோடு தொடர்பில்லாததும், மனித மனத்தின் வினோதத்தினை உணர்ந்துகொள்ள வாய்ப்பளித்ததுமான ஒரு சம்பவத்தைக் குறிப்பிட விரும்புகிறேன்.

1974இல் அகில இலங்கைத் தமிழர் ஆசிரியர் சங்கமும் தமிழாசிரியர் சங்கமும் ஒன்றிணைந்து தமிழாசிரியர் சங்கமாகப் பெயர் மாற்றும் வைபவம் யாழ். வீரசிங்கம் மண்டபத்தில் மிக விமரிசையாக நடந்தது. இவ்வைபவத்திற்கு அந்நாள் கல்வியமைச்சின் மேலதிக செயலாளரான சி. பாஸ்கரலிங்கம் பிரதம விருந்தினராய் வருகை புரிந்திருந்தார்.

அ.இ. தமிழாசிரியர் சங்கச் செயலாளரின் வேண்டு கோளுக்கிணங்கப் பாஸ்கரலிங்கத்துக்கு வரவேற்புப்பா எழுதும் பொறுப்பு என்மீது சுமத்தப்பட்டது. என்னால் இயன்ற அளவு திறம்படப் பாடல் இயற்றி அளித்தேன்.

எனது உத்தியோக மாற்றத்தை என் வேண்டுகோளுக்கிசைய உடனேயே செய்து தந்தவரும், பல்கலைக்கழகச் சமகால மாணவருமான அவர்மீது நான் கொண்ட நன்றியும் ஈடுபாடும் பாடலை உயிர்த்துடிப்புடையதாய் ஆக்கியிருந்தன.

பாடல் இசையுடன் பாடப்பட்டது. பாடல் முடிவில் கரகோஷம் வான்முட்டி எழுந்தது.

பிரதம விருந்தினர் தமது உரையின் இடையே எனது வாழ்த்துப் பாடலுக்கு நன்றி சொல்லும் வகையில், 'சொக்கலிங்கம் என்னோடு படித்தவர்' என்றும் குறிப்பிட்டார்.

கூட்டத்திற்கு வருகை புரிந்திருந்த மாணிக்கவாசகர் என்னை அவ்வேளையில் வியப்போடு பார்த்ததோடு கூட்டமுடிவில் தமது காரிலே என்னை அழைத்துச்சென்று பஸ்நிலையத்தில் விடும் பொறுப்பை ஏற்று, அவ்வாறே அழைத்துச் செல்கையில், "மிஸ்டர் சொக்கன், பாஸ்கரலிங்கம் உங்களுடன் படித்தவரா?" என்று வினவினார்.

"என்னோடு படிக்கவில்லை. ஆனால் நான் தமிழ் டிப்புளோமா படிக்கையில் அவர் பேராதனைப் பல்கலைக்கழகத்தில் கலைப்பட்டத்திற்குப் படித்துக்கொண்டிருந்தார்" என்றேன்.

மாணிக்கவாசகரின் வியப்பும், என்மீது ஏற்பட்ட தற்காலிக மதிப்பும் ஊசிகுத்திய பலூனாய்ச் சுருங்கிப் போயின.

என்னை அத்தியாரிலிருந்து அரியாலை பார்வதிக்கு மாற்றியிருந்த அண்மைக் காலம் அது.!

நான் பாஸ்கரலிங்கத்துக்கு இந்த மாற்றம் பற்றிக் கூறித் தமக்கு ஏதாவது சங்கடம் ஏற்படுத்துவேனோ என்ற அச்சமே, மாணிக்கவாசகர் எனக்களித்த திடீர் மதிப்பு என்பது. "ஊம்! அப்படியா?" என்ற அவரின் சலிப்பான பதிலிலிருந்து தெளிவாகப் புலனாயிற்று!

13

கோப்பாய் ஆசிரியர் கலாசாலையில்
[1976–1980]

1973 தொடக்கம் 1990 வரை (இலங்கை கல்வி நிருவாக சேவைக்கு S.L.E.A.S. 1982இல் நியமனம் பெற்றேன்.) அதிபராய், கொத்தணி அதிபராய் (Cluster Principal) ஒய்வு பெறும்வரை இருந்தபோதிலும், சேவை இட மாற்றம் பெற்று 1976 தொடக்கம் 1980வரை கோப்பாய் ஆசிரியர் கலாசாலையிலும் விரிவுரையாளராய்க் கடமை ஆற்றினேன்.

இரதிதேவி ஆனந்தக்குமாரசாமி கோப்பாய் ஆசிரியக் கலாசாலைக்கும் இ. கனகலிங்கம் பலாலி ஆசிரியர் கலாசாலைக்கும் என் சேவையை விரும்பித் தாமாகவே முயன்று என்னைத் தத்தம் கலாசாலைகளிலே தமிழ், சைவ நெறி என்பன கற்பிக்க அமர்த்திக்கொண்டனர்.

அதிபராயிருக்கும் எவரும் தம் பதவியை விடுத்து இன்னொருவரின் கீழ்ச் சேவை புரிய விரும்பமாட்டார்கள். நீர் விதிவிலக்காக இருக்கிறீர். காரணம் என்ன என்று வாசகர் வினாவக்கூடும். உண்மையில் எனக்குப் பிறரில் முகாமை செலுத்துவதோ, நிருவாகத்தின் கூட்டுத் திட்டங்களை வார்த்தைக்கு வார்த்தை செயற்படுத்தி, நான் ஒரு அதிகாரி என்ற இறுமாப்புக்கொள்வதோ முற்றிலும் பிடிக்காத விஷயங்கள்.

பட்டதாரி நியமனம் கிடைத்து யாழ். இந்துக் கல்லூரியிலே தொடர்ந்து பணியாற்றும் வாய்ப்புக் கிடைத்திருக்குமானால், அதிபர்ப் பதவியை நான் நிச்சயம் ஏற்றிருக்கமாட்டேன். அதிபராய்ப் பணியாற்றிய காலத்திலும் எனது பெரும்பாலான பொழுது கற்பித்தலிலேயே கழிந்தது. எனக்கு வாய்த்த உப அதிபர்கள் என் போக்கை அறிந்துகொண்டு எனது நிருவாகப் பளுவைப் பெரிதும் குறைத்துத் தாமே அவற்றைத் திறம்படவும், அதே சமயம் எனக்கு விசுவாசமாகவும் செய்தமையை இவ்விடத்தில் நன்றியுடன் நினைவுகூர்வதன் மூலம், என் மனச்சான்றிற்கு உண்மையாக நடப்பதாய் உணர்கின்றேன். ஆசிரியர்களும் பெரும்பாலும் ஒத்துழைத்துத் தம் கடமைகளைச் சரிவரச் செய்தனர்.

எனவே, நான் அதிபராய்ப் பணிபுரிந்த எந்தப் பாடசாலை யிலும் எவ்வித பிரச்சினையுமின்றி எல்லாம் அமைதியாகவும் மகிழ்ச்சியாகவுமே நடந்துமுடிந்தன.

விரிவுரையாளராய்க் கடமைபுரிந்த காலங்களில் அதிபர்கள் என்னை மதிப்பாகவே நடத்தினர். அவர்கள் எனது பணிகளை ஊக்கி, உற்சாகமளித்து, பாராட்டி வந்ததையும் என்னால் மறந்துவிடல் இயலாது.

கோப்பாய் ஆசிரியர் கலாசாலையிலே விரிவுரையாளரா யிருந்தே ஓய்வு பெற்றிருக்கலாம். ஆனால் சேவை இடைமாற்றுத் திட்டத்தின்படி ஒவ்வோராண்டும் விரிவுரையாளர் சேவையைப் புதுப்பித்தல் வேண்டும். அவ்வாறு புதுப்பிப்பதற்குச் சிலவேளைகளில் ஒரு மாதம் அல்லது இருமாதம் தாமதம் ஏற்படலாம். இத்தாமத காலத்தில் முன்னைய பாடசாலைக்குத் திரும்பவோ, வேறு பாட சாலையைத் தேடிச்செல்லவோ நேரிடலாம்.

நான் அதிபராதலால் முன்பு கடமையாற்றிய பாடசாலைக்குத் திரும்புவது அங்கு என் இடத்தில் அதிபராய் வந்தவருக்குச் சிரமத்தை அளிக்கும். உதவியாசிரியராய்ச் செல்வது மனத்துக்குக் கஷ்டம் தரும் ஒன்று.

எனினும் ஓர் இடைக்காலத்தில் ஒருமாதத்தில் யாழ். இந்துக் கல்லூரிக்குத் திரும்பி, அமரர் பி. எஸ். குமாரசாமியின் கீழ்ப் பணிபுரிந்ததும் உண்டு. அது எனக்குத் தலையிறக்கமாய் இருக்கவில்லை. பி. எஸ். அவர்கள் சிரேஷ்ட ஆசிரியராய் இந்துவில் பணியாற்றிய காலத்தில் நான் அவரோடு கற்பித்தவன். அல்லாமலும் அவரும் நானும் இந்துக் கல்லூரி ஆரம்பப் பாடசாலையிலே ஒரே மாணவராய் இருந்தவர்கள்.

அடுத்தும் பலாலி ஆசிரியர் கலாசாலையில் ஓராண்டு விரிவுரையாளராய்ப் பணியினை நான் ஏற்றதற்கு இரு காரணங்கள் இருந்தன. ஒன்று என் அன்புக்கும் மதிப்பிற்கும் உரிய அதிபர் இ. சபாலிங்கம் அவர்களின் தம்பியார் கனகலிங்கம் என்பதும் அவர் உண்மையாக என்னை விரும்பி, மதித்து அழைத்தார் என்பதுமாகும். மற்றது விரைவில் ஆசிரியர் கலாசாலையின் சேவை இடைமாற்ற விரிவுரையாளர்களை நிரந்தரமாக்கக் கல்வியமைச்சு தீர்மானித்துள்ளது. நீங்கள் கோப்பாய் ஆசிரியக் கலாசாலையில் ஆற்றிய நாலாண்டுச் சேவையையும், இங்கு ஆற்றிவரும் சேவையையும் கருத்திற்கொண்டு உங்களுக்கு நிரந்தர விரிவுரையாளராகப் பதவி நிச்சயம் கிடைக்கும் என்று உறுதியளித்தது.

கனகலிங்கம் கூறியது பொய்யல்ல. நான் இடைமாற்றுச் சேவையிலிருந்த காலத்தில் நிரந்தர விரிவுரையாளர் நியமனத்திற் கான நேர்முகப் பரீட்சை நடந்தது உண்மையே.

ஆனால், கல்வியியல் டிப்புளோமாவாகவோ குறைந்தது இடைநிலை ஆசிரியர் பயிற்சித் தராதரமோ இல்லாமையால் எனக்கு விரிவுரையாளர் பதவி வழங்கப்படவில்லை.

முதுமாணி (*M.A.*) பட்டமும், கனிஷ்ட பிரதம ஆசிரியர்ப் பயிற்சித் தராதரமும் பெற்றிருந்தும் தொழிற்தராதரமும் இல்லாமையால் இந்தக் கதி எனக்கு ஏற்பட்டது.

சொக்கன் உங்களுடைய திறமைகள், தகைமைக ளெல்லாம் எங்களுக்குத் தெரிந்துதான் இருந்தன. உங்களுடன் நேர்முகத் தேர்வுக்கு வந்தவர்களிலே சிலர் உங்கள் மாணவர் என்பதும் அறிவோம். ஆனால் கல்வியமைச்சின் விதிகளுக்கு அப்பாற் சென்று தொழிற்தராதரம் போதியதாய் இல்லாத ஒருவருக்கு எவ்வாறு நியமனம் வழங்குவது என்று நேர்முகத் தேர்வுக் குழு வகுப்பினரில் ஒருவராயிருந்த க. சிவநாதன் (முன்னாள் கல்விப் பணிப்பாளர்) மிகவும் அனுதாபத்தோடு கூறி என்னைத் தேற்றினார்.

ஆக, நான் விரும்பியதும் எனது மனப்போக்கிற்கும் ஆற்றலுக்கும் பொருத்தமானதுமான ஒரு தொழிலைப் பெற முடியாத நிலையில் நான் இருந்தேன் என்பதை இன்று நினைத்தாலும் சிறிது வருத்தமாகத்தான் இருக்கிறது.

ஆனால் கோப்பாய், பலாலி ஆசிரியக் கலாசாலைகளில் விரிவுரையாளராயிருந்த நாட்கள் மிகவும் மகிழ்ச்சிகரமானவை என்பது மட்டும் உண்மை.

சிறப்பாக கோப்பாய் ஆசிரியர் கலாசாலையில் சேவை புரிந்த காலம் வாழ்நாளில் மறக்க முடியாததாகும்.

"தமிழ் விழாக்கொடியைக் கட்டியது சரி. அது ஏன் அசைந்தாடவில்லை?"

"அது காற்றின் குற்றம். வேண்டுமானால் நான் மதிற் சுவரில் ஏறிநின்று கொடியை அசைத்துக்கொண்டிருக்கவா?"

கோப்பாய் ஆசிரியர் கலாசாலையில் நான் கடமை புரியத் தொடங்கிய ஒரு மாதத்தில் இடம்பெற்ற தமிழ் விழாவில் எனக்கும் அதிபர் திருமதி ஆனந்தக்குமாரசுவாமிக்கும் நடந்த உரையாடல் இது...

ஆசிரிய மாணவிகள் யாவரும் தமிழ் விழாவுக்கான பூர்வாங்க வேலைகளை முடித்துவிட்டு, விடுதி சென்று குளித்து உணவு உண்டு விழாவுக்குப் புறப்பட்டுவரச் சென்றுவிட்டார்கள்.

நேரம் காலை 7.00 மணி.

விழா ஆயத்தங்களை மேற்பார்வை செய்து கொண்டுவந்த அதிபர் நான் கொடிக்கம்பத்துக்கருகிற் நிற்பதைக் கண்டு கேட்ட கேள்வியும் நான் துடுக்காக அளித்த பதிலுமே மேலே தரப்பட்டவை.

அதிபர் திருமதி. ஆனந்தக்குமாரசாமி மிகவும் கடுமை யானவர் என்றும், அவருடைய கடுமை விரிவுரையாளர்களிலும் செலுத்தப்படுவதுண்டு என்றும் கேள்விப்பட்டிருந்தேன்.

வித்துவான் குமாரசாமி, என்னை அழைத்து வந்து கட்டைக்காடு கொத்தாந்தீவு எங்குள்ளது என விசாரிக்க முற்பட்டபொழுது. காவலாளி தடுத்ததும் அந்தத் தடையின் சூத்திரதாரி திருமதி. ஆனந்தக்குமாரசுவாமியே என்பதையும் அறிந்திருந்தமையே என் பதில் துடுக்காக வெளிவந்தது.

அவர் என்னை நிமிர்ந்து பார்த்தார்.

குமாராசாமியால் பரிந்துரைக்கப்பட்டவர்.

திறமைசாலி என அறிந்து, தாமே விரும்பி எடுத்தவர்.

நிரந்தரமானவருமல்லர்.

விரும்பினால் நாளைக்கே இவரைத் திருப்பி அனுப்பி விடலாம். இவ்வளவிருந்தும் துடுக்கான பதில்...

அவர் உள்ளத்தில் அந்நேரத்தில் இத்தகைய சிந்தனை சிலிர்த்தெழுந்திருக்கும் என்று அவர் மௌனமாகத் திரும்பியதி லிருந்து நான் ஊகித்தேன்.

ஆனால், தமிழ் விழாவிலே தமது தொடக்க உரையில் அவர் என்னை வானளாவப் புகழ்ந்து, இத்தகைய ஒருவரின் சேவை எமக்குக் கிடைத்தது பெரும்பேறே என்ற பொழுது என் தலை தானாகவே கவிழ்ந்தது. எனது துடுக்கான பதில் எவ்வளவு சின்னத்தனமானது என்று நினைத்து மனத்துள் வருந்தினேன்.

இன்னாசெய்தாரை ஒறுத்தல் அவர் நாண
நன்னயஞ் செய்து விடல்

என்ற வள்ளுவர் வாய் மொழிக்கு அவ்வேளையில் உதராணமாய் அவர் திகழ்ந்ததை என்றுமே என்னால் மறக்க முடியாது.

திருமதி. ஆனந்தக்குமாரசுவாமி அந்நாளிலேயே அமெரிக்கா சென்று உளவியலிலே முதுவிஞ்ஞானமாணி (*M.Sc*) பட்டம் பெற்றவர். வரலாற்றில் முதுமாணி பட்டதாரி. ஆங்கிலம் அவர் நாவில் எழில் கொஞ்சும். தமிழோ தமிழகச் சாயல் படிந்து இனிமை மிளிரும்.

அவரின் கீழ் நான்காண்டுகள் பணியாற்றக் கிடைத்தது உண்மையில் பெரும் பாக்கியம்தான்.

எனது இடைமாற்றுச் சேவைக்கான மேலிடத்து அனுமதி தாமதித்தபோது அவர் கல்வி அமைச்சின் ஆசிரியர் பயிற்சிக் கலாசாலைப் பணிப்பாளருக்கு எழுதிய பரிந்துரைக் கடிதம் என் மணிவிழா மலரில் வெளியாகியுள்ளது.

அவரின் புகழுரையிலும் அவர் கையாண்ட ஆங்கிலமே இன்றும் இரசனைக்குரியதாய் உள்ளது.

அவரின் நினைவு மலரை உருவாக்கும் கவலையோடு கூடிய வாய்ப்பு எனக்குக் கிட்டியபொழுது அம்மலருக்கு ‘ஒளி வளர் விளக்கு’ என்று தலையங்கம் கொடுத்திருந்தேன். ஆம்! எத்தனையோ ஆசிரியர்களுக்கு அறிவாகிய ஒளியினை வளர்த்துவிட்ட விளக்கே திருமதி. ஆனந்தக்குமாரசுவாமி!

“எங்களின் பயிற்சி முடிந்ததும் ஆரம்பப் பாடசாலைகளில் ஐந்தாம் வகுப்புகள்வரைதான் படிப்பிக்க வேண்டியிருக்கும். வேற்றுமை, வேற்றுமை மயக்கம் என்றெல்லாம் படிப்பிக்கிறீங்கள், சேர் உவை எங்களுக்குப் பயன்படப்போவதில்லை.”

ஆசிரியர் பயிற்சி முதலாம் ஆண்டு மாணவிகளுக்கு ‘வேற்றுமை பற்றி இலக்கணப் பாடத்தை நடத்திய பொழுது, ஆசிரிய மாணவி ஒருவர் கூறிய கருத்து இது.

இருபத்தைந்து, இருபத்தாறு வயதிலிருந்து நாற்பது வயதுக்குள்ளான மாணவியர், சில ஆண்டுகளோ பல

ஆண்டுகளோ கீழ் வகுப்புகளிலே கற்பித்த அனுபவம் உடையவர்கள். அதனாலேயே க. பொ. த. (சா.தா) வகுப்புவரை தாம் கற்ற தமிழ்ப் பாடம் உட்படப் பல பாடங்களைப் பெருமளவு மறந்து போனவர்கள். இந்த ஆசிரியரைக் கொண்ட வகுப்பில் ஒட்டுமொத்தமாக எல்லோருமே மேற்குறித்த மாணவியின் கருத்தையே கொண்டிருந்தார்கள் என்று கூறுவதற்கில்லை.

எனினும் பெரும்பாலானவரின் கருத்தையே அந்த மாணவியின் கூற்று பிரதிபலித்தது என்பதையும் மறுத்துவிட முடியாது.

இவர்களில் பெரும்பாலானவர்கள் மணமுடித்தவர்கள். பிள்ளை குட்டிகளோடு வாழ்க்கைப் பிரச்சினைக்கு முகம் கொடுக்க வேண்டிய நிலையில் உள்ளவர்கள். ஆசிரியப் பயிற்சி மூலம் சம்பள உயர்வு பெற்றுத் தமது பொருளாதார வசதியைக் கூட்டுவதே இவர்கள் ஆசிரியக் கலாசாலைக்கு வந்துள்ள நோக்கம்.

வீட்டு நினைவுகள், குடும்பச் சிக்கல்கள் பற்றிய சிந்தனைகள் என்பவற்றோடு மேலதிகக் கல்வியையும் பெறுவது பலருக்குச் சுமையாகவே இருந்தது.

சாதாரணமான அடிப்படை மொழி அறிவினைப் பெறுவதைக்கூட இவர்களிலே பெரும்பாலானவர் விரும்பியதாகத் தெரியவில்லை.

இவையாவினதும் ஒட்டுமொத்தமான, சலிப்பான கருத்து வெளிப்பாடே மேற்குறித்த மாணவியின் கருத்துப் புலப்பாடு என்பதைப் புரிந்துகொண்டேன்.

ஆனால், இந்தச் சலிப்பும் வெறுப்பும் போக்கப்பட வேண்டும். இரண்டாண்டுப் பயிற்சியின் பின்னரும், அன்றிருந்த மேனி அழியாது, வந்தபோதிருந்த அறிவுடனும் அலுப்பு சலிப்புடனும் பாடசாலைக்குத் திரும்புவதற்கு அனுமதிப்பதென்பது, பயில வந்தவருக்கு மட்டும் இழைக்கப்படும் துரோகம் அல்ல, இவரிடம் கற்கப்போகும் எதிர்கால மாணவர் சமுதாயத்திற்கும் செய்யும் துரோகமாகும்.

மாணவிமீது ஏற்பட்ட சினத்தை அடக்கிக்கொண்டேன். சிந்தித்தேன்.

சிந்தனையின் முடிவில் அந்த மாணவியிடம் பின்வரும் வினாவினை விடுத்தேன்.

"நல்லது. வேற்றுமை ஐந்தாம் வகுப்புக்குரிய பாடம் அல்லது தான். நீரே சொல்லும் ஐந்தாம் வகுப்பினுள் படிப்பிக்க வேண்டிய இலக்கணப் பாடம் எது?" என்றேன்.

"எழுவாய், பயனிலை, செயப்படுபொருள், செய்வினை செயற்பாட்டுவினை" என்று அடுக்கினார்.

"சரி நான் கரும்பலகையிலே சில எளிமையான வாக்கியங்களை எழுதப்போகிறேன். நீங்கள் அவற்றிற்கான எழுவாய், பயனிலை, செயப்படுபொருளைக் கூறுங்கள் என்றேன்.

ஏற்றுக்கொண்டார்கள்.

'அம்மா அப்பம் தந்தார்.'

என்ற வாக்கியத்தை முதலில் எழுதினேன். "எழுவாய், பயனிலை, செயப்படுபொருள் கூறுங்கள்" என்றேன்.

கருத்துரை வழங்கிய மாணவியே உற்சாகமாக எழுந்து நின்று 'அம்மா எழுவாய். தந்தார் பயனிலை. அப்பம் செயப்படுபொருள் என்றார். அடுத்து நான் எழுதிய வாக்கியம்.

'அம்மா அப்பம் தாருங்கள்.'

"இதற்கு எழுவாய், பயனிலை, செயற்படுபொருள் கூறுங்கள்" என்று அதே மாணவியிடம் வினாவினேன். அவர் 'இதுவும் ஒரு கேள்வியா? என்ற மாதிரி அலட்சியத்துடன் சிரித்த வண்ணம்.

'அம்மா – எழுவாய், தாருங்கள் – பயனிலை, அப்பம் – செயப்படுபொருள்" என்றார்.

எனக்குச் சிரிப்புத்தான் வந்தது. அடக்கியபடி "பயனிலைகள் இரண்டும் வேறு வேறாயிருக்கின்றன. அப்படியானால் எழுவாயும் வேறாகத்தானே இருக்க வேண்டும்? இரண்டு வாக்கியங்களுக்கும் ஒரே எழுவாய் கூறுகிறீர்களே?" என்றேன்.

மாணவி திரு திரு என்று விழித்தார்.

அவரை அந்த அளவில் விட்டு மேலும் சில மாணவிகளை வினாவினேன்

அதே பதில்!

கடைசியில் ஒருவர் மட்டும் சரியான விடைதந்தார். அவரின் விடை: நீங்கள் எழுவாய், தாருங்கள் பயனிலை, அப்பம் – செயப்படுபொருள்.

"ஒரே வாக்கியத்தில் இரண்டு வெவ்வேறு பயனிலைகள் வரும்போது எழுவாயும் வெவ்வேறாகவே அமையும்" என உரைத்துவிட்டு, அவ்வாறு அமைவதை விளங்கிக்கொள்ள வேற்றுமை எவ்வாறு உதவுகின்றது என்பதை விளக்கினேன்.

க. சொக்கலிங்கம்

முதலாவது வாக்கியமாகிய 'அம்மா அப்பம் **தந்தார்**' என்பதிலே தந்தார் என்பது பயனிலை. யார் என்ற வினாவிற்குக் கிடைக்கும் **அம்மா** எழுவாய்.

இரண்டாவது வாக்கியத்தில் **தாருங்கள்** என்பது பயனிலை. யார் என்ற கேள்விக்கு **நீங்கள்** என்பது பயனிலையாகும். ஏனெனில் யார் தாருங்கள் என்ற வினாவிற்கு விடையாய் வரும் பயனிலை அம்மா அல்ல. நீங்கள் என்பதே. எனவே வாக்கியத்திலே இல்லாத, தோன்றாத சொல் ஒன்று எழுவாயா கின்றது. அதனை இலக்கணத்திலே 'தோன்றா எழுவாய்' என்பார் என்று விளக்கினேன்.

மாணவிகளுக்கு இவ்விளக்கம் போதியதாயில்லை. மயங்கினார்கள். இவ்விடத்தில்தான் வேற்றுமைபற்றிய அறிவு வேண்டப்படும் என்று மேலும் விளக்கம் அளித்தேன்.

"முதல் வாக்கியத்தில் வந்த **அம்மா** – அம்மை என்ற பெயரின் திரிவு. அம்மைதான் சரியான எழுவாய் வடிவம். முதலாம் வேற்றுமை என்பதற்கு எழுவாய் வேற்றுமை என்றும் ஒரு பெயர் உண்டு. ஏனெனில் திரிபடையாத பெயர் வாக்கியத்தில் எழுவாயாக வருவதாலும் செயலைச்செய்யும் பொருளே (வினை முதலே) எழுவாயாக அமைவதாலும், அப்பொருள்களைத் தரும் முதலாம் வேற்றுமை எழுவாய் வேற்றுமையாயிற்று."

'அப்படியானால் அம்மா என்பது என்ன?' மாணவிகளின் கேள்வி.

"அம்மா, அண்ணா, அப்பா, என்றெல்லாம் நாம் அழைக் கின்றோம் அல்லவா? அழைத்தலின்போது (இலக்கணத்தில் **விளித்தலின்போது**) அம்மை, அம்மாவாகவும், அண்ணன், அண்ணாவாகவும், அப்பன் – அப்பாவாகவும் திரிகின்றன. இவ்வாறு திரிவடைந்து '**விளித்தல்**' என்னும் பொருளைத் தருவதற்கும் ஒரு வேற்றுமை உண்டு. அது எட்டாம் வேற்றுமை. விளித்தலால் (அழைத்தலால்) விளிவேற்றுமை எனப்படுகின்றது."

'நீங்கள் என்பது எப்படி முதலாம் வேற்றுமையானது' என்று வினாவினர்.

"நீங்கள் என்பது திரிவடையாத முன்னிலைப் பெயர். நான், நீ, அவன் என்பனவெல்லாம் திரிபடையாத பெயர்கள். எனவே அவை முதலாம் வேற்றுமைப் பொருளுக்குரியன.

அவன் – வந்தான்.

நீ – வந்தாய்.

நான் – வந்தேன்.

என்பன போலவே

நீங்கள் தாருங்கள்.

என்ற இரண்டாவது உதாரண வாக்கியத்தில் 'நீங்கள்' என்ற பெயர் முதலாம் வேற்றுமைப் பொருளாகிய எழுவாயைத் தருவிக்கப்பட்டது.

அம்மை அம்மாவானது உலகவழக்கு. அதாவது தமிழ் மக்கள் அம்மாவை படர்க்கை இடத்தில் மட்டுமன்றி, முன்னிலையிலும் வழங்கியதால் அதுவே இன்று பெரும்பான்மை யாகி, அம்மை என்ற வழக்கு இறந்துவிட்டது. இவ்வாறு, மாற்றங்கள் நிகழ்வது இயல்பு என்பதே.

பழையன கழிதலும் புதியன புகுதலும்
வழுவல கால வகையினாலே

என்ற நன்நூல் இலக்கணச் சூத்திரமே எடுத்துக்காட்டுகின்றது' என்றால் அம்மை, அம்மாவாக மாறிப் பொருள் தந்ததற்கு வித்துவான் வேந்தனாரின்

காலைத் தூக்கிக் கண்ணில் ஒற்றிக்
கட்டிக் கொஞ்சும் அம்மா
பாலைக் காய்ச்சிச் சீனி போட்டுப்
பருகத் தந்த அம்மா.

பாட்டையும் எடுத்துக் காட்டினேன்.

மாணவிகளின் முகங்கள் மலர்ந்தன. அடிப்படைப் பொருட்புலப்பாட்டுக்கு இலக்கணம் தேவை என்பது அவர் களுக்கு ஒருவாறு புலனாயிற்று.

அடுத்து, செய்வினை, செயப்பாட்டு வினைகளில் வேற்றுமைப் பயன்பாட்டைப் புலப்படுத்த, கரும்பலகையிலே பின்வரும் உதாரணங்களை எழுதினேன்.

கந்தன் மாட்டை அடித்தான் – செய்வினை

மாடு கந்தனை அடித்தது – செயப்பாட்டுவினை.

இவற்றில் இரண்டாவது வாக்கியத்தில் நான் வேண்டுமென்று விட்ட பிழையைக் கண்டு, மாணவிகள் கலகலவென்று சிரித்தார்கள். நான் ஒன்றும் விளங்காதவனைப்போல முகத்தை வைத்துக்கொண்டு 'ஏன் சிரிக்கிறீங்கள்?' என்று கேட்டேன்.

"ஐயோ சேர்' இரண்டாவதாய் நீங்கள் எழுதினது பிழை" என்று மாணவி ஒருவர் சிரிப்புத் தொடரக் கூறினார்.

"ஓ அப்படியா? நீரே பிழையைத் திருத்தும்" என்றேன்.

"கந்தனால் மாடு அடிக்கப்பட்டது" என்று திருத்தினார்.

"நல்லது செய்வினை செயப்பாட்டு வினையாக மாற்றப் பட்ட பொழுது நடந்தவை யாவை?" என்று வினாவினேன்.

"கந்தன் – கந்தனால் ஆயிற்று

மாட்டை – மாடு ஆயிற்று" என்றார்.

"ஆம் உமது திருத்தம் சரிதான். இந்தத் திருத்தத்துக்கும் வேற்றுமையே அடிப்படை."

கந்தன் 'கந்தனால்' என்று திரிந்தபொழுது அது முதலாம் வேற்றுமைக்குரிய எழுவாய்ப் பொருளை இழந்தது. மூன்றாம் வேற்றுமைக்குரிய கருத்தாப் பொருளைப் (செய்பவன் – கருத்தா) பெற்றது. மாட்டை என்று இரண்டாம் வேற்றுமைக்குரிய செயற்படுபொருளை 'மாடு' இழந்து முதலாம் வேற்றுமைக்குரிய எழுவாய்ப் பொருளைப் பெற்றது.

இவ்வளவு சொல்லி விளக்கமும் கொடுத்தபின், மாணவியர் இலக்கணத்தின் அடிப்படைகளை ஆசிரியர்கள் தெரிந்து கொள்ள வேண்டியதன் அவசியத்தையும் ஆரம்ப வகுப்புகளில் கற்பித்தாலும் அவை தேவை என்பதையும் உணர்ந்துகொண்டனர்.

"இவற்றை நீங்கள், நான்காம் வகுப்பிலோ ஐந்தாம் வகுப்பிலோ பிள்ளைகளுக்குக் கற்பிக்க வேண்டியதில்லை. உங்களுக்கு இந்த விளக்கம் அவசியமானவை. நாலாம் வகுப்பிலே கற்பிப்பவர் நாலாம்தர அறிவோடுதான் வகுப்பறை போக வேண்டும் என்றால் நீங்கள் மேலதிகமாகக் கற்றவையும், ஆசிரியப் பயிற்சியும் வேண்டியதில்லையல்லவா?"

மாணவிகள் ஒன்றும் பேசவில்லை.

அவர்களின் மௌனம் என் கருத்தினை அவர்கள் ஏற்றதற்கு அறிகுறி.

அன்றிலிருந்து நான் ஆசிரிய மாணவர்களுக்கு இலக்கணம், இலக்கியம் என்பவற்றை க.பொ.த(உ.த) மட்டத்தில் கற்பித்த பொழுது அவர்கள் மிகவும் உற்சாகமாக அவற்றைக் கற்றதோடு, புரிதலும் நயத்தலும் வெளிப்படுத்தி எனக்கு மனநிறைவு தந்தனர்.

கோப்பாய் ஆசிரியக் கலாசாலை, ஆரம்ப வகுப்புக்களுக் கான கற்பித்தல் பயிற்சியோடு, மகளிர்க்கான பயிற்சிக் கலாசாலையாகவே 1978வரை இயங்கிவந்தது.

அதிபர், விரிவுரையாளர் அனைவருமே கடுமையான கட்டுப்பாட்டைப் பேணி, மாணவிகளைச் சிறுபிள்ளைகள் போலவே நடத்தினர். இம்முறைமை ஒருவகையில் நன்மையாகவும், இன்னொருவகையில் தீமையாகவும் இருந்தது.

இளைய மாணவியர் கட்டுப்பாட்டிடையேயும் உற்சாகம் குன்றாது கலாசாலைப் புறக்கிரியைகளிலே (Extra Curricular Activities) ஈடுபட்டுத் தமது திறமைகளைப் புலப்படுத்தித் தமது பயற்சி நோக்கத்தை நிறைவுசெய்த வேளைகளில் மூத்த மாணவியர் எந்தவித அக்கறையோ உற்சாகமோ இன்றி எந்திரங்கள்போல, கட்டுப்பாடுகளை உடைக்க முடியாத நிலையில் செயற்பட்டதையும் அவதானிக்க முடிந்தது.

கலாசாலைத் தமிழ் மன்றம், இந்து சமய மன்றம் என்பவற்றின் புரவலன் என்ற வகையிலும், கலாசாலைச் சஞ்சிகை (கலைமலர்) பொறுப்பாசிரியன் என்ற வகையிலும் என் கடமைகளும் பொறுப்புக்களும் மிகப்பலவாய் இருந்தன. அவற்றை முழுமையான ஈடுபாட்டுடனும் ஆர்வத்துடனும் ஏற்றுப் பெரும்பாலான நேரங்களைக் கலாசாலையில் ஆசிரிய மாணவிகளுடனும், விரிவுரையாளர்களுடனும் கழிக்க நேரிட்டது.

'அது ஒரு அழகிய நிலாக்காலம்'

என்ற வாலியின் திரைப்பாடல் அடியே அக்காலத்தினை ஒப்பிட ஏற்ற உவமையாக எனக்குப் படுகின்றது.

அருணா, இராதா, சுவர்ணா மூன்று இல்லத்தினருக்கும் தமிழ் விழாவினை ஒட்டி நாடகப் போட்டிகள் (இசை, நாட்டிய நாடகங்களும் உள்ளடக்கம்) பாட்டுப் போட்டிகள், அபிநயக் கதைப் போட்டிகள் முதலியன இடம்பெறும்போது ஒருவகையிலே கொண்டாட்டமாகவும் இன்னொருவகையில் என்னைப் பொறுத்தவரையில் திண்டாட்டமாகவும் இருப்பதே வழக்கம்.

நாடகங்கள் தெரிந்தோ, எழுதியோ மூன்று இல்லங்களுக்கும் கொடுக்க வேண்டும், பாட்டுக்களைப் பொருத்தமாக இயற்றி அளிக்க வேண்டும். கதைகள் எழுதியோ, தெரிந்தோ கொடுக்க வேண்டும். இவ்வாறு கொடுக்கையில் மூன்று இல்லங்களையும் திருப்திப்படுத்துவதும் அவசியமாகும். ஆனால் போட்டி மனப்பான்மை சிறிய பிள்ளைகளுக்கு மட்டுமல்ல, இளையர் மூத்தோர் என்ற வேறுபாடில்லாதும், ஆசிரியர் என்ற பொறுப்புணர்வை மறந்தும் ஆசிரிய மாணவிகளிடையே ஏற்பட்ட வேளைகளில் என்னை சந்தேகக் கண்களோடு நோக்குவதும், ஒரு இல்லத்துக்குச் சாதமாகவும் இன்னோர் இல்லத்திற்குப் பாதகமாகவும் நடப்பதாகக் குற்றம்

சாட்டுவதும் அவர்களின் வழக்கமாயிருந்தன. இந்த வழக்கம் வித்துவான் குமாரசாமி காலத்திலிருந்து மரபுவழிப்பட்ட ஒன்றாக இருந்துவந்ததாக நான் அறிந்துகொண்டு, மாணவிகளோடு சமரசமாய்ப் போக எடுத்துக்கொண்ட முயற்சிகளும் பலப்பல!

தமது விருப்பங்கள், எதிர்பார்ப்புக்கள், போட்டி மனப்பான்மைகள் என்பவற்றால் சிறு குழந்தைகள் போல அடம்பிடிப்பதும், சில வேளைகளில் கண்ணீர்விட்டுச் சாகசம் செய்வதும், எனது அனுதாபத்தைச் சம்பாதிக்கத் தங்கள் இல்லத்தின் பலவீனங்களை எடுத்துச் சொல்லித் தமக்கே கூடிய உதவிகள் வழங்க வேண்டும் என்று மன்றாடி அடம்பிடிப்பதும் இல்லத் தலைவிகளுக்கும் சில சந்தர்ப்பங்களில் விரிவுரையாளர்களுக்கும்கூட இயல்பான குணாம்சங்களாக விளங்கின. அவற்றைச் சமாளித்து எனது நடுநிலைமையைக் காப்பாற்றுவது பெருஞ் சிரமமாயிருந்தது.

எனினும் நிகழ்ச்சிகளுக்கு இடைவிடாது நாடகங்கள், பாட்டுக்கள், கதைகள் எழுதி எழுதி என் எழுத்தனுபவத்துக்குத் தீனி போட்டது இன்னும் எனக்கு மன நிறைவைத் தருவதாகவே உள்ளது. இன்றும், அன்று மாணவிகளாயிருந்து இப்பொழுது ஆசிரியைகளாகப் (சிலர் என்னைப்போல ஓய்வும் பெற்றுள்ளார்கள்) பணிபுரிபவர்களைச் சந்தித்து, அவர்களோடு அன்றைய அனுபவங்களை இரைமீட்பது மிகவும் மகிழ்ச்சி தரும் அனுபவமாகவே இருந்து வருகின்றது.

பாலராணி சண்முகராசா, (ஓய்வு பெற்றுக் கணவருடன் கொழும்பில் வசிக்கின்றார்) மங்கையர்க்கரசி. சிற்றம்பலம், சொர்னம்மை, பத்மநாதன், சுகந்தி. செல்லத்துரை, செல்வி சங்கரப்பிள்ளை (பின்னர் திருமதியாகி கணவர் அகாலமரணமடைய மனமிடிந்து நடுவயதிலே காலமானவர்) ஆகிய அந்நாள் விரிவுரையாளர்களோடு கூடியும், குடும்பம் என்ற உணர்வோடு பழகிய காலம் மிகவும் பசுமை நிறைந்தது. இன்றும் இவர்களைக் காணும்பொழுது ஏற்படும் மகிழ்ச்சிக்கு அளவில்லை.

வி. சுப்பிரமணியம் (முல்லைமணி), B. வீரமணி, கலாநிதி. துரைராஜா (கல்வியியலில் கலாநிதிப் பட்டம் பெற்றவர். நடுவயதிலே இவர் காலமானது மிகவும் கவலை தருவதாகும்), கவிஞர் இ. முருகையன், சின்னத்துரை முதலிய நண்பர்கள் சகவிரிவுரையாளர்களாய் விளங்கக் கிடைத்தமை பெருமை யோடு கூடிய பெரும்பேறு என்பதை மறுத்தற்கில்லை. விரிவுரையாளர்களுக்கான அறையில் வம்பளப்புக்கள்,

நகைச்சுவையோடு கூடிய சொற்சாதுரியங்கள் (Wits), அறிவுத் துறை தொடர்பான சிந்தனையைக் கிளர்த்திய உரையாடல்கள், விவாதங்கள், விமர்சனங்கள் என்றுமே மறக்க முடியாதவை. எனக்கும் புதிய பல தகவல்களையும், அறிவு சார்ந்த விடயங்களையும் பெறக்கிடைத்த கலைக்களஞ்சியமாகவே, கோப்பாய் ஆசிரியர் விரிவுரையாளர்களின் அறை உதவிற்று என்பதை நான் இன்றும் மறந்துவிடவில்லை.

1979–1980 ஆகிய இரண்டாண்டுகள் மேலும் பல அறிவு, அனுபவங்களைப் பெற வாய்ப்புக்கள் கிடைத்ததையும் இவ்விடத்தில் கூறியே ஆகவேண்டும்.

சங்கீத பூஷணங்கள் பொன். சுந்தரலிங்கம், சுபாஷ் சந்திரன், சுந்தரலிங்கம் (நெடுந்தீவு), பரமசாமி (வயலின்), சங்கீத வித்துவான் செல்வி. பாக்கியலட்சுமி இரத்தினசபாபதி (மணமான பின் மாற்றுப் பெயர் தெரியாது.) முதலிய பிரபல இசைக் கலைஞர்களும், லீலாவதி செல்வராஜா (அடையாறு கலாஷேத்திராவிலே நான்காண்டுகள் நடனம் கற்றுப் பட்டம் பெற்றவர்.), செல்வி பத்மினி நமசிவாயம் (அடையாறு லஷ்மணனின் மாணவி), நளாயினி இராசதுரை (அன்று செல்வி–கலைஞர் வேல். ஆனந்தனின் மாணவி, கதகளி நடனக் கலைஞர்) முதலாம் புகழ்வாய்ந்த நடனக் கலைஞர்களும், ஆசிரியர் பயிற்சி பெற்றாலே சம்பள உயர்வு என்ற நிலையில் வேறு வழியின்றிக் கோப்பாய் ஆசிரியக் கலாசாலைக்குப் பயிற்சிபெறவந்தபொழுது அதிபர் திருமதி ஆனந்தக்குமாரசாமி பெரும் மகிழ்ச்சி அடைந்தார்.

பலாலி ஆசிரியர் கலாசாலை ஆங்கிலம், கணிதம், விவசாயம் ஆகிய பாடங்களில் பயிற்சி அளித்து விரிவாக்கம் பெற்ற வேளையில், கவின்கலைகளுக்கும் பயிற்சி வழங்குவது சிரமம் என்ற நிலையில் அப்பயிற்சி நெறிகள் கோப்பாய் ஆசிரியக் கலாசாலைக்கு மாற்றப்பட்டன. அதன் விளைவே பெரியதொரு கலைஞர் பரிவாரம் கோப்பாய்க்கு வரும் வாய்ப்பு ஏற்பட்டது.

இந்த மாற்றத்தினைத் திருமதி ஆனந்தக்குமாரசாமி பெரிதும் வரவேற்றார். இயல்பாகவே கலாரசனை மிக்கவர். அக்கலை சார்ந்த பயிற்சி நெறிகளை அளிக்க உகந்த இடம் கோப்பாய் ஆசிரியக் கலாசாலை என்று முன்னரே நம்பி முயன்று, 'வராது வந்த மாமணியாய்' அவற்றை மகிழ்வுடன் தொடக்கிவைத்தார்.

இம்மாற்றத்தினாலும் விரிவாக்கத்தினாலும் அதுவரை பெண்கள் மட்டும் பயிற்சி பெற்ற கலாசாலையில் ஆண்களின்

வாடையும் அதிகமாய் வீசத்தொடங்கியது. அதற்கேற்ற இசைவாக்கத்தினை அதிபரும் விரிவுரையாளரும் மேற்கொள்ள வேண்டியதும் தவிர்க்கவியலாதாயிற்று. முன்போல வரைவு கடந்த அதிகாரத்தை இனியும் கடைப்பிடிக்க முடியாது என்று அவர்கள் (என்னையும் உள்ளடக்கினால் நாங்கள்) உணர வேண்டியதாயிற்று.

விடுதியில் தங்கிப் பயிற்சி பெற்ற முறைமையும் ஆண்கள் வருகையினாலே கைவிடப்பட்டது. காலையில் வந்து மாலை திரும்பும் நாள் வருகைப் பயிற்சியாளராய்ப் புதியவரும், அவர்களோடு பழையவரும் (இரண்டாம் ஆண்டு ஆரம்பப் பயிற்சியாளர்) மாறினர். முன்பு போன்று இரவிலும் புறக்கிரியை களைப் பயிலும் தீவிரமும் ஒழிந்தது.

இவர்களின் வருகையாலே எனது கடமையின் எல்லையும் விரிவடையலாயிற்று.

நாட்டிய நாடகங்கள் எழுதுவதிலே எனக்கு முன்பு பரிச்சயம் இருந்தது உண்மைதான். கலைஞர் வேல் ஆனந்தனுடைய வேண்டுகோளை நிறைவேற்ற 'சீதாபகரணம்', 'கர்ணன்' நாட்டிய நாடகங்கள் முன்னரே என்னால் எழுதப்பட்டன. அவை பலதடவைகள் அரங்கேறி வேலானந்தன் குழுவுக்குப் புகழை யும் ஓரளவு நிதியையும் கொடுத்தன.

கோப்பாய் ஆசிரியக் கலாசாலை, ஆரம்பப்பள்ளிப் பயிற்சி அளித்த காலத்திலும் 'தமயந்தி சுயம்வரம்' முதலிய நாட்டிய நாடகங்களை எழுதி அளித்தேன். நடன விரிவுரையாளர் செல்வி சங்கரப்பிள்ளை அவற்றை நடனப் பயிற்சியை முறையாகப் பெறாத மாணவிகளுக்கு அவர்களுக்கேற்ற வகையிலே பயிற்றி அரங்கேற்றினார்.

ஆனால் நிறைவான நடனப் பயிற்சியும் அனுபவமும் அரங்கேறியும் அரங்கேற்றியும் பழக்கப்பட்ட நடனக் கலைஞரின் தேவையை நிறைவுசெய்யும் நாட்டிய நாடகங்களை எழுதுவது ஒருவகையில் எனக்குப் புதுமையாகவே இருந்தது. வசன நாடகத்தில் ஒவ்வோரியக்கமும் வசனங்களோடு பெரும்பாலும் இணைக்கப்படுவதே வழக்கம். ஆனால் நாட்டிய நாடகங்களில் சொற்களிலும் கூடிய அபிநயங்கள், ஜதிகள் இடம்பெறுவதால் பாட்டுக்களின் அளவு குறைவாகவே வேண்டப்படும் என்ற உண்மை நடனக் கலைஞருக்கு நாட்டிய நாடகம் எழுதும் பொழுதே தெரியவந்தது.

போதும் போதாததற்கு கானகலாநிதி வீரமணி ஐயர், நாட்டிய நாடக சாகித்திய கர்த்தாவாய் இருந்ததும் ஐயங்களைப்

போக்கிட வாய்ப்பளித்தது. வீரமணி ஐயரின் நாட்டிய நாடகங்களோடு சரிநிகர்சமானமாக நான் எழுதிய நாட்டிய நாடகங்களும் பரிமளிக்க நடன, இசைக்கலைஞர்களின் உறுதுணையும் எனக்குக் கிடைத்தது.

தீடீர்ப் பாயசம்போலத் திடீர்ப் பாட்டுக்களும் தேவைப் பட்டன. கவிஞர் முருகையனும் விரிவுரையாளராய்ப் பணிபுரிந்தாலும், அவர் அமைதியோடு விட்டு விலகியிருந்த தாலும் அவருடைய பாடங்கள், கணிதம், விஞ்ஞானமாக இருந்ததாலும், நான் தமிழ்மன்றப் புரவலராய் இருந்த கடமைப்பொறுப்புக் காரணமாகவும், மாணவ மாணவிகள் அதிகம் அதிகமாக என்னையே தம் தேவைகளுக்குப் பயன்செய்தனர்.

முல்லைமணி (சுப்பிரமணியம்)யும் கவிஞர்தான். நகைச்சுவை, கவித்துவம் என்பன அவர்கள் கவிதைகளிலே காணப்படும். எனினும் என்னளவு இளகி, மாணவ மாணவிகளுக்கு வளைந்து கொடுக்கும் சுபாவம் அவரில் குறைவு.

இக்காரணங்களால் பாட்டுக்கள் இயற்றியளிக்கும் பெரும் பொறுப்பும் என்னில் சுமந்தது. என் பாட்டுக்களுக்கு இசையாகிய உயிரை அளித்தவர்களிலே முதன்மையானவர்கள் பொன் சுந்தரலிங்கம், பொன் சுபாஷ் சந்திரன் ஆகியவர்களே. பாக்கியலட்சுமிக்குப் பாட்டமைத்தளித்தல் சற்றுச் சிரமமானது. பாட்டில் இவ்விடத்தில் ஓர் எழுத்தைக் குறையுங்கள். இதில் ஒரு சொல் சேருங்கள், இந்தச் சொல்லை மாற்றுங்கள் என்று அடம்பிடிப்பது அவர் வழக்கம்.

ஆனால், பொன் சுந்தரலிங்கமோ எந்தவிதக் குறைபாடுகளை யும் முன்வைக்காது பாட்டை ஒருமுறை படித்த உடனேயே அதற்கு உகந்த இராகத்தில் பாடவே தொடங்கிவிடுவார். அவருக்குப் பாட்டெழுதுவதென்றால் எனக்குப் பெரும் புளுகம் என்றே சொல்ல வேண்டும்.

இசை நடன மாணவர்களுக்காய் நான் எழுதிய நாடகம் ‘கானல்வரி’. கோவலன், மாதவியைப் பாத்திரங்களாய்க் கொண்டு எழுதிய இந்நாடகம் பாக்கியலட்சுமியின் இன்னிசைப் பின்னணியில் சிறப்பாக அமைந்து பாராட்டுக்கும் உரித்தாயிற்று. நாடகத்தில் பங்குகொண்டு ஆடிய கலைஞர்களின் பெயர்கள் இப்பொழுது ஞாபகமில்லை.

இதே நாடகத்தை வசன நாடகமாக எழுதி, அதுவும் கோப்பாய் ஆசிரியர் கலாசாலையில் அரங்கேறியது. இந்த நாடகம் இலங்கை வானொலியிலும் ஒலிபரப்பானது.

கானல்வரி நாடகம் என்னால் பின்னர் 'சலதி' என்ற பெயரில் காவிய நவீனமாய் எழுதப்பட்டுத் தினகரன் வாரமஞ்சரியிலே தொடர்ந்து பதினைந்து வாரங்கள் வெளியாகிப் பின்பு ஈழமுரசு உரிமையாளர் சிவராசாவினால் நூல் வடிவில் வெளியிடப்பட்டது.

இலங்கைக் கலை இலக்கியப் பேரவை இந்நவீனத்துக்கு 1992இல் முதற்பரிசில் வழங்கிக் கௌரவித்தது.

கோப்பாய் ஆசிரியக் கலாசாலையில் நான் விரிவுரையாள ராய் இருந்த காலத்தில் என் பெயரால் இருநூல்கள் வெளியாயின.

ஒன்று சேர் பொன். இராமநாதன் வாழ்க்கை வரலாற்றுச் சுருக்கம். இது ஈழநாடு வாரமலரில் 'ஈழத்துச்சாத்தனார்' என்ற பெயரில் தொடராய் வெளிவந்தது. அவற்றை சேர். பொன் இராமநாதன் அறக்காவற் சபையினர் வேண்டிக் கொண்டதன்படி நூலுருவாக்கி அளித்தேன். அவர்களால் இந்நூலுக்கு ஒரு சிறு தொகை (800) சன்மானமாகவும் வழங்கப்பட்டது. இராமநாதன் அறக்காவற்சபைக்கு அந்நாள் தலைவராயிருந்த பிரபல சட்டத்தரணி எஸ். ஆர். கனகநாயகம் (இலங்கை பராளுமன்றத்தின் முன்னாள் மேலவை உறுப்பினர் செயலாளர் (பதவிவழி), யாழ். பல்கலைகழக வளாக அந்நாள் தலைவர், பேராசிரியர் க. கைலாசபதி, கனகநாயகத்தினது ஆங்கில முன்னுரையும் கைலாசபதியின் அணிந்துரையும் இந்நூலை அணிசெய்கின்றன.

மற்றது, முதுமாணித்தேர்வுக்காக (M.A) நான் எழுதிய ஆய்வுக் கட்டுரை 'ஈழத்துத் தமிழ் நாடக இலக்கிய வளர்ச்சி' (இதன் ரிஷிமூலம், நதிமூலம் பற்றிப் பின்னர் விளக்குவேன்) 1979ஆம் ஆண்டு வெளியான சிறந்த ஆய்வு நூல் எனச் சாகித்திய மண்டலம் இந்நூலைக் கணித்துப் பரிசில் வழங்கியது.

1981ஆம் ஆண்டுத் தொடக்கத்தில், எனது விரிவுரையாளர் சேவைக்கு ஓர் இடர்பாடு நேர்ந்தது. ஆசிரியக் கலாசாலை தொடங்கி ஒருமாதமாகியும் இடமாற்றுச் சேவை அனுமதி கிடைக்கவில்லை.

இந்நிலையில் யாழ் கோண்டாவில் இராமகிருஷ்ண மகாவித்தியாலத்தில் அதிபராய்ப் பணிபுரிந்து வந்த திருமதி. நல்லையா அப்பதவியிலிருந்து விலகியோ, மாற்றம் பெற்றோ செல்ல இடம் காலியாயிருப்பதாய் அறிந்தேன்.

திருமதி.நல்லையாவின் கணவர் அப்பொழுது யாழ்ப்பாணக் கல்வித் திணைக்களத்தில் பிரதம கல்வியதிகாரியாய்ச் சேவை புரிந்துகொண்டிருந்தார். நயினாதீவைச் சேர்ந்தவரும்,

வித்துவான் குமாரசாமியின் நெருங்கிய உறவினருமான இவர் சிறந்த தமிழறிஞர், பண்பாளர்.

இவர், இவரின் பாரியார், ஆசிரியர் தர்மலிங்கம் (பின்னாள் அதிபர். பிறப்பிடம் எழுவைதீவு – பதுளையில் ஒரே காலத்தில் நான் ஊவாக் கல்லூரியிலும், தருமலிங்கம் அரசினர் பாடசாலை யிலும் கற்பித்தோம்.) ஆகிய மூவருடனும் நல்லையாவின் இல்லத்திற்கு நான் சென்றிருந்து நால்வரும் கலைமாணி வெளிவாரிப் பரீட்சைக்குப் படித்தோம். பேராதனையிலும் பக்கத்துப் பக்கத்தறைகளிலே தங்கியிருந்து எங்கள் படிப்பைத் தொடர்ந்தோம். பின்னாள்களில் நல்லையா என்னையும் சி. மௌன குருவையும் (அன்று மௌனகுரு ஒஸ்மாணியாக் கல்லூரி ஆசிரியர். இன்று கிழக்குப் பல்கலைக்கழகத் தமிழ்த் துறைத் தலைவர், பேராசிரியர்) யாழ்ப்பாணத்தில் பல பகுதிகளிலும் உள்ள கல்லூரிகளிலே உயர்வகுப்புகளுக்கான பயிலரங்கிலே உரையாளர்களாகக் கலந்துகொள்ள வைத்ததையும் குறிப்பிட்டுக் கூற வேண்டுவதாகும்.

ஆக, திரு. திருமதி நல்லையா இருவரும் தந்த ஆலோசனையை யும் வேண்டுகோளையும் ஏற்று 1980 ஜனவரியிலே கோண்டாவில் இராமகிருஷ்ண மாகவித்தியாலயத்தில் அதிபர் பொறுப்பை ஏற்றேன்.

14

மீண்டும் அதிபர்
(1980–1990)

நல்லையா தம்பதியின் அன்பான வலியுறுத்தல் காரணமாகக் கோண்டாவில் இராமகிருஷ்ண மகாவித்தியாலத்திலே அதிபர் பதவியை 1980 ஜனவரியில் ஏற்றுக்கொண்டேன் என்று இதற்கு முந்திய இயலிலே குறிப்பிட்டிருந்தேன்.

நான் அதிபராகி ஒரு வாரத்தில் கோப்பாய் ஆசிரியக் கலாசாலையில் சேவை இடைமாற்றம் பெற மேலிடத்திலிருந்து அனுமதி கிடைத்தது. 'கைக்கெட்டியும் வாய்க்கெட்டவில்லையே' என்ற கவலை ஏற்பட்டது உண்மையே. ஆனால் காலப்போக்கில் அக்கவலை மறைந்துவிட்டது. 'உருளும் கல்லிலே பாசி தங்காது' என்ற பழமொழி எனக்கு எவ்வளவு பொருத்தமானது என்பதை உணர்வதற்குப் புதிய வாய்ப்புக்கள் கிடைக்கையில் அவற்றை தவறவிடலாமா? நான் ஓர் உருளும் கல்! உருட்டுபவன் எப்படி எல்லாம் உருட்டுகின்றானோ அப்படியெல்லாம் உருளாமல் தப்பிவிட முடியுமா? "எல்லாம் அவன் செயல்" என்ற முடிவோடு பணியாற்றத் தொடங்கிப் படிப்படியாக எனது அதிபர்ப் பணியிலே இன்பம் காணலானேன்.

திருமதி நல்லையா கோண்டாவில் இராமகிருஷ்ண மகாவித்தியாலயத்திலிருந்து விலகத் தீர்மானித்தமைக்கு அடிப்படைக் காரணம் பாடசாலை அபிவிருத்திச் சபையினர்

கொடுத்த பிரச்சினைகள்தாம். பத்துப் பிள்ளைகளின் தாயான அவர், கணவரின் உறுதுணையோடு தம் திறமையையும் பயன்செய்து பட்டதாரியாகி மூன்றாம்தர அதிபரும் ஆனது பெருஞ்சாதனையே.

இராமகிருஷ்ண மகாவித்தியாலயத்தில் க.பொ.த(உ.த) கலைப் பிரிவைத் தொடங்கியும், மாணவ மாணவியரின் கல்வி வளர்ச்சிக்கு வேண்டிய வாய்ப்பு வழங்கியும் அவர் ஆற்றிய பணிகள் மறுக்கொணாதவை.

ஆனால் பாடசாலை அபிவிருத்திச் சங்கச் செயற்குழுவினரின் எதிர்பார்ப்புக்கள் மேலும் பலவாயிருந்தன.

1960இல் கோண்டாவில் வாசரான பெரியார் ஒருவர் மிகவும் சிரமப்பட்டுத் தம் சொந்த முயற்சியையும் பெருமளவு தமது பணத்தையும் கொண்டு தொடக்கிய இப்பாடசாலை அவரால் இராமகிருஷ்ண மிஷனுக்குக் கையளிக்கப்பட்டது. 1961இல் அரசு பாடசாலைகளைத் தன்னுடைமை ஆக்கிய பொழுது இயல்பாகவே இதுவும் அரசுக்கு உரித்தாயிற்று. எனினும் உள்ளூரவர் சிலர் பாடசாலை அபிவிருத்திச் சங்கத்தின் உறுப்பினராயிருந்து கொண்டு அதன் பின்னரும் அநாவசியத் தலையீடுகளால் அதிபருக்குத் தொல்லை கொடுத்து வந்தனர். இவ்விடத்திலே பாடசாலை அபிவிருத்திச் சங்கம் பற்றிச் சில விடயங்கள் கூறுவது அவசியமாகின்றது.

முன்பு 'பெற்றோர் ஆசிரிய சங்கம்' என்ற பெயரிலே செயற்பட்ட அமைப்புப்போல அன்றி மாற்றி அமைக்கப்பட்ட பாடசாலை அபிவிருத்திச் சங்கங்கள், பாடசாலைச் செயற்பாடு களில் தலையிடக்கூடிய சில உரிமைகளையும் கூடுதலாய்ப் பெற்றிருந்தமையால் அவ்வுரிமைகளை அவை பயன்படுத்தி, அநாவசியத் தலையீடுகளால் பாடசாலைக்குத் தலையிடி கொடுத்து வந்தன.

இந்த வகையிலேதான் திருமதி நல்லையாவுக்கும் சில பிரச்சினைகளைப் பாடசாலை அபிவிருத்திச் சங்கம் கொடுத்தபோது மென்மையான உள்ளம் வாய்க்கப்பெற்ற பெண்மணியான அவருக்கு அவற்றைத் தாங்கிக்கொள்ளவோ முகங்கொடுக்கவோ கூடவில்லை.

இந்நிலையில் நான் அவரிடமிருந்து பொறுப்பினை ஏற்ற பொழுது, ஆசிரியர் சிலர் கடந்த கால வரலாற்றைக் கூறி என்னை எச்சரித்தனர்.

"சேர் பாடசாலை அபிவிருத்திச் சங்கத்தின் செயற்குழு ஒருவர் பாடசாலை தொடங்க ஐந்து நிமிடங்களுக்கு முன்பு

பாடசாலை வாசலில் வந்து நின்றுகொண்டு, பாடசாலைக்கு நேரம் பிந்திவரும் ஆசிரியர்கள் பெயர்களையும் மாணவர் தொகையையும் குறித்து வந்தார் என்றால் பார்த்துக்கொள்ளுங்கள். அபிவிருத்திச் சங்கப் பொதுக்கூட்டம் என்றால் அது ஒரு போர்க்களமாகவே காட்சி தரும். அதிபரிடம் வேண்டாத கேள்விகள் கிளர்த்தப்படும். "இதை ஏன் செய்யவில்லை? அதை ஏன் செய்யவில்லை?" என்று அவரைத் துளைத்தெடுப்பார்கள். 'கவனமாயிருங்கள்' என்று அவர்கள் நிலைமையை விவரித்து ஒருவகையில் பயமுறுத்தினர் என்று கூடச் சொல்லலாம்.

ஆரம்பத்தில் எனக்கு அச்சமும் தயக்கமும் ஏற்பட்ட தென்பதை மறுக்க முடியாது. மிகவும் எச்சரிக்கையோடு நடந்து கொள்ள வேண்டியதன் அவசியத்தை உணர்ந்தேன்.

ஒரு கிழமைவரை பாடசாலை நடைமுறைகளை மௌனமாக அவதானித்ததில் ஓர் உண்மை புலனாயிற்று. ஆசிரியர்களிடையே குழுமனப்பான்மைகள் நிலவுவதைக் கண்டேன். உள்ளூரவர், வெளியூரவர் என்ற பாகுபாடுகளும் மறைமுகமாகத் தொழிற்படுவதும் வெளியாயிற்று.

ஒரு கிழமை முடிந்ததும் ஆசிரியர் கூட்டத்தைக் கூட்டினேன். அவர்களோடு கலந்துரையாடினேன். குறை, நிறைகளை வெளிப்படையாகச் சொல்லுமாறு ஊக்கினேன். அவர்களின் மனங்களைத் திறந்து அங்கு கிடப்பனவற்றை அறிந்துகொள்ள நான் எடுத்த முயற்சி வெற்றி அளித்தது.

"அன்பார்ந்த ஆசிரிய சகோதர சகோதரிகளே, உங்கள் குடும்பத்தில் ஒருவனாக என்னை ஏற்றுக்கொள்ளுங்கள். குடும்பத்தின் தலைவன் என்பதனால் நான் உங்களை அடக்கி ஆள்வேன் என்று நீங்கள் நினைக்க வேண்டாம். குடும்பம் நன்கு நடைபெற அதன் தலைவன் தன் உறவினரோடு கலந்து பேசி அவர்களின் கருத்தையும் கேட்டு நடப்பது அவசியம். இம்முறையையே நான் கையாள்வேன். 'ஊர் இரண்டு பட்டால் கூத்தாடிக்குக் கொண்டாட்டம்' என்பார்கள். நமக்குள் ஒற்றுமை நிலவினால் வெளியாரின் தலையீட்டுக்கு இடமே இராது. உப அதிபரோடு ஆராய்ந்து உங்கள் ஒவ்வொருவருக்கான பொறுப்புக்களை வகுத்துத் தரப்போகிறேன். அவற்றைச் சிறந்த முறையில் நிறைவேற்றி, பாடசாலையையும் வளர்த்து, ஆசிரியர்களிடையே சுமுகமான உறவையும் பேணிவர வேண்டும் என்று உங்களை அன்புரிமையோடு வேண்டுகின்றேன்."

மேற்குறித்த சாரம் அமைந்த என் பேச்சினைச் செவிமடுத்த ஆசிரியர்களிலே மனமாற்றம் ஏற்பட்டமை அடுத்த நாளி லிருந்து புலப்படலாயிற்று. அவர்கள் நான் அங்கு பணியாற்றிய

காலத்தில் என் கண்ணும் கவசமும்போல இருந்து எனக்குக் காப்பளித்தார்கள். இடையிடையே அவர்களுக்கும் எனக்கு மிடையே கருத்து முரண்பாடுகள் ஏற்பட்டாலும் அவை சுமுகமாகத் தீர்க்கப்பட்டன. அதிகாரம் கொண்டு அடக்கி ஆள்வதிலும் அன்பு கொண்டு நெறிப்படுத்துவதே என் வழியாக இருந்து வந்தது. இந்த வழி பாடசாலை அபிவிருத்திச் சங்கத்தையும் வழிக்குக் கொண்டுவர உதவிற்று. உண்மை, வெறும் புகழ்ச்சி இல்லை.

நான் இங்கு பணிபுரிந்த காலம் இரண்டாண்டுகளே (கொத்தணி அதிபராகி மீண்டும் இராமகிருஷ்ணாவிலேயே ஓராண்டிலிருந்து இளைப்பாறியது வேறு கதை. அதைப் பின் சொல்வேன்) பாடசாலை இக்குறுகிய காலத்தில் படிப்பில் பெருமளவு முன்னேறியது என்று கூறுவதற்கில்லை. திருமதி நல்லையா இட்ட அத்திவாரத்தைப் பலப்படுத்திச் சுவர் எழுப்பும் பணியையாவது என்னால் செய்யமுடிந்தது என்ற அளவில் திருப்தி அடைகின்றேன்.

பாடசாலை காலையில் தொடங்கிப் பிராத்தனை முடிந்ததும் ஆசிரியர் ஒவ்வொருவரும் ஒவ்வொரு திருக்குறளை எடுத்துக் கொண்டு ஐந்து நிமிடங்கள் விளக்கம் தரல் வேண்டும். அதே குறளைத் தத்தம் வகுப்பறையில் உள்ள கரும்பலகையில் எழுதி வகுப்புத் தொடங்க முன் மாணவரைப் பிரதி பண்ணுவித்தல் வேண்டும். தவணை முடிவில் திருக்குறள் மனனப் போட்டி நிகழ்த்தி முதன்மை பெறுபவருக்குப் பரிசில் வழங்கல் வேண்டும் என்ற திட்டம் நான் அதிபராய் இருந்த காலத்தில் வார்த்தைக்கு வார்த்தை சரிவரக் கடைப்பிடிக்கப்பட்டது.

வெள்ளிக்கிழமைதோறும் பெரும்பாலும் எனது நற்சிந்தனைகள் பத்து நிமிடம்வரை இடம்பெறுவது வழக்கமா யிருந்தது. இவற்றை மாணவர்மட்டுமன்றி ஆசிரியர்களும் வரவேற்றனர். அவை எனது தனிப்பட்ட வளர்ச்சிக்கும் உதவின.

பரிசளிப்பு விழாக்கள், நிறுவுநர் தினங்கள் தொடர்ந்து இரண்டாண்டுகள் சிறப்பாக நடைபெற்றன. 1989ஆம் ஆண்டுப் பரிசளிப்பு நிறைவு தினவிழாக்களுக்குக் கல்வி பணிப்பாளர் கா. மாணிக்கவாசகர், பேராசிரியர் க. கைலாசபதி ஆகியோர் முதன்மை விருந்தினர்களாக வருகை புரிந்து சிறப்பித்தனர். இராமகிருஷ்ணன் என்ற சஞ்சிகையும் வெளியிடப்பட்டது. பாடசாலையில் தெற்குப்புற இருமாடிக் கட்டடம் கட்டப்பட்டு, அந்நாள் பாராளுமன்ற உறுப்பினர் (நல்லூர்) மு. சிவசிதம்பரம் திறந்து வைத்தார். முன்பு முரண்கொண்டிருந்த பாடசாலை அபிவிருத்திச் சங்கச் செயற்குழு உறுப்பினர் பலரும் தங்களின் பூரண ஒத்துழைப்பை ஈந்தமை குறிப்பிடத்தக்கதாகும்.

திருமதி. நல்லையா தொடக்கிவைத்த க.பொ.த(உ.த) வகுப்பில் நான்கு மாணவியரும், மாணவர் ஒருவரும் கற்றனர். அவர்களுக்குத் தமிழ், அளவையியல் ஆகிய பாடங்களைக் கற்பித்தேன். எனது நிருவாகப் பளுவினை உப அதிபர் திருமதி செல்வரத்தினமும், பவன், பாலசுப்பிரமணியம், முதலாம் ஆசிரியர்களும் ஏற்றுத் திறம்படச் செயல் புரிந்ததால் எனது கற்பித்தலில் நான் முழுமையாக ஈடுபட வாய்ப்புண்டாயிற்று.

அன்று என்னிடம் கற்ற மாணவியரில் இருவர் பின்பு பட்டதாரிகளாகி அரசு ஊழியராய் இன்று சேவைபுரிவது எனக்கு மிகுந்த மகிழ்ச்சியைத் தருகின்றது.

ஆனால் இதற்கும் தடை ஏற்படக்கூடிய சூழ்நிலை மேலிடத்திலிருந்து வந்ததை இவ்விடத்திலே குறிப்பது பொருத்தமயிருக்கும்.

என்னைத் தொடர்ந்து அத்தியார் இந்துக் கல்லூரி அதிபராய் வந்த நவரத்தினம் (கென்னடி) கல்விப் பணிப்பாளர் மாணிக்கவாசகரின் உதவியாளராய், பாடசாலை மாற்றங்களுக்குப் பொறுப்பாளாராய் இருந்த காலம் அது.

அவருக்கு ஒரு பிரச்சனை. அன்று ஆவரங்கால் மகாஜனா மகாவித்தியாலய அதிபரை அவர் பாடசாலையிலிருந்தும், நாவலர் இந்து மகாவித்தியாலய அதிபரை அவரின் இடத்திலிருந்தும் என்னை என் பாடசாலையிலிருந்தும் ஒரு முக்கோண மாற்றத்தைச் செய்ய வேண்டிய சூழ்நிலைக்கு அவர் முகங்கொடுக்க வேண்டியிருந்தது.

ஒருநாள் கல்வித் திணைக்களத்தில் என்னைச் சந்தித்த அவர் "மிஸ்டர் சொக்கன் ஒரு மகிழ்ச்சியான செய்தி உம்மை நீர் படித்த நாவலர் மாகவித்தியாலயத்துக்கு வருடத் தொடக்கத்தில் மாற்றப்போகிறோம். நாவலர் இந்து மகாவித்தியாலய அதிபர் உமது பாடசாலைக்கு மாற்றப்படுவார்" என்றார்.

நாவலர் இந்து மகாவித்தியாலய அதிபரை நான் நன்கறிவேன். அவர் வித்துவான், பண்டிதர், சைவப் புலவர் இ. திருநாவுக்கரசு ஆவார். சிறந்த சைவத் தமிழ் அறிஞராயினும் அவர் உயர்தர வகுப்பு மாணவருக்கு அளவையியல் கற்பிப்பாரா? அவர் கற்பிக்காவிட்டால் அந்தப் பாடத்தைப் படிக்கும் மாணவர் பாதிக்கப்படுவாரே. எனக்கு நாவலர் பாடசாலைக்குச் செல்வதில் தடையில்லை. ஆனால் கோண்டாவில் இராமகிருஷ்ண வித்தியாலய மாணவர் பாதிக்கப்பட நான் காரணமாயிருத்தல் மகாபாவம். அவர்கள் தனியார் கல்வி நிலையம் சென்று கற்கக்கூடிய பொருளாதார வசதி பெற்றவர்கள் அல்லர்.

இவ்வாறெல்லாம் சிந்தித்த நான் "சேர் என்னை நாவலருக்கு மாற்றுவதில் எனக்கு ஆட்சேபனை இல்லை. ஆனால் நான் அங்கு கற்பித்த அளவையியல் தொடர்ந்து கற்பிக்கப்பட வேண்டும். அதற்கு ஏற்பாடு செய்தால் நான் மாற்றத்துக்கு ஆயத்தம்" என்று நவரத்தினம் அவர்களுக்குப் பதில் உரைத்தேன்.

ஆனால் அவர் நான் கொடுத்த விளக்கத்தைச் செவிமடுக்க வில்லை. (அவருக்கு செவிப்புலன் குறைபாடு இருந்தது.) வருடத் தொடக்கத்தில் மாற்றம் வந்தபோதுதான் எனக்கு அதிர்ச்சி ஏற்பட்டது.

மாற்றக் கடிதத்துடன் அடுத்த நாள் அந்நாட் கல்விப் பணிப்பாளர் க சிவநாதனிடம் சென்றேன். அவருக்கும் எனக்கும் நடந்த உரையாடல் இது.

"சேர் என்னை நாவலருக்கு மாற்றியிருக்கின்றீர்கள். ஆனால் நான் நவரத்தினத்திடம் கூறியதுபோல இராமகிருஷ்ணாவில் உயர்தர வகுப்பில் அளவையியல் கற்பிக்க ஒழுங்குசெய்யப்பட வில்லை. இந்நிலையில் இவ்வருடம் முடியும்வரை என்னை இராமகிருஷ்ணாவிலேயே தொடர்ந்து கடமைபுரிய அனுமதியுங்கள்."

"மிஸ்டர் சொக்கலிங்கம் அளவையியல் படிப்பிப்பதும் விடுவதும் உமது பொறுப்பில் இல்லை. அதுபற்றி நாங்கள் கவனிப்போம். நீர் மாற்றத்துக்குச் சம்மதித்து நவரத்தினத்துக்குச் சொன்ன பிறகுதான் உம்மை மாற்றியிருக்கிறோம். இப்பொழுது சொன்ன சொல்லை மீறுகிறீர். உமது திருநீற்றுப் பூச்சுக்கு உகந்த செயல் அல்ல இது."

"அப்படி அல்ல சேர். என்னை நம்பி நாலு பிள்ளைகள் இந்தத் தடவை க.பொ.த (உ.த)பரீட்சை எடுக்கிறார்கள். அவர்களுக்கு நான் துரோகம்செய்யக் கூடாது. இதனைச் சிந்தித்துதான் மாற்றத்தை ஏற்க மறுக்கிறேன். நவரத்தினத்திற்கு எனது முடிவைச் சொல்லி இருந்தேன். ஆனால் அவர் என் கோரிக்கையைக் கவனிக்கவில்லை."

என் வாதமும் நிபந்தனையும் மேலதிகாரியான க. சிவநாதனின் சீற்றத்தைக் கிளப்பியிருக்க வேண்டும். "மிஸ்டர் சொக்கலிங்கம் நீர் என்கீழ்ப் பணிபுரியும் ஒருவர். எனது கட்டளையை மறுத்தால் ஆணைக்குக் கீழ்ப்படியாமை என்று உம்மில் நடவடிக்கை எடுக்க நேரும்" என்று இரைந்தார்.

நான் அடங்கி ஒடுங்கவில்லை. "சேர் கல்வி வளர்ச்சிக்கெனத் திட்டமிடும் பதவியிலிருக்கும் நீங்கள் ஒரு பாடசாலைப்

பிள்ளைகளின் கல்விப் பின்னடைவுக்குத்தான் வழிகோலுகிறீர்கள்" என்றேன்.

"நீர் அதிகப்பிரசங்கித்தனமாகப் பேசுகிறீர். தங்கத்தட்டிலே பொன்னணியை வைத்துத் தருவதுபோலச் சைவப் பாரம்பரியம் வாய்ந்த நாவலர் பாடசாலையை உமக்குத் தருகிறேன். நீரோ பீத்தல் கடகத்தில் சாணகத்தை வைத்துத்தரச் சொல்லுகிறீர். அதாவது கோண்டாவில் இராமகிருஷ்ண ம.வி.ஐத் தரச் சொல்கிறீர்" என்றார்.

"எல்லாப் பாடசாலைகளையும் சமமாகப் பாவிக்க வேண்டிய பொறுப்பு வாய்ந்த அதிகாரி நீங்கள். இப்படி ஒரு பாடசாலையைத் தாழ்த்தியும் இன்னொரு பாடசாலையை உயர்த்தியும் கூறுவது அழகல்ல" என்றேன்.

சிவநாதன் பொறுமையை இழந்தார். "போதும் இனி உம்மோடு பேசிப் பயனில்லை போம். மாற்றம் மாற்றம்தான். நீர் நாவலர் ம.வி.ற்குப் போக வேண்டியதுதான்" என்றார்.

நான் அவரின் அலுவலகத்திலிருந்து வெளியேறினேன். இராமகிருஷ்ணாவுக்குச் சென்று உடனடியாகப் பாடசாலை அபிவிருத்திச் சபைச் செயற்குழு உறுப்பினர் சிலரை அழைத்தேன். நிலைமையை அவர்களுக்கு விளக்கினேன்.

"மாணவரின் கல்வி வளர்ச்சியிலும் தங்களின் சொந்தப் பிரச்சினைகளில்தான் கல்வியதிகாரிகள் கவனம் செலுத்து கிறார்கள். தங்கள் தலையிடியைப் போக்கிக்கொண்டால் அவர்களுக்குப் போதும். ஆனால் நாங்கள் இதை அனுமதிக்கப் போவதில்லை" என்று அபிவிருத்திச் சங்கத்தினர் உணர்ச்சிவசப் பட்டு உரைத்தார்கள்.

நான் இருவாரங்கள் மருந்துவ விடுமுறையில் நின்றேன். அபிவிருத்திச் சங்கத்தினர் கூட்டம் கூடி மாற்றத்தை எதிர்த்துக் கல்விப் பணிப்பாளருக்குக் கடிதம் அனுப்பியதோடு, அவர்களின் பிரதிநிதி ஒருவர் அதிகாலையே கல்விப் பணிப்பாளரின் ஊராகிய பருத்தித்துறை சென்று அவரது வீட்டில் அவரைச் சந்தித்து "மாற்றத்தை ரத்துச் செய்ய வேண்டும். இல்லையேல் சத்தியாக்கிரகம் செய்வோம்" என்று கூறி நிலைமையையும் விளக்கினார். இதற்குமேல் கல்விப் பணிப்பாளர் பிடிவாதம் பிடிக்கவில்லை.

எனது மாற்றம் ரத்ததாயிற்று.

இரு கிழமைக்குப் பின் மீண்டும் கோண்டாவில் இராமகிருஷ்ணா சென்று அதிபர் பொறுப்பை ஏற்றேன்.

நான் அதிபராயிருந்த காலத்தில் பரிசளிப்பு விழாவும் நிறுவுனர் தினமும் சிறப்பாகக் கொண்டாடப்பட்டன என்பதை முன்னரே சொன்னேன். அதன் விபரம் இது.

நான் கோப்பாய் ஆசிரியர் கலாசாலையில் விரிவுரையாளரா யிருந்தபோது மாணவியரின் நாடகத் தேவையைப் பூர்த்தி செய்ய 'மண்டோதரி' என்ற நாடகத்தை எழுதினேன். அது அங்கு அரங்கேறியது. அதே நாடகத்தினை மேற்படி வைபத்திலும் மாணவியரைக் கொண்டு அரங்கேற்ற முடிவாயிற்று. நாடகத்தை கலைஞர் என். டி. அரசு பழக்கினார்.

நாடகத்தின் முதலாவது காட்சி அரக்கரின் சிற்பாசாரியான மயனும், அவன் மகள் மண்டோதரியும் உரையாடுவதாய் அமைந்தது. மயன் உருவாக்கிய கோயில் திருக்கேதீச்சரம். அதன் புனராவர்த்தன கும்பாபிடேகத்தில் கலந்துகொள்ள வருமாறு மயன், தன் மகளையும் அவளின் மூலம் அவள் கணவனாகிய இராவணனையும் அழைக்கின்றான். சற்று முன்தான் இராவணனோடு சீதை பற்றி வாதிட்டு இராவணனைக் கடிந்துரைத்த மண்டோதரி, கணவர் வரார் என்ற சங்கதியைக் கூறி அதனால் தானும் கும்பாபிடேகத்துக்கு வர முடியாது என்கிறாள். மயன் இராவணனின் போக்கைக் குறை கூற, அதனை ஆற்றாது மண்டோதரி அவனுக்குத் தன் கணவன் பற்றிக் குறை கூற உரிமை இல்லை என்றும் கூறி மயனை ஏசி அனுப்புகிறாள்.

இந்தக் கட்டத்தை மண்டோதரி பாத்திரம் ஏற்ற மாணவி (பெயரைக் குறிப்பிட விரும்பவில்லை. அந்த மாணவி இன்று கணவன், பிள்ளைகளுடன் சீரும் சிறப்புமாய் வாழ்ந்து கொண்டிருக்கிறாள் என்பதை மட்டும் சொல்லிவைக்கிறேன்.) மிகவும் உணர்ச்சிகரமாக நடித்து, இரசிகர்களின் பெரும் பாராட்டைப் பெற்றாள்.

உயர்தர வகுப்பிலே கற்றுவந்த இம்மாணவி என்மீது அளவு கடந்த பக்தியும் அன்பும் கொண்டு என்னை 'அப்பா' என்றே தனிமையில் அழைத்து வந்தாள். இவரின் தந்தை, தாய், என் மனைவி, பிள்ளைகள் ஆகியோர் குடும்ப உறவினர் போலவே பழகியதும் குறிப்பிடத்தக்கதாகும். எந்த இரகசியத்தையும் ஒளிக்காது எனக்குக் கூறுவது இவரின் வழக்கம்.

இத்தகையவள் இளைஞன் ஒருவரைக் காதலிப்பதாகவும், அவரையே மணமுடிப்பேன் என்று பெற்றோரோடு வாதாடி அடம்பிடிப்பதாகவும் அதனால் அவரின் வீட்டில் அமைதி குலைவதாகவும் எனக்குத் தெரியவந்தது. நான் அவரை அழைத்தேன்.

"பிள்ளை, நீர் ஒரு மாணவி. பதினெட்டு வயதே பூர்த்தி ஆகவில்லை. படிப்பு முடிந்தபின் பெற்றோர் பேசிச் செய்து வைக்கும் மாப்பிள்ளையைக் கலியாணம் செய்யலாம்தானே. உம் பெற்றோருக்கும் அது ஆறுதலைத் தரும் இல்லையா?"

சிறிது மௌனத்தின் பின்பு அவள் சொன்னாள்.

"அப்பா (வழமையான அழைப்பு) நீங்கள் எழுதிய நாடகத்தில் மண்டோதரியாய் நடித்தவள் நான். மண்டோதரி தன் தகப்பன் மயனுக்கு என்ன சொன்னாள்? கணவனே கண்கண்ட தெய்வம். அவர் சொன்னபடிதான் நடப்பேன். இனித் தந்தை, தாய் என்ற உறவெல்லாம் அடுத்தபடிதான்" என்ற கருத்துப் பட நீங்கள் எழுதியதை மறந்துவிட்டீர்களா? உங்களின் எழுத்தெல்லாம் பொய்யா? வெளியிலொன்று எழுதி தனிப்பட அதற்கு எதிராய் நடப்பதுதான் உங்கள் வழக்கமா? நான் அதிர்ந்து ஊமையானேன்.

இந்த மாணவி தன் காதலனோடு உடன் போக்கில் சென்று சில நாள்களில் அவனை முறையாக மணந்துகொண்டாள்.

அவரின் திருமணம் நடந்த காலத்தில் நான், பலாலி ஆசிரியர் கலாசாலையில் இடைச்சேவை மாற்றத்தில் விரிவுரையாளராய் இருந்தேன். பெற்றோருக்கே அழைப்பின்றி நடந்த திருமணத்திற்கு நான் அழைக்கப்படவில்லை என்பது சொல்லித்தான் தெரிய வேண்டியதல்ல.

சென்ற ஆண்டு அவர் வீட்டுக்கு அண்மையிலேயுள்ள முருகன் கோயில் ஒன்றுக்கு உரையாற்றச் சென்றபொழுது எதிர்பாராதவகையில் அவரைச் சந்திக்க நேரிட்டது.

உணர்ச்சிகரமான சந்திப்பு!

இருவரும் கண்கலங்கினோம்.

அவள் தனது பிள்ளைகளை எனக்கு அறிமுகம் செய்து வைத்தாள். தான் அளித்த வாக்குறுதியின்படி கணவரோடும் இளைய மகளோடும் என் வீடு வந்தார். நானும் ஒரு நாள் அவர் வீடு சென்றேன்.

இவ்வாறு எங்கள் உறவு நீண்ட காலத்தின் பின்பு புதுப்பிக்கப்பட்டது.

எழுத்தாளன் ஒருவன் எவ்வளவு பொறுப்புடன் தனது எழுத்தாக்கத்தைக் கையாள வேண்டும் என்பதற்கு இந்த மாணவியின் வரலாறு தக்க சான்று என்பதற்கு ஐயம் இல்லை.

இதுபற்றி ஆழ்ந்து சிந்திக்கையில், இந்த மாணவிக்கு நான் குருவா, அல்லது அவள் என் குருவா என்ற ஐயம் என் உள்ளத்திலே எழுவதைத் தவிர்த்தல் கூடவில்லை.

1981இல், கனகலிங்கம் அவர்களின் வேண்டுகோளுக்கிசைந்து, ஓராண்டு இடைமாற்றுச் சேவையில் பலாலி ஆசிரியர் கலாசாலையில் விரிவுரையாளராய்ப் பணியாற்றினேன். நான் எதிர்பார்த்த நிரந்தர நியமனம் கிடைக்காததால் 1982இல் அங்கிருந்து வெளியேறினேன்.

பலாலி ஆசிரியர் கலாசாலையிலே குறிப்பிடத்தக்க விசேட நிகழ்ச்சிகள் எவையும் இடம்பெறவில்லை.

கணிதம், விஞ்ஞானம், ஆங்கிலம், விவசாயம், ஆகியவற்றில் பயிற்சிகள் பெற்ற மாணவர்களிடையே கலைசார் ரசனையோ ஈடுபாடோ இருக்கும் என்று எதிர்பார்ப்பதில் பயனில்லை. எனினும் தமிழ், சைவநெறிப் பாடங்களை அவர்கள் புறக்கணிக்கவு மில்லை.

கவிஞரும், பல்துறை அறிஞருமான பண்டிதர் ச. சச்சிதானந்தன் துணை அதிபராயிருந்து ஓய்வு பெற்றபின், பரமேஸ்வரநாதன் உப அதிபராய்ச் சேவையாற்றிய காலம் அது. தமிழில் ஓரளவு ஈடுபாடும் அறிவியல் சார்ந்த விடயங்களை எடுத்துரைத்து விளக்குவதில் திறமையும் வாய்ந்த இவர் என்னில் அன்பும் மதிப்பும் கொண்டிருந்தமை மறக்கக் கூடியதன்று.

ஆங்கிலப் புலமை, தமிழ்ப் புலமை, வடமொழி அறிவு மூன்றும் வாய்ந்து நாடக ஆசிரியராகவும் நற்கலைஞராயும் விளங்கிய க. சோமசுந்தரம் அவர்களோடு அடிக்கடி உரையாடக் கிடைத்தமை கிடைத்தற்கரிய பேறாகவே இன்றும் கருதுகின்றேன். தனிப்பட்ட வம்பளப்பு என்பதற்கு இவரில் இடமேயில்லை. ஆங்கில, தமிழ், வடமொழி இலக்கியங்களிலிருந்து மேற்கோள்கள் காட்டி இலக்கிய ரசனையைத் தூண்டுவதில் மிகுந்த வல்லுநராய் இவர் விளங்கினார். அண்மையில் கொழும்பில் இவரைக் கண்டு உரையாடியபோதும் அதே முறையில் திருக்குறள் பற்றிப் பல புதிய கருத்துக்களை முன்வைத்தார். மறக்க முடியாத பெரு மனிதர் இவர். உருவு கண்டு எள்ள முடியா உருவமானவர் இவர் என்று தயங்காது கூறலாம்.

விரிவுரையாளர்கள் பண்டிதர் அலெக்சாந்தர், யோசப், சண்முகலிங்கம் முதலியோரின் தொடர்பும் நட்பும் நினைவிலே பசுமையாக உள்ளன.

'தாரமும் குருவும் தலைவிதிப்படி' என்பது பழமொழி. தாரமும் மாணவனும் தலைவிதிப்படி என்றொரு புதுமொழியை

உருவாக்க என்னைத் தூண்டுவது பலாலி ஆசிரியக் கலாசாலையில் என்னிடம் சில மாதங்களே சமயமும் தமிழும் கற்ற கந்தையா ஸ்ரீகணேசனை நினைக்கும்போதுதான். ஆங்கிலப் பயிற்சி நெறி மாணவராயிருந்த இவர் கலை ஈடுபாடு, எழுத்து ஈடுபாடு கொண்ட தமது ஆசிரியர்களைக் குருபாவனையில் வைத்து மதிப்பவர் என்றவகையில் எனக்கும் இவரின் நெஞ்சில் ஓர் இடம் உண்டு.

வவுனியாப் பல்கலைக்கழக வளாகத்தில் ஆங்கில விரிவுரையாளராய் உள்ள கந்தையா ஸ்ரீகணேசன் B.A(Hons) M.Phil, நாடக அரங்கியலிலே முறையான பயிற்சி பெற்றவர், சிறந்த நடிகர். நாடக ஆசிரியர், கலை இலக்கியத் திறனாய்வாளர் என்ற பன் முகங் கொண்டவர் என்பதோடும் 'யான் பெற்ற இன்பம் பெறுக இவ்வையகம்' என்று பிறரையும் தம் துறைகளிலே இழுத்து ஆக்கமும் ஊக்கமும் அளித்து வருவது மிகுதியும் பாராட்டத்தக்கதாகும்.

வழக்கம்போல அதிபர் பதவிச் சங்கீதக் கதிரை விளையாட்டுச் (Musical chair) சிறிதே நடந்து அதில் எனக்கு வெற்றி இலகுவாகக் கிட்டிய நிலையில் 1981 ஜனவரியில் நல்லூர் சி.சி.த.க. பாடசாலையின் அதிபரானேன்.

எனது கிராமமாகிய நாயன்மார் கட்டுக்குக் கூப்பிடு தொலைவில், யாழ்பாணக் கல்வித் திணைக்கள வளாகத்தில் இப்பாடசாலை, மாடிக் கட்டடம் ஒன்றுடனும், 'டு' வடிவில் அமைந்த நீண்ட மண்டபம் ஒன்றுடனும் கூடி, திணைக்களத்துக்கு மேற்குப் புறத்தில் அமைந்திருந்தது.

எனது பேரன்பிற்கும் மதிப்புக்கும் உரியவராய் இருந்த அமரர் முத்தையா (விடிவெள்ளி, முன்னாள் அதிபராய்) அண்மையில் இருந்தமை, கல்வித் திணைக்கள வளாகத்திலேயே உள்ளமை, எனக்கு நன்கு பரிச்சயமான ஆசிரியர்களைக் கொண்டிருந்தமை ஆகிய காரணங்களால், சாதனா பாடசாலையில் அமைதியாகப் பணிபுரிந்து எனது சேவையை நிறைவேற்றி ஓய்வு பெறலாம் என்று நம்பினேன். இந்த நம்பிக்கை கானல் நீரானது வேறு கதை (காரணம் பின்பு கூறுவேன்.)

எனினும் ஏற்ற கடமையைச் செவ்வனே செய்ய வேண்டும். அயலவன் என்பதால் பெற்றோரும் நலன் விரும்பிகளும் என்னிடம் அதிகம் அதிகமாய் எதிர்பார்ப்பார் என்ற சிந்தையோடு கடமையாற்றலானேன்.

என் உபஅதிபர் முத்துக்குமாரு (அமரர்) தாமே அதிபராக வர முன்வந்தவர், தூண்டப்பட்டவர் என்ற போதிலும் நான்

அதிபராய் வந்தபின் எனக்குத் தமது பூரண ஒத்துழைப்பையும் வழங்கத் தவறவில்லை.

நான் பலாலியிலே ஆசிரியர் பயிற்சி பெற்ற காலத்தில் எனது சிரேஷ்டராக இருந்த தணிகாசலம்(அமரர்) உதவியாசிரியராய் இருந்ததோடு, பாடசாலைக் கருமங்களில் தமது பங்களிப்பை மிகவும் சிறப்பாக வழங்கினார்.

ஆசிரியர் கலாசாலையிலே நான் முதலாண்டு மாணவராயும் தணிகாசலம் இரண்டாமாண்டு மாணவராயும் மூத்தவராயும் இருந்தபடியால் என்னைச் சொக்கன், வாடா, போடா, என்றெல்லாம் அழைத்தவர், நான் அதிபராய் வந்ததிலிருந்து மிகவும் மரியாதையாக 'சேர்', 'நீங்கள்' என்றெல்லாம் அழைக்கலானார்.

இது எனக்கு மிகவும் கூச்சமாய் இருந்தது. "மாஸ்டர் நீங்கள் என்னிலும் வயதில் மூத்தவர். ஆசிரியர் கலாசாலையில் சிரேஷ்டராய் இருந்தவர். இப்பொழுது நீங்கள் சேர் என்று அழைப்பதைக் கேட்க எனக்குக் கூச்சமாக இருக்கிறது." என்று ஒரு நாள் சொன்னேன்.

"சேர் அது மாணவப் பருவம். நீங்கள் இப்பொழுது எனது மேலதிகாரி. நீங்கள் விரும்பாவிட்டாலும் நான் உங்களை சேர் போட்டுத்தான் அழைப்பேன். அதுதான் முறை. நான் உங்களை முன்புபோல் அழைத்தால் மற்ற ஆசிரியர்களுக்கும் உங்களில் இளக்காரம் ஏற்பட்டுவிடும். அதை நான் விரும்ப வில்லை நீங்களும் விரும்பக் கூடாது" என்று அவர் சொன்னது என் நெஞ்சை நெகிழ வைத்தது.

மேற்குறித்த இருவருடைய நட்பும் அவர்களின் வாழ்நாள் முழுவதும் இருந்தது. இவரும் புற்றுநோயால் உரிய காலத்தின் முன்பு மறைந்தது என்றும் நினைந்து வருந்தவே செய்கிறது.

கோண்டாவில் இராமகிருஷ்ணாவில் நான் அதிபராயிருந்த காலத்திலேயே விடுதலைப் போராட்டம் முளை கொண்டு விட்டது. அரசாங்கத்துக்கு எதிரான நடவடிக்கைகளின் ஒரு பகுதியாகப் பாடசாலை மாணவரைப் பகிஷ்கரிப்புக்குத் தூண்டுவதும், போராளிகள் பாடசாலை நடந்துகொண் டிருக்கும்போதே வந்து மாணவரைப் பாடசாலையிலிருந்து வெளியேற்றுவதும் அடிக்கடி இடம்பெறும் நிகழ்ச்சிகளாகி விட்ட காலம் அது.

இப்படியான நெருக்கடிகளை எனக்குத் தொல்லை தராத வகையிலே சமாளித்து உதவியதிலும், நிருவாகத்தினரைத்

திறம்பட நடத்தத் துணைபுரிந்ததிலும் இவ்விருவரதும் பங்களிப்பு மிகவும் கணிசமானது.

இக்காலகட்டத்திலே கல்வித் திணைக்களம் ஏற்பாடு செய்த தமிழ், சைவம் தொடர்பான ஆசிரியர் பயிலரங்குகளிலே கலந்து உரையாட வாய்ப்புக்கள் கிடைத்தன.

நல்லூர் சாதனா பாடசாலையில் அதிபராய் இருந்த போதுதான் 'சலதி' நவீனம் எழுதப்பட்டு தினகரனில் தொடர்ச்சியாய் வெளியாயிற்று.

இக்காலகட்டத்தில் மேலும் சில புதிய அனுபவங்கள் பெற வாய்ப்புண்டானதையும் இவ்விடத்தில் கூறியாக வேண்டும். வண்ணார்பண்ணையிலே அருணகிரிநாதர் விழாவைக் கொண்டாட என ஒரு சபை உருவானபொழுது அதன் செயலாளராய் மயில் அமிர்தலிங்கமும், மலர் வெளியிடுவ தெனத் தீர்மானித்து மலருக்கு நான் ஆசிரியராகவும் தெரியப் பட்டோம்.

இயக்கம் ஒன்றின் சூட்டுக்கு உள்ளாகிக் காலமான மயில். அமிர்தலிங்கம் எக்காலத்திலும் பிரச்சினைக்குரிய ஒருவராய் இருந்தவர் என்பது பகிரங்க இரகசியம். அருணகிரிநாதர் மலருக்கு நான் ஆசிரியராயிருந்த போதிலும் அதன் வெளியீட்டுப் பொறுப்பு அவரிடமே இருந்தது. 'வஸ்தியன்' அச்சகத்தில் அச்சிடப்பட்ட அருணகிரிநாதர் மலர் தரமுடையதாயினும், அமிர்தலிங்கத்தின் தலையீடுகள் எனக்கு மட்டுமன்றிப் பலருக்கும் கசப்பைத்தான் ஏற்படுத்தின.

எந்தவகையிலாவது முன்னேற வேண்டும் என்ற அவாமிக்க அமிர்தலிங்கம் பண முதலீட்டு நிறுவனம் ஒன்றை ஆரம்பித்து அந்நிறுவனத்தின் நிதியை முதலீடாகக் கொண்டு *ஈழமுரசு* என்ற வாரப் பத்திரிகை ஒன்றினை ஆரம்பித்தார். அதன் ஆலோசகராகவும் தற்காலிக ஆசிரியராகவும் ஆறுமாதங்கள்வரை செயற்பட நேர்ந்தது. இடையிடையே முரண்பாடுகள் ஏற்பட்ட போதிலும் *ஈழமுரசு* தந்த அனுபவம் மறக்க முடியாது என்றே கூறுவேன்.

'மண்டோதரி,' 'நகுதற் பொருட்டன்று' (கர்ணன் நாடகம்) ஆகிய தொடர் நாடகங்கள், அந்நாளில் ஜே. ஆர். ஜெயவர்த்தனா வழங்கிய பிரசித்தமான பேட்டியின் மொழிபெயர்ப்பு, ஆசிரியத் தலையங்கங்கள், விமர்சனங்கள், 'போர்த் தேங்காய்' என்ற சிறுகதை முதலாக *ஈழமுரசி*ல் எனது ஆக்கங்கள் பல வெளியாயின.

ஈழமுரசு வாரமலராயிருந்து, வாரம் இரு வெளியீடுகளாகிப் பின்னர் நாளிதழாய் வெளிவரத் தொடங்கியபோது அதன்

நிரந்தர ஆசிரியராய்த் திருச்செல்வம் (இன்று கனடாவில் வாழ்ந்துவரும் பத்திரிகையாளர்) நியமனமானார். அமிர்தலிங்கம் என்னை வாரமலர்ப் பொறுப்பை ஏற்று நடத்துமாறு சொன்ன ஆலோசனை திருச்செல்வத்திற்கு ஏற்புடையதாயிருக்க வில்லை. தாமே பத்திரிகை முழுவதற்கும் பொறுப்பாசிரியர் என்றும், என்னை முன்போல் உதவுமாறும் அவர் வேண்டினார். இந்த ஏற்பாடு எனக்கு ஒவ்வாததாயிருந்தது. எனவே *ஈழமுரசு* தொடர்பிலிருந்து விலகிக்கொண்டேன். ஆனால் அமிர்தலிங்கத்துடனோ திருச்செல்வத்துடனோ இருந்த தொடர்பினை விலக்கிக் கொள்ளவில்லை.

அமிர்தலிங்கம் *அமிர்த கங்கை* என்ற மாதசஞ்சிகை ஒன்றை முழுமையான இலக்கிய ஏடாய் வெளிக்கொணர விரும்பி அதன் பொறுப்பையாவது என்னை ஏற்குமாறு வேண்டினார். நான் அதற்கு இசையவில்லை. ஆனால் *அமிர்த கங்கையை* நடத்துவதற்கு உகந்த ஆசிரியர் செம்பியன் செல்வனே (சு. இராசகோபால்) எனப் பரிந்துரைத்தேன். அமிர்தலிங்கம் எனது ஆலோசனையை ஏற்றுச் செம்பியன் செல்வனை *அமிர்த கங்கையின்* ஆசிரியராய் அமர்த்திக்கொண்டார். செம்பியன் செல்வனின் திறமையான ஆசிரியத்துவம் *அமிர்தகங்கையைத்* தரமான இலக்கியச் சஞ்சிகையாக வெளிக்கொணரப் பெரிதும் உதவிற்று.

அமிர்தகங்கை ஓராண்டுவரை தளம்பலின்றி வெளிவந்தது. உலகப் புகழ்பெற்ற திரைப்பட நெறியாளரும், சிறுவர்க்கான கதைகள் புனைவதில் வல்லுநரும், ஓவியருமான சத்யஜித்ரேயின் ‘பக்திக் சந்த்’ என்ற சிறுவர் நாவல் என்னால் மொழிபெயர்க்கப் பட்டு *அமிர்த கங்கையில்* தொடர்ச்சியாக வெளிவந்தது.

இதனை வெளியிடுவதிலே செம்பியன் செல்வன் ஒரு புதிய உத்தியைக் கையாண்டார். கதையின் தொடக்கத்திலிருந்து கடைசிப் பகுதி வெளியாவதற்கு முன்னைய இதழ்வரை மொழிபெயர்ப்பாளர் யார் என்பதை அவர் வெளியிட வில்லை. இறுதி இதழிலேதான் அதன் மொழிபெயர்ப்பாளர் நான் என்பதைப் பெட்டியிட்டுப் பாராட்டுக் குறிப்போடு வெளியிட்டார்.

‘பத்திக் சந்த்’ பின்பு பிரபல ஓவியர் ‘மாக்கின் (அப்பொழுது அவர் கொக்குவில் இந்துக் கல்லூரியிலே சித்திர ஆசிரியர்) அட்டைப் படம், சித்திரங்களுடன் நூல் வடிவில் சத்யஜித்ரேயின் இசைவுடன் வெளியாயிற்று.

‘சலதி’, ‘பத்திக் சந்த்’ ஆகிய இரு நூல்களும் ஒரே நாளில் நல்லையாதீன கலாமண்டபத்தில் வெளியிடப்பட்டன.

பேராசிரியர்கள் சு. வித்தியானந்தன், கா. சிவத்தம்பி, கவிஞர் களான காரை. சுந்தரம்பிள்ளை, பேராசிரியர் ஆ. சண்முகதாஸ் ஆகியோர் இவ்வெளியீட்டு விழாவில் பங்குகொண்டு வெளியீட்டுரை, மதிப்புரை ஆகியன நிகழ்த்திச் சிறப்பித்தார்கள்.

இக்காலத்தில் இடம்பெற்ற மற்றொரு நிகழ்ச்சியும் என்வகையில் முக்கியமானதே.

கல்வியமைச்சின் பாடநூல் வெளியீட்டுப் பிரிவின் தமிழ்ப் பகுதிப் பொறுப்பாளராயும், கல்விப் பணிப்பாளராயும் பணிபுரிந்து வந்த கலாநிதி சிரோன்மணி இராசரத்தினம் (காலமாகிவிட்டார்) தமிழ் முதலாம் ஆண்டு நூலினை ஆராய்ந்து எழுதுவதற்கென ஒரு குழுவினை நியமித்தார். அக்குழுவில் த. கனகரத்தினம், கவிஞர் இ. முருகையன், (அன்று முல்லைத்தீவுக் கல்வித் திணைக்களத்தின் பணிப்பாளர்), வை.கா. சிவப்பிரகாசம், வி. சுப்பிரமணியம் (முல்லைமணி) வள்ளிநாயகி இராமலிங்கம் (மூவரும் ஆசிரியர் கலாசாலை விரிவுரையாளர்கள்) ஆகியோரோடு நானும் அக்குழுவின் உறுப்பினர்கள். கலாபூஷணம் த. கணபதிப்பிள்ளையும் இக்குழுவில் பாடல்களின் தெரிவுக்குப் பொறுப்பாளராய்க் கலந்துகொண்டதாக நினைவு.

மு/ ஒட்டுசுட்டான் மகாவித்தியாலயத்தில் இக்குழு சிரோன்மணி இராசரத்தினத்தின் தலைமையில் நூலாக்கப் பணியில் ஈடுபட்டது. மிகவும் கலகலப்பும் நகைச்சுவையும் நிறைந்து அதே சமயத்தில் சிறுவர் உளவியல், கல்வியியல் சார்ந்த பயனுள்ள சிந்தனைப் பரிமாற்றங்களுடன் எமது செயலமர்வுகள் அமைந்தன.

கலாநிதி சிரோன்மணி. இராசரத்தினம் ஒரு கட்டத்தில் பாடநூலாக்கம் (சிங்களம், தமிழ்) முழுமைக்கும் பொறுப்பாளராயிருந்த திருமதி. கமலா பீரிஸ் என்பவர் கொடுத்துள்ள அறிவுறுத்தலைக் குழுவினர்க்கு எடுத்துரைத்து, அந்த அறிவுறுத்தலுக்கு அமைவாகவே எமது நூல் எழுதப்படல் வேண்டும் எனப் பணித்தார். அப்பணிப்பு பின்வருமாறு.

"ஆரம்ப வகுப்பு பாடநூலான சிங்கள நூலில் எல்லாமாகச் சொற்களஞ்சியம் இருபத்தைந்தே. தமிழிலும் இருபத்தைந்து சொற்களே முழுவதுமாய் இடம் பெறல் வேண்டும்."

பாடநூற் குழுவில் இருந்தோர் இக்கருத்தை ஆட்சேபிக்க வில்லை. ஆனால் எனக்கு இது சரி என்று தோன்றவில்லை.

சிங்களத்தில் திணை, பால், எண், இடம் என்ற பேதங்கள் தொடக்க நிலையில் பொருட்படுத்தப்படுவதில்லை. நங்கி,

மல்லி, லமயா முதலான எழுவாய்கள் யாவும் எனவா, யனவா, கனடனவா முதலாய் ஒரே பொதுவினைகளைப் பயனிலைகளாகக் கொண்டு முடியும். எனவே சிங்களப் பாடநூலில் இருபத்தைந்து சொற்கள் இடம் பெறுவது இயல்பே. ஆனால் தமிழில் அவ்வாறில்லை. எழுவாய், பெயரின் திணை, பால், எண், இடம் என்பவற்றின் அமைப்பிற்கேற்ப வெவ்வேறு வினைச் சொற்களையும் பயனிலைகளாகக் கையாளும்பொழுது சொற்களஞ்சியம் இருபத்தைந்தைக் கடந்துவிடும் என்பது என்வாதம்.

இந்த வாதத்தினைச் சிரோன்மணி முதலில் ஏற்கவில்லை. சிங்கள மேலதிகாரியின் முடிவை எப்படி மறுத்துரைப்பது என்ற அச்சத்திலோ என்னவோ அவர் இருபத்தைந்து சொற்களுக்குள்ளேயே நூல் எழுதப்பட வேண்டும் என்று வாதிட்டார். ஆனால் நான் விட்டுக்கொடுக்கவில்லை.

இறுதியில் "கமலா. பீரிஸ் வரும்பொழுது நீங்களே உங்கள் கருத்தினை அவருக்கு எடுத்துரையுங்கள். அவர் சொல்கின்ற முடிவினை ஏற்போம்" என்றார்.

அவர் சொன்னபடியே ஒரு நாள் கமலா. பீரிஸ் வந்தார். அவருக்கு என் கருத்தினை விளக்கினேன். அவர் நான் சொன்ன நியாயத்தைப் பற்றிச் சிந்தித்து ஏற்றுக்கொண்டார். அதன்பின் சொற்களஞ்சிய வரையறை சிரோன்மணியால் முதன்மைப்படுத்தப்படவில்லை. பாடநூல் எவ்வித பிரச்சினையு மின்றி நிறைவு பெற்றது.

நா. சோமகாந்தன், பத்மாவதி. சோமகாந்தன் ஆகியோர் எனக்கு மிகவும் இனியவர்கள். இருவரும் எழுத்தாளர்கள் என்றவகையில் மட்டுமன்றித் தங்களின் பண்புகளாலும் என்னைக் கவர்ந்தவர்கள். சோமகாந்தன் முற்போக்கு எழுத்தாளர்கள் சங்கம், ஸ்ரீலஸ்ரீ ஆறுமுக நாவலர் சபை என்பவற்றின் பொறுப்புவாய்ந்த பதவிகளில் அமர்ந்து தமது திறமையான செயற்பாடுகளால் அவற்றின் வளர்ச்சிக்குக் கணிசமான பங்களிப்பை வழங்கியவர். பத்மாவதி சோமகாந்தன் தம் கணவரின் காரியம் யாவிலும் கைகொடுத்து உதவி வந்ததோடு, எழுத்துத் துறையிலும் தமது பெயரை நிலையாகப் பதித்துக்கொண்டு அதே வேளை தலைசிறந்த கல்வியாளராயும் விளங்கினார்.

ஆனால் அவர் யாழ்ப்பாணத்துக்கு மாற்றம் பெற்று, கோண்டாவில் இந்து மகாவித்தியாலத்தில் அதிபர் பதவியை ஏற்கச் சென்றபொழுது அவருக்கு அங்கு எதிர்ப்புத்தான் காத்திருந்தது. நிறைவேற்றதிபராய் அங்கிருந்த தில்லையம்பலம்

(கணித ஆசிரியர்) அவரிடம் பொறுப்பைக் கொடுக்காது கடத்தினார். தில்லையம்பலத்துக்குப் பின்னணியிலே போராளிகள் இயக்கம் ஒன்று இருந்ததால் மேலிடமும் அவருக்கு எதிராக நடவடிக்கை எடுக்கத் தயக்கம் காட்டியது.

திருமதி சோமகாந்தன் நாள்தோறும் பாடசாலை சென்று கையெழுத்திட்டுவிட்டு, ஆசிரியர் அறையிலே சும்மா இருந்து விட்டுப் பிற்பகல் பாடசாலை விடத் திரும்பும் நிலை தொடர்ந்தது.

இதற்குப் பரிகாரம் தேட வேண்டிய நிலை, நிர்ப்பந்தம் அந்நாட் கல்விப் பணிப்பாளர் சிமியாம்பிள்ளை அவர்களுக்கு ஏற்பட்டது இயற்கையே.

ஸ்டான்லி மத்திய கல்லூரியிலே, க.பொ.த.(உ.த)ப் பரீட்சைக்கு நான் மேற்பார்வையாளராய்ப் பணியாற்றிக் கொண்டிருந்த ஒரு நாள் மத்தியானம் கல்விப் பணிப்பாளர் சிமியாம்பிள்ளை பரீட்சை மண்டபத்திற்கு, பரீட்சை நடைமுறை களைப் பார்வையிடும் சாட்டில் வந்தார். பல கதைகளுக்கு மிடையே அவர் எனது பதவியை பற்றிச் சமீபத்திலேதான் அறிந்ததுபோலப் பாவனை செய்துகொண்டு "மிஸ்டர் சொக்கலிங்கம் நீங்கள் கல்வி நிர்வாக சேவையிலிருப்பவர் அல்லவா?" என வினாவினார்.

'ஆம்' என்றேன்.

"நீங்கள் இப்பொழுது அதிபராயிருக்கும் சாதனா பாடசாலை உங்கள் பதவித் தரத்துக்கு மிகவும் குறைவானது. அதில் நீங்கள் கடமையாற்றுவது கல்வியமைச்சின் நியமன விதிகளுக்கு முரணானது. ஆதலால் உங்களைக் கோண்டாவில் இந்து மகாவித்தியாலத்துக்கு அதிபராய் மாற்றப்போகிறேன்" என்றார்.

அவர் குறிப்பிட்ட மகாவித்தியாலயம் பிரச்சனைக்குரியது என்பதும், அப்பிரச்சினைக்கு முகம் கொடுக்க முடியாது திருமதி சோமகாந்தன் திணறுகிறார் என்பதும் அப்போது எனக்குத் தெரியாதவை.

தெரிந்திருந்தாலும் நான் மறுத்திருக்க மாட்டேன். ஏனெனில் பிரச்சினைகள் எனக்குப் புதியவையல்ல. அவற்றிற்கு முகங் கொடுக்க முடியாத கோழையும் அல்ல நான். அதனோடு திருமதி. சோமகாந்தனுக்கு உதவுவது அன்புரிமையால் நான் மேற்கொள்ள வேண்டிய கடமை.

ஆனால், சிமியாம்பிள்ளை இரண்டையும் மறைத்து, வேறொரு காரணங்காட்டி மாற்றத்துக்கு என்னை இசைய வைத்தார். பொய்மையும் வாய்மையிடத்தே என்று முடிவு கட்டினார் போலும்!

நான் கோண்டாவில் இந்து மகாவித்தியாலத்தில் அதிபர் பதவியை ஏற்பதற்கு முதல் நாள் இருபகுதியார் என்னைத் தேடி வீடு வந்தார்கள்.

ஒருபகுதியார் தில்லையம்பலத்தை அதிபர் பதவியில் நிலை நிறுத்த, என்னைப் பயமுறுத்த வந்தவர்கள்! "தம்பியரே, நான் அரசாங்க உத்தியோகத்தன். மேலதிகாரியின் பணிப்பை ஏற்று நடக்க வேண்டியவன். எனக்கு மேலதிகாரி கல்விப் பணிப்பாளர். நான் அவரின் பணிப்புரையை ஏற்று நாளை கோண்டாவில் மகாவித்தியாலயம் செல்வேன். நீங்கள் எனது மாற்றத்தை நிறுத்த வேண்டுமானால் கல்வித் திணைக்களம் சென்று கல்விப் பணிப்பாளரிடம் உங்கள் எதிர்ப்பை கூறி ஆவன செய்யுங்கள். நீங்கள் வெற்றிபெற வாழ்த்துகிறேன்" என்று அமைதியாக எனது நிலைப்பாட்டை அவர்களுக்கு எடுத்துரைத்தேன்.

அவர்களுக்கு நான் கூறியது நியாயமாகப் பட்டிருக்க வேண்டும்.

இரண்டாவது பகுதியார் தில்லையம்பலம் அதிபராவதை விரும்பாத எதிர்க்கட்சியார். இவர்களில் ஒருவர் மகாவித்தியாலத் தின் ஆசிரியர். மற்றவர் பாடசாலை அபிவிருத்திச் சங்க உபதலைவர். ஆசிரியர் யாழ். இந்துக் கல்லூரியிலே என்னிடம் கற்ற மாணவர் என்பது இவ்விடத்தில் குறிப்பிடத்தக்கது.

"சேர் உங்களின் தகுதியும் திறமை பற்றியும் நாங்கள் நன்கறிந்திருக்கிறோம். பாடசாலை ஆசிரியர்களில் பெரும்பான்மையானவர்களும் பெற்றோர்களும் உங்களின் பதவியேற்பை ஆவலோடு எதிர்பார்க்கிறார்கள். நாளைக்கு வாருங்கள் ஒன்றும் யோசிக்காது வாருங்கள். உங்களுக்கு வரவேற்புக்காத்திருக்கிறது" என்றார்கள்.

"உங்களின் அன்புக்கு நன்றி. பிரிவினைகளைப் பெரிதுபடுத்த வேண்டாம். எல்லாம் அமைதியாக நடப்பதே நல்லது" என்று கூறி இவர்களை அனுப்பிவைத்தேன்.

எனது வேண்டுகோளின்படி, பாடசாலை முகப்பில் எனக்களிக்கவிருந்த வரவேற்பு தவிர்க்கப்பட்டது. தில்லையம்பலம் தாமே நேரடியாகப் பொறுப்பை என்னிடம் ஒப்படைக்காது துணை அதிபராய்ச் சேவையாற்றி வந்த திருமதி முருகையா என்ற பட்டதாரி ஆசிரியையூடாகப் பொறுப்புக்களை வழங்கினார். எந்தவித அசம்பாவிதங்களும் இடம்பெறவில்லை.

தில்லையம்பலம் தமது விசுவரூபத்தை மிக விரைவாக ஒடுக்கிக்கொண்டு எனக்குப் பல வழிகளிலும் ஒத்துழைப்பு

வழங்கினார். பாடசாலை நிருவாகத்தில் மட்டுமன்றிப் புறச்செயற்பாடுகளிலும் அவரின் பங்களிப்பு வியக்கத்தக்க அளவு மிக அதிகமாய் இருந்தது. இவரா என்னோடு போட்டியிட்டவர் என்று வியக்குமளவிற்கு அவரின் ஒத்துழைப்பு இருந்தது.

இன்று இவர், மனைவியாரோடும் (இவரும் தம் கணவரோடு ஒன்றாகக் கற்பித்தவர். கலைப்பட்டதாரி. எந்தச் சந்தர்ப்பதிலும் கணவருக்காக வக்காலத்து வாங்காது தமது கடமையைத் திருப்தி தரும் வகையிலே புரிந்தவர்.) ஒரே மகனோடும் கனடாவில் வாழ்கின்றார். (நாடு திரும்பினாரோ ? நான் அறியேன்.)

கோண்டாவில் இந்து மகாவித்தியாலத்தில் நான் அதிபரான தொடக்க காலத்தில் திருமதி. முருகையாவும் அவர் ஓய்வுபெற அதுகாலவரை அலுவலகப் பணிகளில் எனக்கு உதவிவந்தவரும், கோண்டாவிலையே தமது தாயகமாகக் கொண்டவரும், மகாவித்தியாலயப் பழைய மாணவியுமான சறோஜினி. மார்க்கண்டு B.A Dip Ed. உப அதிபரானார். என் காரியம் யாவிலும் கைகொடுத்து மிக விசுவாசமாக நடந்துகொண்டவர் இவர். சில மாதங்களுக்கு முன்னரும் என் வீடு வந்து பழைமையை நினைவுகூரவைத்து உறவாடிச் சென்ற செல்வி மார்க்கண்டு என்றும் என் நினைவில் மறக்க முடியாதவர்.

இன்று கோண்டாவில் இந்து மகாவித்தியாலத்தின் அதிபர் பதவியை அணிசெய்யும் செல்வி மார்க்கண்டு, தமது பாடசாலை அன்னையைப் பலவகையிலும் வளர்த்திட முயன்று உழைத்து வருகின்றார் என்றறிந்து மிகவும் மகிழ்கின்றேன்.

என் வீடு வந்து என் ஐயங்களைப் போக்கி அதிபர் பதவியை ஏற்குமாறு வேண்டியவர், என் மாணவர் என்று முன்னர் குறிப்பிட்டேன். அவர் பெயர் விவேகானந்தன். நான் இந்து ம.வி.இல் அதிபராய் இருந்த காலத்தில் என் கருமங்களில் மிகுதியும் கைகொடுத்து உதவியதோடு இந்திய அமைதிப் படை வந்த காலத்தில், என் ஊரிலே (நாயன்மார்கட்டில்) அப்படையினர் உதவிய உலர்உணவுப் பொருள்களை மக்களுக்கு விநியோகிப்பதிலும் எனக்கு உதவியவர் என்பதையும் நான் மறந்துவிடவில்லை. இன்று இவரும் ஒரு பாடசாலையின் அதிபராய் இருப்பது மகிழ்ச்சியைத் தருகின்றது.

திருமதி. முத்துக்குமாரு (பாடசாலையின் பக்கத்து வீட்டினர், உதவியாசிரியர்) கிருஷ்ணமாலா, பாலசிங்கம், அருணாசலம், கேதீஸ்வரன் முதலியோரும் பலவாறு ஒத்துழைத்துப் பாடசாலை சீராக நடைபெற உதவினர். இவர்களுள் திருக்கேதீஸ்வரன் எனது மெய்காப்பாளர்போல விளங்கியமை என்னால் மறக்கக் கூடியதன்று. (ஒரு நாள் குடிவெறியோடு ஒருவர் வந்து

பாடசாலையையும் என்னையும் அநாவசியமாக இழித்துப் பேசியதைப் பொறாது சென்று அவரை அதட்டி, ஏசி, அடிப்பதுபோல் பயமுறுத்திக் கலைத்ததைத்தான் கூறுகிறேன்.)

கட்டட வசதிகள் குறைந்தும் விளையாட்டு மைதானமின்றியும் கோண்டாவில் இந்து மகாவித்தியாலயம் இருந்தபோதிலும், நான் முன்பு பணியாற்றிய கோண்டாவில் இராமகிருஷ்ண மகாவித்தியாலயத்திலும் பெருமளவு எண்ணிக்கையான மாணவ மாணவியர் இங்கு கல்வி கற்றனர். இவர்களில் பலர் பொருளாதார வளம் குன்றியவர்கள். எனினும் பாடசாலையின் நலம் விரும்பிகள் சிலரும் பழைய மாணவர் சிலரும் பாடசாலை வளர்ச்சிக்குத் தாராளமாக உதவியதால் நிதி நெருக்கடி இன்றிக் கருமங்களை ஆற்றக் கூடியதாய் இருந்தது. இந்திய அமைதிப் படையின் தாக்குதலினால் பாடசாலை இருமாடிக் கட்டிடத்தில் ஒருபகுதிக் கூரை சிதைவுற்றபோது மேற் கூரையிட்டு ஓடு போட நிதி உதவியவர் பழைய மாணவர் ஒருவர் என்பதும், திறந்தவெளி அரங்கு மேடையை இன்றுள்ள கோலத்தில் திருத்தித் தந்தவர் மாணவர் ஒருவரின் தந்தை என்பதும் சிறப்பித்துக் கூற வேண்டுபவையாகும்.

எனினும் பாடசாலை அபிவிருத்திச் சங்கத்தினர் அடிக்கடி தம்முள் தாமும், சில வேளைகளில் ஆசிரியர்களோடும், ஓரிருதடவைகள் என்னுடனும் முரணிக் கொண்டதையும் கூறித்தானாக வேண்டும். இவ்வகையில் கோண்டாவில் மகாவித்தியாலத்தின் பாடசாலை அபிவிருத்திச் சங்கத்திலும் பார்க்க இப்பாடசாலை அபிவிருத்திச் சங்கத்தினர் சற்றுக் கூடிய தீவிரம் காட்டினர் என்பது உண்மையே. ஆனாலும் பாடசாலை வைபவங்களின்போது தமது வேறுபாடுகளை மறந்து ஒத்துழைப்பு நல்கி அவற்றைச் சிறக்கச் செய்தவகையில் இவர்கள் பாராட்டுக்குரியவர்கள்தாம்.

எனது காலத்தில் பாடசாலை நூற்றாண்டு விழா மிக விமரிசையாகக் கொண்டாடப்பட்டது. கவிஞர் முருகையனின் தலைமையில் கவியரங்கம், கம்பவாரிதி இ. ஜெயராஜ் (அன்று அவர் கம்பவாரிதியாகாவிட்டாலும் ஊரறிந்த நல்ல பேச்சாளராகக் கணிக்கப்பட்டார். கம்பன் கழகமும் அதன் குழந்தைப் பருவத்தில் தவழ்ந்துகொண்டிருந்த காலம்) தலைமையில் பட்டிமன்றம், பேராசிரியர் (அன்று கலாநிதி) சபா. ஜெயராசாவின் தலைமையில் இந்து ம.வி.இன் நூற்றாண்டு விழா மலரின் வெளியீடு, ஜெயசங்கர் (கோண்டாவில் வாசகர். அன்று யாழ். பல்கலைக் கழகத்தில் நாடக அரங்கியல் மாணவராயிருந்தவர். இன்று கிழக்குப் பல்கலைக்கழகத்தில் நாடக அரங்கியல் விரிவுரையாளராய்ச் சேவை புரிகின்றார்.)

நெறியாள்கையில் நாடகம், ஆசிரியைகளின் பயிற்றலில் மாணவ மாணவியரின் கலை நிகழ்ச்சிகள் என்பன இடம் பெற்றுப் பாடசாலைக்குப் பெரும் பாராட்டைப் பெற்றுக் கொடுத்தன.

இந்தப் பெருவிழாவின்போதும் சிறு கவலை தரும் ஒரு நிகழ்ச்சி இடம் பெற்றது இன்றும் என் மனத்தை உறுத்திக் கொண்டே இருக்கின்றது.

என்னால் மிகவும் ஒழுக்கமுள்ள, விவேகமுள்ள மாணவன் எனக் கணிக்கப்பட்ட ஒருவன், முதல்நாள் செய்த குழப்படி ஒன்றால் என்றுமில்லாதவாறு அவனுக்குக் கன்னத்தில் அறைந்து விட்டேன். அவன் அத்தண்டனையை எந்தவித எதிர்ப்புமின்றி ஏற்று என் அலுவலகத்திலிருந்து அகன்றான்.

ஆனால், அவனைத் தூண்டிவிட்டு மறுநாள் நடக்கவிருந்த விழாவைக் குழப்பத் திட்டமிட்ட சிலர், அன்றிரவு மின்சாரத் தொடர்பினை அறுத்துப் பாடசாலையை இருளில் மூழ்கவைத்து விட்டனர்.

விழாக் காலையில் நான் பாடசாலைக்கு வந்தபோது முகப்பலங்காரங்கள் யாவும் அவ்வாறேயிருக்க மின்கம்பிகள் மட்டும் அறுந்த கோலத்தில் பரிதாபமாகக் காட்சி தந்தன. நான் அதிர்ந்து போனேன்.

காலையில் ஒலிபெருக்கி செயற்பட வேண்டிய தேவைகள் இருந்தன. ஆனால் மின்சாரம் அதற்கு வழங்கப்பட முடியாது! மின்ஆக்கி ஒழுங்குசெய்வது மேலதிகச் செலவு என்பதோடு எமது விழாவைப் பார்க்க வருவோர் அங்கு நடந்துள்ள அசம்பாவிதத்தினை அறிந்தால் எனக்கும் ஆசிரியர்க்கும் அவமானம், தலையிறக்கம் உண்டாகும்.

நான் நினைத்துக்கொண்டு நின்றபோது, விவேகானந்தன் முன்வந்து "சேர் ஒன்றுக்கும் யோசிக்க வேண்டாம். நானும் அருணாசாலமும் (உதவியாசிரியர்) போய்க் கொக்குவில் உள்ளூராட்சிமன்றின் மின்சாரப் பிரிவோடு தொடர்பு கொண்டு, மின்சாரம் பெற ஆவன செய்வோம்" என்று ஆறுதல் கூறினார். அவ்வாறே சென்று மின்சார ஊழியரை உடனடியாக அழைத்து வந்தார். ஊழியர்கள் ஒரு மணித்தியால இடைவெளியில் மின்கம்பிகளை இணைத்து மீண்டும் மின்சாரம் தடையின்றிப் பெற ஆவன செய்தார்கள்.

'தலைக்கு வந்தது தலைப்பாகையுடன் போய்விட்டது.'

நான் அதிபராயிருந்து பெற்ற கசப்பான அனுபவங்களில் இது மிகவும் மோசமானதாகவும், கவலை, தலையிறக்கம் என்பவற்றை அளித்ததாகவும் அமைந்ததென்பேன்.

எனினும், குறித்த மாணவனில் நான் எவ்வித நடவடிக்கையும் எடுக்கவில்லை. அவ்வாறு நான் எடுக்காமையே அவனுக்கும், அவனைத் தூண்டிச் செயற்படுத்தியவர்களுக்கும் தக்க பாடமாயிற்று.

இதன்பின் இத்தகைய விரும்பத்தகாத நிகழ்ச்சி நான் கோண்டாவில் இந்து ம.வி.இலிருந்து வெளியேறும்வரை நடக்கவில்லை.

தமிழீழத்தில் அமைதி கேள்விக்குறியாகி, பேரழிவுகள் ஒன்றன் பின் ஒன்றாய் ஏற்பட்டு, நாடு காடாகத் தொடங்கிய காலம் அது. சாந்தி, சமாதானம் என்ற பெயர்களால் பாரத நாட்டிலிருந்து அந்நாட்டுப் பிரதமர் ராஜீவ் காந்தி தமது படையை இங்கு அனுப்பிக் கொலை வேள்வி நடத்திய நாள்கள் அவை.

இந்திய அமைதிப் படையினர் யாழ்ப்பாண நகரை நோக்கிப் பலாலி விமான நிலையத்திலிருந்து நகர்ந்து வந்தவழி எல்லாம் பிணக்காடுகளாய், அழிவின் பாழ்வெளிகளாய் ஆகியதை நினைத்தாலே நெஞ்சு பற்றி எரியும்.

பயங்கரமான குண்டுச் சத்தங்கள் செவிப்பறைகளில் வந்து மோதிய வண்ணமே இருந்தன. எறிகணைகள் வீடுகள் மீதும் முற்றங்களிலும் வீழ்ந்து வெடித்தும் சிதறியும் நெஞ்சக் குருத்தைக் கருக்கின.

அமைதிப் படையின் கட்டளைப்படி நல்லூர்க் கோயிலிற் சென்று தஞ்சம் புகுந்தோம். புனிதம், தூய்மை என்பன நல்லூர் முருகனின் சூழலிலே அற்று அழுக்கும், குப்பைகூளங்களும் நாலாபுறமும் சிதறிக் கிடக்கலாயின.

கோயிலினுள்ளேயே செருப்பும் சட்டைகளும் செல்லத் தொடங்கின. கோயிலின் உள்ளேயும் வீதிகளிலும் மழையால் நனைந்து வெயிலால் உலர்ந்து பிணிகளின் கொள்கலங்களாகி மக்கள் பட்ட அவலங்கள் வார்த்தைகளில் அடக்க முடியாதவை.

நான், மனைவி, பெண்மக்கள் மூவர், மகன் எல்லோருமே நல்லூர் மரநிழல் வாசிகளானோம். என் மூத்த மகள் வாணியைக் கடுங்காய்ச்சல் பற்றிக்கொண்டது. நல்ல காலம் நாவலர் நிலையத்தில் செஞ்சிலுவைச் சங்கத்திடமிருந்து நண்பர் 'நந்தி' பெற்றுத்தந்த மருந்து அவளைக் காத்தது.

உயர்வு, தாழ்வு, கற்றோர், பாமரர் என்ற வேறுபாடின்றி யாழ்ப்பாணம் முழுவதும் நல்லூரிலும், கொக்குவில் இந்துக் கல்லூரியிலும் மொய்த்திருந்தது. ஒரு நாள் எறிகணை ஒன்று நல்லூர் மேற்குவீதியில் வீழ்ந்து மக்கள் சிதறியோடியதும்,

எறிகணை தாக்கி ஒருவர் இறந்ததும் நெஞ்சை உருக்கிக் கண்களைக் கசியவைத்தன.

நாங்கள் தங்கியிருந்த நல்லூர் வீட்டிலிருந்து எங்களைக் கலைத்து, ஆடு மாடுகளைப் பட்டியில் அடைத்ததுபோல நல்லூர் வீதிகளில் கோயில் உள்ளில் அடைத்துவைத்த கொடுமை என்றுமே மறக்க முடியாதது.

இந்தப் பட்டியடைப்புக்கு முன்னால் நல்லூரில் நாங்கள் தங்கிய வீட்டிலே ஓர் இரவு (அமைதிப் படை நகர்ந்து நல்லூரை நோக்கி வந்துகொண்டிருந்த நாளில் ஓர் இரவு) பேராசிரியர் சண்முகதாஸ் கம்பன் கோட்டத்தில் தங்கியிருந்தவர்களை நாங்கள் தங்கியிருந்த வீட்டுக்கு அழைத்து வந்தேன்.

பரியோவான் கல்லூரியில் ஆசிரியராய்க் கடமை புரிந்து இளைப்பாறியவரும், எமது அயலவருமான ஆசிரியர் சுப்பிரமணியம் அவர்களின் மகள் வீட்டிலே, பெண்கள் ஆண்கள் சிறுவர், சிறுமியராக இருபது பேர்வரை தங்கியிருந்ததை நினைவு கூர்கிறேன்.

இவர்கள் அனைவரும் சில மணித்தியாலங்களாவது மன அமைதியோடும் கடவுள் நினைவோடும் இருக்கவேண்டுமென்று ஆசிரியர் சுப்பிரமணியம் விரும்பி ஆறுமுக நாவலர் சபை வெளியிட்ட கந்தபுராண வசனத்தை என்னையும், பேராசிரியர் அ. சண்முகதாசையும் உரத்து வாசிக்கும்படி அன்று காலை எங்களிடம் அளித்தார்.

பேராசிரியர் சண்முகதாஸ் கந்தபுராண வசனத்தைத் தமக்கே உரிய கம்பீரமான குரலில் வாசிக்கத் தொடங்கினார். கூடியிருந்தவர்களின் ஆரவாரங்கள் அடங்கி அமைதி மேலெழத் தொடங்கியது

ஆனால், சில நிமிஷங்களில் மிக அண்மையில் ஷெல்களின் பயங்கர வெடியோசைகள் எழுந்து, கந்தபுராணம் படிப்பு காற்றோடு கலந்து மடிந்தது. அச்சமும் பதற்றமும் அவலமும் பெண்கள் சிறுவர் சிறுமிகளின் அவலக்குரலும் எழுந்து, இரவைத் துயிலா இரவாக்கின.

அடுத்த நாள் விடிந்தது. விடியமுன் வீட்டைக் காலி பண்ணிக்கொண்டு ஆசிரியர் சுப்பிரமணியத்தின் குடும்பத்தினர் தங்களின் ஊராகிய மறவன்புலவுக்குச் செல்ல வாகனம் தேடினர். வாகனம் கிடைத்ததும் பெட்டி படுக்கைகளுடன் கிளம்பி எங்களையும் தங்களுடன் வருமாறு கேட்டனர்.

ஏற்கெனவே அவர்களின் வீட்டை ஆக்கிரமித்து அவர்களுக்கு இடையூறாக இருந்த நாங்கள், அவர்களின் ஊரிலும் சென்று அவர்களுக்குத் தொல்லை கொடுக்க விரும்பவில்லை.

நண்பர் மயிலங்கூடலூர் நடராசன், அவர் மனைவி, உறவினர் உட்படச் சிலர் எஞ்சினோம்.

அந்த வேளையில், என் மனைவி எங்களின் அநாதைத் தனத்தை நினைத்து நெஞ்சம் குமிறி அழுத அழுகையை என் வாழ்நாளில் மறக்கவே முடியாது.

இதன் பிறகு நல்லூர் வீதி வாழ்க்கை நான்கு நாள்கள் தொடர்ந்தது, அன்ன ஆகாரம் இன்றிக் கடையொன்றில் விசுக்கோத்தை வாங்கி என் சால்வைத் தலைப்பில் முடிந்து அன்று நாங்கள் சாப்பிட்டது ஒரு சோகக் கதை.

வீதி வாழ்க்கை சலித்தது. நல்லூர் சிவன்கோயில் முன்பிருந்த நிரஞ்சனா அச்சக அதிபர் பிரமஸ்ரீ ஜகநாத ஐயர் வீட்டைத் தஞ்சம் அடைந்தோம். எங்களுக்கு முன்பே நண்பர் இராசையா. ஸ்ரீதரன் (உதயனில் சரவை திருத்துவோராய்ப் பணிபுரிகிறார். சைவப் புலவர். நல்ல கவிஞர். இந்து பேரவையின் கவிமணிப் பட்டம் பெற்றவர்) தமது குடும்பத்தோடு தங்கியிருந்தார். வேறு சிலரும் இருந்தனர்.

பேராசிரியர் கைலாசநாதக் குருக்களின் மைத்துனரும், நிரஞ்சனா அச்சக உரிமையாளரும் சிறந்த ஓவியக் கலைஞருமான பிரமஸ்ரீ ஜகநாதையர், எங்கள் நிலைகண்டு பரிதவித்து தமது அச்சியந்திரம் வைக்கப்பட்டிருந்த அறையை எமக்கு ஒதுக்கித் தந்தார். இவருடைய மகன் கடுமையான (Tumor) வியாதியால் பீடித்திருந்த வேளையில் தமது குலதெய்வமான முனீச்சரம் வடிவாம்பிகை பேரில் அந்தாதி பாடித் தருமாறு வேண்டி அவ்வாறே இயற்றிக்கொடுத்தேன். பேராசிரியர் கைலாசநாதக் குருக்களின் அணிந்துரையுடன் அதனை அவர் நூலாய் வெளியிட்டார். இன்றும் அவ் அந்தாதிப் பாடல்கள் முன்னீச்சர ஆலயத்தில் அடியார் சிலரால் படிக்கப்படுவதாய் அறிகிறேன். ஆனால் அந்தாதி வெளியாகி சில மாதங்களில் மகன் இறைவன் திருவடிகளைச் சேர்ந்துவிட்டார்.

நாங்கள் யந்திர மை படிந்த அந்த அழுக்கறையிலே சாக்குகளை விரித்துப் படுத்து இரவின் இருளிடையே ஏக்கப் பெருமூச்சுடன் விடியும்வரை கண்மூடாது விழித்திருந்தோம்.

"வீடு சென்று அரிசி, மிளகாய், புளி, உப்பு எடுத்து வந்து ஐயர் அம்மாவிடம் கொடுத்துச் சோறு காய்ச்சுவித்துச் சம்பலும் அரைப்பித்துச் சாப்பிட வேண்டும்போல இருக்கிறது"

என்று என் மகள் ஒருத்தி வாயூறியபடி சொல்ல, என் மனைவி; பிள்ளைகள் பசிக்கொடுமையால் கொடுத்த தொல்லையைத் தாங்கமுடியாத குசேலரின் மனைவியான சுசீலையின் நிலையினை அடைந்தார் என்பதைச் சொல்லவா வேண்டும்?

நல்ல காலம் நாயன்மார்கட்டில் எம் அயலவர் சிலர் என்ன வந்தாலும் வரட்டும் என்று துணிந்து படையினரின் பார்வைக்குப் படாமல் வீடுகளுக்குச் செல்ல அவர்களைத் தொடர்ந்து நாங்களும் எங்கள் வீடுகளை நாடிச்சென்றோம்.

வீடு சென்றாலும் அங்கு தங்கியிருக்க அச்சமாக இருந்தது. அமைதிப் படையினர் தெருக்கள், ஒழுங்கைகள் எல்லாம் ஆயுதங்களுடன் உலாவித் திரிந்த வேளை.

எனவே காலையில் ஏதாவது சமைத்துச் சாப்பிட்ட பின் மகேஸ்வரி வித்தியாசாலைக்குச் சென்று தங்குவதும், பின்னேரத்திலும் அவ்வாறே வந்து ஏதாவதுசெய்து உண்டுவிட்டு மீண்டும் மகேஸ்வரி வித்தியாசாலை சென்று தங்குவதுமாக எம் வாழ்க்கை கழிந்துகொண்டிருந்தது.

ஒரு நாள் சமைத்துச் (சோறும் ஒரு குழம்பும்) சாப்பிடத் தொடங்குகையில் வானம் முழங்கி வையம் அதிர்ந்துபோகும் வண்ணம் குண்டுகளின் முழக்கங்கள் எழுந்தன. அவசரஅவசர மாக இருபாத்திரங்களில் சோற்றையும் குழம்பையும் எடுத்துக் கொண்டு ஓட்டம் ஓட்டமாகப் பாடசாலை திரும்பியதை நினைக்கிறேன். அந்த வேளையில் சலிப்புடன் “இப்படி வாழ்வதி லும் நாங்கள் ஆறுபேரும் தற்கொலை செய்துகொள்ளலாம்” என்று என் மனைவி சொல்ல என் மூத்த மகள் கண்கலங்கத் தாயின் வாயை தன் கைகளால் பொத்தினாள்.

நல்லூரை நாடி ஓட நேர்ந்த அவலத்தை கருவாகக் கொண்டு ‘அழைப்பு’ என்ற சிறுகதையை எழுதினேன். இந்திய அமைதிப் படை நிலைகொண்டிருந்த வேளையில் அவர்களால் விளைந்த அவலங்களை வெளிக்கொணர அந்தக் கதையை அப்பொழுதுதான் தொடங்கி இரண்டே மாதங்களான தமது *ஆலயமணி* சஞ்சிகையில் வெளியிட ஈழத்துச் சிவானந்தன் (சிவராமலிங்கம் அவர்களின் தம்பி) முதலில் தயங்கினார். இறுதியில் துணிந்து வெளியிட்டார். இந்திய அமைதிப் படைக்கால அவலங்களை முதன்முதலில் அம்பலப்படுத்திய சிறுகதை என்று பேராசிரியர். அ. சண்முகதாஸ் *ஆலயமணி* வெளியீட்டு விழாவில் உரைத்தமை இங்கு குறிப்பிடத்தக்கதாகும்.

நாங்கள் மகேஸ்வரி வித்தியாசாலையில் தங்கியிருந்த காலத்தில், வானத்தில் அமைதிப் படையினரின் மூன்று

விமானங்கள் பறக்கக் கண்டோம். அவை தாழப் பறந்தபோது குண்டு வீசப்போகின்றன என்ற உண்மையை அனுபவ வாய்கள் சில அரற்றின.

அரற்றல் உண்மைதான்!

குண்டுகள் விழுந்த சத்தம் செவியைப் பிளந்தன.

சாவகச்சேரிச் சந்தைப் பகுதியிலே வீசப்பட்ட குண்டுகள் பல அப்பாவிப் பொதுமக்களின் உயிரைக் குடித்தன என்ற செய்தி மறுநாள் கிடைத்தது.

'அவலமே நியதி' என்ற புதிய உண்மையை உணர்த்திய அந்த நாள்களில் மனிதர் கொடிய விலங்குகள்போல மாறி, கொள்ளை கொலைகளில் ஈடுபட்டதும், அமைதிப் படையினர் தந்த உலர் உணவுகளுக்காகப் போட்டியிட்டு, அடிதடி சண்டைகளில் இறங்கியதும், சாதாரண காலத்தில் கல்வி, பண்பாடு, கண்ணியம் நிறைந்தவர் என்று கணிக்கப்பட்ட பலர் அவற்றையெல்லாம் துறந்து, கியூவரிசையை உடைத்துக் கொண்டு உணவுப் பொருள்களை, தேநீரைப் பெற முட்டி மோதியதும். யாழ்ப்பாணத்தின் மூகமூடி கிழிக்கப்பட்டதன் அடையாளங்கள் என்றே நினைக்கத் தோன்றுகிறது.

வீதிகளில் தத்தம் கடமைகளுக்காகச் செல்வோர் திடீரென்று தடுத்து நிறுத்தப்படுவார்கள். அரச அதிபர், ஆசிரியர் தொடக்கம் நாட்கூலிகள்வரை அனைவரும் அந்த வீதியிலேயே உட்காரவைக்கப்படுவார்கள். அமைதிப் படை அதிகாரி வழங்கும் அறிவுரைகள், பயமுறுத்தல்கள், எச்சரிக்கைகள் என்பன அவர் வாயிலிருந்து சரமாரியாய் ஆங்கிலத்தில் பொழியப்படும். விரும்பியோ விரும்பாமலோ அவற்றைக் கேட்டேயாக வேண்டும். சில வேளைகளில் கூட்டத்திலிருந்து ஆங்கிலம் அறிந்த ஒருவரை எழுப்பித் தமது உரையை அவரைக்கொண்டு மொழிபெயர்ப்பிப்பதும் உண்டு.

ஜனநாயகப் பாரம்பரியத்தின் புதை குழியின் மேல் ஆயுதக் கலாசார எதேச்சாதிகாரம் கட்டி எழுப்பப்பட்ட அந்தக் காலம் இளம் ரத்தங்களைக் கொதிப்படையச் செய்ததில் வியப்படைய எதுவுமே இல்லை.

காட்டிக் கொடுக்கும் கயமைகள், ஆக்கிரமிப்பாளரோடு நட்புக்கொண்டு பல்லிளித்தல் ஆகிய கீழ்த்தனங்கள் இயக்கங்களின் துப்பாக்கி முனையில் தம்மை அழித்துக்கொண்டன. காட்டிக் கொடுக்கப்பட்ட வீரர்கள், வீராங்கனைகள் இராணுவத்தின் சித்திரவதைகளுக்கும் அழிப்பிற்கும் இலக்கான சோகக் கதைகளுக்கும் குறைவில்லை.

க. சொக்கலிங்கம்

இந்தச் சூழ்நிலையிலும் அரச நிறுவனங்கள், பாடசாலைகள் என்பன இயங்கத்தான் செய்தன. வெளியே வெடிச் சத்தம் கேட்கும். பாடசாலைக்கு மிக அண்மையிலேயே பிணம் தெரு வீதியிலே கேட்பாரற்றுக் கிடக்கும். பாலர் வகுப்புப் பிள்ளைகள்கூட அந்தப் பிணங்களைப் புதினம் பார்த்துக்கொண்டு கடந்துசென்ற நாள்களும் மறக்க முடியாதவை.

மரணபயம் என்பது கொஞ்சம் கொஞ்சமாக எம் இளைஞரிடையே அற்றுப்போய், அவர்கள் நெஞ்சங்கள் முழுதும் எரிமலையாகும்படி இந்திய அமைதிப் படை ஆற்றிய பணியை மறப்பது எப்படி ?

யாழ்ப்பாணம் முழுவதுமே பாலைப் பெருவெளியாகி அந்த வெளியில் எல்லோரையும் போல நானும் என் குடும்பத்தினரும் பதை பதைப்புடன் நடந்த இந்த நாள்களிலே, சில பசுஞ்சோலைகளையும் கண்டு, அனுபவத்திடும் சந்தர்ப்பங்களும் ஏற்பட்டன.

1988ஆம் ஆண்டு என் மூத்த மகள் வாணியின் திருமணம் அடக்கமாக நிகழ்ந்தது. வித்துவான் பொன் முத்துக்குமாரன், வரதர் ஆகியோரின் மருமகர், சிவப்பிரகாசம் சிவகணேசசுந்தரன் என் மகளின் கைத்தலம் பற்றினார். இன்று அவர் தமது ஊரான சுழிபுரத்திலே ஐக்கிய சங்க வித்தியாசாலை என்ற பாடசாலை யின் அதிபராய் உள்ளார். வாணி மூளாய் சைவப்பிரகாச வித்தியாசாலையில் உதவி ஆசிரியையாய் பணிபுரிகிறார். 1991இல் சிவகணேசசுந்தரனின் தங்கை செல்வி அமிர்தவேணி எனது மகன் விமலனின் பாரியார் ஆனார். அதேயாண்டு கனடாவில் வாழும் எனது முதல் மகன் ஆராவமுதனுக்கும் ஓய்வு பெற்ற புகையிரதநிலைய அதிபர் பூபாலசிங்கத்தின் சிரேஷ்ட புதல்வி செல்வி அருந்ததிக்கும் திருமணம் நடந்தேறியது. அமிர்தவேணி ஒரு பட்டதாரி ஆசிரியை.

அன்று வட்டாரக் கல்வியதிகாரிக்கு மாற்றீடாக அறிமுகம் செய்யப்பட்ட கொத்தணி அதிபர் என்ற பதவிக்கு நான் நியமிக்கப்பட்டேன். மூலாதாரப் பாடசாலையாக உயர்த்தப் பட்ட கோண்டாவில் இராமகிருஷ்ண மகாவித்தியாலத்தில் எனது அலுவலத்தினை அமைத்துக்கொண்டு அப்பாடசாலை உட்படக் கோண்டாவிலுள்ள ஏழு பாடசாலைகளை மேற்பார்வை செய்யும் கடமையைப் புரிந்தேன். இலங்கைக் கல்வி நிருவாகச் சேவை, தரம் மூன்று எனக்களித்த இறுதிப் பரிசில் அது.

பயிற்சி பெற்ற ஆசிரியர் பின்பு வித்துவான் (தமிழ் டிப்புளோமா) அடுத்து கலைமாணி, முதுமாணிப் பட்டங்கள் பெற்று, மூன்றாந்தர அதிபர், கொத்தணி அதிபர் என்று

படிப்படியாகப் பதவி உயர்வு பெற்ற போதிலும் சம்பளத் திட்டத்தைப் பொறுத்தவரை ஏமாற்றங்களே தொடர்ந்து ஏற்பட்டன.

1. பயிற்றப்பட்ட ஆசிரியர் தராதரப் பத்திரத்துக்குரிய சம்பளத்திலும் கூடுதற் சம்பளம் பெறலாம் என்று தமிழ் டிப்புளோமா கற்றுத் தேறினேன். ஆனால் தமிழ் டிப்புளோமாச் சம்பள உச்சத்திலும் பயிற்றப்பட்ட ஆசிரியதராதரச் சம்பள உச்சம் கூடியதாய் இருந்தது.

2. கலைமாணிப் பட்டதாரியாயிருந்தும் ஐந்து வருடங்கள் பட்டதாரி நியமனம் கிடைக்காமல், தமிழ் டிப்புளோமாச் சம்பளத் திட்டத்தின்படியே தொடர்ந்து சம்பளம் பெற்றேன்.

3. பட்டதாரிக்கு அளிக்கும் சம்பளத்திற்கும் சமமானதாய் மூன்றாந்தர அதிபர்ச் சம்பளம் இருந்தமையால் அப்பதவியை ஏற்றேன். அக்காலத்தில் எமது சம்பளத் திட்டத்தைப் பரிசீலனைசெய்த விசாரணைக் குழு மூன்றாந்தர அதிபர்க்குச் சம்பள உயர்வுக்குச் சிபார்சு செய்ததால் சிறிது கூடிய சம்பளம் கிடைத்தது.

4. அவ்வேளையிலே இலங்கைக் கல்வி நிருவாக சேவைக்குத் தெரிவானேன். இந்தப் புதிய நியமனத்திற்கான தொடக்கச் சம்பளம் மூன்றாந்தர அதிபர்க்கான சம்பளத்திலும் குறைவு. எனவே எனக்குக் கல்வி நிர்வாக சேவை கிடைத்தது. அது உறுதிப்படுத்தப்பட்ட போது மூன்றாந்தர அதிபராய் நான் பெற்ற சம்பள விகிதத்திலிருந்து கீழிறக்கப்பட்டேன். கூடுதலாய்ப் பெற்ற சம்பளப் பாக்கி கணிக்கப்பட்டு அந்தத் தொகை என் சம்பளத்திலிருந்து கழிக்கப்பட்டது.

கல்வி நிருவாக சேவையில் நான் சேராது மூன்றாம் தர அதிபராகக் கடமையாற்றியிருந்தால் எனது சம்பளம் கூடுதலாகவே இருந்திருக்கும்.

மூன்றாந்தர அதிபராயிருந்து ஓய்வு பெற்ற அதிபர்கள் இன்று என்னிலும் கூடிய ஓய்வூதியத்தைப் பெறுகிறார்கள். இரண்டாந்தர அதிபர்களும் அவ்வாறே கூடிய ஓய்வூதியம் பெறுகின்றார்கள்.

ஆக, 'ஆடலே புரியும் அம்பலவாணன் அவரவர்க்கு அமைத்ததே அல்லால் வீதியில் விழுந்து புரண்டுருண்டழினும்' கூடுதலாய் கிடைக்குமா? இல்லை என்பதே என் அனுபவம்.

எனவே 'போதும் என்ற மனமே பொன் செய்யும் மருந்து' என்று என்னைச் சமாதானம் செய்துகொள்கிறேன்.

1980க்கும் 1990க்கும் இடையில் எனது நூல்கள் இரண்டு வெளியாயின.

பாரதி நூற்றாண்டு விழா நினைவாக 1982 'நெடும்பா—3' என்ற கவிதை நூல் வெளியாயிற்று. கல்கி தீபாவளி மலரில் (1976) வெளியாகி, பின் என் தாயார் மீனாட்சியின் நினைவு மலராய் உருக்கொண்ட 'நசிகேதன்' தினகரன் வார மஞ்சரியிலே தொடராக வெளியான 'ஓடியசு' முன்பு நான் வெளியிட்ட என் முதல் நூலான வீரத்தாய்க்குப் பெயர் மாற்றம் செய்த மலர்விழி என்ற மூன்று நெடும்பாக்கள், இந்நூலில் அடங்கின. யாழ்ப்பாணத்திலும் கொழும்பு தமிழ்ச் சங்கத்திலும் வெளியிடப் பெற்ற 'நெடும்பா—3' நூலுக்குத் தமிழிலக்கியப் பேரவை பாராட்டுச் சான்றிதழ் வழங்கிற்று.

1988இல் என் மகன் விமலன் முத்திரைச் சந்தியில் செ. தங்கராசா (சாமியார்) என்பவரிடமிருந்து திருவள்ளுவர் அச்சகத்தை விலைக்கு வாங்கி அதே பெயரில் நடத்தத் தொடங்கினான்.

அச்சகத்தினைத் தொடக்கிவைத்து ஸ்ரீ சுப்பிரமணிய அச்சகத்தின் முன்னாள் உரிமையாளர் சு. சுப்பிரமணியமும் (அமரர்) வரதரும் ஆசி வழங்கினார்கள்.

எமது குல தெய்வமாகிய நல்லூர்க் கந்தசுவாமியை வழிபட்டு அவனது காப்பிலேயே என்றும் நாம் உள்ளோம் என்பதை நினைவுறுத்தும் வகையில் அவ்வாண்டு நல்லூர்த் தேர்த் திருவிழா அன்று என்னால் இயற்றப்பட்ட 'நல்லூர்க்கந்தன் திருப்புகழ்' திருவள்ளுவர் அச்சகத்தில் அச்சிட்டு வெளியிடப்பெற்றது.

உதயன் 'ஷப்ரா பிளான்ஸ் லிமிற்றட்' நிர்வாகியும் யாழ். இந்துக் கல்லூரியிலே என்னிடம் கற்ற மாணவரும், என் மீது அன்பும் மதிப்பும் கொண்டவருமான சரவணபவன் வழங்கிய அச்சுத்தாளில் அவரின் இரு நிறுவனங்களின் விளம்பரத்தோடு 'உதயன் வெளியீடு' என்று பெயரிட்டு இத்திருப்புகழ் நூல் நல்லையாதீனத்தில் வெளியிடப்பெற்றது. வெளியிட்டுவைத்தவர் முரசொலி நிருவாக இயக்குனர் ம. சிவராசா. (இன்று சென்னையில் மனைவியோடும் ஒரே மகனோடும் வாழ்ந்து வருகிறார்.)

நூல் வெளியீட்டைத் தொடர்ந்து பாடல்கள் ஒலி நாடாவில் பதியப்பட்டன. சங்கீத பூஷணங்கள் ச. பாலசிங்கம், சு. கணபதிப்பிள்ளை (கலா பூஷணம்) சு. கணேசசுந்தரன்

(கதாப்பிரசங்கி, சுவாமிநாத தேசிக பரமசாரிய சுவாமிகளின் சீடன்) ஆகியோர் சிலசில பாடல்களைப் பாடி அவை பதியப்பட்டன.

நல்லூர்க் கந்தன் திருவிழாப் பண்ணிசை அரங்குகளில் அன்று தொட்டு கலாபூஷணம் சு. கணபதிப்பிள்ளை 'நல்லூர் கந்தன் திருப்புகழ்' பாடல்களில் சிலவற்றைப் பாடிவருகிறார்.

அப்பாடல்களில் ஒன்றை இங்கு மாதிரிக்குத் தருகிறேன்.

அழகு தமிழில் நிலவும் இனிமை
அறிய அருளும் முருகனே!
அரிய நறிய மணமும் ஒளியும்
அருளும் உலவும் திருமார்பா!
விழையும் அடியார் உயிரும் உளமும்
விரவி அருளைப் பொழிவோனே!
மிகவும் இழிய மலியும் அசுரர்
வெருள அயிலை விடுவோனே!
குழையை அளவும் நெடிய விழியள்
குழனின் இனிய மொழியாளைக்!
குறவ ரிடையிற் கவர முதிய
கிழவன் உருவில் வருவோனே!
பழையன் எனினும் இளமை நிலவும்
பகர அரிய எளிலோனே!
பரமன் அருளைப் பதிநல் லையினிற்
பயிலும் எமது பெருமானே!

1990 யூன் முதலாம் திகதியன்று கொத்தணி அதிபர் பதவியிலிருந்து ஓய்வு பெற்றேன்.

1990 யூன் இரண்டாம் திகதி (நான் பிறந்த நாள்) அன்று நாயன்மார்கட்டு மகேஸ்வரி வித்தியாசாலையில் நாயன்மார்கட்டு மக்களும், என் நண்பர்கள், ஆர்வலர்கள், மாணவர்கள் பலரும் கூடி மிக விமர்சையாக மணிவிழாக் கொண்டாடினர்.

1973 என் எழுத்துப் பணியின் இருபத்தைந்தாண்டுப் பூர்த்தியையொட்டி நல்லூர் சாதனா பாடசாலையில் எடுக்கப்பட்ட வெள்ளி விழாவின் தொடர்ச்சியாய் இடம் பெற்ற மணிவிழா மூலம் (வெள்ளிவிழா வெளியீடுகள், கவிதைக் கதம்பம், பாரதி பாடிய பராசக்தி) என்மீது உண்மையான அன்பும் மதிப்பும் கொண்டவர்களின் ஆர்வமும் செயற்திறமும் நன்கு புலனாகி என் நெஞ்சை நெகிழவைத்தது. அவர்களுக்கு என்னை மீளா அடிமையாக்கின என்று சொல்வதிலே எனக்கு மிகுந்த பெருமிதமும் மகிழ்ச்சியும் உண்டாகின்றன. விழாவையொட்டி மகாராஜஸ்ரீ சண்முகநாதக் குருக்களின் நிதி உதவியோடு நான் எழுதிய 'மாருதப்பிரவல்லி' நாடகம், 'சொக்கன் 60' என்ற மலர் ஆகியன வெளியிடப்பட்டன.

மணி விழாவிற்கென்று சேர்த்துச் செலவாகி எஞ்சிய தொகை (25000 ரூபா) யை வங்கியில் வைப்பிட்டு ஆண்டுதோறும் பெறும் வட்டித் தொகையிலிருந்து, மகேஸ்வரி வித்தியாசாலை மாணவரில் புலமைப்பரிசிற் பரீட்சையில் சித்தியடைவோர்க்கும், க.பொ.த. (சா.த) பரீட்சையில் சிறப்புச்சித்தி பெறுவோர்க்கும் பணப்பரிசில்கள் 'சொக்கன் மணிவிழாச் சபை'யினரால் வழங்கப்பட்டு வருகின்றன.

15

தொடரும் தமிழ்ப் பணிகளும் இடைவரவு விரிவுரையாளர்ப் பதவியும் [1990–2000]

பொழுது புலர்ந்தது யாம் செய்த தவத்தால்
புன்மை இருட்கணம் போயின யாவும்

என்று பாரத மாதாவுக்குப் பள்ளி எழுச்சி பாடினான் பாரதி. இதே அடிகளைப் பாடாவிட்டாலும், தமிழீழ அன்னையை மூடிக்கொண்டிருந்த புன்மை இருட்கணம் போயின என்ற குதூகலத்திலே நாம் மூழ்கிடும் காலமும் வந்தது.

பாரத நாட்டின் அமைதிப் படை அமைதி யாகவே நீங்கிச் சென்றிட, தமிழீழ விடுதலைப் புலிகள் வன்னிப் பெருநிலம் முதல் யாழ்ப்பாணம், கீழ்மாகாணம் எங்கும் சுதந்திரக் காற்றினை உலாவவிட்டுச் சஞ்சாரம் செய்யலாயினர்.

இந்தச் சஞ்சாரத்தின் ஒரு கூறுதான் 'கல்வி மேம்பாட்டுப் பேரவை' பல்கலைக்கழகம் தொடக்கம் பாடசாலைகள்வரை தமிழ்ப் பற்றும் தமிழ்த் தேசியமும் மலர வேண்டும் என்ற விருப்புடன் அது முனைந்து செயற்பட்டது. இதன் பொறுப்பாளர் இளங்குமரன், இணைப்பாளர் அருள் மாஸ்ரர்.

சம்பத்திரிசியார் கல்லூரி அதிபராயிருந்து பின்னர் ஓய்வுபெற்ற வண. பிதா பிரான்சிஸ் யோசப்

அவர்களின் தலைமையில் (முதலில் வண. பிதா. சிங்கராயர் சில காலம் தலைமைப் பொறுப்பேற்றிருந்தார்) யாழ்ப்பாணத்தின் கல்வித் திணைக்களக் கல்விப் பணிப்பாளர்கள், பிரதிக் கல்விப் பணிப்பாளர்கள், உதவிக் கல்விப் பணிப்பாளர் ஆகியோரோடு யாழ்ப்பாணத்தின் உயர் கல்லூரி அதிபர்களுடன் தமிழுடன் தொடர்புடைய பேராசிரியர் அ. சண்முகதாஸ், கலாநிதி சபா ஜெயராசா, ஆகியோரும் கணிதத் துறை சார்ந்த கலாநிதி குணராசாவும் இப்பேரவையில் உறுப்பினர்கள். விடுதலைப் புலிகள் இயக்கப் பிரமுகர்களும் இடைக்கிடை வருகை புரிவதுண்டு. இந்தப் பேரவையின் செயலாளர், யாழ்.மத்திய கல்லூரியின் அந்நாளைய அதிபர் கவிஞர் நா.க. சண்முகநாதபிள்ளை.

மாதந்தோறும் இப்பேரவை கூடிப் பாடசாலைகள், அவற்றின் நிருவாகம், தேவைகள் முதலியவற்றை அலசி ஆராய்ந்து வந்தது. தமிழார்வமும் அனுபவமும் கொண்டவன் என்ற காரணத்தால் நானும் இப்பேரவையில் உறுப்பினனாக இடம்பெற்றுக் கூட்டங்களுக்கு ஒழுங்காகச் சென்று என் கருத்துக்களை எடுத்துரைத்து வந்தேன்.

'தொன்மை மறவேல்' என்ற மகுட வாசகத்தினைத் தனது குறிக்கோளாகக் கொண்ட ஆரிய திராவிட பாஷாபிவிருத்திச் சங்கச் செயலாளன் என்றவகையில் அதன் செயற்பாடுகளைப் பேரவையில் நான் விளக்கியுரைத்தபோது, பேரவைப் பொறுப்பாளர் இளங்குமரன் அதன் தமிழ் வகுப்புக்களை நடத்தப் பேரவை எல்லாவகையிலும் உதவும் என்று உறுதியளித்தார்.

அதன்படி பேரவையின் நேரடி மேற்பார்வையில் யாழ்ப்பாணம், பருத்தித்துறை, சாவகச்சேரி, வட்டுக்கோட்டை, தீவகம் ஆகிய ஐந்து கல்வி வலயங்களிலும் ஆ.தி.பா. சங்கம் தமிழ் வகுப்புக்களைத் தொடங்கி நடத்தியது. வகுப்புக்களிலே கற்பித்த ஆசிரியர்களுக்கு மணித்தியாலம் இருபது ரூபா கௌரவ ஊதியமாக வழங்கப்பட்டது.

சங்கத்தின் பதவிவழிச் செயலாளரான பிரதிக் கல்விப் பணிப்பாளர். இ. சிவானந்தன் (கவிஞர் முருகையனின் தம்பி. அமரர் ஆகிவிட்டார்.) சங்க வளர்ச்சிக்கு ஆற்றிய பணிகள் பொன் எழுத்தில் பொறிக்கப்பட வேண்டியவை. பதவி வழித்தலைவர் செல்வி திலகவதி பெரியதம்பியும் (அந்நாள் கல்விப் பணிப்பாளர்) ஊக்கமளித்து உறுதுணை புரிந்தமையும் மறத்தல் இயலாது.

அ.தி சங்கம் க.பொ.த. (சா.த, உ.த) தேர்வு நாடிகளுக்குத் தமிழ்ப் பாடத்தில் முன்னோடிப் பரீட்சைகள் நடத்தியதும் குறிப்பிடத்தக்கதே.

இவற்றில் முதன்மை பெற்ற மாணவருக்குப் பணப்பரிசில்கள் 3000 ரூபா, 1500 ரூபா, 1000 ரூபா கல்வி மேம்பாட்டுப் பேரவை யினரால் வழங்கப்பட்டன. சங்கத்தின் பரிசளிப்பு விழா 1991இல் கனகரத்தினம் மத்திய மகாவித்தியாலத்தில் கொண்டாடப் பட்டது. எனது 'ஞானக்கவிஞன்' நவீனத்தோடு இணைந்து வெளியாயிருந்த 'கவிதை பிறந்த கதை' கவிதை நாடகம், பாலபண்டிதர் வகுப்பில் கற்ற மாணவ மாணவியரால் நடிக்கப்பட்டது. இன்று யாழ். பல்கலைக்கழகத்தில் சமஸ்கிருதத் துறையில் உதவி விரிவுரையாளராய்ப் பணிபுரியும் ச. பத்மநாபன் (மோகன்) இந்நாடகத்தில் குடிகாரன் பாத்திரத்தை ஏற்றுச் சிறப்புற நடித்து இரசிகர்களின் பாராட்டைப் பெற்றார். இவ்விழாவில் பாலபண்டிதர், பண்டிதர்த் தேர்வுகளிலே சித்தியடைந்தோர்க்குச் சான்றிதழ்கள் வழங்கப்பட்டன.

இன்று ஆரிய திராவிட அபிவிருத்திச் சங்கத்தின் பொதுச்செயலாளராய் அரும்பணி புரிந்துவரும் பண்டிதர் நா. கடம்பேஸ்வரன் சங்கத்தின் பட்டம் பெற்ற பிள்ளையே என்பதும் நினைவில் நிறுத்த வேண்டியதே.

கல்வி மேம்பாட்டுப் பேரவையின் மூத்த முன்னோடி யாழ். பல்கலைக்கழகத்தில், தமிழ்ப் பாடநூல்களைத் திருத்தி எழுதும் பணியில் ஈடுபட்ட தமிழறிஞர் குழுவாகும். இக்குழுவில் பேராசிரியர்கள் சுசிந்திரராஜா, சிவத்தம்பி ஆகியோர் அவ்வப்போது கௌரவ அறிவுறுத்துனர்களாகக் கலந்துகொள்வதுண்டு. யாழ். பல்கலைக்கழகத் தமிழ்த்துறைத் தலைவராயிருந்த கலாநிதி இ. பாலசுந்தரம் இணைப்பாள ராகவும் அவருக்குத் துணையாக ச.ந. தணிகாசலமும் (கலாநிதிப் பட்டம் கல்வியியல் பெற்றவர். இன்று கல்வியமைச்சின் ஆசிரியர் பயிற்சிக் கிளையில் (தமிழ்) சேவையாற்றுகிறார்) பணிபுரிந்தனர்.

வித்துவான் சி. குமாரசாமி, ஆறு. திருமுருகன் (செஞ்சொற் செல்வர்) கவிஞர் பா. சத்தியசீலன், கானகலாவாரிதி நா. வீரமணி ஐயர் முதலியவர்களோடு நானும் இணைந்து தமிழ்ப் பாட நூல்களைத் திருத்துவதிலும், புதிய பாடங்களைச் சேர்ப்பதிலும் ஈடுபட்டோம்.

இலவசக் கல்வியைத் தொடர்ந்து இலவசப் பாடநூல்கள் வழங்கியதன் மூலம், இலங்கையரசு இந்நாட்டுப் பிள்ளைகளின் கல்வி வளர்ச்சிக்கு ஊக்கமும் ஆக்கமும் தந்தது. தருவது ஒருவகையில் வரவேற்கத்தக்கதே. ஆனால் பாடநூல்களி னூடாகப் பேரினவாதக் கருத்துக்களைத் திணிப்பதிலும் அது பின்னிற்காமையைப் பாடங்களை ஆழமாகப் படித்து அறிந்துகொண்டோம்.

எமது சூழல், பண்பாடு, தேவை என்பனவற்றைக் கருத்திற்கொண்டு பாடங்கள் திருத்தப்பட்டன. புதியவையாய் எழுதவும்பட்டன.

பாட உருவாக்கத்தின்போது ஆரோக்கிமான வாதங்கள் பல இடம்பெற்றன. அவை சிந்தனையைத் தூண்டுவனவாயும் பெரும் பயன் விளைப்பனவாயும் அமைந்தன.

உதாரணமாக, முதலாம் வகுப்புத் தமிழ்ப் பாடநூலிலே தங்கை என்ற பதம் சேர்க்கப்பட வேண்டும் என்று நான் எடுத்துரைத்ததை, பேராசிரியர் கா. சிவத்தம்பி மறுத்து, தங்கச்சியே இடம்பெற வேண்டும் என்று வாதிட்டார்.

நான் "சொற் சுருக்கம் இவ்வகுப்பில் கவனிக்கப்படல் வேண்டும். தங்கை மூன்றெழுத்துச் சொல் 'தங்கச்சி' ஐந்தெழுத்துச் சொல். அது பிள்ளையின் வாசிப்பிற்கும் எழுத்துக்கும் சிரமம்" என்றேன்.

"இங்கு சொல் பெரிது, சிறிது என்பது முக்கியமல்ல. பேச்சுவழக்கில் தங்கச்சி என்றே இருப்பதால் அச்சொல்லைப் பிள்ளை இலகுவில் இனம் கண்டுகொள்ளும்" என்று சிவத்தம்பி வாதிட்டார். 'வல்லான் வகுத்ததே வாய்க்கால்' சிவத்தம்பியின் வாதமே எடுபட்டது.

இதுபோன்றே திருக்குறளில் 'கல்லாமை' என்ற அதிகாரத்தில் வரும் எழில் என்ற சொல்லுக்கு 'எழுச்சி' என்பதே பொருள் என்றேன். என் பக்க எழில் நலம் நியாயத்துக்குப் (மண்மாண் புனைபவை அற்று) பரிமேலழகர், பேராசிரியர் மு. வரதராசன் (மு.வ) ஆகியோரைச் சான்றுக்கிழுத்தேன். சிவத்தம்பி பிடிப்புக் கொள்ளவில்லை. எழில் என்பது 'அழகு' என்று அக்கருத்தில் உறுதியாய் நின்றார்.

இவ்வாறு வாதசிங்கமாக அவர் நின்று தன்கோள் நிறுவுவதில் முனைப்பாய் இருந்தார். இருப்பினும் சில சொற்களுக்கு அவர் கூறிய பொருள்கள் ஆழமும் பொருத்தமும் மிக்கனவாய் இருந்ததையும் நான் இரசித்தேன், பாராட்டினேன். 'வேந்து என்பதும் வேந்தன் என்பதும் முடியுடை மூவேந்தருக்கே கையாளப்பட்ட சொற்கள்' என்று ஆதாரங்கள் காட்டி அவர் நிறுவியது இன்றும் என் செவியில் ஒலித்த வண்ணமேயுள்ளது.

தமிழிலக்கணப் பாடங்கள் தொடர்பாக நடந்த பிரச்சனைகள் மிகவும் சுவையானவை. ஆனால் அவை எழுத்தில் வடிக்கையில் சுவை கெட்டுவிடும் என்பதால் ஒன்றை மட்டும் கூறுகிறேன்.

இலக்கணத்தை மரபு வரைவிலக்கணமும் விளக்கமும் அளித்துக் கற்பிப்பது பெருமளவு பயன்படாது என்பது என்

வாதம். சுவையான பந்தி ஒன்றை முதலில் கொடுத்து அதிலுள்ள இலக்கணங்களை அறியச் செய்யும் வகையில் விளக்கமும் விடைகளும் அமைத்தல் இலக்கணக் கல்வியை எளிதாக்கும் என்று விளக்கினேன். மொழியியல் விற்பன்னரும் தமிழ், ஆங்கில அறிஞருமான பேராசிரியர் சு. இந்திரபாலா என் கருத்தை ஆதரித்தார். ஆனால் வித்துவான் சி. குமாரசுவாமி அதை வன்மையாக எதிர்த்தார். இவ்விடத்திலும் 'வல்லான் வகுத்ததே வாய்க்காலாகி' என் கருத்து புறந்தள்ளப்பட்டது.

1990-1995 வரையுள்ள காலம் தமிழ் மொழி வளர்ச்சியிலே பொற்காலமாகக் கொள்ளத்தக்கது என்பதே என் உறுதியான முடிவு. மேடைகள், தொழிலகங்களின் ஆங்கில, வடமொழிப் பெயர்கள் தூய தனித்தமிழாக்கும் முயற்சியிலே பேராசிரியர் அ. சண்முகதாஸ், க. கனகலிங்கம், மனோன்மணி சண்முகதாஸ் ஆசிரியரோடு நானும் இணைந்து செயற்பட்டேன். பிள்ளை களுக்குக் கூடிய தூயதமிழ்ப் பெயர்களைப் பட்டியலிட்டு நூல் வடிவில் அளித்தோம். தமிழில் எழுதப்பட்ட சட்ட நூல்களையும் தூய தமிழாக்கும் முயற்சியில் இரவின் நடுயாமம் வரை ஈடுபட்டு அவற்றைச் செம்மையாக்கியதும் மறக்கற்பாலதன்று. இவ்வளவுக்கும் மூல முதற் காரணரா யிருந்து எம்மை இயக்கியவர் கல்வி மேம்பாட்டுப் பேரவைப் பொறுப்பாளர் இளங்குமரனே என்பது சிறப்பித்துக் கூற வேண்டுவதாகும்.

தூய தமிழ்ச் சொல்லாக்கத்தை அறிமுகம் செய்ய நடந்த கூட்டங்களிலே இதழியலாளர், தமிழாசிரியர், அறிஞர் என்று பலரும் கலந்துகொண்டனர். இந்தப் பணியிலே பண்டிதர் பரந்தாமனின் பங்களிப்பும் கணிசமானதே.

இக்கால கட்டத்தில் வெளிச்சம், உலகஉலா, ஈழநாதம், ஈழநாடு முதலிய சஞ்சிகைகளும் பத்திரிகைகளும் பரபரப்பான செய்திகளுடனும் சர்வதேச விவகாரங்கள் கட்டுரைகளுடனும், காலத்தோடியைந்த கிளைத்த கவிதைகள், கதைகள் கட்டுரை களுடனும் வெளிவந்துகொண்டிருந்தன.

வெளிச்சம், ஈழநாதம், ஈழநாடு என்பனவற்றில் எனது கட்டுரைகள், கதைகள் வெளிவந்தன. இவற்றில் குறிப்பிடத் தக்கது 1980க்குப் பின் 'ஈழத்துத் தமிழ்க் கவிதைகள்' என்ற தொடரில் வெளிச்சம் சஞ்சிகையில் வெளியான தொடர் கட்டுரையாகும். யாழ். இந்துக் கல்லூரியின் புகழ்பெற்ற ஆசிரியர் மு. கார்த்திகேசனின் நினைவுச் சொற்பொழிவாய் யாழ். இந்துவின் பழைய மாணவர் சங்கத்தின் ஏற்பாட்டில் நிகழ்த்தப்பட்டது அது. முற்றிலும் தனித் தமிழ்ச் சொற்களைக்

கையாண்டு வெளிச்சத்தில் வந்த சிறுகதையும், பேராசிரியர் நா. சுப்பிரமணியத்தின் 'வெளிச்சம் சிறுகதைகள்' விமர்சனவரையில் குறிப்பிடத்தக்கதாய் எடுத்துக் காட்டப்பட்டது.

கல்வி மேம்பாட்டுப் பேரவையினர் ஆசிரியர்களுக்கும் மாணவர்களுக்கும் உகந்ததான கல்வியியல் சார்ந்த சஞ்சிகை ஒன்றை வெளியிட முடிவுசெய்தனர். அச்சஞ்சிகைக்கு பெயர் இடுவது பற்றி உரத்துச் சிந்தித்தபொழுது, நான் எடுத்துரைத்த 'விளக்கு' என்ற பெயர் சபைத் தலைவர் வண. பிதா. பிரான்சிஸ் யோசப் அவர்களால் பொருத்தமானது என்று பரிந்துரைக்கப்பட்டுச் சபை ஏற்றுக்கொண்டது. மூத்த எழுத்தாளரும் வைத்தீஸ்வராக் கல்லூரி அதிபருமான சிவ. சரவணபவன் (சிற்பி) அவர்கள் சஞ்சிகையின் ஆசிரியர். விளக்கு சஞ்சிகையிலும் எனது கட்டுரைகள் வெளியாயின.

தமிழ்ப் பாடநூல்களைத் திருத்தியமைக்கும் குழுவில் இணைந்து செயலாற்றிய என்னிலும், வித்துவான் குமாரசாமியிலும் இணைப்பாளரும், யாழ். பல்கலைக்கழகத் தமிழ்த் துறைத் தலைருமான கலாநிதி இ. பாலசுந்தரத்துக்கு ஒரு 'காதல்' ஏற்பட்டது. இந்த காதலுக்கு, தமிழ்த் துறை விரிவுரையாளர் ஒருவரிலே அவர் கொண்ட ஊடலே காரணம் என்பது நாங்கள் அறியாத விடயம்!

எங்களில் ஒருவரைத் தமிழ்த் துறை மாணவருக்கு இலக்கணம் கற்பிக்க, விரிவுரையாற்ற, இடைவரவு விரிவுரையாளராய் நியமிக்க அவர் விரும்பினார். தமது விருப்பத்தை அவர் எங்களுக்கு எடுத்துரைத்தார்.

வித்துவான் குமாரசுவாமி முதுமாணிப் பட்டம் பெறாதிருந்தமையால் (முதுமாணி தகுதிக்கான பரீட்சையில் சித்தியடைந்தவர்) வருகை விரிவுரையாளர் பதவி என் தலையில் சுமந்தது. அதனை ஏற்கும்பொழுது என் உள்ளத்திலே இருகிளைப் போராட்டங்கள் எழுந்தன.

ஒன்று, வித்துவான் பொன் முத்துக்குமாரனுக்குப் பேராதனைப் பல்கலைக்கழகம் அளித்த மரியாதை, (அவரைத் தமிழ் ஆசிரியர் என்று ஏளனம் செய்து இரண்டு ஆண்டுகளில் மீண்டும் அவர் கற்பித்த பாடசாலைக்கு – வைத்தீஸ்வரா வித்தியாலயத்துக்கு அனுப்பிவைத்த பெருமை பல்கலைக்கழகத் தமிழ்த் துறைக்கு உண்டு) அதே மரியாதைக்கு நான் உள்ளாவேனா?

இரண்டாவது என் மகள் வாசுகி தமிழைச் சிறப்பாகத் தெரிந்து கலைமாணி (தமிழ்) மூன்றாம் ஆண்டில் கற்றுக்கொண்டிருந்தமை. அவருக்கு என் நியமனம் பாதிப்பை ஏற்படுத்துமா என்ற அச்சம்.

பின்னது நிகழவில்லை. ஆனால் முன்னது பேராசிரியர் சு. வேலுப்பிள்ளை அவர்களால் நேரவிருந்தது (நல்ல காலம் நேரவில்லை). அவர் ஸ்வீடனில் பல்கலைக்கழகப் பேராசிரியரா யிருந்தும், தமது தொலைதூரக் கட்டுப்பாட்டினைப் பயன்செய்து என்னை உடனடியாக இடைவரவு விரிவுரையாளர் பதவியி லிருந்து நீக்குமாறு கடுமையான பணிப்பொன்றைக் கலாநிதி சி. பாலசுந்தரத்துக்கு அனுப்பியிருந்தார்.

'சொக்கன்' இலக்கணம் அறியாதவன் (ர்) எம்.ஏ. கீயூ பரீட்சையில் இலக்கணத்தில் பெயில் பண்ணினவன் (ர்) எங்கள் மாணவனின் இடத்தில் (அந்த மாணவன் என் மாணவனுந்தான்) அவனை (ரை) நியமிப்பதா? கண்டவன் நிண்டவனுக்கெல்லாம் தமிழ்த் துறையில் இடம் அளிப்பதா? உடன் நிறுத்தவும்."

எனக்குக் கலாநிதி பாலசுந்தரமும், பின்பு பேராசிரியர் அ. சண்முகதாசும் (யப்பானில் சேவையாற்றித் திரும்பி மீண்டும் தமிழ்த்துறைக்குத் தலைமை தாங்கியவர்) சொன்ன படியே (சொன்ன தமிழிலேயே) பேராசிரியர் கூற்றைத் தருகிறேன்.

எனது நல்லகாலமோ, இவ்விருவரதும் மனிதாபிமானப் பண்போ எதுவாயினும் சரி, பேராசிரியர் வேலுப்பிள்ளையின் பணிப்பை இவர்கள் பொருட்படுத்தி என்னை இடை நிறுத்தம் செய்யவில்லை. தப்பினேன் (மானம் இழந்தபின் வாழாமை நன்றே).

பேராசிரியர் அ. சண்முகதாஸ் "உங்களுக்கும் பேராசிரியர் சு. வேலுப்பிள்ளைக்கும் என்ன மனஸ்தாபம்?" என்று ஒரு நாள் கேட்டார்.

நடந்தது இதுதான். சில ஆண்டுகளுக்கு முன்பு 'கலாநிதி'ப் பட்டம் பெற விரும்பி, அதற்கான ஆய்வுரைத் தலைப்பாய் 'சங்க இலக்கியத்தில் ஒழுக்கத் தத்துவ, மெய்யியற் கோட்பாடுகள்' என்று கொடுத்திருந்தேன். இந்தத் தலைப்புப் பொருத்த மற்றது என்று எனக்குக் கடிதமூலம் அறிவித்து, பேராசிரியர் தம்மைவந்து சந்திக்கும்படி கூறினார். அவர் பணிப்பை ஏற்று ஒரு நாள் அவரது அலுவலகம் சென்றேன்.

இருக்கச் சொல்லி ஆசனத்தைக் காட்டி, நான் இருந்ததும் 'இந்தத் தலைப்பை ஏன் தெரிந்தெடுத்தீர்கள்' என்று கேட்டார்.

"நான் எனது கலைமாணித் தேர்வுக்கு தத்துவத்தையும் ஒரு பாடமாய் எடுத்திருந்தேன்–முதற்கலைத் தேர்வில் (*First in Arts*) தத்துவத்துக்கு எனக்கு *B* கிடைத்தது. அந்தப் பாடத்தில் எனக்கு அதற்கு முன்பே ஈடுபாடு உண்டு. சங்க இலக்கியத்திலும் பரிச்சயம்

இருக்கிறது. எனவேதான் இந்தத் தலைப்பைத் தெரிந்தேன்” என்றேன்.

அவர் சிறிது யோசித்த பின் சொன்னார். “இந்தத் தலைப்பில் யாழ்ப்பாணத்தவர் ஒருவர், தஞ்சாவூர் பல்கலைக்கழகக் கலாநிதிப் பட்டத்திற்கு ஆய்வுரை சமர்ப்பித்திருக்கிறார் என்று எனக்கு ஒரு ஞபாகம். அவரைத் தேடிக்கண்டு அவர் செய்தது அந்தத் தலைப்பில்தான் என்றால் தலைப்பை மாற்ற வேண்டி வரும். எதற்கும் ஒரு தடவை தஞ்சாவூருக்குப் போய் விஷயத்தைத் தெரிந்து கொண்டு வாருங்கள்” என்றார்.

“றொட்டி கேட்கிறார்கள் மக்கள் என்று பிரான்சிய மன்னன் ஆறாம் லூயி சொன்னபொழுது, றொட்டி இல்லா விட்டால் என்ன? அவர்கள் கேக் சாப்பிடலாம்தானே” என்று அவனது பட்டத்தரசி சொன்னாளாம். ‘பேராசிரியரது ஆலோசனை அந்த வேளையில் அவளின் கூற்றைத்தான் நினைவுபடுத்தியது.’

“நான் பிள்ளை குட்டிக்காரன் ஆராய்ச்சித் தலைப்புக்கே தஞ்சாவூர் சென்று தீர்மானிக்க வேண்டுமென்றால், ஆராய்ச்சியின்போது எங்கெல்லாம் செல்லப் பணிப்பாரோ” என்று அஞ்சி என் கலாநிதி ஆசையை அன்றே கைவிட்டேன்.

இவ்வளவு விபரமாக நான் பேராசிரியர் சண்முகதாசுக்கு எடுத்துரைக்கவில்லை. நான் சுருங்கச் சொன்னதை அவர் விளங்கிக்கொண்டார்.

“நீங்கள் யோசிக்க வேண்டாம். உங்கள் ஆராய்ச்சியை எனது மேற்பார்வையில் நிகழ்த்துங்கள்” என்றார்.

“இந்த முதிய வயதில் (அப்பொழுது 58 வயது) ‘கலாநிதி’ செய்து எனக்கு என்ன பயன் கிடைக்கப் போகின்றது? என் மக்கள் படித்து முன்னுக்கு வர உதவுவதுதான் என் இன்றைய குறிக்கோள்” என்று அவருக்குச் சொன்னேன். இந்த விடயம் இந்த அளவோடு முடிந்துவிட்டது.

பேராசிரியர் ஆ. வேலுப்பிள்ளையைப் பொறுத்தவரையில் அவரின் மாணாக்கர் பிள்ளையார்! என் போன்ற வெளிவாரி மாணாக்கரோ முருகன்! மாங்கனி பிள்ளையாருக்குத்தான் கிடைக்க வேண்டும் என்பது அவரின் வேணவா! அவர் பெரியவர், சின்னவனாகிய நான் போட்டியிட்டால் சிதறு தேங்காய் ஆக வேண்டியதுதானே?

சென்ற வாரம் ஒக்ஸ்போட் பல்கலைக்கழகத்தைப் பார்வையிட என் மகன் அழைத்துப்போனான். அங்கு ஒக்ஸ்போட்

பல்கலைக் கழகக் கவுன்சிலின் ஆய்வலுவலராக என் மாணவர் பற்றிமாகரன் பணிபுரிகிறார். அவர் பல்கலைக்கழக வளாகத்தின் வெளிப்புறங்களை எனக்குக் காட்டிவந்தபொழுது கதையோடு கதையாக ஒன்று சொன்னார்.

"இப்பல்கலைக்கழகத்தில் இனஒதுக்கல் மிகத்தீவிரம். வேற்றின மாணவன் ஒருவன் தனது பட்டத் தேர்வில் முதல் வகுப்புப் பெறத் தகுதி பெற்றிருந்தும் அது அவனுக்கு வழங்கப் படாமல் சாதாரணத் தேர்வே கிடைத்தது. அவன் சும்மா இருக்கவில்லை. பல்கலைக்கழக உயர் பீடத்தின்மீது வழக்குத் தொடுத்தான். வழக்கின் முடிவில் அவனுக்கு எழுபத்தையாயிரம் பவுண் நட்ட ஈடாக வழங்குமாறு நீதிமன்றம் தீர்ப்பு வழங்கி யுள்ளது.

அது அங்கே!

பேராசிரியர் சண்முகதாஸ் தொடர்ந்து வருகை விரிவுரையாளராய்ப் பணியாற்ற என்னை அழைத்தார்

நான் சூடுகண்ட பூனை!

மறுத்துவிட்டேன்.

1995 ஒக்டோபர் 31.

வலிகாமத்தைக் குண்டுகளாலும் ஷெல்களாலும் பேரினவாத அரசு துளைத்துச் சல்லடையாக்கிடக் கங்கணம் கட்டிக்கொண்டிருந்த வேளை.

மக்கள் மந்தைகளாகித் தென்மராட்சி அதனூடாக வடமராட்சி என்று லட்சக் கணக்கில் செம்மணியூடாகச் செல்ல நேர்ந்த அவல நாள்கள்.

மலை நாட்டுச் சுவாத்தியத்தை அபகரித்துக் கொண்டுவந்து இயற்கை மழையாகவும் வெயிலாகவும் குடுகும் குளிராகவும் வழங்கிக்கொண்டிருந்தது.

இரவு எட்டு மணிக்கு எங்கள் அயல் வீட்டவர் சொன்னார். "உடன் புறப்படுங்கள். அறிவித்துவிட்டார்கள். இனி இருப்பது ஆபத்து."

எமது அயலவரும் நெருங்கிய நண்பருமான நிற்சிங்கம் குடும்பத்தோடு என் மனைவி மகன் குமரன், மகள் வாசுகி ஆகிய மூவரையும் அனுப்பிவைத்தேன்.

அடுத்து அச்சக வீட்டிலிருந்த மகன் விமலன், மருமகள் அமிர்தவேணி, பேர்த்தி சுதந்தரி (3 வயது) ஆகியோருக்கு ஆள்

அனுப்ப, அவர்கள் சிறிதொரு கைப்பெட்டியுடன் மோட்டார் சைக்கிளில் வந்துசேர்ந்தார்கள்.

நள்ளிரவு பன்னிரண்டு மணிக்கு எங்கள் பயண நகர்வு ஆரம்பமாயிற்று. அதனை நகர்வு என்று சொல்வதுகூடத் தவறு. ஊர்தல் என்ற சொல்லும் தனக்குரிய கருத்தை இழந்து விட்டதோ என்று சொல்லக்கூடிய ஓர் அசைவு.

தெருவைச் சனப்பிரவாகமும் அதனோடிணைந்த இரு சக்கர வாகனங்களும் மாடு, ஆடு, கோழி, நாய் என்ற பிராணி வர்க்கமும் அடைத்துத் தேங்கி அசைந்து ஊர்ந்தது.

நோய்ப்படுக்கையிற் கிடந்த கிழங்களிலே கைவிடப்பட்டவை தவிர்ந்தவற்றைச் சைக்கிளிலே பின்னிருக்கையில் தடிகளைக் கொண்டமைந்த கூடுகளிலேவைத்துத் தள்ளிவந்த பிள்ளை களில் இன்னமும் ஒட்டிக்கொண்டிருந்த பாசம் நெஞ்சை உருக்கியது.

செம்மணியின் வெட்ட வெளியில் மாதம்போம் காதவழியாக மனிதம் வேதனைச் சுமையோடும் பொருட் சுமையோடும் ஊர்ந்தது. வடக்குத் திசையின் தொடுவானத்தைக் கிழித்துக்கொண்டு வெளிப்பட்ட பேரொளிகள் சில கணம் நின்று நின்று மறைகையில் பெண்களும் சிறுபிள்ளைகளும் அச்சம் கொண்டு அவலக் குரல் எழுப்புவதும். "அது இராணுவத்தின் தேடல் ஒளி (Search Light) பயப்படாதீர்கள்" என்று விஷயம் தெரிந்தவர்கள் ஆறுதற் படுத்த நேரம் யுகமாக கழிந்துகொண் டிருந்தது.

எங்கள் வீட்டிலிருந்து செம்மணிச் சுடலை அரைக் கிலோ மீற்றர் தொலைவில் இருந்தது.

ஆனால், அதனை அடையச் சரியாக இரண்டு மணித்தியாலம் பிடித்தது. அங்கிருந்த சுடலை மடமே எங்களைப் போன்ற அவலப் பயணிகளுக்குச் சிறிது நேரம் தஞ்சம் அளித்தது.

சாதாரணமாக, என் மருமகள் வேணி சாவீடுகளுக்குச் செல்லவே அஞ்சும் குண விசேஷம் கொண்டவ. பிணமும் புலம்பலும் ஒப்பாரியும் அவவுக்கு ஒவ்வாதன. இதனையிட்டு அவவின் மைத்துனிமார் – என் மக்கள் அவரைக் கேலி செய்வதுண்டு.

அத்தகைய வேணி, சுடலையிலே யாரோ ஒருவர் ஏற்றி வைத்த குப்பி விளக்கின் ஊமை வெளிச்சத்தில் தன் மகளுக்குப் பால் கரைத்துப் பருக்கினார் என்றால் பார்த்துக்கொள்ளுங்கள்.

பாலையும் சோலையும்

பசியைக்கூடத் தாங்கலாம். தாகத்தை எவ்வளவு நேரம் பொறுத்துத் தாக்குப் பிடிப்பது.

எல்லோரும் தியாகி திலீபன்கள் அல்லவே!

அதுவும் குழந்தைகள்.

வெயில் உடலை எரித்து அந்த எரிவைத் தணிக்க என்றே சோனாவாரி மழை.

அந்த மழை நீர் குடைக்கம்பிகள் வழியாக வழிந்ததைக் கையால் ஏந்தினாலும் கைவழி வழிந்து வீணாகிவிடும் என்று வாயினாலேயே ஏந்திக் குடித்தார்கள்.

யுத்தகால அவலங்கள், பஞ்சம் மிஞ்சிப் பசி, நோய், மரணத்தோடு போராடிய பயங்கரங்கள் – இவற்றை எத்தனையோ நாவல்களில் படித்திருக்கிறேன். பஞ்சப்பட்ட, கொடுமைக்காட்பட்ட அபலைகளை நினைத்துக் கண்ணீர் வடித்திருக்கிறேன்.

ஆனால், அவற்றை நிதர்சனமாக அனுபவித்த கும்பலில் நானும் ஒருவன் ஆன பொழுது...

எப்படிச் சொல்வது? எதைச் சொல்வது?

சொல்லத்தான் நினைக்கிறேன். கூடவில்லை.

'நல்வரவு' ('நன்றி – மீண்டும் வருக' யாழ்ப்பாணத்தின் எல்லைக் கோட்டில் உள்ளது) தோரணவாயிலைக் கோழி கூவிக் குரல் கொடுக்கும் வைகறைப் போதில் சென்றடைந்தோம்.

இந்த இடைவேளையில் தாய் ஒருத்தி தன் கையில் ஏந்திவந்த கைக்குழந்தையை, கைவிறைத்து அது தரையில் விழுந்ததையும் உணராமல் சென்றவள், இடைநடுவில் குழந்தை கையில் இல்லாததைக் கண்டு எழுப்பிய பெருங்குரல் புலம்பலின் பின்னணியில் எங்கள் பயணம் தொடர்ந்தது.

என் மகள் ஜனனியும் அவள் போன்ற இளைஞரும் பெண்களும் வாகனங்களுக்கு வழிவிடப் பிரதான வீதியிலிருந்து விலகிப் பக்கத்திலோடிய தரவை நீரில் இறங்கி விழுந்தெழுந்து...

அவள் தனது கைப்பையில் வைத்திருந்த நாட்குறிப்பு நனைந்து அதனுள் வைக்கப்பட்டிருந்த ஆயிரம் ரூபாய் தாள்களும் நனைந்து...

கைப்பையுள் வைத்திருந்த என் மூக்குக் கண்ணாடியும் நீருக்குள் சங்கமமாயிற்று.

க. சொக்கலிங்கம்

இப்படியாக நடந்து நடந்து நடந்து...

நகர்ந்து நகர்ந்து நகர்ந்து...

ஊர்ந்து ஊர்ந்து ஊர்ந்து...

அடுத்த நாள் மாலைப் பொழுதில் என் மனைவியும் மகனும், மகளும் தங்கியிருந்த நிற்சிங்கத்தின் வீட்டை அடைந்தோம். பிணத்திற்குக் கொள்ளி வைத்துவிட்டுத் திரும்புவோரை வரவேற்கும் உறவினர்போல என் மனைவி மக்கள் எங்களை வரவேற்றார்கள்.

அவர்களைக் கண்டதும்,

அதுவரை அடக்கிவைத்திருந்த வேதனையும் வெப்பிசாரமும் என் மகள் ஜனனியின் கண்களில் நீர்ப்பிரவாகமாகப் பெருகியதை மறக்க முடியாது.

நிற்சிங்கம் வீட்டில் எல்லாமாக இருபத்திரண்டு பேர் தங்கி வாழ வேண்டியிருந்தது. வீட்டுக் கிணற்றுநீர் குடிக்க உதவாது. அதனால் நிற்சிங்கத்தின் மக்கள் சரவணபவன், தயாநந்தன், என் மகன் விமலன் ஆகியோர் ஒரு கிலோ மீற்றர் தொலைவு சென்று தண்ணீர்க்கானில் நீர் நிரப்பிச் சுமந்துவர வேண்டியிருந்தது.

கழிப்பறை இருபத்திரண்டு பேரின் கழிவுகளை உள்வாங்க முடியாது திணறித் தேங்கி நாற்றம் எடுக்கத் தொடங்கியது.

நாவற்குழிச் சந்திக்கு வந்து ஒன்றுக்குப் பதின்மடங்கு விலை கொடுத்துக் காய்கறிகளும் பிற பொருள்களும் வாங்குவதும், கையிருப்பு முடிந்தால் என்ன செய்வது என்று ஏங்குவதும் நாளாந்த வேதனைச் செயற்பாடாய் இருந்தன.

நான் நீரழிவு நோயாளி – மருந்து பெற நான் அலைந்த அலைச்சல்.

'முருகா! இந்த வேதனை என் பகைவனுக்கும் (பகைவன் என்று ஒருவன் இருந்தால்) ஏற்படக் கூடாது.

நாவற்குழி வாழ்க்கை சலித்துவிட்டது.

நண்பர் சு.வே. அவரின் குடும்பத்தினர், சுப்பிரமணிய புத்தகசாலை அதிபர் ஜெகன், அவர் குடும்பத்தினர் என்று நெருக்கமான சிலரோடு பழகவும் உரையாடவும் வாய்ப்பிருந்தும் தொடர்ந்து நாவற்குழியில் வாழ மனம் ஒட்டவில்லை.

என் மகன் வடமராட்சியில் எங்காவது வீடு தேடித் தங்க முடிவுசெய்து அங்கு ஒருநாள் போனான்.

எங்கள் நல்ல காலம்!

அங்கு, என் மதிப்பிற்குரிய நண்பர் சிவராஜசிங்கம் எதிர்ப்பட்டார். அவர் விமலன் வந்த நோக்கத்தை அறிந்து "சொக்கனின் மகனா? நீர் ஒன்றுக்கும் யோசிக்க வேண்டாம். நான் வீடு பார்த்துத் தருகிறேன்" அவனுக்கு வாக்குறுதி அளித்து மகாத்மா காந்தி ஒழுங்கையில் கிருஷ்ணா என்பவரின் (நிலஅளவையிலிருந்து ஓய்வு பெற்றவர்) வீட்டை ஒழுங்குசெய்து கொடுத்தார்.

பழைமையின் அமைப்பும், சிதைவின் கோலமும் கொண்டதாயினும், அந்த வீடு அவ்வேளையில் கற்பகத் தருவாய் எமக்குக் காட்சி தந்தது. நீண்டதொரு அறை, முன்னாள் ஒரு சிறுகோல், எதிர்புறத்தில் சமையலறை, இவற்றுக்கு முன்னே நன்னீர்க் கிணறு ஒன்று, சற்று தொலைவிலே கழிப்பறை.

நன்னீர்க் கிணறு என்றேன். அதில் அர்த்தம் இருக்கிறது. நெல்லியடியிலோ கரவெட்டியிலோ நன்னீர் பெறுவது பகீரதப் பிரயத்தனம். ஆனால் எங்களுக்கு அது சிரமமாயிருக்கவில்லை.

நான், மனைவி, இரண்டு மகன்கள், மருமகள், இரு பெண் மக்கள், பேர்த்தி சுதந்தரி என்று ஏழு பேர் அந்த வீட்டில் குடியிருந்தோம்.

நெல்லியடிச் சந்தை. அண்மையில் சேரன் களஞ்சியம். போராளிகளின் வணக்கத் தலங்களும் அண்மையில். சன நெரிச்சல் எந்த நேரமும்.

"இனி எது நடந்தாலும் என்ன" என்றதொரு அசட்டுத் துணிவோடு எங்கள் வாழ்க்கையைத் தொடங்கினோம்.

சிறிது சிறிதாகச் சகஜநிலை உருவாயிற்று

எனது ஓய்வூதியம், சுண்டுக்குளி மகளிர் கல்லூரி ஆசிரியையான வாசுகியின் சம்பளம் (மாதச் சம்பளத்தின் அரைவாசி ஒவ்வொரு மாதமும் சாவகச்சேரி சென்று பெற வேண்டும்.) வெளிநாடுகளிலிருந்து மக்கள் ஞானம், பாலன் அனுப்பிய சிறு தொகைப் பணம் என்பவற்றைக்கொண்டு ஓரளவு இயல்பாக வாழ்ந்தோம் என்று சொல்லலாம்.

சில்லறை மாற்றும் சிரமம், ஓய்வூதியம் பெற வங்கி சென்றால், சென்ற நாளிலே பெற முடியாது திரும்பும் ஏமாற்றம், நெல்லியடியிலிருந்து சாவகச்சேரிக்கு மிதிவண்டியில் செல்லுவதால் ஏற்படும் சிரமம், மகன் விமலன் மனைவியுடனும் மகளுடனும் மீசாலை சென்று கொட்டில் அமைத்துக்கொண்டு

தேவி அச்சக உரிமையாளரான தயாவோடு அச்சகத் தொழிலை நடத்த அவர்களின் பிரிவால் ஏற்பட்ட கவலை என்பன அவ்வப்போது உண்டாகி மனத்தை உறுத்தியது உண்மைதான்.

ஆனால், மயான வைராக்கியம்போல ஒரு வைராக்கியம் ஏற்பட்டு, மனத்தை இறுக்கமாக்கிக் கொண்டு வெளியே மகிழ்ச்சி உள்ளவர் போலவே வாழ்ந்தோம் என்று சொல்ல வேண்டும்.

முன்னரே பரிச்சயமிருந்தும் கரவெட்டியில் 'கொட்டில்' வாசராய், வாழ்ந்துவரும் கவிஞர் மன்னவன் கந்தப்புவுடனும் அவரது குடும்பத்தினருடனும் ஒட்டி உறவாடிக் குடும்ப நபர்களாய் அவர்களை ஆக்கிக்கொண்டதும், எமது வீட்டுடன் இணைந்திருந்த வீட்டில் வாழ்ந்த இரத்தினசபா குடும்பத்தினரின் அன்பைப் பெற்றதும் இரத்தினசபாவின் தமையன் பரராசசிங்கம் அவர்களோடு நட்புக்கொண்டு அவரது உறுதுணையும் கிடைத்தது பெரும் பாக்கியமே.

எனக்குக் கரவெட்டி புதிதல்ல. நான் கோப்பாய் ஆசிரியக் கலாசாலையில் விரிவுரையாளராய் இருந்த காலத்தில் நெல்லியடி சென்று அங்குள்ள மொடேன் டியூட்டரியில் உயர்தர வகுப்பு மாணவர்களுக்குத் தமிழ், இந்து நாகரீகம் கற்பித்ததால் ஆசிரியர்கள், மாணவர்கள் பலர் எனக்கு நன்கு அறிமுகமாயிருந்தார்கள். அவர்களிலே குறிப்பிடத்தக்கவர்கள் நவரத்தினம் (தமிழ், இந்து நாகரீகம்) நடராசா ஆகியோர் நான் அங்கிருந்த காலத்தில் என்னுடன் பழைய நட்புரிமையோடு பழகினர், உதவினர்.

யாழ்ப்பாணத்திலிருந்து இடம்பெயர்ந்து கரவெட்டி யிலும் தும்பளையிலும் குடியேறியிருந்த கவிஞர் காரை சுந்தரம்பிள்ளை, பொன் கணேசமூர்த்தி (நடிகர், நெறியாளர், பாடகர், நாடகாசிரியர், கதாசிரியர், சிறந்த பேச்சாளர்.) ச. சோமகாந்தனும் (முன்பே நான் குறிப்பிட்ட தமிழ், வடமொழி ஆங்கில அறிஞர், நாடக ஆசிரியர்) சங்கர் (பாரதி அச்சக உரிமையாளர்) கோகிலா மகேந்திரன் ஆகியோருடன் நெருங்கிய தொடர்பு கொள்ளவும் வாய்ப்பு உண்டாயிற்று.

மாதந்தோறும் ஒரு மாலை வேளையில் இவர்களில் ஒருவர் வீட்டில் கூடி ஒரு பொருள்பற்றி ஒருவர் பேச அதுபற்றிக் கலந்துரையாடித் தேநீர் அருந்திக் களிப்பதும் எமது மனச்சுமையைப் பெரிதும் குறைத்தது.

திருமுறையோதல் நிகழ்ச்சியிலே கலந்துகொண்டதும் மறக்க முடியாததாகும். சைவப் பேரறிஞர் சி. விநாயகமூர்த்தி

சிவஞானசிங்கத்தின் ஒன்றுவிட்ட தமையனாரான நல்லாசிரியர் கவிஞர் கணபதிப்பிள்ளை, விசுவநாதன் (அருணோதயாக் கல்லூரி ஆசிரியராயிருந்து ஓய்வு பெற்றவர்) முதலிய ஆசார சீலர்களோடு கூடித் திருமுறை ஓதியதும், இலக்கண வித்தகர் இ. நமசிவாய தேசிகரோடு நெருங்கிப் பழகியதும், அவரிடம் என் மகள் வாசுகி சில காலம் நன்னூல் விருத்தி படித்ததும், கரணவாய் மூத்த விநாயகர் கோயிலிலும் திருமுறை ஓதியதும் நெஞ்சில் நீங்கா நினைவுகளாய் நினைக்கும்போதெல்லாம் இனிக்கின்றன.

இங்கிருந்த காலத்தில் தச்சன் தோப்பு விநாயகப் பெருமான் மீது நான்மணிமாலை ஒன்று பாடினேன். அது இலக்கண வித்தகர் சிவஞானசிங்கம், மன்னவன் கந்தப்பு, கணபதிப்பிள்ளை ஆகியோரால் பார்வையிடப்பட்டு அங்கீகாரம் பெற்றது. உதயன் வித்தியாகரன் அதை வெளியிடப் பொறுப்பேற்றும் இன்றுவரை அது நூல் வடிவில் வெளியாகவில்லை.

1996 சித்திரை மாதம் ஊர் திரும்பி வீட்டை அடைந்தோம். வீடு வீடாயில்லை.

வீட்டின் கூரைத் தகடுகள் மரங்கள், கதவுகள், யன்னல்கதவுகள் கழற்றப்பட்டு இரண்டு அறைகள் மட்டும் பழைய நிலையிலிருந்தன.

எஞ்சிய இடத்தில், வானமே கூரை. . .

வீணைகள் மூன்று, பற்றுப்பாத்திரங்கள், துணிமணிகள் என்று விட்டுச் சென்றவை எவையும் எஞ்சவில்லை!

அலுமாரிகள், றாக்கைகள் நிறைந்து கிடந்த புத்தகங்கள் தரையில் சிதறடிக்கப்பட்டு அநாதைகளாய்க் கிடந்தன.

மழையிலும் வெய்யிலிலும் நனைந்தும் காய்ந்தும் சுருண்டும் பொரித்த அப்பளங்கள்போலப் பொலிவிழந்து கிடந்தன.

முற்றமெங்கும் குப்பைகள், கூழங்கள் மண்டலமிட்டுக் குவிந்து கால்வைக்கவே அச்சந்தரும் வகையில் காட்சி தந்தன. வீட்டுப் பின்புற வளவு காடாய்க் கிடந்தது.

'துணிந்தபின் மனமே துயரம் கொள்ளாதே' என்ற தேவதாஸ் படப்பாடலை நினைத்துக்கொண்டு சிறிது சிறிதாக மனம் ஆறினோம். பழைய வாழ்க்கைக்குத் திரும்பினோமா?

மஞ்சம் புல்லால் வேய்ந்த குடிசைகளில் வாழும் ஏழைகள் வெயிலின் கோரத்தால் மஞ்சம்புல் எரிந்து கூரையற்றுப் போனதும், இனி ஓடு கொண்டு வேய்ந்த வீட்டிலேதாம்

வசிப்போம் என்று முடிவு கட்டுவார்களாம். சில நாள்களில் பழையபடி மஞ்சம் புல்லால் வேய்ந்த குடிசைகளிலேதான் வாழத் தொடங்குவார்களாம்.

'அடிமை மனம்' என்ற தலைப்பில் பேராசிரியர் மு. வரதராசன் மேற்கண்டவாறு எழுதியுள்ளார்.

ஆம்! மனிதனுடைய மனம் அடிமைத்தனம் கொண்டது என்பதில் ஐயம் இல்லை.

வாழ்வில் நம்பிக்கைகள் குடிபோய்ப் பாழ் வீட்டிலே குடியேறிய நாங்கள், இனி இந்த வீட்டில் இருப்பதில்லை என்று கொண்ட வைராக்கியம் இரண்டொரு நாள்களில் மறைந்து போயிற்று.

முன்னரிலும் வசதியும் அழகும் பொருந்தியதாய் மூன்று லட்சம் ரூபாவரை செலவுசெய்து வீட்டைத் திருத்தியதுதான் நாங்கள் மேற்கொண்ட அடுத்த நடவடிக்கை!

ஆனால் 2000–2001ஆம் ஆண்டிலே மீண்டும் அழிவுகள்!

'யாரோடு நோவோம்? யார்க்கெடுத்துரைப்போம்?'

இரண்டாவது தடவையும் பல்லாயிரக்கணக்கில் செலவு செய்து வீட்டைத் திருத்தியுள்ளோம்.

இனி?

16

விழாக்கள், விருதுகள், பட்டங்கள்
(1959-2002)

நான் எனது பதினான்காவது வயதில் எழுதிய 'தியாகம்' என்ற சிறுகதை வீரகேசரியில் வெளியானது என்று முன்னரே கூறியிருக்கிறேன். இதனை எனது முதற்படைப்பாகக் கொண்டு கணிப்பதானால் 1969ஆம் ஆண்டையே இருபத்தைந்தாம் ஆண்டாகக் கொள்ள வேண்டும். அதுவே என் எழுத்தின் வெள்ளி விழா ஆண்டு. ஆனால் அவ்வாறு கொண்டாடும் எண்ணம் எனக்கு இருக்கவில்லை. கனவிலும் நான் நினையாத இந்தக் காரியத்தினை என் ஊரவரிலே முக்கியஸ்தர் சிலர் 1972இல் பெரும் எடுப்பிலே கொண்டாட முற்பட்டனர்.

எம்மூரின் மூத்த குடிமகன் இராமலிங்கம் நாகரத்தினம் பத்தொன்பதாம் நூற்றாண்டின் கடைக்காலிலே (1892) பிறந்தவர். எனது வெள்ளி விழா ஆண்டில் அவரின் வயது எண்பது. ஆனால் வாலிப மிடுக்குடன் நாள்தோறும் நாயன்மார்கட்டிலிருந்து யாழ்ப்பாண நகருக்கு நடந்தே சென்று வருவார். இரு வாளிகள் நிறைய நீர்மொண்டு பூக்கன்றுகளுக்கு நீர்பாய்ச்சுவார். புழுக்கொடியலைக் கடமொடவென்று கடித்து அவர் சாப்பிடுவதைக் காண என் போன்றவருக்குப் பொறாமையாக இருக்கும்.

நாகரத்தினம் இருபதாம் நூற்றாண்டின் தொடக்கத்திலே மலேசியா சென்று உத்தியோகம் வகித்துப் படிப்படியாக முன்னேறி மலேசிய அரசாங்க சபையிலும் உறுப்பினராய் இருந்தவர். ஓய்வு பெற்றபின் யாழ்ப்பாணம் வந்து எமது நாட்டின் வாழ்க்கையோடு ஒன்றிப்போய்விட்டார். சமய சமூகப் பணிகளில் முன்னின்று உழைத்ததோடு பல லட்சம் ரூபாக்களைப் பொதுப் பணிகளுக்கு மனங்கோணாது வழங்கிய வகையிலும் தம்புகழ் நிறீயதாராள மனத்தினர். இவரின் மைந்தர்கள் டாக்டராக, வெளிநாட்டு இராஜதந்திரிகளாக உயர்பதவிகள் வகித்தவர்கள். முன்னாள் சபாநாயகர் சேர். வைத்திலிங்கம் துரைச்சுவாமியின் சம்பந்தி.

இப்பெரியாரின் தலைமையில், தி. கமலநாதன், (இன்று கலாநிதி, யாழ். தேசீய கல்வியியல் கல்லூரிப் பீடாதிபதி) த. பஞ்சலிங்கம், (இலங்கைத் தமிழ் ஆசிரியர் சங்கச் சிரேஷ்ட துணைச்செயலாளர்) இ. சரவணமுத்து, (பயனுள்ள பல நூல் களைத் தமது உறவினர்களின் நினைவு மலராக என்னைக் கொண்டு வெளியிடுவித்தவர். தாராள மனத்துடன் பொதுப் பணிகளுக்கு உதவிய வள்ளல்) கா. இரகுநாதன், (சைவ, தமிழ்ப் பணிகளுக்குகென்று தம்மை அர்ப்பணித்த தொண்டர்; இந்துசாதன அச்சகத்தில் பணிபுரிந்தவர். இன்று வன்னி வாசர். இவர்பற்றிப் பின்னரும் கூறுவேன்) க. சிவராசா (ஆசிரியர், என் அதிபர் சேவைக் காலத்தில் வலக்கரமாய் நின்று உதவியவர்), ச. சதாசிவம் (அதிபராய் இருந்து ஓய்வு பெற்றவர், சைவநெறி நின்று ஒழுகுபவர், நாயன்மார்கட்டு இராஜராஜேஸ்வரி அம்மாள் (பேய்ச்சி) ஆலய அறங்காவலர் குழுவில் நீண்ட காலமாய்ச் செயலாளர் பதவி வகித்து ஆலய வளர்ச்சிக்கு உழைப்பவர்) வை. பாலசுப்பிரமணியம் (நீதிமன்ற ஊழியராய் இருந்து ஓய்வு பெற்றவர், மதியூகி, சமூக சேவகர்) முதலியோர் வெள்ளி விழாக்குழுவில் இடம்பெற்றிருந்தனர்.

வெள்ளி விழா நல்லூர்ச் சாதனாபாடசாலையிலும் நிகழ்ந்தது. நல்லூர் ஞானசம்பந்தர் ஆதினத்தின் முதலாவது குருமணி ஸ்ரீலஸ்ரீ சுவாமிநாத ஞானசம்பந்த பரமாசாரிய சுவாமிகளின் ஆசியுரை, கவிஞர் செ.ஐயாத்துரையின் வாழ்த்துப்பா, ம. ஸ்ரீகாந்தா (இலங்கை மின்சார அமைச்சின் செயலாளரா யிருந்து ஓய்வு பெற்ற சைவப்பெரியார்), ச. அம்பிகைபாகன் (வண்ணை வைத்தீசுவராக் கல்லூரி அதிபராயிருந்து ஓய்வு பெற்ற, தமிழ், சைவப்பணிகளில் முன்னின்றுழைத்தவர். ஸ்ரீகாந்தா அவர்களுடனும், ச. அம்பிகைபாகன் அவர்களோடும் அ.இ. சேக்கிழார் மன்றம், அ.இ. கம்பன் கழகம் ஆகியவற்றில் இணைந்து பணியாற்றிய நாள்களை நினைவுகூர்வது மிகவும்

இன்பமானது. அந்நினைவுகளைப் பின்பு விரித்துரைப்பேன்); உள்ளூர்ப் பிரமுகர்கள் ஆசிரியரின் பாராட்டுரைகளும் வெள்ளிவிழாவில் இடம்பெற்ற சிறப்பு நிகழ்ச்சிகளாகும்.

விழாவை ஒட்டி எனது இரு நூல்கள் வெளியிடப்பெற்றன. 'பாரதி பாடிய பராசக்தி' என்ற நூல் எனது கட்டுரைகள் சிலவற்றைத் தொகுத்து உருவாக்கிய நூல். 'கவிதைக் கதம்பம்' அவ்வப்போது பத்திரிகைகள், சஞ்சிகைகளில் வெளியான எனது கவிதைகளின் தொகுப்பு. இவ்விரு நூல்களையும் முறையே க. உமாமகேசுவரன், (தமிழ்ப் பேரறிஞர் கதிரிப்பிள்ளையின் மைந்தர். தமிழ், ஆங்கிலம், வடமொழி ஆகிய மும்மொழிகளிலும் வல்லுநர். சிறந்த திறனாய்வாளர்), பண்டிதர் க. சச்சிதானந்தன் (தலைசிறந்த கவிஞர், பல்துறை நிபுணர், பலாலி ஆசிரியர் கலாசாலைத் துணை அதிபராயிருந்து ஓய்வு பெற்றவர்), ஆகியோர் நூல்களை வெளியிட்டு வைத்து பாராட்டினர். இரசிகமணி கனக. செந்திநாதன் (பிரபல எழுத்தாளர், விமர்சகர், ஈழத்து எழுத்தாளர் பலரையும் 'ஈழத்து எழுத்தாள மன்னர்கள்' என்ற தலைப்பில் *ஈழகேசரி*யில் கரவைக்கவி கந்தப்பனார் என்ற புனைபெயரில் அறிமுகம்செய்து வைத்தவர்) திறனாய்வு செய்தார்.

வானொலியில் ஒலிபரப்பான எனது நாடகம் 'சிட்டுக்குருவியும் பருந்தும்' மேடை நாடகமாக அரங்கேறியது. செ. திருநாவுக்கரசு ('நந்தி'யின் தம்பி, பொறியியலாளர், நாடகாசிரியர், நடிகர், கலைஞர் என்ற பல முகங்கள் கொண்டவர். எனது 'சிங்ககிரிக் காவல'னில் நடித்தவர். இன்று கனடாவாசி), த. பஞ்சலிங்கம், திருமதிகள் இராஜேஸ்வரி கதிரவேலு (ஸ்ரான்லி கல்லூரியில் சகபாடி, அரியாலைச் சனசமூக நிலைய நாடகங்களிலே நடித்துப் புகழ் பெற்றவர்), இராதாம்பாள் சிவசுந்தரம் (விஞ்ஞானப் பட்டதாரி, ஸ்ரான்லி யில் ஆசிரியராயிருந்தவர், சிறந்த நடிகை, இன்று இல்லை) ஆகியோர் நாடகத்தில் பாத்திரமேற்று நடித்துச் சிறப்பித்தார்கள். கவிஞர் செ. ஐயாத்துரை, 'கவிதை பிறந்த கதை' இசை நாடகத்தில் 'கம்பனாக'ப் பாத்திரம் ஏற்று நடித்துப் புகழுக்குரியவரானார்.

பத்திரிகைகளில் விழாப்படங்கள், என்னைப் பாராட்டிக் கட்டுரைகள், கவிதைகள் வெளிவந்தன. இவ்விழாவை அடுத்து இடம்பெற்ற ஒரு சம்பவம் மிகவும் சுவாரசியமானது மட்டுமன்றி, எம்மவருக்கு ஒரு படிப்பினையும் தந்தது. அது இதுதான்:

விழா நடந்து முடிந்து மூன்றாம் நாள் விழாக்குழுவினருக்கு நன்றி தெரிவிக்குமுகமாக என் வீட்டில் தேநீர் விருந்து ஒன்றை ஏற்பாடு செய்திருந்தேன். தேநீர் விருந்து (பி.ப. 3.00) மணிக்கு நடைபெறும் என்று அறிவித்திருந்தேன். பெரியார் இராமலிங்கம் நாகரத்தினம் மட்டும் சரியாக 3.00மணிக்கு

வந்தார். வேறொருவரும் 3.00 மணிக்குமுன் தலைகாட்ட வில்லை. இதனால் மனம் நொந்த பெரியார் சொன்னவை இவை: "தம்பி, மலேசியாவின் அரசாங்க சபைப் பிரதம நிருவாகியாய் நான் இருந்தபோது அரசாங்க சபைக் கூட்டத்திற்கு ஆரம்பமணி அடித்துத் தொடங்கும் பொறுப்பு எனக்கிருந்தது. ஒருநாள் குறித்த நேரத்திற்கு ஒருநிமிடம் தாமதித்து மணியடித்தேன். சபாநாயகர் அதற்காக எனக்கு அபராதம் விதித்தார். இதனால் அஞ்சிய நான் மறுமுறை ஒருநிமிடம் முந்தி மணி அடித்தேன். அதற்கும் அவரால் அபராதம் விதிக்கப் பெற்றேன்" என்றார். இங்கு. . . நாங்கள்?

1980இல் ஸ்ரீலஸ்ரீ ஆறுமுக நாவலர் சபை 'சைவமாமணி' என்ற பட்டத்தையும், 1994இல் இந்து கலாசார அமைச்சு, 'தமிழ்மாமணி' என்ற பட்டத்தையும், 1999இல் பிரம்ஸ்ரீ கா.வை. ஆத்மநாதசர்மா (என் ஆசிரியர், மும்மொழிவல்லார்) அவர்களின் இருபத்தைந்தாவது ஆண்டு நினைவு விழாவில் 'செந்தமிழ் வித்தகர்' என்ற பட்டமும், 2001ஆம் ஆண்டில் நல்லூர் பால கதிர்காம தேவஸ்தானம் 'குகஸ்ரீ' என்ற பட்டத்தையும் வழங்கிக் கௌரவித்தன.

1990 ஜூன் முதலாம் திகதி நான் எனது கொத்தணி அதிபர் பதவியிலிருந்து ஓய்வு பெற்றேன். 1990 ஜூன் இரண்டாம் திகதி அன்று நாயன்மார்கட்டு மகேஸ்வரி வித்தியாசாலையில் ஊரவரும் வெளியாரும் சேர்ந்து மிகுந்த எடுப்பில் எனது மணிவிழாவைக் கொண்டாடினர்.

அகில இலங்கைக் கம்பன் கழகத்தினர் சிறப்பாக ஈழத்துப் புலவர் சிவானந்தன், கம்பவாரிதி சி. ஜெயராஜ் ஆகியோர் இவ்விழாவிற்குப் பிள்ளையார் சுழியிட்டு, முன்னோடியாகப் பத்திரிகையில் கட்டுரையும் எழுதினர். ஆனால் இவர்களின் கோரிக்கையை நான் மிகவும் அடக்கமாக மறுத்துவிட்டேன். பெரிய விழாவின் மூலம் என்னைக் கால்கை வைத்துக் கட்டி உலாவிடும் விக்கிரமாக ஆக்குவதை நான் முற்றிலும் விரும்பவில்லை. என் மறுப்புக்கு அதுவே காரணம்.

ஆனால், என் ஊரவர்கள் அன்பர் மயிலங்கூடலூர் நடராசனின் தலைமையில் வந்து "நாங்கள் பெரும் எடுப்பில் உங்கள் மணி விழாவை எடுக்கப் போவதில்லை. கடந்த நாற்பத்தைந்தாண்டுகளுக்கு மேலாக நீங்கள் மேற்கொண்டு வரும் இலக்கிய, சமயப் பணிகளை ஆவணப்படுத்தி ஒரு மலர் வெளியிடுவதோடு அதனையொட்டிச் சிறியதொரு பாராட்டு வைபவமும் இடம்பெறும். அவ்வளவு தான்" என்று வேண்டினார்கள்.

இதன்பின்பும் அடம்பிடிப்பது சரியல்ல என்று மணிவிழா மலர் வெளியிடுவதற்கு இணங்கினேன்.

ஆனால், 'பொன்னை வைக்கும் இடத்தில் பூ வைத்தல்' என்பது ஒரு பழமொழி. பெருமெடுப்பில் செய்ய வேண்டிய ஒன்றை அடக்கமாகச் சிறிய அளவில் செய்தல் என்பதே இதன் பொருள். ஆனால் என் அன்பர்களோ பூ வைக்க வேண்டிய இடத்தில் பொன்னே வைத்துப் புகழாரங்கள் கட்டி என்னைத் திணறடித்துவிட்டார்கள்.

உள்ளூரும் வெளியூரவருமான பிரமுகர்கள் இருபத்தெண்பதின்மர், கலாநிதி. தி. கமலநாதன் தலைமையில் 'சொக்கன் மணிவிழாக் குழு'வில் இடம்பெற்றனர். (யாழ்ப்பாணத்தின் இலக்கிய, சமய, சமூகப் பணிகளில் மிகவும் ஈடுபாடு கொண்ட, புகழ்பெற்ற பிரமுகர்கள் இக்குழுவுக்குத் தெரிவாயினர் என்று மட்டும் குறிப்பிட விளைகின்றேன். பெயர் விவரப் பட்டியல் தருவதால், கட்டுரையின் சுவை குன்றி ஓர் அறிக்கையை வாசிப்பது போன்ற உணர்ச்சி வாசகருக்கு ஏற்படலாம் என்று அஞ்சியே இத்தவிர்ப்பை மேற்கொள்கின்றேன். இவர்கள் அனைவரும் என் நெஞ்சில் என்றும் நன்றியுடன் நிலைத்துள்ளனர் என்று மட்டும் இவ்விடத்தில் கூறுவேன்.)

02-06-1990 அன்று பி.ப. 3.00 மணிக்கு என்னையும் என் மனைவியையும் மங்கல வாத்திய சகிதம் அழைத்துச் சென்று, நாயன்மார்கட்டு அருள்மிகு இராஜராஜேஸ்வரி (பேய்ச்சி) அம்மன் ஆலயத்தில் எங்கள் பெயரில் பூசை நிகழ்ந்தது. அதனைத் தொடர்ந்து ஊர்உலா. இவ்வுலாவின்போது நாயன்மார்கட்டு மக்கள் ஒவ்வொருவரும் தவறாது தங்கள் இல்லந்தோறும் மங்கல கும்பம் வைத்து, எம்மிருவர்க்கும் மாலைகளணிவித்து மாபெரும் வரவேற்பளித்தனர். (உலாவின் போதும், மேடையிலும் எனக்கு அணியப்பட்ட மாலைகள் மேடையில் மலையாகக் குவிந்திருந்த காட்சியை வியந்து கலைப்பேரரசு ஏ.ரி. பொன்னுத்துரை ஈழநாட்டில் தமது கட்டுரை ஒன்றில் குறித்திருந்தமையும் இவ்விடத்தில் நினைவுகூரத்தக்கதே. இன்று இத்தகைய மலர் மாலைகளும் பொன்னாடைகளும் அணிதல் இதனிலும் (எமது மணிவிழாவி லும்) மிக அதிகம் என்பது உண்மைதான். ஆனால் அன்று அது விதந்துரைக்கத்தக்கதாய் இருந்ததையும் கூறித்தானாக வேண்டும்.

மகேஸ்வரி வித்தியாசாலை முன்றில் கலைவண்ணம் ததும்ப அலங்கரிக்கப்பட்டிருந்தது. தற்காலிகமாக அமைக்கப் பட்ட அரங்கில் வித்தியானந்தன் அரங்கு, சம்பந்தர் அரங்கு

என்று தனித்தனி உபஅரங்குகள், பதாதைகள் மூலம் அமைக்கப்பட்டிருந்தன.

பத்திரிகையாளர்கள், எழுத்தாளர்கள், அதிபர்கள், ஆசிரியர்கள், பல்கலைக்கழக விரிவுரையாளர்கள், கல்வித் திணைக்கள அதிகாரிகள், ஊரவர், ஆர்வலர், அன்பர்கள் எனப் பன்னூற்றுக்கணக்கினர் விழாவில் கலந்துகொண்டனர். மாலைகள், பொன்னாடைகள் அணிவித்துக் கௌரவித்தனர்.

குறிப்பிடத்தக்க பெருமக்களின் பாராட்டுரைகள் இடம் பெற்றன. நல்லைக் குருமணி, துர்க்காதுரந்தரி கலாநிதி தங்கம்மா அப்பாக்குட்டி, மகாராஜஸ்ரீ சு.து. சண்முகநாதக் குருக்கள் ஆகியோரின் ஆசியுரைகள், கம்பவாரிதி இ. ஜெயராஜ், திருமதி மனோன்மணி சண்முகதாஸ், பேராசிரியர் செ. சிவஞான சுந்தரம், பண்டிதர் சி. சுப்பிரமணியம் (என் பிறந்த மண்ணான ஆவரங்கால் வாசர், தமிழ், வடமொழிப் பண்டிதர், சிறந்த மரபுவழிக் கவிஞர்.) உட்படப் பல பெரியார்கள், அபிமானிகள், கமலநாதன் தலைமையில் பாராட்டுரைகள் வழங்கினர்.

'சொக்கன்–60' என்ற பெயரில் மணிவிழா மலரை உதயன் நிருவாகப் பணிப்பாளர் சரவணபவன் வெளியிட்டுவைத்தார். சிறுகதை, நாடகம், கவிதை, கட்டுரை, ஆய்வு, கல்விப் பணி, சமயப் பணி, சமூகப் பணி என்று பல பிரிவுகளாய் வகுத்து, என் நூல்களிலும் சஞ்சிகைகளிலும் வெளியாகிய விமர்சனக் கட்டுரைகளோடு, புதியனவாகவும் மலருக்கென்றே எழுதப்பட்ட கட்டுரைகள், கவிதைகளும் இம்மலரின் உள்ளடக்கங்கள். யாழ்ப்பாணப் பல்கலைக்கழக நூலகத் துணையாளரும் மாணவியுமான திருமதி விமலராணி வேல்தாசன், திருமதி வி. பாலசுந்தரம், செல்வி. வ. குமாரசாமி ஆகியோர் இணைந்து, நான் அதுகாலவரை எழுதி வெளியான நூல்களினதும், பத்திரிகைகள், சஞ்சிகைகளில் வெளிவந்த கட்டுரைகள், கவிதைகள், நாடகங்களினதும் விவரப் பட்டியல் ஒன்றைத் தயாரித்து வெளியிட்டதும் குறிப்பிடத்தக்கதாகும். இவ்விவரப் பட்டியலில் என் ஆக்கங்களாக முந்நூற்றுக்கு மேற்பட்டவை பட்டியலிடப்பட்டுள்ளன.

என்னுடைய நூல்களும் பிறவும் மகேஸ்வரி வித்தியாசாலை மண்டபத்தில், பொலித்தீன் உறைகள் இடப்பட்டுக் காட்சிக்கு வைக்கப்பட்டன. (இவற்றில் தொண்ணூறு வீதமானவை இன்று என்னிடம் இல்லை. 1995இல் இடம்பெற்ற புலம்பெயர்வின் பின் வீடு திரும்பியபோது, வானக் கூரையின் கீழ் மழைக்கும் வெயிலுக்கும் ஆற்றாது அவை அழிந்தும் சிதைந்தும் போயிருக்கக் கண்டேன். என் மகள் வாசுகி அவற்றைத் தன்னால் இயன்றளவு

ஒழுங்குபடுத்தி வைக்க முற்பட்டும் பயன் கிட்டவில்லை. இதனையிட்டுக் கவலைப்பட்டு என்ன பயன்?)

எழுதிச் செல்லும் விதியின் கை
  எழுதி எழுதி மேற்செல்லும்
தொழுது கெஞ்சி நின்றாலும்
  சூழ்ச்சி பலவும் செய்தாலும்

அழுதகண்ணீர் ஆறெல்லாம்
  அதிலோர் எழுத்தை அழித்திடுமே.

என்ற ஒமார் கய்யாத்தின் தத்துவத்தை நினைத்து ஆறுதல் அடைய வேண்டியதுதான்.

என்னுடைய நாடகங்களில் தீவிர விருப்பும், என்னில் அன்பும் மிக்க மகாராஜஶ்ரீ சண்முகநாதக் குருக்களின் வேண்டுகோட்படி நான் எழுதிய 'மாருதப்பிரவல்லி' நாடக நூல் இம்மணிவிழாவில் கலாநிதி குழந்தை. சண்முகலிங்கத்தால் வெளியிடப்பெற்று ஆய்வுரையும் வழங்கப்பட்டது.

இந்நாடகத்தைச் சிறந்த கலைஞர்களைக் கொண்டு பயிற்றுவித்து மேடையேற்ற வேண்டும் என்ற ஆசை முழுமையாக நிறைவேறவில்லை. ஆனால் இதிலிருந்து ஒரு காட்சியைத் தெரிந்து கலாநிதி நா. சுப்பிரமணியன் (பேராசிரியர், பிரபல விமர்சகர், யாழ். பல்கலைக்கழகத் தமிழ்த் துறைத்தலைவராய் இருந்து ஓய்வு பெற்று, குடும்பத்துடன் அமெரிக்காவில் வதிகிறார்), கலைஞர்கள் எஸ்.ரி. அரசு, பற்குணன், லோகநாதன் ஆகியோர் உணர்ச்சிபூர்வமாக மேடையில் வாசித்துச் சிறப்பித்தனர்.

மணிவிழாவின் இறுதிக் கலை நிகழ்ச்சிகளாகச் சிறுமிகளின் நடன நிகழ்ச்சிகள் நடந்து, விழா இரவு 10.00 மணியளவில் நிறைவுற்றது.

விழாவையொட்டி, உதயன், ஈழநாதம், தினகரன், வீரகேசரி பத்திரிகைகள் 'இந்து சாதனம்' ஆகிய சிறப்பு மலர்கள் வெளியிடப்பட்டன. கட்டுரைகள், கவிதைகளால் என்மீது புகழ்மாலை சூட்டிய அன்பர்களை 'மறப்பனோ இறக்கும்வரை.'

இவ்விழாவினைத் தொடர்ந்து பத்மா சோமகாந்தன் தம்பி தம் இல்லத்தில் எமக்கு விருந்தளித்ததோடு, பத்மா அவர்கள் தாம் அதிபராய் இருந்த நல்லூர் சாதனா பாடசாலையில் (அங்கு அவருக்கு முன்பு நான் அதிபராய்ச் சேவை புரிந்தது முன்னரே குறிக்கப்பட்டது) அடக்கமான ஒரு பாராட்டு வைபவத்தை நடத்தி, பரிசில் வழங்கி என்னைக் கௌரவித்தமையும் நன்றியுடன் நினைவு கூரத்தக்கதாகும்.

2002ஆம் ஆண்டு மார்ச் மாதம் 17ஆம் திகதியன்று, யாழ்ப்பாணம் பல்கலைக்கழகம் தனது பட்டமளிப்பு விழாவில் எனக்குக் 'கலாநிதி' என்ற கௌரவப் பட்டத்தை வழங்கிக் கௌரவித்தது. (அவ்வேளையில் பேராசிரியர் ஆ. வேலுப்பிள்ளையின் நினைவு ஏனோ எனக்கு வந்தது.)

இக்கௌரவப் பட்டம் எனக்கு வழங்கப்பட்டமையால் யாழ்ப்பாணப் பல்கலைக்கழகம் தன்னையே கௌரவித்துக் கொண்டது என்றும் இப்பட்டம் எனக்கு எப்போதோ வழங்கப்பட்ட வேண்டியது என்றும் என்மீது அன்பும் மதிப்பும் வைத்துள்ள நண்பர்கள் சிலர் என் செவிபடவே கூறுகின்றார்கள்.

ஆனால், உண்மையில் இப்பட்டத்தால் நான் கௌரவம் பெற்றுள்ளேன் என்பதே எனது மனப்பூர்வமான கருத்து. இதனை எனது மகனையொத்த கிருஷ்ணசாமி கிருபானந்தன், நல்லூர்க் கம்பன் கோட்டத்தில், எனக்கு எடுத்த பாராட்டு வைபவத்தில் (அதற்கு, யாழ். பல்கலைக்கழகத் துணைவேந்தரும் வருகை தந்திருந்தார். பல்கலைக்கழகத்தோடு தொடர்பு கொண்ட பேராசிரியர் செ. சிவஞானசுந்தரம் (நந்தி) கலாநிதி எஸ். சிவலிங்கராஜா, இரகுபரன், க. கணேசலிங்கம் (இருவரும் என் அன்புக்குரிய நன்மாணாக்கர்.) கலாநிதி நா. சண்முகலிங்கன் ஆகியோரும் சமூகமளித்திருந்தனர். துணைவேந்தர் உட்பட இவர்கள் யாவரும், என் அன்பிற்கும் மதிப்பிற்குமுரிய க. சிவராமலிங்கம் தலைமையில் பாராட்டுக்களும் வழங்கினர். நன்றி) இவ்வாறே எடுத்துரைத்தேன்.

பல்கலைக்கழகங்களுக்கேயுரிய பலங்கள்போலச் சில பலவீனங்களும் இருக்கலாம். மக்கள் சார் நிறுவனமாதலால் அதுபற்றி விமர்சிக்கும் உரிமையும் கடமையும் எமக்கு உண்டு என்பதை நான் மறுக்கவில்லை.

ஆனால், ஒரு நாட்டின் பல்கலைக்கழகம் என்பது அந்நாட்டின் உயர்கல்வி, கலாசாரம் என்பவற்றின் முழுமையான குறியீடு, அது கௌரவிக்கப்படுவதென்பது, கௌரவிக்கப்படுவோரினால் கௌரவமாக ஏற்கப்பட்டு, அக்கௌரவத்தை மதிப்பதும் பயன்செய்வதும் தவிர்க்க வேண்டாதவை என்பது எனது அழுத்தமான முடிபு (எனக்குத் தமிழோ, சமயமோ தெரியாது என்றும் கலாநிதிப் பட்டம் எனக்கு வழங்கியது தவறு என்றும் மொட்டைக் கடிதம் எழுதியவரும் உண்டு.) 1998இல் வடக்குக்கிழக்கு மாகாண ஆளுநரின் விருது எனக்கு வழங்கப்பட்டது. 1999இல் நானும், என் மகள் வாசுகியும் இணைந்து எழுதிய 'உரைநடைத் தெளிவு' என்ற நூல், வடக்குக்கிழக்கு மாகாணக் கல்வி அமைச்சின்

அவ்வாண்டுக்கான பரிசைப் பெற்றது. இந்நூலை எழுத்தாளர் செ. கணேசலிங்கன் தமிழக வெளியீடாக மறுபதிப்புச் செய்துள்ளமையும் குறிப்பிடத்தக்கதே. இந்நூல் பாட வழிகாட்டு நிலைக்கு அப்பாலாய், தமிழை எழுதியும் பேசியும் வரும் யாவருக்கும் (பல்கலைக்கழக மாணவர்கள், பத்திரிகையாளர், ஊடகவியலாளர்) பயன்படும் என்று தெரிந்திருந்தும் வணிக நோக்கை கைவிட்டுத் தமது பதிப்பாக வெளியிட்ட, ஸ்ரீ சுப்பிரமணிய புத்தகசாலை அச்சக உரிமையாளர் தி. ஜெயராசா (ஜெகன்) என்றும் என் நன்றிக்கு உரியவர்.

2000ஆம் ஆண்டில் யாழ். பல்கலைக்கழகம் தனது வெள்ளி விழாவைக் கொண்டாடு முகமாக (அதன் ஓர் அங்கமாக) ஆய்வரங்கு ஒன்றை ஒழுங்கு செய்திருந்தது. அந்த ஆய்வரங்கிலே பண்டிதமணி சி. கணபதிப்பிள்ளை ‘உரைநடை வளர்ச்சிக்காற்றிய பங்களிப்பு’ என்ற தலைப்பில் ஆய்வேடு வாசித்தலும், யாழ்ப்பாண விஞ்ஞானச் சங்கம் நடத்திய ஆய்வரங்கில், ‘பண்டைத்தமிழரின் ஒழுக்கவியற் கோட்பாடு’ என்ற தலைப்பில் படித்த கட்டுரையும் இக்காலப் பிரிவில் குறிப்பிடத்தக்கவை.

இவ்வாண்டு மே மாதத்தில் இலங்கைக் கம்பன் கழகம் கொழும்பிலே மூன்று நாள்கள், கம்பன் விழாவினை மிகக் கோலாகலமாகவும் பெரும் எடுப்பிலும் கொண்டாடியது. தமிழகத்தின் புகழ்பூத்த தமிழறிஞர்கள், பேச்சாளர்கள், எமது நாட்டின் பிரபல பேச்சாளர், அறிஞர்கள், சொற்பொழிவு, பட்டிமன்றம், வழக்காடு மன்றம், கவியரங்கம், ஐயம்தெளி அரங்கு முதலாம் நிகழ்ச்சி மூலம் விழாவைப் பரிமளிக்க வைத்தனர்.

பல்லாயிரக்கணக்கான பார்வையாளர்கள் திரண்டிருந்த (கொழும்பு இராமகிருஷ்ண மிஷன்) மண்டபத்தில், இலக்கியத் திற்கு நான் அளித்துள்ள பங்களிப்பைப் பாராட்டிக் கம்பன் கழகத்தினர், உயர் நீதிமன்ற நீதியரசர் விக்கினேசுவரன் அவர்களைக் கொண்டு பொன்னாடை போர்த்திக் கௌரவித்தது.

2000ஆம் ஆண்டு ஜனவரியில் நானும் எனது மனைவியும் தமிழகத்துக்குச் (தலயாத்திரையே முதன்மையான நோக்கம்) சென்றிருந்த வேளையில், சென்னைச் சைவ சித்தாந்தக் கழகத்தில் உரையாற்றும் வாய்ப்புக் கிடைத்தது.

உலகத் தமிழாராய்ச்சி நிறுவனத்தின் நிருவாகப் பணிப்பாளர் கலாநிதி இராமர் இளங்கோவை அவரது நிறுவனத்தில், திருமதி கௌசல்யா சுப்பிரமணியன் (பேராசிரியர் சுப்பிரமணியனின் பாரியார்) அவர்களின் துணையோடு சென்று கண்டேன்.

அவருடைய மதிப்பில் (என் உடையோ, எளிமைக் கோலமோ அறியேன்) நான் மிகச் சாதாரணனாகவே (அதுபற்றி நான் கவலைப்படவில்லை) கருதப்பட்டேன் போலும். என்னுடன் சில கணங்கள் உரையாடிவிட்டு, “சற்றுப் பொறுங்கள் வருகிறேன்” என்று கூறிவிட்டுச் சென்றவர்தாம். அரை மணித்தியாலத்துக்கு மேலாக அவர் தலைக்கறுப்பையே காணவில்லை.

இவ்விடைவேளையில் கௌசல்யா என்னைக் கலாநிதி விஜயலட்சுமி சுந்தரராஜனுக்கு அறிமுகம் செய்துவைத்தார். அவர் யாழ்ப்பாணத்தவர் வடமொழியிலே கலைமாணிச் சிறப்புப் பட்டம் பேராதனைப் பல்கலைக்கழகத்தில் பெற்று, பின்பு தமிழகம் சென்று, சென்னையில் ஒருவரை மணந்து தமிழகத்தின் நிரந்தர வாசர் ஆனார்.

எனது மகள் வாசுகியின் முதுதத்துவமாணி (*M.Phil*) ஆய்வேட்டினைப் பரிசீலித்து மிகச் சிறந்த ஆய்வு என யாழ். பல்கலைக்கழகத் தமிழ்த் துறைக்குப் பரிந்துரைத்த இப்பெண்மணி அன்போடு என்னை வரவேற்று, பரிந்து உரையாடி, எமது அவசரம் அறிந்து (டாக்சியில் சென்றிருந்தோம். நாங்கள் நிறுவனத்துக்குச் செல்லப் புறப்பட்டபோது, என்னோடு வந்திருந்த என் மனைவி, மைத்துனி (சென்னைவாசி) ஆகியோரை கௌசல்யா வீட்டிலே விட்டு வந்திருந்தோம்.) கலாநிதி இராமர் இளங்கோ இருந்த இடத்திற்கு அழைத்துச்சென்றார்.

அங்கே சாவகாசமாகத் தம் சகாக்களுடன் உரையாடிக் கொண்டிருந்த இராமர் இளங்கோ, ஒரு மனிதன் இவ்வளவு தொலைவிலிருந்து வந்துள்ளானே தம்மைக் காண என்ற உணர்ச்சி சற்றுமின்றி, ஏதோ சில வார்த்தைகள் பேசி அனுப்பி வைத்தார்.

பணியுமாம் என்றும் பெருமை சிறுமை
அணியுமாம் தன்னை வியந்து.

என்பது திருக்குறள்.

இவ்வளவுக்கும், நான் அவரைச் செவ்வி காணவோ, பேரறிஞர் ஒருவரைத் தரிசிக்கவோ ஆசைகொண்டு நாடிச்செல்லவில்லை.

பேராசிரியர் சண்முகதாஸ், உலகத் தமிழாய்வு நிறுவனம், சங்ககால இலக்கியங்கள் பற்றிய ஆய்வு நூல்களை வெளியிடத் தீர்மானித்துள்ளது என்றும், தாம் மேற்பார்வை செய்த என் மகள் வாசுகியின் ஆய்வுக் கட்டுரையையும் அவர்களைக் கொண்டு வெளியிடலாம் என்றும் முன்பொருக்கால் எனக்குக் கூறியிருந்தார். பேராசிரியர் சுப்பிரமணியன் சென்னை சென்றபொழுது, அந்த ஆய்வேட்டினை, மேற்படி நிறுவனப்

பணியாளரிடம் ஒப்படைக்க ஏற்றுச் சென்று அவ்வாறே இராமர் இளங்கோவிடம் ஒப்படைத்தும் இருந்தார்.

இது நடந்து ஓராண்டின் பின் சென்னை சென்றபொழுதே இச்சந்திப்பு. பேராசியர் நா. சுப்பிரமணியன் யாழ்ப்பாணம் வரும்பொழுதெல்லாம், வாசுகியின் ஆய்வேட்டின் முடிவுபற்றி விசாரிப்பதும் வழக்கம். அவரிடமிருந்து ஆய்வேட்டுப் பிரதியை மீளப்பெற்றுத் தருமாறு சுப்பிரமணியனை வேண்டியதுண்டு. அவ்வேளைகளில் அவர் இராமர் இளங்கோவின் சுபாவத்தை விபரித்துக் கையை விரிப்பதும் உண்டு.

இவ்வாண்டுத் தொடக்கத்தில் நண்பர் கணேசலிங்கனுக்கு, அவ்வாய்வேட்டினை இராமர் இளங்கோவிடமிருந்து பெற்று, முடியுமானால் அவரால் வெளியிட முடியுமா என்று கேட்டெழுதி யிருந்தேன்.

இராமர் இளங்கோவிடமிருந்தா? மீளப்பெறுவதா என்ற வகையில் அவர் கடிதம் அமைந்து, எம்மை ஏமாற்றம் அடைய வைத்தது உண்மையே!

30 Hazel Gardens
Edgware
Middlesex
10-02-02.

என்றும் மதிப்பிற்குரிய எனதாசான் ஆசிரியர் சொக்கலிங்கம் அவர்களுக்கு,

உங்கள் கடிதம் கிடைத்தது. மனமகிழ்ந்தேன். நான்தான் கடிதம் போடப் பிந்திவிட்டேன். மன்னிக்கவும்.

லண்டனில் பல கோவில்கள், தமிழ்ப் பாடசாலைகள் உண்டு. கோயில் திருவிழாக்கள் கிட்டத்தட்ட *July* மட்டில் தொடங்கும். இதற்கு இலங்கையில் இருந்து பல பேச்சாளர்கள், பிரசங்கிகள், சொற்பொழிவிற்கு அழைக்கப்படுகிறார்கள், அறிந்திருப்பீர்கள். கடந்த காலங்களில் கம்பவாரிதி ஜெயராஜ், தமிழருவி சிவகுமார், ஆறுதிருமுகன் வந்திருந்தார்கள்.

எனக்குக் கோவில்களுடன் எந்தத் தொடர்பும் இல்லை. இருப்பினும் உங்களைக் கூப்பிட வேண்டும் என்ற ஆசை. கிட்டத்தட்ட *May-June*இல் குளிர்காலம் மாறி வெயில் தொடங்கிவிடும். உங்கள் வயதிற்குக் குளிர் தாங்கமாட்டீர்கள். எனவே *May-June*இல் வந்தால் கோடை காலத்தில் இங்கு நின்று சொற்பொழிவுகள் நிகழ்த்திவிட்டு *Sep-Oct* மட்டில் ஊர் திரும்பலாம். எனது வீட்டில் நீங்கள் தங்கலாம். *Plane Ticket*

ஐயும் நான் பார்த்துக்கொள்கிறேன். சொற்பொழிவுகளால் சிறுபணம் சேர்க்க நான் வழிபண்ணுவேன். இவற்றை நான் விரிவாகப் பண்ணமுதல் உங்களுக்கு விருப்பமா எனத் தெரிய வேண்டும். விருப்பமெனின் தெரிவியுங்கள்.

அதிபர் சபாலிங்கத்தின் (மகளை மணமுடித்த) மருமகனும், யாழ். இந்துக் கல்லூரியில் என்னிடம் கற்ற அன்பு மாணவனும், லண்டனில் உயர்பதவியிலுள்ளவருமான பதஞ்சலி. நவேந்திரன் எழுதிய கடிதத்தின் ஒரு பகுதியை மேலே தந்துள்ளேன்.

இக்கடிதம் கிடைத்ததும் என்மனைவி மக்கள் மகிழ்ந்தனர். அப்பா சீமை போகிறார் என்ற மகிழ்ச்சியிலும், லண்டன், பிரான்ஸ் ஆகிய நாடுகளில் பத்தாண்டுகளுக்கு மேலாகத் தங்கி, இதுவரை ஒரு தடவையாவது நாடு திரும்பாத என் மக்கள் ஞானஸ்காந்தன், பாலஸ்காந்தன் ஆகியோரைச் சந்தித்து அவர்களின் நிலையினை அறிய இது ஒரு வாய்ப்பு என்பதே அவர்களுக்கு மகிழ்ச்சியைப் பெருமளவு அளித்தது.

ஆனால், என் உடல் நிலைமை, தொலைவிடங்களுக்குத் தனித்துச் செல்ல என்னால் இயலுமா என்ற ஐயம், எல்லா வற்றிற்கும் மேலாக நான் அணியும் உடை (தேசீயச் சட்டை, வேட்டி) என்பன என் நெடும் பயணத்துக்கு என் வரையில் தடங்கலாயின.

என் குறைபாடுகளை நவேந்திரனுக்குத் தொலைபேசி மூலம் அறிவித்தேன். அவரும் இவ்வாண்டு (2002) தாம் யூலையில் நாடு திரும்ப வேண்டியிருப்பதால், அடுத்த ஆண்டு ஒழுங்கு செய்வதாகப் பதில் தந்தார்.

இவ்வாண்டு உடல் நிலையிலும் மோசமாக அடுத்த ஆண்டு இருக்காது என்பதற்கு என்ன உறுதி?

எனவே, லண்டன் பயணம் நடவாது, நடக்கக் கூடாது என்றே இருந்தேன்.

ஆனால், நவேந்திரன் என் மக்களோடு தொடர்பு கொண்டு வசதிகளை விசாரித்தபோது, அவர்கள் என்னைக் காணும் ஆவலில், இவ்வாண்டே அழைக்கும்படியும் தாங்கள் என் பொறுப்புக்களை எல்லாம் ஏற்பதாகவும் உறுதியளித்தனர். அவர் என்னை அழைப்பதற்கான ஆவணங்கள் அனைத்தையும் ஒழுங்குபண்ணி, யாழ். இந்துக் கல்லூரிப் பழைய மாணவர் சங்க வருடாந்தக் கலை நிகழ்ச்சிக்கும் (29–06–2002), மேற்கு லண்டன் தமிழ்ப் பாடசாலையின் வெள்ளிவிழாவுக்கும் (20–07–2002) சிறப்பு விருந்தினர் என்ற பெயரில் அழைப்புக்களை யும் அனுப்பிவைத்தார்.

பாலையும் சோலையும்

பிரயாணச் சீட்டு ஒழுங்குகளை என் மகன் ஞானஸ்கந்தன் செய்தான்.

எனவே, என் மனைவி மக்களின் தவிர்க்க முடியாத வற்புறுத்தலும், நவீந்திரனின் ஏற்பாடுகளும், ஞானஸ்கந்தனதும் பாலஸ்கந்தனதும் ஆவல் நிறைந்த அழைப்பும் கூடி 25-06-02 அன்று என்னை லண்டனுக்கு இழுத்து வந்துள்ளன.

25-08-02 அன்று இலங்கை திரும்பலாம் என்பது எனது தீர்மானம். என்னை நினைவில் நிறுத்தி இன்றும் மதிக்கும் மாணாக்கர்களின் மதிப்பினிடையேயும், மக்களின் பாசத்தினிடையேயும் நான் தங்கியுள்ள வீட்டாரின் அன்பு கலந்த உபசரிப்பினிடையேயும் என் நாட்கள் அமைதியாக வழிந்து கொண்டிருக்கின்றன.

என் லண்டன் வாச அனுபவங்களைப் பிறிதோரிடத்தில் விளக்குவேன்.

1997இல் நான் அவ்வப்போது சஞ்சிகைகளுக்கு எழுதிய கட்டுரைகள், வாசித்த ஆய்வேடுகள் என்பவற்றைத் தொகுத்து 'இலக்கியக் கருவூலம்' என்ற தலைப்பில், என் மகன் விமலனது 'திருவள்ளுவர்' அச்சக வெளியீடாக வெளியிட்டேன். என் நூலின் அச்சுத் தாள்கள் நீண்ட காலம் கிடப்பில் கிடந்தும், அனுபவமற்ற அச்சுப் பதிவாலும், கவர்ச்சியற்றும், பிழைகள் கொண்டும் வெளியாகி எனக்குப் பெரும் ஏமாற்றத்தை யளித்தது. அதன் இரண்டாம் பதிப்பினை வெளியிட ஆவலோடு காத்திருந்தேன்.

என் ஆவல் நிறைவேறும் வகையில் முதற்பதிப்பில் வெளியான இரு கட்டுரைகளை நீக்கிப் புதிய கட்டுரைகள் சேர்த்து (எல்லாமாக எட்டுக் கட்டுரைகள்) இரண்டாம் பதிப்பாக, திருவள்ளுவர் அச்சகத்திலேயே 'இலக்கியக் கருவூலம்' 2001இல் வெளியாயிற்று.

யாழ். பல்கலைக்கழகத்தின் தமிழ் மன்றத்தினரின் ஆதரவிலே 'இலக்கியக் கருவூலம்' யாழ். பல்கலைக்கழக் கேட்போர் கூடத்திலே வெளியிடப் பெற்று கணிசமான ஆதரவையும் பாராட்டையும் பெற்றமையையும் இவ்விடத்தில் குறித்தாக வேண்டும்.

17

பணியாற்றிய ஆற்றுகின்ற சங்கங்கள், கழகங்கள்

நம்பினால் நம்புங்கள்.

எனது எட்டாவது வயதிலேயே கூட்டாகச் சேர்ந்து (சங்கம் என்ற பெயரே தெரியாத வயது) செயல்புரிவது இலாபகரமானது என்ற எண்ணம் என்னிலே துளிர்க்கத் தொடங்கிவிட்டது!

வீட்டிலே என் உறவுப் (மூத்த) பெண்கள் கூடி மாதாந்தம் சீட்டுப் பிடிப்பது வழக்கம். இந்தச் சீட்டு முறையைக் கூர்ந்து அவதானித்த நான், என் கூட்டாளிகள் சிலரைச் சேர்த்து சீட்டுப் பிடிக்கும் வகையினை அவர்களுக்கு விளக்கி, "நாங்களும் சீட்டுப் பிடிக்கலாம்" என்று ஆலோசனை வழங்கினேன்.

அவர்களுக்கு நான் சொன்னது விளங்கியதோ இல்லையோ என் முடிவை ஏற்றுக்கொண்டார்கள்.

"ஆளுக்கு ஒரு சதமோ இரண்டு சதமோ (அக்காலத்தில் அது என் போன்ற சிறுவர்களுக்குப் பெருங்காசு. ஒருசதத்துக்கு இன்று பத்து ரூபா பெறுமதியான கச்சான் கடலை வாங்கலாம்) ஒவ்வொருவரும் கொடுக்க வேண்டும். முதல் மாதம் சீட்டுப் பொறுப்பாளருக்குக் (எல்லாரும் கொடுக்கும் கூட்டு மொத்தம்) கழிவின்றிக் கிடைக்கும். அடுத்த மாதத்திலிருந்து கேட்போரின் தேவைக்கேற்பக் கழிவுடன் (கேட்போருக்கு) கழித்து மீதிப்பணம் கொடுக்கப்படும். ஒவ்வொரு

மாதமும் சீட்டுப் பணம் கட்டுவோர் யாவரும் (பெற்று முடியும் வரை) குறித்த பணத்தைக் கட்டியாக வேண்டும்.

முதல் மாதம் எல்லாமாக எட்டுப் பேர் சீட்டுப் பிடிப்பவர்களாகச் சேர்ந்தோம். என்னிலும் ஒருவயது மூத்த சகா ஒருவன் சீட்டுப் பொறுப்பாளன். கட்டுப்பணம் தலைக்கு இரண்டு சதம். எல்லாமாகப் பதினாறு சதம். சீட்டுப் பொறுப்பாளன் அந்தப் பணத்துக்கு உரியவனானான். அவன் பெற்ற பணம் அடுத்த சில நாள்களில் கடலையும் இனிப்புமாகக் கரைந்தது.

அதனோடு சரி. அடுத்த மாதம் சீட்டுப் பிடிக்கப்பட வில்லை. சீட்டுப் பொறுப்பாளன் எங்களிடையே வலம் வந்தாலும் அவனை ஏன் சீட்டுப் பிடிக்கப்படவில்லை என்று கேட்க எங்களுக்குத் துணிவில்லை.

அவன் வயதிலும் மூப்பு. உடற்பலத்திலும் எங்களில் மூவருக்குச் சமம்.

ஒரு மாதத்துடன் சீட்டு ஆசை குடிபோனாலும், காலப்போக்கில் சங்கம் அமைத்தல், சங்கத்தில் முக்கிய பதவி வகித்தல் ஆகிய ஆசைகள் என்னுள்ளே கொப்பும் கிளையுமாக வளரத்தான் செய்தன.

ஆனால் சிறுவனும் மாணவனுமாகிய நான் சங்கம் அமைப்பதில் வெற்றி பெறப் பல காலம் எடுத்தது. நாவலர் சைவப் பிரகாச வித்தியாசாலையில் மாணவர் தேர்ச்சி மன்றத்திலே சஞ்சிகை ஆசிரியராகத் தெரியப்பட்டேனாயினும், ஒரு சஞ்சிகையோடு அந்தப் பதவியும் சமாதியாயிற்று. காரணம் முன்பே சொல்லியிருக்கிறேன்.

ஸ்டான்லி மத்திய கல்லூரியிலே உயர்வகுப்பு இந்து மாணவர் மன்றச் செயலாளராய் நான் தெரிவு பெற்றதும் பண்டிதர் சி. கணபதிப்பிள்ளையை அழைத்து வந்து சொற்பொழிவு நிகழ்த்தியதும் முன்பே கூறப்பட்டது.

1959இல் நான் கைதடி விக்கினேஸ்வரா வித்தியாசாலையில் (இன்று மாகாவித்தியாலயம்) ஆசிரியனாய்ப் பணியாற்றிய காலத்தில், தேவன் (தேவன்–யாழ்ப்பாணம். இவர்பற்றி முன்னரே சொல்லியிருந்தேன்) அவர்களைத் தொடர்ந்து, யாழ்ப்பாணத் தமிழ் எழுத்தாளர் சங்கத்தின் செயலாளர் ஆனதே நான் வகித்த பொறுப்புவாய்ந்த முதலாவது பொதுப்பதவி. ஒன்பது மாதங்களே நான் யாழ்ப்பாணத்தில் கடமை புரிந்து மீண்டும் ஹற்றன் சென்றதால், யா.த.எ. சங்கச் செயலாளர்ப் பதவியின் காலமும் குறுகியதாகவே அமைந்தது. இருந்தபோதிலும், கவிஞர் முருகையனின் சொற்பொழிவை ஒழுங்கு செய்தது,

எழுத்தாளரைக் கொண்டு பொதுத்தலைப்பில் சிறுகதை எழுதுவித்து வாசிப்பித்தது ஆகிய குறிப்பிடத்தக்க நிகழ்ச்சிகளை ஒழுங்கு செய்ததில் எனக்கு இன்றும் திருப்தி உண்டு.

அளுத்கம, ஹற்றன், புத்தளம் பள்ளிகளில் எனது ஆசிரியப் பதவியோடு இணைந்த சஞ்சிகைப் பொறுப்பாசிரியர், மாணவர் தமிழ் மன்றப் புரவலர் என்பன பதவிவழி வந்தவை. இவை பொதுப்பணிச் சங்கங்கள் அல்ல என்பதால் இவை நான் சேவை ஆற்றிய சங்கங்கள் என்றோ குழுக்கள் என்றோ குறிப்பிட்டுக் கூற முடியாதவை. அதிபர், கொத்தணிஅதிபர், விரிவுரையாளர் பதவிகளில் இருந்தபோதும் நிருவாகப் பொறுப்போடு கூடிய கருத்தரங்குகள், மாநாடுகள், விழாக்கள் என்பவற்றில் ஏற்றிருந்த பொறுப்புக்களையும் சிறப்பித்துக் கூறக் கூடாது. அவை அப்பதவிகளில் உள்ளோர் யாவர்க்கும் கடமைகளாக வரையறை செய்யப்பட்டவை.

1963இல் யாழ்ப்பாணம் இந்துக் கல்லூரியிலே ஆசிரியராய் வந்த பிறகுதான் இலக்கிய, சமய, சமூகப் பொதுநிறுவனங்களிலே பொறுப்பான பதவிகளில் அமர்ந்து செயற்படலானேன்.

ஏற்கெனவே எனக்கு நெருங்கிய நண்பர்களாயிருந்த க.பொ. முத்தையா, டாக்டர் செ. சிவஞானசுந்தரம் (அந்நாளில் யாழ். மாவட்ட பொது மருத்துவ அதிகாரி. பின் சட்டவைத்திய அதிகாரி. இன்றுவரை சமூக மருத்துவப் பேராசிரியர்) ஆகியோர், அன்று சுப்ரீம் கோட் நீதியரசராய் ஓராண்டில் அரைவாசிக் காலம் யாழ்ப்பாண மேல் நீதிமன்றத்தில் பதவி வகித்த கலாநிதி எச்.டபிள்யூ. தம்பையாவின் ஆலோசனைக்கும் அறிவுறுத்தலுக்கும் இணங்கி 'இலங்கைக் கம்பன் கழகம்' என்ற ஒரு நிறுவனத்தை உருவாக்க முனைந்தனர். இக்கழகத்தின் அமைப்பு விதிகள் என்னால் வகுக்கப்பட்டு, கழக அங்குரார்ப்பணக் கூட்டத்தில் ஏற்றுக்கொள்ளப்பட்டன. இவ்விதிகளுக்கு அமையக் கழகம் மூன்று பிரிவுகளைக் கொண்டு இயங்கும்,

1. பெருங்குழு:– இது பெருந்தலைவர், பெருஞ்செயலாளர் ஆகியோருடன் சமூகப்படி நிலையில் உயர்ந்த பதவிகளில் உள்ளவர்களைக் கொண்டிருக்கும்.

இந்த விதிக்கமையப் பெருந்தலைவராய்க் கலாநிதி எச்.டபிள்யூ. தம்பையா அவர்களும், பெருஞ்செயலாளராய் டாக்டர் செ. சிவஞானசுந்தரமும், பெருங்குழு உபதலைவராய்ச் சிலரும் தெரியப்பட்டனர்.

2. ஆய்வுக் குழு:– கம்பராமாயாணத்தைச் சிறப்பாக ஆய்ந்து நூல்கள் எழுதுதல், ஆய்வுச் சஞ்சிகை (காலாண்டு)

வெளியிடல், கம்பராமாயண வகுப்புக்கள் நடத்தல், இந்த ஆய்வுக் குழுவின் கடமைகள்.

இக்குழுவிலே பண்டிதர், புலவர்கள், பல்கலைக்கழகப் பேராசிரியர்கள் விரிவுரையாளர்கள் இடம்பெற்றனர்.

இவ்வாய்வுக் குழுவுக்கு செயற்குழு இருக்காது. இதன் நடைமுறைகளைப் பொதுக்குழுவே ஏற்று நடத்தும்.

3. பொதுக்குழு:– இதுகம்பன் விழாக்கள், மாநாடுகள், பொதுக் கூட்டங்களை நடத்தல், நிதி சேர்ப்பு, வரவுசெலவுப் பொறுப்புக்களை வகித்தல், வகுப்பு நடத்தல் என்ற யாவிற்கும் பொறுப்பானது.

இதன் தலைவர்: வித்துவான் பொன். முத்துக்குமாரன்

உபதலைவர்: ச. அம்பிகைபாகன்.

இணைச்செயலாளர்: க. சொக்கலிங்கம். (சொக்கன்) த. வேலுப்பிள்ளை.

பின் க.சி. குலரத்தினம்.

பொருளாளர்: க.பே. முத்தையா

கம்பன் சஞ்சிகை ஆசிரியர்: பண்டிதர் க.வ. நடராஜா (ஸ்கந்தவரோதயக் கல்லூரித் தமிழ்ப் பேராசான். மகாவித்துவான் இ. கணேசையரின் மாணாக்கர். இலக்கிய இலக்கியங்களில் ஆழ்ந்த அறிவு படைத்தவர். தமிழ்ப் பாடநூல் வழிகாட்டிகள் ஆக்கியவர்.)

கழகம் வாழ்ந்த மூன்றாண்டுகளில் மூன்று பெருவிழாக் களை எடுத்தது. பேராசிரியர்கள் தெ.பொ. மீனாட்சி சுந்தரனார், அ.ச. ஞானசம்பந்தம் உட்படத் தமிழகத்துப் பேரறிஞர்களும், பேராசிரியர் வி. செல்வநாயகம், புலவர்மணி ஏ. பெரியதம்பிப்பிள்ளை முதலாம் ஈழத்துத் தமிழ்ப் பேரறிஞர் களும், தமிழுணர்ந்த சிங்கள அறிஞர் சாள்ஸ் த. சில்வாவும் இவ்விழாக்களிலே பங்குகொண்டு சொற்பொழிவுகள், ஆய்வுரைகள் நடத்தினர். இசைப்பேரறிஞர் ந. சண்முகரத்தினம், சங்கீதபூசணம் ஆ. நமசிவாயம் (அண்ணாமலை இசைத்தமிழ் மன்றத்தின் பொதுச்செயலாளராய் இருந்தவர். தமிழ் அபிமானம் மிக்கவர். கம்பன் கழகச் செயற்குழு உறுப்பினர். இன்று இவர் இல்லை), ஆகியோரின் கம்பன் பா இசைத்தல், கவியரங்குகள், இளைஞர், மகளிர் அரங்குகள், 'பாதுகாப்பட்டாபிஷேகம்', 'ஞானக்கவிஞன்' முதலாம் நாடகங்கள் என்பன விழாக்களின் சிறப்பு நிகழ்ச்சிகளாக இடம்பெற்றன.

கம்பராமாயணத்தில் வரும் காட்சிகளைச் சித்திரிக்கும் ஓவியப் போட்டி யாழ்ப்பாணப் பாடசாலைகளிலே நடத்தப் பட்டுப் பரிசில்கள் வழங்கப்பட்டன.

யாழ். மத்திய கல்லூரியிலே வித்துவான் பொன். முத்துக்குமாரன் (தலைவர், கம்பன் கழகம்) கம்பராமாயண வகுப்புக்கள் நடத்தியதும், தமிழின் பல துறைகளிலும் பெரும் பணிபுரிந்த அம்பிகைபாகன், இசைத்துறைப் பெருங்கலைஞரான வி. தெட்சணாமூர்த்தி ஆகியோர் விழாவிலே தங்கப் பதக்கம் அணிவிக்கப்பட்டுக் கௌரவிக்கப்பட்டனர்.

'கம்பன்' மலர் இரண்டாண்டுகள், பண்டிதர் க.வ. நடராசனைத் தலைவராகக் கொண்டு பயனும் ஆழமும் பொருந்திய கட்டுரைகளோடு வெளிவந்தது.

எனினும் கம்பன் கழகம் நீண்டநாள் வாழவில்லை. அதன் உயர்வுக்கு அயராது தொண்டுபுரிந்த க.பே. முத்தையா அவர்களின் மறைவு, 'நந்தி' மேற்படிப்புக்காக லண்டன் சென்றமை, கலாநிதி எச்.டயிள்யூ. தம்பையா, கொழும்புடனேயே தமது பணியைத் தொடர்ந்தமை, நிதிப்பற்றாக்குறை என்பவற்றால் மூன்றாண்டுகள் தனது முத்திரையைப் பதித்துவிட்டு, அகில இலங்கைக் கம்பன் கழகம் அகால மரணம் அடைந்தது.

அதன் அடி ஒற்றி இன்று அதனிலும் பன்மடங்கு சிறப்புடன், கம்பவாரிதி ஜெயராஜின் வழிகாட்டலில், இளைஞர்களான பிரசாந்தன், சிவசங்கர் முதலானோரின் அயரா உழைப்பில் உறுதியுடன் கடந்த இருபதாண்டுகளுக்கு மேலாக, இலங்கைக் கம்பன் கழகம் (ஒருகாலத்தில்) இலங்கையின் பல இடங்களிலும் கிளைபரப்பி விழுதுகள் விட்டு ஆல்போல் தழைத்தோங்கி வருவது மிகவும் மகிழ்ச்சி தரும் ஒன்று.

கம்பன் கழக மறைவின் பின்னர், யாழ். இந்துக் கல்லூரியை மையமாகக் கொண்டு அந்த இந்துவின் மைந்தரும், அந்தநாள் நீர்ப்பாசன மின்சார அமைச்சின் செயலாளருமான ம.ஸ்ரீ. காந்தா அவர்களின் தலைமையில் அகில இலங்கைச் சேக்கிழார் மன்றம் தொடங்கப்பெற்றது. வித்துவான், பண்டிதர் க.சி. நடராசன் மன்றத்தின் பொதுச்செயலாளர், அதன் துணைச் செயலாளர் க. சொக்கலிங்கம் (சொக்கன், க.சி. நடராசனின் மறைவின் பின் பொதுச்செயலாளரானேன்.) உபதலைவர் ச. அம்பிகைபாகன், சைவப் பெரியார் முருகேசப்பிள்ளை, (பரமேஸ்வராக் கல்லூரி அதிபராயிருந்து இளைப்பாறியவர். அமரர்), ச. ஞானப்பிரகாசம் ஆகியோர் ஆ. சிவராமலிங்கம், த. பரநிருபசிங்கம் (நாயன்மார்கட்டைப் பிறந்தகமாகக் கொண்டவர். சுதேசியத்திலும் பனைவளப் பயன்பாட்டிலும்

நிபுணர், பரமேஸ்வராக் கல்லூரி அதிபராயிருந்து ஓய்வுபெற்றவர். இன்று அமரர்) முதலியோர் செயற்குழுவினர்.

அகில இலங்கைச் சேக்கிழார் மன்றம், பக்திச்சுவைநனி சொட்டச் சொட்டப் பாடிய கவிவல்லவரான சேக்கிழார் பெருமானின் குருபூசைத் திருநாளில் யாழ். இந்துக் கல்லூரியில் சுவாமி மண்டபத்தில் பெருவிழா எடுத்தது.

வண்ணைச் சிவன் கோவிலிலிருந்து சேக்கிழார் திருவுருவப் படம், பெரியபுராணச் சுவடி என்பன யானை வாகனத்தில் ஊர்வலமாக எடுத்துவரப்பட்டு, மண்டபத்தில் எழுந்தருளப் பண்ணிய பின் இப்பெருவிழா மிகவும் பக்திபூர்வமாக நடைபெறுவது வழக்கமாய் இருந்து வந்தது. அன்று காலை கல்லூரிப் பிரார்த்தனை மண்டபத்தில், பெரியபுராண படலம், கல்லூரி மாணவ மாணவியரின் திருமுறைப் பாராயணம், அன்னதானம் என்பனவும் இடம்பெற்றன.

தருமபுர ஆதீனக் குருமணி சோமசுந்தரத் தம்பிரான் சுவாமிகள், பேரறிஞர் வெள்ளைவாரணனார் (அண்ணாமலைப் பல்கலைக்கழக ஆராய்ச்சித் துறைத் தலைவர்), சென்னை அரசின் முதலமைச்சரின் செயலாளரும், சைவ சித்தாந்தப் பேரறிஞருமான அருணைவடிவேல் முதலியார் ஆகியோரின் சொற்பொழிவுகள், கவியரங்குகள், மாணவரின் பட்டிமன்றங்கள் என்பன சிறப்பாக நிகழ்ந்தன. தருமபுர ஆதீனத்து ஓதுவார் தருமபுரம் சுவாமியார்களின் திருமுறைப் பண்ணிசையும் விழாவின் உச்சமான நிகழ்ச்சியாக இடம்பெற்றதும் குறிப்பிடத் தக்கது.

விழா இங்கு இனிதுற்றதும், விழாவில் கலந்துகொண்ட சொற்பொழிவாளர்களைச் சிற்றூர்தியில் அழைத்துச்சென்று மட்டக்களப்பில் விசேட சொற்பொழிவுகளை ஆற்றுவிப்பதும், பின்னர் கொழும்பிற்கு விமானத்தில் அழைத்துச்சென்று கொழும்பில் சில சொற்பொழிவுகளை ஆற்றுவிப்பதும் வழமையா யிருந்தன.

அருணைவடிவேல் முதலியார் அவர்களை மட்டக்களப்புக் கும் கொழும்புக்கும் அழைத்துச் சென்று, சேக்கிழார் மன்ற ஏற்பாட்டின்படி சொற்பொழிவுகள் நிகழ்வித்த பணியையும் ஆற்றும் பேறு எனக்குக் கிடைத்தது.

ம. ஸ்ரீகாந்தா அவர்களும், வித்துவான் க.சி. நடராசாவும் மறைந்தபின்னர், நியாயவாதி த. சோமசுந்தரம் (சைவபரிபாலன சபையின் தலைவராய்ப் பல்லாண்டு பணிபுரிந்தவர், சிறந்த சமய, சமூகத் தொண்டர்), சில ஆண்டுகளும், சி. சபாலிங்கம்

ஈராண்டுகளும் தலைவராய் அமர்ந்து தொண்டாற்றினர். நான் சிலாபத்துக்கு அதிபராய் மாறும்வரை செயலாளராய்த் தொடர்ந்தேன். எனக்குப் பின் புலவர் சி.செ. சோமசுந்தரம் செட்டியார் (யாழ். இந்துக் கல்லூரித் தமிழாசிரியராய் இருந்தவர், என் இனிய நண்பர், யாழ். இந்துக் கல்லூரித் தாபகர் மு. பசுபதிச் செட்டியாரின் பேரன். இன்று அவர் இல்லை) ஈராண்டுகள் செயலாளராய்ப் பணிபுரிந்தபின், சேக்கிழார் மன்றமும் தன் இறுதிமூச்சை விட்டது.

இதன் நிதியுதவிக்காக எனது 'தெய்வப் பாவை' நாடகத்தை முதிர்ந்த கலைஞர்களைக் கொண்டு நடிப்பித்து அரங்கேற்றியதும் நினைவில் மறவா நிகழ்ச்சியே.

கலைஞர் எஸ்.டி. அரசு நெறியாண்ட இந்நாடகத்தில் உருத்திரேஸ்வரன் (இன்று சிறந்த நாடகவியலாளர்), லோகநாதன், குகநாதன், த. பஞ்சலிங்கம், செல்வி. நாகநாத ஐயர் (பேராசிரியர் நா. சுப்பிரமணியனின் தங்கை) ஆகியோர் பங்கேற்றுத் திறம்பட நடித்துப் பாராட்டுப் பெற்றனர். அரசுவின் நெறியாள்கைக்கு உதவியும் ஆலோசனையும் வழங்கி, நாடகப் பயிற்சியின் போதெல்லாம் உடனிருந்த குழந்தை சண்முகலிங்கம் இன்று தலைசிறந்த நாடகாசிரியராயும், நாடகவியல் விரிவுரையாளராயும் விளங்குகின்றார். இவருக்குக் கிழக்குப் பல்கலைக்கழகம் 2002இல் இலக்கிய கலாநிதிப் பட்டம் வழங்கிக் கௌரவித்தமை குறிப்பிடத்தக்கதாகும்.

1961இல் நந்தியைத் தலைவராகவும், விடிவெள்ளியைப் (க.பே.மு) பொருளாளராகவும் என்னைச் செயலாளராகவும் டொமினிக் ஜீவாவை உறுப்பினராகவும் கொண்ட 'புத்தக வெளியீட்டுச் சங்கம்' என்றதோர் சிறுஅமைப்பை உருவாக்கி னோம். ஈழத்தில் தமிழிலே நவீன இலக்கிய நூல்களை வெளியிடக் கருதிய நாம், எமது நோக்கத்தை நிறைவேற்ற நிதி சேர்ப்பதற் கென்று, மேடை ஏற்றியதே 'சிங்ககிரிக் காவலன்'. எமக்குக் கிடைத்த நிதிகொண்டு புத்தகம் வெளியிடுவது சாத்தியமில்லை என்று கண்டு, ஈழத்தவர் வெளியிடும் நூல்களை மாதந்தோறும் அறிமுகம் செய்யவும் விமர்சிக்கவும் நூல் என்ற ஒரு சஞ்சிகையை மாதந்தோறும் வெளியிட்டோம். போதிய ஆதரவோ, நிதியோ வறண்ட நிலையில் நூல் வெளியிடும் முயற்சியும் இடையில் நின்று போயிற்று.

இதன் தொடர்ச்சியான முயற்சியே நாம் 1979இல் நிறுவிய 'முத்தமிழ் வெளியீட்டுக் கழகம்' நவீனங்கள், சிறுகதைகள், கவிதைகள் வெளியிடுவதிலும் சிரமமான முயற்சி, ஆய்வு நூல்களை வெளியிடலே என்ற உண்மையை உணர்ந்த நாம்,

ஆய்வு நூல்களை மும்மாதத்திற்கொன்றாய் வெளியிடுவதெனத் திட்டமிட்டு நல்லையாதீனத்தில் அதற்கான முதற்கூட்டத்தை நடத்தினோம்.

ஆசிரியமணி ச. பஞ்சாட்சரம் அவர்களின் தலைமையில் நிகழ்ந்த இக்கூட்டத்திற்கு, நிதி வளமும், தமிழாய்வில் ஆர்வமும் கொண்ட சுமார் இருபது பேர் சமூகமளித்திருந்தனர். கழகச் செயற்குழு பின்வருமாறமைந்தது.

தலைவர் : ஆசிரியமணி ச. பஞ்சாட்சரம்

உப தலைவர் : த. சோமசுந்தரம் எஸ்.டி. தியாகராஜா (ராஜா தியேட்டர் அதிபர்), அரசரத்தினம் (அரஸ்கோ உரிமையாளர்)

இணைச்செயலாளர் : த. பஞ்சலிங்கம், மயிலங்கடலூர் பி. நடராசன்

செயற்குழு உறுப்பினர் சிவபாலசிங்கம் (தமிழ் ஆசிரியர் சங்க அந்நாள் தலைவர்)

நூல்களே (முத்தமிழ் சார்ந்த) வெளியிடுவதென்றே முதன்மையும் முக்கியமுமான விதிக்கமைய எனது முதுமாணித் தேர்வு ஆய்வு நூலான 'ஈழத்துத் தமிழ் நாடக இலக்கிய வளர்ச்சி'யை வெளியிடுவதெனத் தீர்மானிக்கப்பட்டது. நூலின் ஆரம்ப செலவினங்களுக்காக அரசரத்தினம், சோமசுந்தரம், எஸ். தியாகராசா, மு.வி. ஆசீர்வாதம் ஆகியோர் ஒவ்வொருவரும் ஐந்நூறு ரூபா உதவினர்.

நூல் வெளியீட்டுக்கு முன்னரே அன்பளிப்பட்டைகள் மூலம் நிதி சேர்ப்பதெனவும், அவ்வாறு நிதி வழங்கியோர்க்கு, வெளியீட்டு விழாவில் ஒவ்வொரு நூல்பிரதி இலவசமாக வழங்குவதெனவும் தீர்மானமாயிற்று. பஞ்சலிங்கம், மயிலங்கூடலூர் பி. நடராசன், ஆ. பஞ்சாட்சரம் ஆகியோரின் அயராமுயற்சியாலும், வள்ளல்களின் நிதியுதவியாலும் வெளியீட்டு விழாவன்றே நூல் அச்சடித்த செலவிலும் கூடுதலான பணம் சேர்ந்தது. இதனோடு கடனுதவியவர்கள் அதனைச் சமூக வளர்ச்சி நிதியாகவே வழங்கியதால் தொடர்ந்து ஆய்வு நூல்களை நிதிச்சிரமமின்றி வெளியிடலாம் என்ற நம்பிக்கை பிறந்தது.

அடுத்து நடந்த பொதுக்கூட்டத்தில் பேராசிரியர் அ. சண்முகதாஸ் தலைவராகவும், நான் பொதுச் செயலாளராகவும், பஞ்சலிங்கமும், மயிலங்கூடலூர் நடராசனும் துணைச்செயலாளராகவும் தெரியப் பெற்றோம். அக்கூட்டத்தில் முடிவு எடுத்தபடி, கலாநிதி. நா. சுப்பிரமணியனின் (பேராசிரியர்) 'ஈழத்து தமிழ் நாவல் இலக்கியம்' ஆய்வு நூல் வெளியிட்டோம்.

இந்தத் தடவையும் நிதிப்பற்றாக்குறை ஏற்படவில்லை. மாறாகச் சிறுதொகை கையிருப்பில் இருந்தது. இது கொண்டு பண்டிதமணி சி. கணபதிப்பிள்ளை அவர்களின் 'கம்பராமாயணக் காட்சி'களை வெளியிட்டோம். இதன் மூலம் கிடைத்த தொகையும் கையும் கணக்குமாய் அடுத்த நூல் வெளியீட்டைக் கேள்விக்குறியாக்கிற்று.

அடுத்து பேராசிரியர் சு. வித்தியானந்தனின் 'தமிழியற் சிந்தனை' நூலை வெளியிட்டோம். இவ்வெளியீட்டுடன் எமது நிதி முற்றாக வற்றிப்போயிற்று. தமிழார்வலரும் புரட்சிகர மான சிந்தனையாளரும் 'காந்தளகம்' உரிமையாளருமான க. சச்சிதானந்தன் யாழ்ப்பாணம் வந்திருந்தபோது எம்மிடம் எஞ்சிநின்ற 'தமிழியற் சிந்தனை', 'கம்பராமாயாணக் காட்சிக'ளின் ஒரு கணிசமான பிரதிகளைக் கொள்வனவு செய்து அளித்த பணம் கொண்டு, 'ஆசீர்வாத' அச்சகத்தில் எம் கழகத்திலிருந்த கடனைத் தீர்த்து நிம்மதிப் பெருமூச்சுவிட்டோம்.

கழகத்தின் பணியை இடைநடுவில் விட மனமின்றித் தலைவர் அ. சண்முகதாஸ், கழக முத்திரையோடு தமது மூலதனத்தை இட்டு 'தமிழ்மொழி இலக்கண இயல்புகள்' நூலினை வெளியிட்டார். இதேபோன்று வன்னியகுலம் (வீரகேசரி இந்நாளைய ஆசிரியர்) 'தமிழ்ப் புனைகதைகளின் பேச்சுவழக்கு' என்ற தமது முதுமாணி ஆய்வுநூலை வெளியிட்டார். இதனோடு முத்தமிழ் வெளியீட்டுக் கழகமும் இறுதியுற்றது.

எனினும் ஆசை பற்றி மீண்டும் கழகத்தைப் புனருத்தானம் செய்ய 2000ஆம் ஆண்டிலும் நாம் மேற்கொண்ட முயற்சி அரைகுறையாய் நிற்கிறது. தமிழ் ஆய்வின் தேவையையும், அதன் பயன்பாட்டையும் உணர்ந்தோர் முன்வந்து, முத்தமிழ் வெளியீட்டுக் கழகத்திற்குப் புதுவாழ்வு அளிக்க வேண்டும் என்று தமிழ் ஆய்வில் ஆர்வம் உடையவன் என்ற காரணத்தால் வேண்டுகிறேன்.

'தொன்மை மறவேல்' என்ற மகுட வாசகத்தோடு 1921இல், அக்காலத்தில் கல்வியதிகாரியாயிருந்த முகாந்திரம் பிரம்மஸ்ரீ தி. சதாசிவ ஐயர் முன்னின்று, அக்காலத் தமிழ் அறிஞர்கள், பிரமுகர்களின் உறுதுணையோடு தொடக்கப் பெற்றதே 'யாழ்ப்பாணம் ஆரிய திராவிட பாஷாவிருத்திச் சங்கம்.'

தமிழ், சமஸ்கிருதம் ஆகிய மொழிகளை மரபு முறையாகக் கற்றுத் தேர்ச்சிபெறுவோர்க்குப் பண்டிதர்ப் பட்டமும், அப்பட்டத்திற்கு ஆயத்தம் செய்யும் முன்முயற்சியாளர்களாகப் பிரவேச பண்டிதர், பால பண்டிதர் தேர்வுகளையும் நடத்திச் சான்றிதழ் வழங்குவது இச்சங்கத்தின் முதன்மையான குறிக்கோளாக இருந்தது.

பாலையும் சோலையும்

யாழ்ப்பாணம், மல்லாகம், தெல்லிப்பழை முதலாம் இடங்களிலே தமிழ், சமஸ்கிருதப் பாண்டித்தியம் பெற்றிருந்த மகாவித்துவான் கணேசையர், அவரின் மாணாக்கரான பண்டிதர் க.வ.நடராசன், இலக்கண வித்தகர் ந.நமசிவாய தேசிகர், பண்டிதர் வீரசிங்கம் முதலான அறிஞர்கள், பண்டிதர், பால பண்டித, பிரவேச பண்டித வகுப்புக்களை நடத்தி, யாழ்ப்பாணத்தில் மட்டுமன்றி மட்டக்களப்பிலும் பல பண்டிதர்களை உருவாக்கியது என்றும் நன்றியோடு நினைவுகூர வேண்டியதாகும்.

தமிழ் மாநாடுகள், மலர் வெளியீடு, ஐங்குறுநூறு உரைநூல் வெளியீடு என்பனவும் இச்சங்கத்தால் நடத்தப் பெற்றுத் தமிழ் உணர்வும் எழுச்சியும் ஊட்டப் பெற்றன.

பல்கலைக்கழகத்திலே தமிழைச் சிறப்புப் பாடமாகவும், தனிப்பாடமாகவும் கற்போரும், மேற்பட்டப் படிப்புக்கு ஆய்வுசெய்வோரும் பழம்பெரும் நூல்களைப் புறக்கணித்து, புதியவற்றிலேயே ஆய்வு நிகழ்த்துவதால் தமிழிலே ஆழம் குறைந்து, அகலம் கூடுவதாக ஒருசாரார் குற்றம் சாட்டுவதும் ஆராய வேண்டியதே.

தமிழிலக்கண அறிவு சிறிதும் இல்லாமையால் இன்று தமிழ் படித்தோர், படியாதோர் என்ற வேறுபாடின்றி எல்லோருமே தமிழ் வாக்கிய, சொல், எழுத்துப் பிழைகளை மிக அதிகமாக விடும் பரிதாபமும் உள்ளது.

இவற்றையெல்லாம் போக்கப் பழையபடி பண்டிதர்களை உருவாக்குவது பயனுள்ளதாயிருக்கும் என்று, ஆரிய திராவிட பாஷாபிவிருத்திச் சங்கத்திற்குப் புத்துயிர் வழங்கும் முயற்சியிலே அதன் செயற்குழுவினர் ஈடுபட்டுவருகின்றனர். 1995 வரை கல்வி மேம்பாட்டுக் கழகம் சங்கத்தின் முயற்சிகளுக்குக் கைகொடுத்த வரலாறு ஏற்கெனவே சுட்டிக் காட்டப்பட்டுள்ளது.

வடக்குக் கிழக்கு மாகாணக் கல்வி அமைச்சின் செயலாளராயிருந்த சுந்தரம் சங்கத்தின் நோக்கங்களையும் செயற்பாடுகளையும் சங்க நிருவாகிகள் மூலம் தெரிந்துகொண்டு, சங்கச் செயற்பாடுகளுக்கென்று காங்கேசன்துறை வீதியில் (பெரிய கடையில்) உள்ள சிதைவடைந்த பாரதிபாஷா வித்தியாலயக் கட்டிடத்தை வழங்கினார். ஈழ சனநாயக மக்கள்குழு (E.P.D.P) வழங்கிய நிதிஉதவியோடு திருத்தப்பட்ட கட்டிடத்தில் சனி, ஞாயிறுகளில் பண்டித வகுப்புக்கள் நடைபெறுகின்றன.எனினும் மாணவரின் வருகை உற்சாகம் தருவதாய் இல்லை.

இதற்கு மூன்று வெவ்வேறு காரணங்களைக் கூறலாம். ஒன்று பண்டிதர்க்கென ஒரு சம்பளத் திட்டம் இல்லை. மற்றது மரபுமுறைத் தமிழ்க் கல்வி சிரமமானது, அதனைக் கற்றலிலும்

பல்கலைக்கழகத் தமிழ்ச் சிறப்புப் பட்டத்திற்குக் கற்றுத் தேர்வது எளிது என்ற எண்ணம். மூன்றாவது தனியார்க் கல்வி நிலையங்களிலே கற்போருக்கு, பண்டிதர் வகுப்பிற்குச் சமூகம் அளிக்க நேரம் கிடையாமை. (ஆர்வமுள்ள பட்டதாரி ஆசிரியர்கள் சிலர் தமிழை முறையாகக் கற்கவென்று விரும்பி வகுப்புகளுக்கு அவ்வப்போது வருவதுண்டு. ஆனால் அவர்களுக்குக் கடமை சார்ந்தனவும் குடும்பம் சார்ந்தவுமான நெருக்கடிகளால் இவ்வகுப்பிற்கு நேரம் ஒதுக்குவது சிரமமாயிருந்தது.

பல்கலைக்கழகத்தில் தமிழ் கற்கும் மாணவர்கள் அவ்வப்போது தமக்கு ஏற்படும் ஐயங்களைப் போக்கவும் எமது பண்டித வகுப்புக்களைப் பயன்செய்துவிட்டு, தமது தேவை முடிந்ததும் வகுப்பிற்கு வராமல் இருந்துவிடுவதும் உண்டு. எனினும் தொடர்ந்து ஒழுங்காக வகுப்பிற்கு வருகைதந்து பண்டிதர் பரீட்சையிலே தேர்ச்சி பெற்றுள்ள பல்கலைக்கழக மாணவ மாணவிகளும் உள்ளனர் என்பதும் மறுக்க முடியாததே.

இச்சங்கத்தில் ஐந்து ஆண்டுகள்வரை செயலாளனாகவும், இன்று உபதலைவராகவும் இருந்து என்னாலான தமிழ்ப் பணியைப் பயன் கருதாது செய்துவருவது எனக்கு மனநிறைவையும் மகிழ்வையும் அளிக்கின்றது.

நாயன்மார்கட்டைப் பொறுத்தவரை அதன் சமய வாழ்க்கையோடு நீண்டகாலமாய் இணைந்து நற்பணியாற்றி வந்த நாயன்மார்கட்டுச் சைவ சமய அபிவிருத்திக் கழகத்தில் தலைவராய் அமர்ந்து சேவை புரிய எனக்கு வாய்ப்புக் கிடைத்ததைப் பெரும்பேறாகவே கருதுகின்றேன்.

நாயன்மார்கட்டு இராஜராஜேஸ்வரி அம்பாள் ஆலயத்தைச் செயலகமாகக்கொண்டு, திருவெம்பாவை மணிவாசகர் விழா, திருமுறை விழா என்பன ஆண்டுதோறும் இடம்பெறுவது வழக்கமாயிருந்தது. பாலசுப்பிரமணியம், தி. தருமலிங்கம், புவிலிங்கம் (அமரர்), இராசரத்தினம், கவிஞர் இராசையா, குகதாசன், கலாநிதி தி. கமலநாதன் முதலாம் உள்ளூர்ப் பிரமுகர்களின் உறுதுணை இ. சரவணமுத்துவின் வள்ளன்மையோடு கூடிய உதவிகள் இவையாவிலும் மேலாகச் சைவத்திற்கென்றே தமது திரிகரணங்களையும் ஒப்புவித்து, என்னையெல்லாம் தமது குறிக்கோளுக்கேற்ப ஆட்டிவைத்தவர் தொண்டர் கா. இரகுநாதன். இவரின் வற்புறுத்தலும் அன்பும் இலங்கைத் திருமுறை மன்றத்திலும் என்னைத் தலைவராய்ப் பல காலம் இருக்கவைத்தன.

சைவ அபிவிருத்திக் கழகம், பேய்ச்சியம்மன் ஆலயத் தொண்டர் சபை ஒன்றை உருவாக்கி, ஆலய வீதிக்கென

வீடுதோறும் சென்று ஆடியும் பாடியும் நிதி சேர்த்து உதவவும், மணிவாசகர் விக்கிரகத்தை உருவாக்கி வழங்கவும், ஆலயச் சூழலில் சிரமதானப் பணி புரியவும் அனைவரையும் ஊக்கி, என்னையும் இயக்கிச் செயற்பட வைத்த பெருமை கா. இரகுநாதனுக்கே உரியது.

பேய்ச்சியம்பாள் ஆலயப் புனருத்தான கும்பாபிஷேக மலர் என்னை ஆசிரியராகக் கொண்டு வெளியாயிற்று. இதில் பேராசிரியர் க.கைலாசபதி, சிரோமணி, சீதாராம சாஸ்திரிகள், ந. முருகவேள், வித்துவான் பண்டிதர் க.இ. நடராசன் (திருப்பள்ளி எழுச்சி) கானகலாநிதி வீரமணி, இரசிகமணி கனகசெந்திநாதன், கவிஞர் வி. கந்தவனம் முதலியோரின் கவிதை, கட்டுரைகள் அமைந்து அணிசெய்கின்றன. இம்மலர் வெளியீட்டிற்கு ஆக்கமும் ஊக்கமும் அளித்த சைவப் பெரியார் இ.சரவணமுத்து என்பதையும் நன்றியுடன் நினைவு கூர்கின்றேன் (என் 'கடல்' சிறுகதைத் தொகுதி வெளியாக நிதி உதவியவரும் இப்பெருமகனே).

சைவ சமய அபிவிருத்திக் கழகத்தின் பணிபோதாதென்று கா. இரகுநாதன் சைவ அபிவிருத்திக் கழகம் என்ற புதிய அமைப்பொன்றையும் தோற்றுவித்தார். ஊரின் மூத்த முக்கியஸ்தர் இதன் உறுப்பினராய் அமர்வதும் அவரின் பெருவிருப்பமாய் இருந்தது. இதன் செயற்குழுவில் தி. தருமலிங்கம் (வணிகர், சமய சமூகப் பணியில் முன்நிற்பவர்) இ. சரவணமுத்து, இராசையா. குகநாதன், தி. கமலநாதன், க. சொக்கலிங்கம் (தலைவர்) ஆகியோர் இதன் செயற்குழுவினர். இச்சங்கத்தின் மேற்பார்வையில் பாலர் பாடசாலை ஒன்று தோற்றுவிக்கப்பட்டு நீண்டகாலம் சிறப்பாக நடந்தது.

கா. இரகுநாதன் சைவ சமய அபிவிருத்திச் சங்கத்தின் பெயரால் சேர்ந்த நிதிகொண்டு, தேவாரப் பாடசாலை ஒன்றையும் தோற்றுவிக்க விழைந்தார். அதற்கான நிலமும் விலைக்குப் பெறப்பட்டது. ஆனால் புலம்பெயர்வு, காணியை உரிமைப்படுத்தல் என்பவற்றால் உண்டான பிரச்சினை காரணமாக இன்றுவரை தேவாரப் பாடசாலை என்ற அமைப்பு, கனவாகவே இருந்து வருகிறது. விசுவமடுவின் வாசராய் இன்றிருக்கும் இரகுநாதனுக்கு இது மிகப்பெருங் கவலையை அளித்துள்ளது என்பது அவர் எழுதும் கடிதங்களால் அறியவரும் செய்தியாகும்.

தேவாரப் பாடசாலை தொடங்கமுன் நாயன்மார்கட்டு மண்ணில் மிதியேன் என்பது அவரின் சூழுரை. இந்தப் பாடசாலை என்று செயலுருவம் பெறுமோ ? அந்தப் பேய்ச்சிதான் அறிவாள்.

18

மறக்க முடியாத மாண்பினர்

"ஆசிரியராய் நீண்டகாலம் சேவையாற்றி யிருக்கிறீர்கள். பெரும் எண்ணிக்கையான மாணவர்கள் உங்களிடம் கற்றிருப்பார்கள். அவர்களில் குறிப்பிடத்தக்க சிலர்பற்றி அவர்களின் சாதனைகள் பற்றிக் கூற முடியுமா?"

லண்டனில் இயங்கிவரும் சர்வதேச வானொலிக் கூட்டகத்தின் சார்பில் (International Broadcasting Corperation (I.B.C) என்னைச் செவ்விகண்ட எஸ்.கே. ராஜன் கேட்ட கேள்வி இது.

அவரின் கேள்வி பல ஆண்டுகளுக்கு முன்பு நிகழ்ந்த சம்பவத்தை எனக்கு நினைவூட்டியது.

திருநெல்வேலி இந்து இளைஞர் மன்ற வாசகசாலையுள் நுழைகிறேன். அதன் நுழைவாயிலில் நடுத்தர வயதான இருவர் சற்று மதுபோதையோடு அமர்ந்திருக்கிறார்கள். அவர்களில் ஒருவர் மிகவும் மரியாதையோடு எழுந்து எனக்கு வழிவிடுகிறார். மற்றவரோ குத்துக்கல்லாக அசையாது அமர்ந்திருக் கிறார்.

இவர்களில் எழுந்து நின்றவர், "அடே உவர் எங்களைப் படிப்பித்த ஆசிரியர் அல்லவா? சற்றும் மரியாதை இல்லாமல் இருக்கிறாயே" என்று சொல்வதும், "போடா, உவங்களாலேதான் நாங்கள் இப்படி இருக்கிறோம்" என்று பதிலுறுப்பதும் என் செவியில் வீழ்கின்றன.

இவர்களின் உரையாடல் என் சிந்தனையைக் கிளறுகின்றது. இருவர் கூறியதிலும் உண்மை

இல்லாமல் இல்லை 'ஒருவருக்கு உணவு மற்றவருக்கு நஞ்சு') என்பது ஓர் ஆங்கிலப் பழமொழி.

என் ஆசிரிய வாழ்க்கையில் நல்லனவே பெருமளவு செய்தேன் என்ற நிம்மதி எனக்கு உண்டு. ஆனாலும் என் அலட்சியத்தாலோ தண்டனையாலோ பாதிப்புக்கு உள்ளான மாணவரும் இருக்கலாம். இந்நிலை தவிர்க்க முடியாதது என்று அந்த நேரத்தில் சமாதானம் செய்துகொள்கிறேன்.

ஆனால், என்னை நேசித்து என்றும் நினைவுகூர்ந்திடும் மாணவர் சிலர் உள்ளனர். அவர்கள் மறக்கமுடியாத மாண்பினர் தாம். ஐயம் இல்லை.

யாழ்ப்பாணம் தேசிய கல்வியியற் கல்லூரிப் பீடாதிபதி கலாநிதி தி. கமலநாதன், பலாலி ஆசிரியர் கலாசாலையின் துணையதிபராயிருந்து ஓய்வுபெற்ற ஆரோக்கியநாதன், யாழ். பல்கலைக்கழக வவுனியா வளாக ஆங்கில விரிவுரையாளர் கந்தையா கணேசன், ஒக்ஸ்போட் பல்கலைக்கழகக் கவுன்சிலிலே ஆய்வலுவலராய் விளங்கும் பற்றிமாகரன், வன்னிப்பெருநிலத்தில் நல்லாசிரியராய்த் திகழ்ந்திடும் உதயசூரியன், லண்டனிலே சட்டஆலோசகராய் சட்டத்தரணியாய் சேவையாற்றும் பாலசிங்கம், நான் லண்டன் வரக் காரணமாயிருந்த கணக்காளர் நவீந்திரன், உலகளாவிய தமிழரிடையே தமது நாநலம் வாய்ந்த சொற்பொழிவுகளால் புகழ்க்கொடி நாட்டிவரும் தமிழருவி சிவகுமாரன், செஞ்சொற் செல்வர். ஆறு. திருமுருகன் யாழ். பல்கலைக்கழக இந்து நாகரிக விரிவுரையாளர் க. கணேசலிங்கம் யாழ். பல்கலை நூலகத்தில் பணிபுரியும் விமலராணி என்று என் மாணவர் பட்டியல் விரிந்துகொண்டே செல்கின்றது. இங்கு பெயர் சுட்டாத இன்னும் பலர் வாழ்க்கையில் உன்னத நிலையில் உள்ளனர். என்னைக் காணும்பொழுதெல்லாம் முகமலர்ந்து உரையாடிப் பழையவற்றை நினைவூட்டித் தாமும் மகிழ்ந்து என்னையும் மகிழ்விக்கின்றனர்.

என் நல்லாசிரியர்களாயும் வழிகாட்டிகளாயும் நண்பர்களாயும் உடன்பிறவாச் சகோதர்களாயும் (நான் தனியன்) உறவாடி வந்தவரும் வருபவரும் பலர், பண்டிதர் பொன். கிருஷ்ணபிள்ளை, பேராசிரியர்கள் க. கணபதிப்பிள்ளை, வி. செல்வநாயகம், க. கைலாசபதி, கா. சிவத்தம்பி, நா. சுப்பிரமணியன், கலாநிதி எஸ். சிவலிங்கராஜா, இ. மகாதேவன் (தேவன்), கலாநிதி ச. தனஞ்சயராசசிங்கம் (ஒருசாலை மாணவர். என் இல்லம் வந்து என்னோடிணைந்து தொல்காப்பியம் படித்தவர், கலைமாணித்தேர்வுக்கு மெய்யியலைத் தெரியுமாறு வழிகாட்டியவர்.) பண்டிதர் செ. திருநாவுக்கரசு, கவிஞர் சோ. பத்மநாதன்,

காரை. சுந்தரம்பிள்ளை, பண்டிதர் ந. கடம்பேஸ்வரன், கவிஞர் மன்னவன் கந்தப்பு, செங்கையாழியான் (க . குணராசா), பொ. நடராசா, த. இராஜகோபாலன், மதுரகவி இ. நாகராஜன், ஆ. குருசாமி, ஆகியோர் எனது வாழ்க்கைப் பாதையிலே ஒவ்வொரு காலத்தில் தடம் பதித்தவர்கள். இந்த எண்ணிக்கை இன்னும் நீளலாம். ஆனால் என் மறதி சிலர் பெயர்களை மறைத்துவிட்டதற்கு அவர்களிடம் மன்னிப்புக் கோருகின்றேன்.

இப்பட்டியலிலே நான் தந்துள்ளவர்கள் பற்றி ஆங்காங்கு சுருக்கமாக நினைவு கூர்ந்துள்ளேன். ஆனால் என்னை நானாக உருவாக்க உறுதுணையான சிலர்பற்றிச் சற்று விரிவாகக் கூற வேண்டும் என்பதே என் வேணவா. அதனைப் பூர்த்திசெய்யும் முகமாக இந்த இயல் அமைகின்றது.

1. க.பே. முத்தையா (விடிவெள்ளி 1916–1964)

செக்கச் சிவந்த மேனி. ஐந்தடி எட்டங்குலத்துக்குக் குறையாத உயரம். வட்டநிலா முகம். முகத்தின் அழகிற்கு அழகுசெய்யும் என்றும் வாடாத இளநகை. மெல்லப் பேசத் தெரியாத, கள்ளங்கபடமற்ற நகைச்சுவை மலிந்த இனிய பேச்சு. நல்ல கிறிஸ்தவராய் எல்லார்க்கும் நன்மையே நாடிஅயராது உழைப்பவராய், சிறந்த கவிஞராய், ஆசிரியராய், அதிபராய் விளங்கி எம் நெஞ்சமெல்லாம் கொள்ளை கொண்டவர் அமரர் க.பே. முத்தையா என்ற விடிவெள்ளி.

எனக்கும் நந்திக்கும் ஒரேகாலத்தில் நண்பரான முத்தையா எம்மிருவருக்கும் ஒரேநாளில் ஏற்பட்ட விபத்துக்குப் பரிகாரம் தேடிய நன் மருத்துவர். யாழ்ப்பாணம் இந்துக் கல்லூரியில் இடம்பெற்ற, வரலாற்றுப் புகழ்பெற்ற சூழ்முட்டைச் சம்பவத்தால், மனமுறிவும் தொழிற்பிரச்சினையும் ஏற்பட்டபோது எம்மைத் தம்மூர் அழைத்துச் சென்று விருந்தளித்துக் கவலையை மறக்கக் கலகலப்பாகப் பலவும் பேசிக் கவலையைக் களிப்பாக்கியதை என்றுமே மறக்க முடியாது.

என்னை அன்றைய கல்விப் பணிப்பாளர் ‘தண்ணியிலாக் காட்டுக்கு’ மாற்றித் தண்டிக்க முற்பட்டபொழுது, அதனைத் தடுக்க விடிவெள்ளி அவர்கள் மேற்கொண்ட பகீரதப் பிரயத்தனம் நினைவு கூரத்தக்கது. அதிகாலைப் பொழுதில் தமது நண்பரும் கல்விப் பணிப்பாளருமான சோமசேகரத்துடன் நெருங்கிப் பழகிய முகாந்திரம் இ.போ. இராசையா (சமூக சேவையாளர் சைவப் பரிபாலன சபைப் பொருளாளராய் விளங்கியவர். இந்து சாதனத்திலும் (*Hindu Organ*இலும் தமிழ், ஆங்கிலக் கட்டுரைகள் பல (சமய, சமூக சம்பந்தமானவை) எழுதியவர்.

க.பே.மு. மூலம் அவர்களைச் சென்றுகண்டு அவரை எனக்காக சோமசேகரம் அவர்களுடன் பேசவைத்த அவரின் அன்புக்கு ஈடேது.

அகில இலங்கைக் கம்பன்கழக நிறுவுனராயும், இலங்கைப் புத்தக வெளியீட்டுச் சங்கச் சிறப்புறுப்பினராயும் விளங்கிய விடிவெள்ளி சமூகத்தொண்டன் சஞ்சிகையின் நீண்டநாள் ஆசிரியராயும் விளங்கியவர். புத்தாண்டுமுதல் எமது பிறந்தநாள்வரை தவறாது வாழ்த்துச் செய்தி அனுப்புவது இவரின் மரபு. இவரின் கையெழுத்து, எழுதும்போது இவருக்கும் எழுதிய பின் இவரைப் படைத்த கடவுளுக்குமே புரியக்கூடியது. இருப்பினும் அந்த எழுத்தின் அடையாளம் அவரின் இதயக் கனிவின் அடையாளம் என்பதை நாம் உணர்ந்தோம்.

இருதய நோயாளியான இவர் யாழ்.போதனா வைத்தியசாலை யில் அனுமதிக்கப்பட்டிருந்தார். நந்தி இவரைச் சென்று நோய்பற்றி விசாரித்தபோது அவ்வேளையிலும் நகைச்சுவை குன்றாது உரையாடி, தமக்கு ஒரு நோயும் இல்லை என்பதுபோலக் காட்டினார். நந்தி படியிறங்கிக் கீழே வந்ததும் வராததுமாகத் தம் கண்களை நிரந்தரமாக மூடிக்கொண்டதை நினைத்து இன்றும் நந்தி கவலைப்படுவதைக் கண்டிருக்கிறேன்.

இந்தியப் பிரதமர் ஜவஹர்லால் நேருவின் மறைவுக்கு அடுத்த வாரத்தில் இவரது மறைவு இடம்பெற்றது.

விடிவெள்ளியின் இறுதி ஊர்வலத்திலும் மரணச் சடங்கிலும் அன்றுவரை நான் கண்டிராத அளவு மக்கள் திரண்டுவந்து தம் கண்ணீரைக் காணிக்கையாக்கியதை இன்று மனக்கண்களுக்குக் கொண்டுவந்தாலும் மெய்சிலிர்க்கிறது.

யாழ்ப்பாணத் தமிழ், கிறிஸ்தவச் சமூகத்தின் இன்றியமை யாத நண்பனாக, தொண்டனாக அவர் திகழ்ந்தார் என்பதையே இந்த இறுதி ஊர்வலமும் மரணச் சடங்கும் எமக்குத் துலாபர மாகக் காட்டின.

விடிவெள்ளியின் கவிதைகளைத் தொகுத்து நந்தியும் நானும் அவருக்கு அஞ்சலி நூல் ஒன்று வெளியிட்டு எமது நன்றியை வெளியிட்டதோடு, எமது பிரிவுத்துயருக்கும் விடிவு கண்டோம். காணமுற்பட்டோம் (துயரம் இன்னும் ஆறவில்லை).

2. கா. இரகுநாதன்

1948இல் நான் நாயன்மார்கட்டில் என் தாயாரோடு குடி ஏறினேன். அன்று தொட்டு என்னை அகலாது அணுகி என்னைத்

தமது வழியிலே திருப்பிய தொண்டர் கா. இரகுநாதன் என்பதை என்னால் மறக்க முடியாது. நாயன்மார்கட்டில் நிகழும் சமய வைபவங்களாயினும் சரி, மங்கல அமங்கலக் காரியங்களாயினும் சரி இரகுநாதன் இன்றி, அவரின் திருமுறைப் பண்ணிசையின்றி நிறைவு பெறாது. மார்கழி மாதத்துக் கொடுகவைக்கும் குளிரிலே, சின்னஞ்சிறு பிள்ளைகளின் மென்மையான குரலோடு, இரகுநாதனின் கனத்த சாரீரம் இணைந்து, 'ஆதியும் அந்தமும் இல்லா அரும்பெரும் சோதியை' திருவெம்பாவைக் காலத்தில் வீதியெல்லாம் மணிவாசகப் பெருமானின் திருப்பாடல்களால் வலம்வர வைத்த பெருமை இவருக்கு உண்டு.

பொது வைபவங்களிலே இவரின் ஆர்வம் அளவுகடந்து பெருகுவதும், சிலவேளைகளில் அவ்வைபவத்தின் அழையா விருந்தாளியான என்னைப் பங்குகொள்ள வைப்பதாகிய சங்கடத்தில் மாட்டுவதும் இவரின் வழக்கமாயிருந்தன. இவற்றின் அடிப்படை இவர் என்மீதுகொண்ட அளவற்ற அன்பும் மதிப்பும் என்பதால் அச்சந்தர்ப்பங்களை அவற்றின் விளைவுகளை அடுத்த கணமே மறந்துவிடுவேன்.

என்னை நானாக உருவாக்கியதில் இரகுநாதனின் பங்களிப்பு கணிசமானது. இதனை நான் மறந்துவிடவில்லை.

3. ஆறுமுகம் சுப்பிரமணியம்

> கொள்வதும் மிகைமொளாது கொடுப்பதும் குறைகோடாது
> பல்பண்டம் பகர்ந்து வீதம் கொல்கொண்டித்துவன்றிருக்கை

எனப் பட்டினப்பாலையிலே மானமிகு தருமத்தின் வழி வியாபாரிகளுக்கான தருமம் தெளிவாக எடுத்துக்காட்டப் படுகின்றது. பொருளின் விலையை அதிகரிக்காமலும், அதற்காகக் கொடுக்கும் பொருளை அளவிலோ எண்ணிக்கையிலோ குறைக்காமலும் அந்நாளில் வணிகர் தமது தொழிலை நடத்தினர் என்பது இதன்மூலம் தெரியவருகின்றது. இருபதாம் நூற்றாண்டிலே இத்தருமத்தினைச் சொல்லுக்குச் சொல் தவறாது கடைப்பிடித்தவர் எனது பெருமதிப்பிற்குரிய அமரர் சுப்பிரமணியம்.

எதிலும் கணக்கு, எப்பொழுதும் நிதானம், எதைச் செய்தாலும் நேர்மை தவறாமை, தம்மால் தொழில் கொள்ளப்படுபவருக்கு நம்பிக்கைத் துரோகம் இழைக்காது அவர்களுக்குச் சேர வேண்டியதை வழங்கத் தவறாமை, சிலவேளைகளில் மேலதிகமாகவும் வழங்கல் ஆகிய உன்னதக் கோட்பாடுகளை இறுதிவரை கடைப்பிடித்தவர் 'ஸ்ரீ சுப்பிரமணிய' புத்தகசாலை, அச்சக அதிபர் அமரர் ஆறுமுகம் சுப்பிரமணியம் என்பதை அவரோடு பழகிய அனைவரும் அறிவர்.

பாடநூல் வழிகாட்டிகளையும் எழுதி அச்சிட்டு விற்பனை செய்வதில் தம் காலத்தில் ஈடிணையற்றவராய் விளங்கினார். பல்கலைச்செல்வர் கா.சி. குலரத்தினம், பண்டிதர் க. வேலுப்பிள்ளை, க. சொக்கலிங்கம் (சொக்கன்) முதலிய பலரையும் பாடநூல் வழிகாட்டிகள் பலவற்றை எழுதத் தூண்டி, அவற்றை விற்று, முதல் தமக்குக் கிடைத்ததும், அவர் செய்யும் முதல் வேலை அவற்றை எழுதியோருக்கு அளிக்க வேண்டிய ஊதியத்தை உடனுக்குடன் கணக்குப் பார்த்து வழங்கியதாகும்.

என் அனுபவத்தில் என்றாவது கணக்குப் பார்த்து எனக்குச் சேர வேண்டியதைத் தாருங்கள் என்று அவரிடம் கேட்டதில்லை. கேட்க அவர் வைத்ததும் இல்லை.

என் நெஞ்சினை நெகிழ வைத்த சங்கதி இது.

இந்திய அமைதிப் படையின் அட்டகாசக் காலத்தில் அவர் தமது புத்தகசாலை, அச்சகம் ஆகியவற்றை மூடிவிட்டு, வீட்டையும் துறந்து தாவடியிலே தமது உறவினர் வீட்டிலே தங்கியிருந்தார்.

அவ்வேளையிலே எனக்குப் பணநெருக்கடி மிகுதியாக இருந்தது. முன்னரே எனக்குச் சேர வேண்டிய தொகையைச் சுப்பிரமணியம் தந்திருந்தார். அவரிடம் எனக்குப் பாக்கி இல்லை. இனி எதிர்காலத்தில் நூல்கள் எழுதிக் கொடுக்கும் வாய்ப்பு உண்டாகுமோ என்ற ஐயமும் இருந்தது. இந்நிலையில் அவரிடம் சென்று பணம் கேட்டால் அவர் தருவாரா, என்னைப்பற்றி என்ன நினைப்பார் என்ற தயக்கமும் மிகுதியாக இருந்தது.

ஆனால் எனது தேவை தயக்கத்தைப் புறங்கண்டது என்றுதான் சொல்ல வேண்டும்.

ஒருநாள் அதிகாலைப் பொழுதில் மிதிவண்டியில் அவர் வீடு சென்றேன். என்னைக் கண்டதும் முகமலர்ச்சியோடு வரவேற்றார். தேநீர் வழங்கினார்.

"என்ன மாஸ்டர் காசேதாவது தேவையா?"

"ஓம். ஆனால் எனக்குத் தர வேண்டிய பாக்கி உங்களிடம் எதுவுமே இல்லை. ஆனால்..."

"என்ன ஆனால். உங்களுக்கு இப்ப காசு வேண்டும் அவ்வளவு தானே?"

"ஓம். எதிர்காலத்தில் புத்தகம் எழுதித்தர வாய்ப்பு உண்டாகுமோ தெரியாது. இந்த நிலையிலே பொறுப்பு எதுவும் இல்லாமல்..."

"என்ன பொறுப்பு? மனிதன் என்ற ஒன்றுதானே பெரும் பொறுப்பு? உதெல்லாம் வேண்டியதில்லை. நீங்கள் எனக்கு எவ்வளவோ உழைத்துத் தந்திருக்கிறீர்கள். உங்களுக்கு நான் தரப்போவது கடன்அல்ல. மீளப்பெறுவது பற்றிய கதை இப்போது வேண்டாம். உங்களுக்கு எவ்வளவு தேவை என்று கேளுங்கள்."

"ஒரு ஐயாயிரம். . ." "ஐயாயிரம் ஒரு மூலைக்கும் காணாது பத்தாயிரம் தருகிறேன்" சொன்னபடியே தந்தார். ஒருமுறைக்கு இருமுறை எண்ணித் தந்தார் (அது அவரின் வழக்கம்). ஆறுதல் உரைத்தார். அன்பாய் வழியனுப்பி வைத்தார்.

இதுமட்டுமா? இன்று என் மகன் 'வள்ளுவர் அச்சக'த்தை வளம்பெற நடத்த, முன்பணத்தில் ஒரு பகுதியைக் கடனாக வழங்கி ஆசியும் வழங்கிய வகையிலும் அவருக்கு நான் இப்பிறப்பில் மட்டுமன்று இனிவரும் பிறப்பிலும் நன்றியுடையவனாகவே இருப்பேன்.

வாணிகம் செய்வார்க்கு வாணிகம் பேணிப்
பிறரும் தமர்போற் செயல்

என்ற குறளுக்குச் சென்ற நூற்றாண்டில் ஓர் எடுத்துக்காட்டாய் விளங்கியவர் அமரர் ஆறுமுகம் சுப்பிரமணியம் என்ற உண்மையை நாற்பதாயிரம் கோயிலிற் செப்புவேன்.

4. மாமனிதர் எஸ்.டி. அரசு

என் அயலவரும் நீண்டகாலத் தொடர்பினருமான சிவக்கொழுந்து அரசு, நாடகம், சிற்பம் ஆகிய துறைகளிலே மிகவும் சிறப்பித்துக் கூறப்பட வேண்டியவர். அவரது அரசியல் சமூகப் பணிகளும் அவற்றின்போது அவருக்கு உண்டான தியாகத் தழும்புகளும் அவருக்கு 'மாமனிதர்' என்ற பொருத்தமான பட்டத்தை வழங்கின.

1968ஆம் ஆண்டு நாவலர் சிலை நாட்டு விழாவைத் தொடர்ந்து யாழ்ப்பாணமெங்கும் நாவலருக்கு விழா எடுத்த காலம். நாவலர் சைவப் பிரகாச வித்தியாசாலையின் பழைய மாணவனான நானும், அப்பாடசாலை ஆசிரியரும் கவிஞருமான சி. கார்த்திகேசு (சேந்தனும்) ஆக்கி (நூல் வடிவிலும் வெளியிட்ட) 'நாவலர் நாவலரான கதை' இசை நாடகத்தை, அப்பாடசாலை விழாவின் ஓர் அங்கமாக மேடையேற்றுகிறோம்.

நாடக ஒப்பனையைப் பாடசாலையின் திறந்த மண்டபம் ஒன்றில் அரசு செய்துகொண்டிருக்கிறார். அவ்வேளை சில காடையர் (நாவலர் பாடசாலைப் பழைய மாணவராம்) அவ்விடம் வந்து தமது இரைச்சல்களாலும் நடமாட்டங்களாலும்

அரசுவின் ஒப்பனைக்கு இடையூறு உண்டாக்கினர். அரசு அவர்களை ஏசிக்கலைக்க, வெளியேறிய அவர்கள், அரசு தமது ஒப்பனை வேலையை முடித்துக்கொண்டு தேநீர் அருந்தச் சென்றபோது அந்தக் காடையர் மறித்துத் தாக்கியதோடு அவரின் மிதிவண்டியையும் நொறுக்கிவிட்டனர்.

அரசு மிதிவண்டியைத் தூக்கிவந்து ஒரு பக்கமாக வைத்து விட்டு, எமது நாடகம் முடியும்வரை நடந்த அசம்பாவிதம்பற்றி எடுத்துரைக்காது மௌனம் காத்தார்.

நாடகம் முடிந்து நான் வீடு செல்லப் புறப்பட்ட போதுதான் நடந்ததைக் கூறினார். நான் பேரதிர்ச்சி அடைந்தேன். அரசுவோ ஒன்றும் நடக்காததுபோல் என்னை ஆறுதற்படுத்தி னார். அவரின் மிதிவண்டியைப் பாடசாலைப் பிரதான மண்டபத்தில் வைத்துவிட்டு, எனது மிதிவண்டியில் இருவரும் வீடு சென்றோம். அடுத்தநாள் இருவருமாய்ச் சென்று மிதிவண்டியைத் திருத்தினோம்.

உடனடியாக அரசு என்னையும் அழைத்துக்கொண்டு காவல் நிலையம் சென்றார். தம்முடைய தம்பி செல்லத்துரை கொழும்பில் பொலிஸ் அதிகாரியாய் இருப்பதை அவர் கூறித் தம்மை அங்கிருந்த பொலிஸ் அதிகாரி மென்டிஸ் என்பவருக்கு அறிமுகம் செய்தபொழுது மென்டிஸ், செல்லத்துரை தம் நெருங்கிய நண்பரென்று கூறி, அரசுக்கு அன்போடு கைகொடுத்து வந்த காரணத்தை விசாரித்தார். அரசு முன்னிரவு நடந்த சம்பவத்தைக் கூற உடனே பொலிஸ் வண்டி, நாவலர் வித்தியாசாலை சென்று விசாரித்து, காடையரின் விவரம் அறிந்து அவர்களைப் பிடித்துக்கொண்டு காவல் நிலையம் கொண்டு சென்றனர்.

காடையருக்கு வாழ்நாள் முழுவதும் நினைவில் வைத்திருக்கக் கூடிய நல்ல பாடம் கற்பிக்கப்பட்டது.

உணர்ச்சிகளைத் திறன்பட வெளிப்படுத்தும் நடிப்புக் கலைஞரான அரசு, தமக்கு ஏற்பட்ட விபத்தையும் எவ்வாறு மேற்கொண்டு, எவ்வாறு செயற்படுத்தி வெற்றி கண்டார் என்பது எனக்குப் பெரும் வியப்பை அளித்தது.

யாழ். இந்துக் கல்லூரி மாணவர் தமிழ்த்தினப் போட்டியிலே அகில இலங்கையிலும் முதற்பரிசு (1972) பெற (கவரிவீசியகாவலன்) காரணமாகியது. எனது நாடகப் பிரதி மட்டுமல்ல, அரசுவின் தனித்துவம் வாய்ந்த பயிற்றுதலும், அரங்க அமைப்பு, ஒப்பனை என்பவற்றில் அவர் செலுத்திய கவனமுமே என்பதை மறுத்தல் இயலாது. இதன்பின் நான் மேடையேற்றிய 'ஞானக்கவிஞன்' (1962இல் கம்பன் விழாவிலும்,

அதேயாண்டு கலைக்கழகத் தமிழ் நாடகக் குழு தெல்லிப்பழை மகாஜனாக் கல்லூரியில் நடத்திய நாடகப் போட்டியிலும் இடம்பெற்றது.) 'தெய்வப் பாவை', 'மண்டோதரி', 'கவிதை பிறந்த கதை' என்ற அனைத்திலும் மாமனிதர் அரசுவின் கைவண்ணம் கணிசமான அளவு இடம்பெற்றிருந்தது என்பதைக் கூறாவிடில் நான் நன்றி கொன்ற பெரும்பாவத்திற்கு உள்ளாக நேரிடும் என்பதற்கு ஐயம் இல்லை.

5. இ. பத்மநாப ஐயர்

பத்மநாப ஐயரை அவரின் குழவிப் பருவத்திலிருந்து அறிவேன். என் அன்பு நண்பர் சோ. இராமச்சந்திர ஐயரின் மருமகன் இவர். அரைக்காற்சட்டைக் கோபாலனைச் (பத்மநாப ஐயரின் வீட்டார் அழைத்த செல்லப் பெயர்) சிறுவயதிற் கற்பித்த பாக்கியம் எனக்கு உண்டு.

'தனக்கென வாழாப் பிறர்க்குரியாளன்' ஒருவனைக் காட்டும்படி என்னைக் கேட்டால் நான் எவ்விதச் சிரமுமின்றிச் சுட்டிக்காட்ட ஒருவர் இருக்கிறார் என்றால் அவர் பத்மநாப ஐயர்தாம். இவ்வுண்மை பகிரங்க ரகசியம்.

பேராசிரியர் வ. ஆறுமுகம் (யாழ்ப்பாணப் பல்கலைக்கழகக் கல்வியியல் துறைத் தலைவராயிருந்து ஓய்வுபெற்ற வாழ்நாட் பேராசிரியர். நான் தமிழ் டிப்புளோமா கற்ற காலத்தில் தமிழில் சிறப்புக் கலைமாணி பட்டத்திற்குப் பேராதனைப் பல்கலைக்கழகத்தில் கற்றுக்கொண்டிருந்தவர்), ஆங்கிலத்தில் அவர் எழுதிய 'தரப்படுத்தல்' பற்றிய கட்டுரையை என்னைக் கொண்டு மொழிபெயர்ப்பித்தபொழுதே, இவர் தமது கணிப்பிலே தகுதி வாய்ந்தவர் என்று ஒருவரைக் கண்டுகொண்டு அவரிடம் வேலை வாங்குவதிலே நிபுணர் என்பதைக் கண்டுகொண்டேன்.

இன்றுவரை தமர் பிறர் என்ற பேதம் இன்றி இலக்கியத் தரம் ஒன்றையே முதன்மையாக் கொண்டு இலக்கியவாதிகள் பலரின் நூல்களை வெளிக்கொணர்ந்துள்ளமையை எந்தளவு பாராட்டினும் அது நிறைவாகாது. இத்தனைக்கும் தம்மை வெளிப்படுத்தித் தம்பட்டம் அடிக்காத பெரும்பண்புடையவராய் இவர் விளங்கிவருகின்றார்.

பத்மநாப ஐயரைத் தெரிந்த ஒவ்வொருவரும் அவரின் புகழ்வேண்டாப் பெரும்பணியைப் போற்றுவதைக் கேட்டு என் உள்ளம் இறும்பூது எய்துகிறது.

இத்தகைய ஒருவரைச் சிறிது காலமாவது கற்பிக்கக் கிடைத்த பேறு என்றும் நினைத்துப் பெருமிதம் கொள்ள வேண்டிய ஒன்று என்றே உணர்கின்றேன்.

6. மயிலங்கூடலூர் பி. நடராசன்

என்றும் மலர்ந்த நகைமுகத்துடனும், அனிச்சம்பூவிலும் மென்மையான – நொய்ம்மையான என்றுகூடச் சொல்லலாம் – உள்ளத்தோடும், பத்மநாப ஐயரைப் போலவே பிறரின் வளர்ச்சிக்குத் தமது உழைப்பை மனப்பூர்வமாகவும் அர்ப்பணிப்போடும் திகழ்பவர் அன்பர் மயிலங்கூடலூர் பி. நடராசன்.

என்னுடைய நூல்களை கி.மு, கி.பி. என்று இரு பிரிவுகளாகப் பிரிப்பதானால் (கி.பி.க்குப் பதிலாக) மயிலங்கூடலூர் பி. நடராசனுக்கு முன், அவருக்குப் பின் என்று இருபிரிவுகளாகப் பிரிப்பது சாலப்பொருந்தும். நடராசனின் சரவைபார்த்தலுக்கு முன் எழுத்துப் பிழைகள் மலிந்தவையாயும், அவர் சரவைபார்க்கத் தொடங்கிய பின் எழுத்துப் பிழைகள் அருந்தலாகவும் காணப்படுவதை, பிறர் உணராவிட்டாலும் நான் உணர்கின்றேன். ஆனால் இத்தனைக்கும் கைம்மாறு வேண்டாக் கடப்பாட்டில் பாரியும், மாரியுமாகவே எனக்கு மட்டுமன்றி என்போல் அவரின் உதவியை நாடும் அனைவர்க்கும் உதவி வருகின்றார்.

ஒரு சம்பவம், நானும் நடராசனும் இணைந்து, ஆண்டு 10,11 வகுப்புக்களுக்கு, 'கட்டுரைக் கோவை' ஒன்று எழுதினோம். 'ஸ்ரீ சுப்பிரமணிய புத்தகசாலை', அச்சகத்தில் இன்றைய உரிமையாளர் (அமரர் ஆறுமுகம் சுப்பிரமணியத்தின் பேரன்) தி. ஜெயராசா (ஜெகன்) அதனை வெளியிட்டு. விற்பனையின்பின் எமக்குச் சேர வேண்டிய தொகையாக எண்ணாயிரம் ரூபா தந்தார்.

அதனைக் கொண்டுசென்று நடராசனுக்குச் சேர வேண்டியதென 4000 ரூபாவினை அவருக்கு அளித்தேன். ஆவர் மூவாயிரம் ரூபாவை மட்டும் எடுத்துக்கொண்டு, ஓராயிரம் ரூபாவை மீட்டளித்தார். "பாடநூல் வழிகாட்டிகள் வெளியிடுவது எனது குறிக்கோளுக்கு முரணானது. இருந்தபோதிலும் உங்களின் வேண்டுகோளை மறுக்க விரும்பாத நிலையில் ஏற்றுக் கட்டுரைகள் எழுதித் தந்தேன். தொகையளவிலும் முயற்சியளவிலும் உங்கள் பங்கு பெரிது. என் பங்கு சிறிது. எனவே 3000 ரூபா எனக்குப் போதும். தயவுசெய்து அடுத்த பதிப்புப் பங்கு எனக்கு வேண்டியதில்லை என்று அவர் பணிவோடு கூறியது என் நெஞ்சைத் தொட்டது.

இருப்பினும் அடுத்த பதிப்பிற்கு வழங்கப்பட்ட சன்மானத்திலும் அவரின் பங்கை அளித்தபோது அதனை ஏற்க உறுதியாக அவர் மறுத்துவிட்டார்.

"நான் பிள்ளைகுட்டிக்காரன். உழைக்கும் பணம் என் பிள்ளைகளுக்கு நியாயமானமுறையில் பயன்பட வேண்டுமானால், உங்களுக்குரிய பணத்தை நான் எனக்கென எடுத்தல் கூடாது" என்றேன்.

அப்படியானால் என் பங்குப் பணத்தினை ஏதாவது ஒரு பொதுநிறுவனத்துக்கு அறக்கொடையாய் வழங்குங்கள். தயவுசெய்து அடுத்த பதிப்பில் என் கட்டுரைகளை நீக்கிவிடுங்கள் என்றார்.

அவர் வேண்டிக்கொண்டபடியே, அதனை நாகராஜன் மூலம் அவரின் பங்குப் பணத்தினை, விழிப்புலன் அற்றோர் சங்கத்திற்கு வழங்கிப் பற்றுச் சீட்டை அவரிடம் வழங்கினேன்.

இவ்வாறு பொதுப்பணி, கல்விப் பணி, இலக்கியப் பணி என்பவற்றில் திரிகரணசுத்தியோடு ஈடுபட்டு அயராது உழைத்துவரும் நடராசன் அவற்றிற்குப் பிரதி உபகாரம் எதனையும் ஏற்காத தமது குறிக்கோளில் (எவ்வித சோதனை வந்தபோதும்) தளராது ஒழுகி வருவதை எவ்வளவு பாராட்டினும் தகும்.

தமது இழப்புக்களால் சில காலம் மனம் தளர்ந்து உலகோடொட்டாது வாழ்ந்த அன்பர் மீண்டும் நிச உலகத்துக்குத் திரும்பி முன்னர்போலச் செயல்வீரராய் மாறியுள்ளமை, அவரோடு நெருங்கிப் பழகி வருபவர்களுக்கு மிகவும் மனமகிழ்ச்சியினை அளிக்கின்றது.

7. கி. லக்ஷ்மணன்

ஆங்கிலம், தமிழ், வடமொழி வல்லுநர், கலைஞர்க்கே உரிய மென்மையான உள்ளம் வாய்க்கப் பெற்றவர், உள்ளம்போலவே மென்மையான உரையும் வாய்க்கப் பெற்றவர், என்மீது அன்பும் மதிப்பும் கொண்டு பலவகையிலும் என்னைத் தூண்டி உற்சாகப்படுத்தி வந்தவர் அமரர் கி. லக்ஷ்மணன் அவர்கள். (ஐயர் என்ற பதம் அவர் கையாளாதது.)

லக்ஷ்மணனின் சிந்தனைத் தெளிவு பெரிதும் வியக்க வைக்கும். கறுத்த பழுவையை இருட்டில் தேடும் முயற்சியே தத்துவ ஞானம் என்றிருந்த கருத்தினை மாற்றித் தத்துவத்தையும், சாதாரணர்கூட விளங்கிக்கொள்ளலாம் என்று செயலிற் காட்டியவர் அவர். அவரின் அந்த முயற்சியின் விளைவாய் எழுந்ததே, 'இந்திய தத்துவ ஞானம்' என்ற நூல். இந்து நாகரிகம் கற்கும் மாணவர்க்கு அது ஒரு பைபிளாக (விவிலிய வேதம் எல்லாக் கிறிஸ்தவர்களும் தவறாது பயன்செய்வதால் அதன்

வியாபகம் கருதிவந்த மரபுத்தொடர்தான் 'Bible' என்ற ஆங்கிலப் பதம்) இன்றும் திகழ்கின்றது.

இலங்கை வானொலியில் இந்து சமய ஆலோசனைக் குழுவில் ஓர் உறுப்பினராக அவரோடு பணியாற்றும் வாய்ப்பும், கோப்பாய் ஆசிரியர் கலாசாலையிலே நடைபெற்ற கருத்தரங்குகளில் அவரோடு பங்குகொண்டு விரிவுரை யாற்றும் வாய்ப்பும் எனக்கு கிடைத்தன. 'சிவபுராணத்தை அமங்கலங்களின்போது பயன்படுத்தக் கூடாது என்றும், கந்தசஷ்டிக் கவசம், உடலின் எல்லா உறுப்புக்களை (வெளியிற் சொல்லக்கூசும் உறுப்புக்களையும்) காக்கவென்று முருகனை வேண்டுவது அசிங்கம் என்றும் அவர் கூறிய துணிகரமான கருத்துக்கள் பலத்த விமர்சனத்துக்கு உள்ளானபோதும் அவர் தமது கொள்கையிலே தளராது தொடர்ந்து பல சந்தர்ப்பங்களில் வெளியிட்டு வந்தது, "தூற்றுவோர் தூற்றட்டும், போற்றுவோர் போற்றட்டும் தொடர்ந்து செல்வேன்" என்ற கண்ணதாசனின் பாடல்களையே நினைவூட்டும்.

எனக்கு தொழிற் சான்றிதழ் (Professional Qualification) இல்லாமையால், ஆசிரியக் கலாசாலை விரிவுரையாளர் பதவி வழங்கப்படாதது அநியாயம் என்பது அவரின் உறுதியான கருத்தாய் இருந்தது. இதனால் கல்விஅமைச்சுவரை எனக்காக வாதாடியும் அது பயனளிக்கவில்லை என்பது அவருக்கு மிகவும் கவலை தந்தது. அன்பினுக்கு எளியராய் இருந்த அவர் கொள்கையில் வைரம் பாய்ந்தவராய், தமக்கு நியாயம் என்று கண்டதை எவ்விடத்திலும் எடுத்துரைக்கத் தயங்காதவராய் விளங்கியதை நான் பல தடவைகள் கண்டிருக்கிறேன். வைதிக ஆசாரங்களைப் பெரிதும் போற்றாதவராயினும், எனது கணிப்பில் லக்ஷ்மணன் உண்மையான அந்தணரே!

8. ச. அம்பிகைபாகன்

"கறிக்கு உப்புப் போன்றவர் அம்பிகைபாகன்" என்று பண்டிதமணி சி. கணபதிப்பிள்ளை, அம்பிகைபாகன்பற்றி ஒருமுறை குறிப்பிட்டார். பண்டிதமணியின் வழக்கமான அங்கதம் இக்கூற்றிலும் தொனிக்கின்றது என்று சிலர் உதட்டுக்குள் சிரிக்கக்கூடும்.

ஆனால் சுமார் அரை நூற்றாண்டுக்குக் குறையாமல் ஈழத்தின் இலக்கிய, சமய, சமூகப் பணிகளில் முன்னின்று உழைத்து வந்தவர். யாழ்ப்பாணத்தில் அவரின்றி எந்தத் தமிழ் மாநாடோ, சைவக் கூட்டமோ, நடந்ததில்லை என்று கூறும் அளவுக்கு எல்லா வைபவங்களுக்கும் தலையூட்டினர் அவர். இவ்வகையிலே பண்டிதமணியின் 'உப்பு உவமை' சாலப்பொருந்துவதே.

அம்பிகைபாகன் ஆற்றிய தொண்டுகளில் தலையானது, 1968இல் நாவலர் சிலைநாட்டு வைபவத்தின்போது, அதன் தொடர்பாக யாழ்ப்பாண நகரசபை மண்டபத்திலும், கொழும்பு இராமகிருஷ்ண மிஷன் மண்டபத்திலும் இடம்பெற்ற நாவலர் புத்தகக் கண்காட்சிக் குழுவின் தலைவராய் அமர்ந்து ஆற்றிய தொண்டாகும்.

திருக்கேதீஸ்வரத்தில் அருளம்பல உடையார் என்பவரிடம் நாவலரின் முதற்பதிப்பு நூல்கள் உள்ளன என்றுஅறிந்து, பல தடைகளையும் முறியடித்து, பகீரதன் கங்கையைக் கொணர்ந்ததுபோல அவற்றைக் கொணர்ந்து காட்சிக்கு வைத்தார். நாவலரின் பட்டுப் பீதாம்பரங்கள், உருத்திராக்கம் மகரகண்டிகை, முக்கூடை, திருவாவடுதுறை ஆதீனம் போர்த்திய பொன்னாடை என்பவற்றை நாவலரின் கால்வழியினரிடம் பெற்றுக் காட்சிக்கு வைத்ததும் இவரின் சாதனைதான்.

நாவலர் புத்தகக் கண்காட்சிக் குழுவின் இணைப்பாளராக நானும், ஆலோசகர்களாக பிரமஸ்ரீ ச. பஞ்சாட்சரம், ஆசிரியமணி பஞ்சாட்சரம் ஆகியோரும், காட்சி ஒருங்கமைப்பாளர்களாக, மத்திய கல்லூரியின் அந்நாள் நூலகரும் ஆய்வறிஞரும் ஆங்கிலம் வல்லாருமான கா. மணிக்கவாசகரும், இன்று லண்டனில் வாழ்ந்துகொண்டிருக்கும் 'மாலி' எனப்படும் மகாலிங்கசிவம் (பத்திரிகையாளர்) செயற்பட்டோம். எம்மையெல்லாம் தம் பிள்ளைகள்போலப் பாவித்து அன்பு காட்டி, அரவணைத்து வேலை வாங்கிய அம்பிகைபாகன் எளிதில் மறக்கப்படக் கூடியவரல்லர்.

அவரோடு அ.இ. கம்பன் கழகத்திலும் அ.இ. சேக்கிழார் மன்றத்திலும் இணைந்து செயலாற்றக் கிடைத்தமை மகிழ்ச்சி தரும் அனுபவமாகும். இவரது அரும்பெரும் கருவூலங்களான நூல்கள் யாழ்ப்பாணப் பல்கலைக்கழக நூலகத்திற்கு இவர் பெயரால் வழங்கப்பட்டுள்ளன.

9. ம. ஸ்ரீகாந்தா

நாட்டாட்சிச் சேவையில் இணைந்து பிரித்தானிய அரசுகாலந்தொட்டு சிங்கள ஆட்சி நடுக்காலம்வரை அவற்றிற்கு விசுவாசமாகவும் திறமையாகவும் பணியாற்றிப் படிப்படியாக உயர்ந்தோர் வரிசையில் அளவெட்டியைத் தாயகமாகக் கொண்ட மயில்வாகனம் ஸ்ரீகாந்தா அவர்களும் அடங்குகின்றார். பிரித்தானிய அரசு அவரின் சேவைக்களித்த பரிசே (பிரித்தானிய சக்கராதிபத்தியக் கட்டளை) O.B.E. என்ற பட்டம்.

ஆனால் இவற்றுக்கெல்லாம் மேலாக மனிதாபிமானமும் சைவ சமயப் பற்றும் ஒழுக்கமும், யோகர் சுவாமிகளிலே

அளவு கடந்த பக்தியும் பூண்டு விளங்கியவர் ஸ்ரீகாந்தா என்பதற்கு ஐயம் இல்லை.

யாழ். இந்துவின் மைந்தருள் பெருமை மிகுந்த பலருள் ஒருவரான ஸ்ரீகாந்தா, இந்துவையே செயல்புரி களமாகக் கொண்டு அகில இலங்கைச் சேக்கிழார் மன்றத்தை இயக்கி உயிர்நாடியாய், தலைவராய் விளங்கி ஆற்றிய பணிகள் அளப்பரியன (சேக்கிழார் மன்றப்பணிகள், விழாக்கள் பற்றி முந்திய இயலில் விரித்துள்ளேன்).

அரசியலில் ஆட்சிமாற்றங்கள் உயர்ந்தாரைத் தாழ்த்துவதும், தாழ்ந்தோரை உயர்த்துவதும் இயல்பான வழக்கங்கள் என்பதை யாவரும் அறிவர். மின்சார நீர்ப்பாசன அமைச்சின் செயலாளர் என்ற உயர்பதவியிலிருந்த அவர், ஆட்சிமாற்றத்தால் புதிய ஆளும் கட்சிக்கு வேண்டாதவர் ஆனபொழுது, மானஉணர்வு மிக்கவராய் உரிய காலத்திற்கு முன்பே ஓய்வு பெற்றமை சிறப்பித்துக் கூறவேண்டியதாகும்.

ஓய்வு பெற்ற பின்பு சேக்கிழார் மன்றச் செயற்பாடுகளை அவர் கைநெகிழ்க்கவில்லை. நான் இந்துக் கல்லூரியிலிருந்து அதிபர் பதவி உயர்வோடு கோண்டாவில் இராமகிருஷ்ண மகாவித்தியாலயத்தில் பணியாற்றிய காலத்தில், கோண்டாவில் வாசராகிவிட்ட அவர் என்னை என் பாடசாலைக்குத் தேடிவந்து மன்றச் செயற்பாடுகள் பற்றிக் கலந்தாலோசித்தும் எனது பங்களிப்பைக் கூறி அவற்றை நிறைவேற்றுவித்தமையை நான் மறத்தலியலாது.

அவர் நினைத்திருந்தால் வேண்டியிருந்தால் பாடசாலை முடிந்து செல்லும் நேரங்களில் அவர் வீடு சென்று, மன்றச் செயற்பாடுகளைத் தொடர்ந்திருக்கலாம். என்னிலும் மூத்தவர், என் மதிப்பிற்குரியவர் அவர். அவரை ஏற்றுச் செயற்படும் மனப்பக்குவத்தில் இருந்தவன் நான் என்பதையும் அவர் அறிந்திருந்தார்.

இருந்தபோதிலும் தாமே என்னை நாடிவந்து தலையளித்தாட் கொண்டருளிய அப்பெரியாருக்கு அஞ்சலிகளைச் செலுத்துவது என் கடன்.

10. கலாநிதி எச்.டபிள்யு. தம்பையா

வட்டமும் விசாலமுமான முகம். பெரிய தலை. இவற்றுக்குப் பொருத்தமான இரட்டைநாடி உடல். இத்தனையும் ஒன்றாகிப் பார்த்தவுடனேயே மதிப்பதற்குரிய பெரியவராய் நீதியரசர் கலாநிதி எச். டபிள்யு. தம்பையா விளங்கினார்.

அவரை 1963 ஒக்டோபரில் நந்தி, விடிவெள்ளி, வித்துவான் பொன். இ. முத்துக்குமரன் ஆகியோரோடு இவரின் 'அரசமனை' இல் காண வாய்ப்புக் கிடைத்தது. ஆங்கிலேயருக்கு ஷேக்ஸ்பியர் போலத் தமிழுக்குக் கம்பன். அவன் பெயரால் ஒரு கழகம் அமைய வேண்டும். அதற்கு என்னாலான ஒத்துழைப்பு வழங்குவேன். நீங்கள் என்னைப்போலக் காடாறுமாதம், நாடாறுமாதம் என்று கொழும்பில் ஒருகாலும் யாழ்ப்பாணத்தில் ஒருகாலும் வைத்திருப்பவர்கள் அல்லர். யாழ்பாணத்தின் நிரந்தரவாசி. ஆனபடியால் நான் இங்கே உள்ள காலத்திலேயே கழகத்தைத் தொடங்குங்கள் என்றார்.

அவரின் வேண்டுகோளினை ஏற்று அம்மாத இறுதியிலேயே கம்பன் கழகம் உருவாகியது. அதன் செயற்பாடுகள் பற்றி முன்னைய இயலில் விரிவாகத் தரப்பட்டது.

மிக்குயர்ந்த பதவியினை வகித்தபோதிலும், பதவிக்குரிய வேடம் கலைந்தபின் மிகச் சாதாரணமானவராய், காட்சிக்கெளியவராய், கலகலப்போடு இவர் எங்களுடன் உரையாடியது நெஞ்சில் பசுமையாக உள்ளது.

கம்பன் கழகம் கலைந்துபோய்ப் பலஆண்டுகளின்பின் 1982இல், தமிழ்ச் சங்கத்தில் எனது நெடுபா – 3 வெளியிடச் சென்றிருந்தேன். என் நூலின் முதற்பிரதியை எச். டபிள்யு. தம்பையா அவர்களைக் கொண்டு வாங்குவிப்பது எனது விருப்பமாயிருந்தது.

தமிழ்ச் சங்கத்தில் அந்நாள்களிலே தங்கியிருந்தவரும் ஆசிரியமணி ஆ. பஞ்சாட்சரத்தின் மைத்துனருமான தி. பரமசாமிக்கு எனது முடிவை வெளியிட்டேன். எந்நேரத்திலும் எவருக்கும் உதவிபுரியப் பின்நில்லாத பரமசாமி, "அதற்கென்ன இன்று உங்களை அவர் வீட்டுக்கு அழைத்துச் செல்கிறேன்" என்றார்.

அவர் சொன்னபடியே அன்று பின்னேரம் பம்பலப்பட்டியிலுள்ள தம்பையாவின் வீடு சென்றோம். நீதியரசர் பதவியிலிருந்து ஓய்வு பெற்றுவிட்டமையால் அவர் மனைவாயிலில் காவல் முதலிய பந்தா எதுவும் இருக்கவில்லை.

உள்ளே சென்றோம். வாயிற் கதவு மணியை அடித்தோம். சில நிமிடங்களிலே கதவு திறந்துகொண்டது, வேலைக்காரி வந்து "யார்? எவர்?" என்று எங்களை விசாரித்தாள். சொன்னோம்.

வேலைக்காரி உட்சென்ற இரண்டொரு நிமிடத்தில் தம்பையா வரவேற்பு மண்டபத்திற்கு வந்தார். நின்றுகொண்டிருந்த எங்களை அமரச் சொன்னார்.

அவர் முகத்தில் சிறிது கடுகடுப்பு.

"சொக்கலிங்கம் நீங்கள் கனகாலத்துக்குப் பிறகு வந்திருக்கிறீர்கள். சந்தோசம். ஆனால் ஒரு பிழைவிட்டுவிட்டீர்கள்." எனக்கு அவர் கூறியது புரியவில்லை. என்னோடு பரமசாமியும் சேர்ந்து திருதிருவென்று விழித்தார்.

"என்னிடம் வருவதற்கு ரெலிபோனில் கேட்டு அப்பொயின்ற்மென் வைத்து வந்திருக்க வேண்டும்."

நான் பிடரியைத் தடவியபடி 'நீங்கள் சொல்வது சரிதான் சேர். மன்னித்துக்கொள்ளுங்கள்" என்றேன்.

அவரின் இறுக்கம் தளர்ந்தது. கடகடவென்று சிரித்து விட்டுச் சொன்னார். "நான் எனக்காகச் சொல்லவில்லை. நீங்கள் முன்னறிவுப்புத் தந்தால் நான் வீட்டில் தங்கியிருப்பேன். இல்லாவிட்டால் நீங்கள் வந்து நான் இல்லையென்று ஏமாற்றத்துடன் திரும்ப நேரும் என்றுதான் இதைச் சொன்னேன்" என்றார்.

இதன்பின் முன்னைய தம்பையாவாக அவர் மாறிப் பல விடயங்களையும் மனந்திறந்து பேசினார். எனது வேண்டுகோளை மனப்பூர்வமாகவும் மகிழ்ச்சியாகவும் ஏற்றுக்கொண்டார்.

"அதற்கென்ன? சொக்கலிங்கம் நீர் கேட்டால் மறுக்க முடியுமா?" என்று சிரித்தார்.

"நான் தேசவழமைச் சட்டம் பற்றித் தமிழில் ஒரு புத்தகம் எழுதி வைத்திருக்கிறேன். நீங்கள் எவராவது அதனை வெளியிடுவதானால் தருகிறேன். செலவுக்குப் பத்தாயிரம் ரூபாவும் தருவேன்" என்றார். "முயன்று பார்ப்போம்" என்றுகூறி அவரிடமிருந்து விடைபெற்றோம்.

அவரின் மரணத்தைக் கேள்வியுற்று வருந்தினேன். உதயனில் 'நிரந்தரப் பெருமை'யில் அவர் பற்றி நினைவுகளை எழுதி வெளியிட்டு ஆறுதல் அடைந்தேன்.

11. பேராசிரியர் சு. வித்தியானந்தன்

பேராசிரியர் சு.வி.யை அவரின் நண்பர்கள் 'வித்தி' என்று அழைக்கும் வழக்கம் இருந்தது. வித்தியின் சக்தியும், அவர் தம்மோடு நெருங்கியவர்களோடு நடந்துகொண்ட உத்தியும் தனித்தன்மையானவை. மறக்க முடியாதவை. என்றும் நினைவில் இனிப்பவை.

ஆரம்பத்தில் வித்தியோடு பேராசிரியர் க. கைலாசபதியோ, சிவத்தம்பியோ இன்னும் பெயர் சொல்லக்கூடிய பலரோடு

உறவாடி அண்மையராயும், சிலவேளைகளில் சேய்மையராக வும் பழகக்கூடிய நெருக்கம் எனக்கு இருந்ததில்லை. இறுதிவரை இருந்தது என்றும் கூற முடியாது.

ஆனால், கதிரவனின் ஒளியில் மலர்கள் அனைத்தும் மலர்வது போல அவரின் ஒளியில் மலர்ந்த மலர்களிலே நானும் ஒருவன் என்பதில் பெருமை அடைகின்றேன்.

*1953–1955*வரை பேராதனைப் பல்கலைக்கழகத்தில் அவரிடம் தொல்காப்பியம், நன்னூல், திருக்கோவையார் ஆகியவற்றைக் கற்க வாய்ப்புக் கிடைத்தது. அவர் தயாரித்த நாடகங்களுக்கு நுழைவுச் சீட்டும், குழுவிலே சிலவேளைகளில் இணைந்து செல்லவும் முடிந்தது.

ஆனால் அவரின் இல்லத்தில் சென்று உறவை வளர்க்கவோ, கண்ட இடங்களிலே கதைத்துக் களிக்கவோ நான் முற்பட்டதில்லை.

1960–1961 ஆகிய வருடங்களிலே அவர் கலைக்கழகத்தமிழ் நாடகக் குழுவின் தலைவராய் இருந்தபொழுது, எனது நாடகப் பிரதிகளுக்கு முதற்பரிசு (தொடர்ந்து ஈராண்டுகள் வழங்கியபோது) அவரும், அவர் குழுவினரும் முகங்கொடுக்க நேர்ந்த கண்டனங்களின்போதுதான் அவரின் அருமையைக் கண்டு வியக்க நேரிட்டது.

தமக்குச் சமமானவர்கள், நண்பர்கள் என்ற பலரும் எனக்குப் பரிசளித்த முதலாண்டிலேயே அவரை எதிர்த்துக் கண்டனக் குரல் எழுப்பினர். சாமானியமானவர் என்றால் இரண்டாவது முறை பரிசளிக்க முன்வந்திருக்கமாட்டார். ஆனால் வித்தியின் துணிவும் தகுதியைக் கண்டு மதிக்கும் பண்பும் அவரை எந்நிலையிலும் மனந்தளர்ந்து தமது முடிவை மாற்றிக் கொள்ளாது சரியானதைச் செய்யவைத்தன. என்னைக் காணும்போதெல்லாம் தொடர்ந்து கலைமாணிப் பரீட்சைக்குத் தோற்றுமாறு, அதில் சித்தி பெற்றதும் முதுமாணிக்குப் பதியுமாறு வற்புறுத்தத் தொடங்கியதிலிருந்து அவரோடு என் தொடர்பின் இடைவெளி குறையலாயிற்று. முதுமாணிப் பட்டத்திற்கு ஆய்வுக் கட்டுரை எழுத நேர்ந்த பொழுது ஆசிரிய மாணவ உரிமைகளும் கடமைகளும் மேலும் இறுகின.

1961இல் பேராதனைப் பல்கலைக்கழகத் தமிழ் மாணவர் மன்றத்தினர் ‘மண்ணும் விண்ணும்’ என்ற சிறுகதைத் தொகுப்பு நூலை வெளியிட்டனர். அந்நூலின் வெளியீட்டுரையை நிகழ்த்த என்னை அம்மன்றத்தினர் சார்பில் ‘வித்தி’ அழைத்துக் கடிதம் அனுப்பியிருந்தார்.

அப்பொழுது நான் புத்தளம் சாஹிராக் கல்லூரி ஆசிரியர். வித்தியின் அழைப்பை ஏற்றுப் புறப்பட்டு, புகைவண்டியிலும் பேருந்திலும் பயணம்செய்து கண்டியை அடைந்தபொழுது இரவு பதினொருமணி ஆகிவிட்டது.

இந்த நேரத்தில் பேராதனை செல்ல முடியாது. கண்டி இந்து மகாவித்தியாலய அதிபராயிருந்த அமரர் மதியாபரணம் வீடு சென்று அவரை எழுப்பி, மகாவித்தியாலயம் சென்று அவர் பாடசாலை முன்பக்க அறையைத் திறந்துவிட அங்கிருந்த வாங்கு ஒன்றில் எனது பயணப் பையைத் தலையணையாக்கிப் படுத்திருந்தேன். பயண அலுப்பு இருந்தபோதும் நித்திரை வரவில்லை.

நள்ளிரவு பன்னிரண்டுமணி,

பாடசாலை முன்வாயிற் கதவு தட்டப்பட்டது.

இந்நேரத்தில் யார்?

தயக்கத்துடனும் அச்சத்துடனும் கதவைத் திறந்தேன்.

என் முன்பு வித்தி, கைலாசபதி.

இருவரும் நிற்கிறார்கள்.

"என்ன சொக்கன் ஏன் இங்கு படுத்திருக்கிறீர். என் வீட்டிற்கு வருவதற்கென்ன?" என்று கேட்டார். குரலில் சற்றுச் சிடுசிடுப்பு.

"இந்தச் சாமநேரத்தில்" என்று இழுத்தேன்'.

"சரிசரி பாக்கை எடுத்துக்கொண்டு வாரும்" என்றார். பாடசாலைக் கதவைத் தாமே பூட்டினார்.

அவரின் பிரசித்திபெற்ற மண்ணெண்ணெய்க் காரிலே ஏறப் பணித்தார். ஏறினேன்.

கார் சென்று மதியாபரணம் வீட்டு வாயிலில் நின்றது. மீண்டும் மதியாபரணத்தின் துயில் கலைக்க நேர்ந்தது.

எனக்கு மனக்கஷ்டந்தான். ஆனால் என்ன செய்வது?

வித்தி நடக்க நான் நடக்கவேண்டியதன்றி, வேறொன்றறியேன் பராபரமே?

வித்தி வீட்டுக்கு அழைத்துச் சென்றார், அந்த நடுயாமத்தில் அறுசுவை விருந்து!

அடுத்த நிமிடம்.

க. சொக்கலிங்கம்

கைலாசபதி துணை மேற்பார்வையாளராயிருந்த விஜயவர்த்தனா மண்டபத்தில், அவரின் அறையில் (கைலாசபதியே சென்று மெத்தை கொண்டுவந்து மேலதிகப் படுக்கை அமைக்க) ஆனந்தமாகச் சயனித்தேன்.

'மண்ணும் விண்ணும்' (செங்கையாழியான், செம்பியன் செல்வன் தொகுப்பாசிரியர்கள்) வெளியீட்டு விழா சிறப்புற நடந்தது. எனது வெளியீட்டுரையும் கேட்டோர்க்குத் திருப்தியையே அளித்தது என்பது அவர்கள் இடைக்கிடை செய்த கரகோசத்தால் புலனாயிற்று.

அன்று மாலை 'சரசவிவயன்' (பேராதனைப் பல்கலைக் கழகப் புகையிரத நிலையம்) இல் என்னைப் பயணம் அனுப்ப வந்த வித்தி சொன்னவை இவை "எங்களைப் பொறுத்தவரை உயர்வு தாழ்வு என்ற பிரிவினைகளுக்கு இடமில்லை. உமது வருகையும் பேச்சும் திருப்தியளித்தன. சந்தோசம். போய்வாரும்."

இவ்வார்த்தைகளுடன் தபாலுறை ஒன்றை என் கையில் திணித்தார். புகைவண்டியிலே செல்லும்போது அதைத் திறந்து பார்த்தேன். இருபத்தைந்து ரூபா.

முதுமாணிப் பட்டத்திற்கு, வித்தியின் ஆலோசனைப்படி நான் தெரிந்துகொண்ட தலைப்பு 'ஈழத்துத் தமிழ்நாடக இலக்கிய வளர்ச்சி'.

பேராதனையில் அவர் இல்லத்துக்குக் குறித்த நாளுக்கு மறுநாள் சென்றபோது, "என்னகாணும், நேற்றல்லவா வரச் சொல்லியிருந்தேன். இன்றைக்கு வந்திருக்கிறீர் என்று அவர் என்னைத் திட்டியது, மூன்று தடவைகளுக்கு மேல், சாமம் சாமமாகத் (தமது மகளின் தொய்வு நோயின் மத்தியிலும்) தமது அறையிலிருந்து எனது ஆய்வுக் கட்டுரையை ஒவ்வொரு சொல்லாக வாசிக்கச்செய்து திருத்தியது, இடையிடையே தாமே தேநீர் தயாரித்து எனக்கு வழங்கியது, அவ்வேளையில் தனித்து நான் எனது அறைக்குச் செல்வது பாதுகாப்பில்லை என்று தமதில்லத்திலிருந்து பேராதனைக் சந்திவரை வந்து என்னை அனுப்பிவைத்தது; இவையெல்லாம் ஆசிரியர் ஒருவர் மாணவன் ஒருவனுக்குச் செய்த கைமாறுவேண்டாக் கடமைகள் என்று நினைக்கையில் நெஞ்சம் உருகுகின்றது.

எப்பொழுது கடிதம் எழுதினாலும் உடனுக்குடன் பதில் எழுதி, 'ஈற்றில் அன்பு மறவாத சு. வித்தியானந்தன்' என்று கையெழுத்திட்டு எழுதிய கரங்களுக்குரியவர் இன்று இல்லை.

வித்தியை நான் மறப்பது என் உயிர் என்னை மறக்கும் அன்றுதான்.

12 பேராசிரியர் செ. சிவஞானசுந்தரம் (நந்தி)

கம்பன் கோட்டத்திலே, யாழ். பல்கலைக்கழகம் எனக்களித்த கலாநிதிப் பட்டத்திற்காய் என்னைப் பாராட்ட ஒரு கூட்டம், கிருஷ்ணசாமி கிருபானந்தன் (என்னைத் தனது பெரிய தந்தையாரான வித்துவான் சி. குமாரசாமியாகப் பாவித்து நடப்பவன் என்று முன்னரும் குறிப்பிட்டேன். நான் பட்டமளிப்புக்குச் செல்கையில், தான் வாங்கி அளித்த வேட்டியையே கட்டும்படி வற்புறுத்தி அவ்வாறே செய்வித்தவன். *பூரணி* என்னும் மும்மாதச் சஞ்சிகையின் ஆசிரியனான இவன் பயிற்றப்பட்ட ஆசிரியன் (இந்து சமயம்). தன்னால் தகுதியானவர் என்று கணிக்கப்படும் அறிஞர்கள் அதிகாரிகளுக்குப் பாராட்டு விழாக்கள் எடுப்பதில் இன்பம்காணும் தன்னலம் துறந்த தண்ணளியாளன்) ஏற்பாட்டில் நடைபெற்றது. அக்கூட்டத்திற்கு யாழ்ப்பாணத்திலே மிகுந்த கணிப்பினைப் பெற்றுள்ள பிரமுகர் இருபத்தெண்மர் வருகைதந்து என்னைப் பாராட்டிப் பேசியும், மாலை, பொன்னாடை அணிவித்தும் கௌரவித்தனர். இவர்களுக்கு நன்றி கூறுகையில்

இனையர் இவர்எமக் கின்னையாம் என்று
புனையினும் புல்லென்னும் நட்பு

என்ற திருக்குறளை மேற்கோள் காட்டநேர்ந்தது. அது பொதுவாக எல்லோர்க்கும் பொருந்துமாயினும், சிறப்பாக நந்தியை நினைத்தே இக்குறளை எடுத்துக்காட்டாய்ப் பயன்படுத்தினேன்.

இவர் எனக்கு இத்தகைய நட்பினர். இவருக்கு நாம் இத்தகைய நட்பினர் என்று வெளிப்படப் பேசினாலே அந்த நட்பின் மகத்துவம் குறைந்துவிடும் என்பதே அந்தத் திருக்குறளின் பொருள்.

நந்தி அவர் எனக்கு இத்தகையவர் என்றும் நான் அவருக்கு இத்தகையவர் என்றும் வெளிப்பட உரைத்தல் மூலம் எங்களின் உறவினுக்குக் களங்கம் கற்பிப்பதாய்விடும் என்ற அச்சமும் தயக்கமும் அவர்பற்றி எழுதத் தொடங்கையில் எனக்கு ஏற்பட்டன.

முதலிலே அவர்பற்றி எழுத நினைத்த நான், கடைசியில் எழுதுவதற்குக் காரணமே இந்தத் தயக்கம்தான்.

1959இல் ஹற்றனிலே தொடங்கிய எமது தொடர்பு நவில்தோறும் நூல்நயம்போலும் நாள்தோறும் வளர்ந்து மேலும் வளர முடியாத அளவிற்கு உச்சநிலையில் உள்ளது என்றே சொல்வேன்

அவருடைய பணிநலங்கள் ஊர் அறிந்தவை, நாடறிந்தவை, உலகறிந்தவை.

எனவே நானும் அவற்றை உரைப்பது அதிகப்பிரசங்கித் தனமாகும். எனக்களித்த பாராட்டு விழாவிலே 'நந்தி' பேசுகையில் எங்கள் அன்புத் தொடர்பு நட்பைக் கடந்த உடன்பிறப்பை ஒத்தஉறவு என்றார்.

என்னிலும் இருவயது மூத்த அண்ணாவாகிய நந்தியின் உறவு இப்பிறப்பிலும், இனிவரவிருக்கும் பிறப்புக்களிலும் தொடர வேண்டும் என்று என் குலத்தெய்வமாகிய முருகனை வேண்டுவதோடு அவர்பற்றிய என் கருத்துரையினை நிறைவு செய்கிறேன்.

ஒரு குறிப்பு

மேலே நான் போற்றிப் பரவியவர்கள் பற்றி (எல்லோருக்கும் போலவே) இருவேறு பக்கங்கள் கருத்துக்கள் இருப்பது இயற்கையாகும். நான் கண்டதும் பயன் கொண்டதும் அவர்களின் ஒளிநிறைந்த நல்ல பக்கமே. இருட் பக்கத்தைக் காண்பவர்கள் என்னிற் சீற்றம் கொள்ள வேண்டியதில்லை. செத்து அழுகிப்போய் நாற்றம் எடுத்த நாயின் பற்களைப் பார்த்து "ஆகா இவை எவ்வளவு வெண்மையாக இருக்கின்றன!" என்று இரசித்த மகாஞானியைப் போன்று, நான் இழிவில் உயர்வைத் தேடவில்லை. நல்லவற்றை நல்ல உள்ளத்தோடு கண்டேன். அது அவர்கள்மீது அன்பு கொள்ள வைத்தது. இறந்தவராயினும் இருப்பவராயினும் இவர்கள் என் வரையில் மிக நல்லவர்களே. இவர்களை நான் வணங்கி நன்றி கூறுகின்றேன்.

19

நான் யார்?

"நான் யார்? என் உள்ளம் யார்? ஞானங்கள் யார்?" வினாக்களை எழுப்பி இவ்வினாக்கள் யாவும் தம்மை நாடிவந்த இறைவனின் அருளால் விளைந்தவை என்ற கருத்துடைய திருவாசகப் பாடலை, எனது மணிவிழா மலரில் என் வரலாற்றைக் கூறும் கட்டுரையின் தொடக்கத்திலே மேற்கோளாகக் காட்டியிருந்தேன்.

திருவாசகம் தந்த மணிவாசகர் போன்று ஞான உச்சத்தில் நின்று மேற்காட்டிய வினாக்களைக் கிளப்ப எனக்குத் துளியளவேனும் தகுதியில்லை.

நான் மிகச் சாதாரண மனிதன். எழுபத்திரண்டு ஆண்டுகள் இந்த உலகத்தில் வாழ்ந்து உடலிலே அவ்வப்போது உண்டான காயங்களின் எண்ணிக்கை யிலும் அதிகமான காயங்களை என் உள்ளத்தில் பெற்றுக்கொண்டவன். உடற்காயங்கள் ஆறிவிட்டன. அவை வலியைத் தருவதில்லை.

ஆனால், உள்ளத்தில் ஏற்பட்ட காயங்கள் ஆறாத ரணங்களாகிப் பலவகைகளிலே நோவையும் வலியையும் தருகின்றன.

அவற்றைத் தாங்கிக்கொள்ள முடியாத நிலை ஏற்படுகையில் நான் குலதெய்வமாகக் கொண்டுள்ள நல்லூர் முருகனின் திருவடிகளைச் சரணடைந்து, அந்தச் சரணாகதியிலே, அந்த வேளையிலே ஆறுதல் காண்கின்றேன்.

அடுத்த கணம்...

மீண்டும் வேதனை.

சூரபன்மன் முருகனின் திருப்பெருவடிவங்கண்டு, அதைக்கண்ட சில கணங்கள் மெய்யுணர்ந்த ஞானியாவேன்.

நானோ அவ்வப்போது ஞானியாகி

மீண்டும் மண்ணில் வீழ்ந்து

அதன் புழுதியிலும்

அழுகலிலும் புரண்டுகொண்டிருக்கின்றேன்.

இந்தப் புழுதியும் அழுக்குமே 'நான் யார்' என்ற வினாவில் அடிக்கடி என்னை அழுத்திவிடுகின்றன.

வினாவுக்கு விடை தேடுவது.

கொலம்பஸ் தேடிய இந்தியாவாகி

அவன் அமெரிக்காவைக் கண்டு

இந்தியா என்று மயங்கியது போன்று

நானும் மயங்குகிறேன்.

உண்மை தொடுவானமாகி

என் பயணத்தை அர்த்தமற்றதாக்கி

மேலும் மேலும் நீண்டுகொண்டிருக்கின்றது.

எனினும் நான் இன்னும் இன்னும்

தேடிக்கொண்டே இருக்கிறேன்.

நான் யார்?

சாதாரணமான மனிதனின் உயரத்திலும் குறைந்த 5அடி 1 அங்குலம் மட்டுமே கொண்ட, கட்டையன் நான். என் நிறம் கறுப்பு.

என் தாயும் மற்ற உறவினரும் நான் சிறுவயதிலே சிவப்பாக இருந்தேன் என்று சொல்லக் கேட்டிருக்கிறேன்.

சிவப்பு நிறம் கறுப்பு நிறம் ஆனது எப்படி? இந்தக் கேள்விக்கு விடை.

'காக்கைக்கும் தன்குஞ்சு பொன்குஞ்சு' என்ற குருட்டுப் பாசத்தின் விளைவாக இருக்கலாம்.

தன் மூத்த மகன் ஆராவமுதன் தனது பத்தாவது வயதுவரை சிவலையாயிருந்து பின்பு கொஞ்சம் கொஞ்சமாகக்

கறுத்துவிட்டதாக இன்றும் என் மனைவி சொல்வதை அடிக்கடி கேட்கிறேன்.

அவர் காணும் இந்த நிறமாற்றம் எனக்கு என்றைக்குமே புலனாவதில்லை.

ஆக, நான் சிவலையாக இருந்தேன் என்பது, ஊனக்கண்ணால் காணாது பாசக்கண்ணால் கண்ட காட்சி என்ற முடிவுக்கே நான் வந்துள்ளேன்.

ஆகவே, என் நிறம் அன்றும் இன்றும் கறுப்புத்தான். என் மூக்கு சுவரியதன்று. மழுங்கிய மொழுமொழுப்பான மோதக மூக்கு.

பற்களைப் பொறுத்தவரை நான் அம்மா பிள்ளை. அவருக்குப் பற்கள் நடுத்தர வயதிலேயே உதிரத் தொடங்கி விட்டன. எனக்கும் அப்படித்தான்.

நான் ஏழாம் வகுப்பிலே படிக்கையில் எனது வெற்றுமேனியை உற்றுப் பார்த்த என் சகபாடி செல்வநாயகம் (இன்று அவன் எங்கோ? அறியேன்) “உன் உடம்பு பெரிது. கைகளோ அந்த உடலுக்கு அளவானவை அல்ல. சிறியவை. கிடாரத்துக்குக் கைப் பிடிவளையம் போட்டதுபோல!” என்று பரிகசித்தது என் நினைவில் இருக்கிறது.

ஆனாலும் நான் குரூபியல்ல. என்னோடு பலநிலைகள் உறவாடி, உறவாகும் எவரும் என் உருவத்தைக் கண்டு முகம் சுழித்ததில்லை.

அப்படியானால், நான் யார் என்பதற்கு எனது உடல்தான் நான் என்பது விடையாகுமா?

இல்லை. நான் என்பது என் உடல் அல்ல. ஆனால் ‘நான்’ என்ற ஒன்று இருப்பதற்கான வதிவிடந்தான் இந்த உடல்.

மீண்டும் அதே கேள்வி நான் யார்?

நிச உலகில் என் இயக்கங்கள் கொண்டு ‘நான்’ சடம் அல்ல. ‘உள்ளேன்’ ஆதலால் எனக்கும் ஒரு ‘நான்’ உண்டு.

அந்த நான் யார்?

உயிரால் இயங்கினாலும் உயிரே நான் ஆவதில்லை. உயிருக்கும் அப்பால் உயிரால் இயங்கினாலும் உயிரையே சோரவைக்கவும் எழுச்சி பெறவைக்கவும் உள்ள வேறு பொருள் ஒன்று உள்ளது.

என் வேதனைகள், மகிழ்ச்சிகள், வெற்றிகள், தோல்விகளால் உண்டாகும் உணர்ச்சி பேதங்கள் யாவிற்கும் மூலமாய் உள்ளது எதுவோ அதுவே நான்.

பொருள்முதல்வாதிகள் அது 'மூளை' என்று துணிவார்கள். கருத்துமுதல்வாதிகள் அது 'உள்ளம்' என்பார்கள். ஆன்மீகவாதிகள் அதனை 'சுயம்' என்றும் 'ஆன்மா' என்றும் முடிவு செய்வர். இவர்களின் கூற்றில் எது உண்மை? மூளையா, உள்ளமா, சுயமா, ஆன்மாவா? வேண்டாம்.

இந்தக் கேள்விகள் எல்லோரையும் போலவே என்னையும் குழப்புகின்றன. தடுமாற வைக்கின்றன.

வேண்டாம் இந்த விதண்டாவாத ஆராய்ச்சி.

இதனை வாசித்துக்கொண்டிருக்கும் வாசகரை மேலும் தலைச்சுற்றுக்கு ஆளாக்காமல் அவரும் நானும் நான் என்பன எவ்வாறு உணர்ந்திருக்கின்றோமோ அந்த அனுபவ தரிசனத்தில் நின்று 'நான்' ஆகிய என்னைப்பற்றி முடிவுரையும் தொகுப்புரையுமாகச் சில கூற விழைகிறேன்.

என் வரலாறாகிய நாடகத்தில் 'நான்' ஆகிய பாத்திரம் பற்றிய விமர்சனம் இது.

நான் தனிப்பிள்ளை. கூடிவிளையாடவோ, தன்னலமற்ற அன்பு செலுத்தவோ, சிறுவயதில் யாரும் கிடையாது; அலமந்த எனக்குச் சுயநலம் மிகுதியாகவே இருந்தது. சுயநலத்தின் இரட்டைப்பிள்ளை பொறாமை. அதுவும் எனக்கு மிகுதியாக இருந்தது. காலப்போக்கில் இரட்டையிலிருந்து வெளிப்போந்த குருவியாகி என் வயதொத்த நண்பர்களோடு பழகி இவ்விரு இழி குணங்களும் ஒருவாறு என்னை விட்டு நீங்கின. (இதுபற்றி முன்னரும் கூறியுள்ளேன்)

கதைகளில் வரும் சோக நிகழ்ச்சிகள், நாடகம், திரைப்படங்களில் வரும் சோகச் சம்பவங்கள், சாமானியரின் துன்ப துயரங்கள் என்பவற்றைக் காணும் சந்தர்ப்பங்கள் முதலியன என் கண்களிலே நீரை வருவிக்கும். தீவிரமான ஈடுபாட்டோடு கடவுளின் சந்நிதியில் நிற்கும்போது இவ்வாறு என்னை மீறிக்கொண்டு அழுகை விம்மலாகவும் பொருமலாகவும் வெளிப்படுவதும் அசாதாரண நிகழ்ச்சியல்ல.

நகைச்சுவையில் தன்னை இழப்பது, கோபத்தில் கட்டுமீறுவது என்பன என்னில் குறைவாகவே அன்றும் இன்றும் உள்ளன.

ஆனால், மனைவி மக்களோடு உறவாடுகையில் ஏற்படும் உணர்ச்சிசார் சீற்றத்தினை நான் கட்டுப்படுத்தாது வாயில்

வந்ததை உளறிக் கொட்டி வம்புகளை விலைக்கு வாங்கியதும் உண்டு. இவை அவர்களின் உள்ளங்களில் மாறாத வடுக்களாய் இருப்பதில்லை என்பதால் நான் தப்பிவருகிறேன் என்றுதான் சொல்ல வேண்டும். இருந்தபோதிலும் சில சம்பவங்கள் அவர்கள் மறவாது நினைவுகூர்ந்து வார்த்தைகளால் என்னை போரடிப்பதும் உண்டு. இருப்பினும் இவற்றைப் பெரிதுபடுத்துவது குடும்ப வாழ்வில் தீராத வேதனைக்குக் காலாகும் என்பதையும் அனுபவத்தில் உணர்ந்து வருகிறேன். 'நீர்கிழிய எய்தவடுப்போல மாறுமே சீரொழுகி சான்றோர் சினம்' என்பது எல்லாக் காலத்திலும் பொருந்தாது.

என்னில் உள்ள பலத்திலும் பலவீனமே பெருமளவு என் வாழ்வைப் பாதித்துள்ளது. எனது முக்கிய பலவீனம் தாழ்வுணர்ச்சி. சிறுவயதில் நான் அனுபவித்த வறுமை, தனிமை என்பன கோழைத்தனமாகி அது தாழ்வுச்சிக்கல் ஆனதோ என்பது என் ஐயம்.

பேராதனைப் பல்கலைக்கழகத்தில் மெய்யியல் விரிவுரையாளராயிருந்த காசிநாதன் நான் கலைமாணிப் பரீட்சைக்கு வெளிவாரி மாணவனாய்த் தோற்றிய பொழுது, "நீங்கள் பொதுக்கலைமாணிப் பரீட்சைக்குத் தோற்றாது மெய்யியலைச் சிறப்புப் பாடமாய்க் கொள்ளுங்கள். எமது மெய்யியல் துறையில் விரிவுரையாளராகலாம்" என்று அவர் சொன்னபொழுது, வெளிவாரி மாணவனாகி எனக்காவது விரிவுரையாளர்ப் பதவி கிடைப்பதாவது என்ற தாழ்வுணர்ச்சி யால் அவரது அறிவுரையை நான் பாரதூரமாய்க் கொள்ள வில்லை.

இதே போன்று சாகித்திய மண்டலத் தமிழ் நூல் தெரிவுக்கு நான் இயற்றிய 'வீரத்தாய்' கவிதை நூற்பிரதியை அனுப்பும்படி கைலாசபதி அறிவுறித்தியபொழுது இந்தச் சிறிய நூலுக்குச் சாகித்திய மண்டலப் பரிசா என்று நானே வியந்து நூற்பிரதியை அனுப்பாது விட்டேன்.

அண்மைக் காலத்தில் என்னை, என் பலவீனத்தை நன்கு அறிந்த என் மனைவி, மக்கள் நயமாகவும் பயமாகவும் என்னைப் பதம் பண்ணித் தற்துணிவு என்ற மருந்தை எனக்குத் தரமுற்பட்டிருக்கிறார்கள் (அவர்களின் வலியுறுத்தல் விருத்தி தராவிட்டால் நானாவது லண்டன் வருவதாவது!).

எனது பலம் என்று நான் நம்புவது, ஒரு பொருளை வெறுத்து அதைத் துறக்க வேண்டும் என்ற நிலை ஏற்படுமானால் அதனை நிரந்தரமாகத் துறந்துவிட நான் பின்னிற்பதில்லை. நீண்டகாலமாகப் மூக்குப்பொடியை மிகவும் அதிகமாகப்

பயன்செய்து வந்த நான் ஒருநாள் தீர்மானத்தோடு அதனைக் கைவிட்டேன்.

ஏழாம்வகுப்பில் என்னோடு அடிதடியில் ஈடுபட்டு (அதுநாள்வரை ஆருயிர் நண்பனாக விளங்கிய) ஒருவனோடு, ஆசிரியக் கலாசாலையில் ஒன்றாய்ப் பயிற்சி பெற்றபோதும், யாழ். இந்துக் கல்லூரியிலே கற்பித்தபோதும் பலசமயங்களிலும் உரையாடாமலே இருந்துவந்தேன். அவனுந்தான்!

ஆனால், கல்லூரியில் ஆசிரியனாய் இருந்தபோதே காலமான அவனது மரணத்தில் கலந்துகொண்டும் நினைவுரையாற்றியும், கல்லூரி மலரில் அவனைப்பற்றி நினைவஞ்சலி உரையும் எழுதியபோதே என் பகை மறந்து அவனுக்காகக் கண்ணீரும் சிந்தினேன்.

இது என் பலமா? பலவீனமா?

நீங்களே தீர்மானியுங்கள்.

நான் ஏதாவது சாதனைகள் புரிந்திருப்பேனாயில், அந்தச் சாதனை எனது பதினான்கு வயதிலிருந்து இன்றுவரை ஓயாது ஒழியாது எழுதி வருவதுதான்.

ஒவ்வொரு காலப் படைப்பாளிகளோடும் இணைந்து, நானும் சந்ததிகளுக்கு அறிமுகமாகியுள்ளேன்.

எழுதிக் குவித்தவற்றில் எத்தனை பன்றிக் குட்டிகள், எத்தனை கன்றுக் குட்டிகள் என்பது எதிர்கால விமர்சகர்களின் கடமை, உரிமை.

செய்வார்களா?

அவர்கள் அவ்வாறு செய்வதை என் உடலில் இருந்து நான் காண்பேன் என்று சொல்வதற்கில்லை,

என் பிரதிநிதியாக என் பிள்ளைகளாவது காணப் பெற்றால் அதுவும் என் பேறுதான்.

அந்தப் பேற்றினை என் குலதெய்வமான நல்லூர் முருகப் பெருமான் அருள்வாராக.

வணக்கம்.

பிற்சேர்க்கை

எனது நூல்களும் நான் உறுப்பினராயிருந்த ஆலோசனைக் குழுக்களும்

1. **சிறுகதை**

   கடல் சாகித்திய மண்டலப் பரிசு 1972

2. **நாவல்கள்**

   'செல்லும்வழி இருட்டு', வீரகேசரி பிரசுரம், 1973

   சீதா, வீரகேசரி பிரசுரம், 1974

   'ஞானக்கவிஞன்', ஆசிர்வாத அச்சக வெளியீடு, 1969

   சலதி முரசொலி இ. தமிழிலக்கியப்பேரவை, முதற்பரிசு, 1992

   பத்திக் சந்த் வெளியீடு, (சத்யஜித்ரேயின் நாவல் மொழிபெயர்ப்பு)

3. **நாடகங்கள்**

   'சிலம்பு பிறந்தது' இலங்கைக் கலைக்கழகத் தமிழ் நாடகக்குழு முதற்பரிசு, 1960

   'சிங்ககிரிக் காவலன்' இலங்கைக் கலைக்கழகத் தமிழ் நாடகக்குழு பரிசு, 1961

   தெய்வப்பாவை, வரதர் வெளியீடு, 1969

   'மாருதப்பிரவல்லி', மாவை ஆதீன வெளியீடு, 1990

   'மானத்தமிழ்மறவன்' (நாட்டுக்கூத்து), 1993

   'நாவலர் நாவலரான கதை' (இசைநாடகம்) சொக்கன், சேந்தன், 1968

4. கவிதை நூல்கள்

'கவிதைக் கதம்பம்', வெள்ளிவிழா, 1972

'வீரத்தாய்', வெள்ளிவிழா, 1958

'நசிகேதன்', அன்னை மீனாட்சி நினைவு வெளியீடு, 1974

'நெடும்பா 3', பாரதி நூற்றாண்டு நினைவு வெளியீடு, 1982

'முன்னேஸ்வர சேத்திர ஸ்ரீவடிவழகாம்பிகை அந்தாதி' – முன்னீச்சரதேவஸ்தான வெளியீடு, 1977

'முன்னீச்சரம் வடிவழகாம்பிகை பிள்ளைத்தமிழ்' – முன்னீச்சரதேவஸ்தான வெளியீடு, 2000

'நல்லூர் நான்மணிமாலை', கலைச்செல்வி வெளியீடு, 1964

'நல்லூர்க் கந்தன் திருப்புகழ்' உதயன், வள்ளுவர் அச்சகம் இணைந்த வெளியீடு, 1989

'அப்பரின் அன்புள்ளம்', நாயன்மார்கட்டுச் சைவ சமய அபிவிருத்திக் கழக வெளியீடு, 1968

5. கட்டுரை நூல்கள்

'பாரதி பாடிய பராசக்தி', 1971

'பைந்தமிழ் வளர்த்த பதின்மர்' ஸ்ரீலங்கா அச்சக வெளியீடு, 1972

'நல்லைநகர் தந்த நாவலர்', 1968

'சேர். பொன் இராமநாதன் வாழ்க்கை வரலாற்றுச் சுருக்கம்' – இராமநாதன் அறநிதிய வெளியீடு, 1978

'தமிழ்ப்பேரன்பர் வித்துவான் வேந்தனார்' – வேந்தனாரின் மக்கள் வெளியீடு, 1989

'இலக்கியக் கருவூலம்' திருவள்ளுவர் அச்சக வெளியீடு, 2000 2001

'படிப்பது எப்படி?' 'நந்தி' வெளியீடு, 1974

'சைவம் வளர்த்த தையலர்', 1972

'விபுலாநந்த அடிகளின் பக்திப்பா அமுதம்', 1984

6. தொகுப்பு விளக்கம்

'அறநெறிப்பாமஞ்சரி' திருமதி இராசாநினைவு வெளியீடு, 1965

7. உரை விளக்கம்

'கந்தபுராணம் காசிபன் உபதேசப்படலம்', 1967

'திருக்குறள் பொழிப்புரை' – சொக்கன், 2000

8. இலக்கணம் மொழியியல்

'இலக்கணத் தெளிவு' (மூன்று பதிப்புக்கள்), 1981

'உரைநடைத் தெளிவு' – சொக்கன், வாசுகி வடக்கு கிழக்கு மாகாணக்கல்வியமைச்சின் பரிசு, 2000

9. சிறுவர் கதை

'போக்கிரி முயலார் சாகசம்' (எனித் பிறைற்றன் – மொழிபெயர்ப்பு) வரதர் வெளியீடு

10. ஆய்வு நூல்

'ஈழத்துத் தமிழ் நாடக இலக்கிய வளர்ச்சி' – சாகித்திய மண்டல பரிசு, 1979

11. பாட நூல்

'இந்து நாகரிகம்' (க.பொ.த (உ.த) 3 பாகங்கள் சுப்பிரணிய அச்சகவெளியீடு, 1994, 1995, 1996

12. பாடநூல் வழிகாட்டிகள் (தமிழ்)

'தமிழ் இலக்கிய விளக்கம்' (க.பொ.த சா.த) வரதர் வெளியீடு

'காரைக்காலம்மையார் புராணம் உரைவிளக்கம்' (க.பொ.த உ.த) ஸ்ரீலங்கா அச்சகவெளியீடு

'இரட்சணிய யாத்திரிகம் உரைவிளக்கம்' (க.பொ.த உ.த) ஸ்ரீலங்காஅச்சகவெளியீடு

'திருக்குறள் இல்லறவியல் உரைவிளக்கம்' (க.பொ.த உ.த) ஸ்ரீலங்கா அச்சகவெளியீடு

'திருக்குறள் ஒழிபியல் உரைவிளக்கம்' (க.பொ.த உ.த) ஸ்ரீலங்காஅச்சகவெளியீடு

'கம்பராமாயணம் திருவடிசூட்டுபடலம் உரைவிளக்கம்' (க.பொ.த உ.த) ஸ்ரீலங்கா அச்சகவெளியீடு

'இலக்கிய வினாவிடை 1' (க.பொ.த சா.த) ஸ்ரீலங்காஅச்சக வெளியீடு

'வீடற்றவன் வேலுப்பிள்ளையின் நாவல்' (க.பொ.த சா.த) ஸ்ரீலங்கா அச்சக வெளியீடு

'இலக்கிய வினாவிடை' (விருப்பத்திற்குரியது) (க.பொ.த சா.த) ஸ்ரீலங்கா அச்சகவெளியீடு

'கட்டுரைக்கோவை 5ஆம்தரம்முதல்10ஆம்தரம் வரை' 7 நூல்கள் ஸ்ரீலங்கா அச்சக வெளியீடு

'கட்டுரைத் தேன்துளி' 5ஆம் தரப் புலமைப் பரிசிலுக்குரியது கட்டுரைப் பூந்துணர் (க.பொ.த சா.த) காந்தளக வெளியீடு

கட்டுரைக்கோவை சொக்கன், மயிலக்கூடலூர் நடராசன் (க.பொ.த சா.த) ஸ்ரீசுப்பிரமணிய அச்சக வெளியீடு

சமயம்

இந்து சமய பாடம் 1 (க.பொ.த சா.த) ஸ்ரீலங்கா அச்சகம்

இந்து சமய பாடம் 2 (க.பொ.த சா.த) சண்முகநாதன் அச்சகம்

இந்து சமய பாடம் சொர்க்கன், சோமன் (க.பொ.த சா.த)

சைவநெறி வினாவிடைகள் 3ம்ஆண்டு தொடக்கம் (க.பொ.த சா.த)வரை 9நூல்கள்

இங்கு தரப்பட்டுள்ள பாட வழிகாட்டி நூல்கள் காலந்தோறும் பாடத்திட்டத்தின் மாற்றங்களுக்கு ஏற்ப எழுதப்பட்டவை. எனவே இலக்கிய வினாவிடைகள், சைவநெறி வினாவிடைகள், பெயரளவில் ஒவ்வொன்றெனக் குறித்துக் காட்டப்பட்டாலும் அவை பாடத்திட்ட மாற்றங்களுக்கு அமைவாய் மேன்மேலும் புதிய புதியவாய் எழுதியமையால் அவற்றின் எண்ணிக்கை மேலும் கூடுதலாய் அமையும். எல்லாமாக ஐம்பது நூல்கள்வரை இவ்வகையில் உள்ளன

ஆலோசனைக் குழுக்களில் எனது பங்களிப்பு (1980–1990)

கல்வியமைச்சின் தமிழ்ப் பாடநூல் ஆலோசனைக் குழு

எண்பதுகளில் பண்டிதர் சு. வேலுப்பிள்ளை (சு.வே) பன்மொழிப் புலவர் க. கனகரத்தினம் ஆகியோரை உத்தியோக பூர்வமான எழுத்தாளர்களாய்க் கொண்ட இக்குழுவின் ஆலோசகர்களாகப் பேராசிரியர் ஆ. சதாசிவம் (பண்டிதர், பேராதனைப் பல்கலைக்கழகத்தில் தமிழில் முதலில், முதல்வகுப்பில் தேறிய கலைமாணி (தமிழ்) (ஒக்ஸ்போட் பல்கலைக்கழகத்தில் மொழியியலில் கலாநிதிப் பட்டம் பெற்றவர்) கலாநிதி சு. சுசீந்திரராஜா, (பின்பு பேராசிரியர்) கலாநிதி எம்.எம். உவைஸ், கோபாலபிள்ளை (மட்டக்களப்பு ஆசிரியர் கலாசாலை விரிவுரையாளராய் இருந்தவர். பேராசிரியர் சந்திரசேகரத்தின் மருகர்) முதலியோரோடு நானும் அங்கம் வகித்தேன்.

'தமிழ் மலர்' என்ற பெயருடன் தமிழ்ப் பாடநூல்கள் எழுதப்பட்ட காலம் அது. எழுத்தாளர்கள் இருவரும் தாம் எழுதிய கட்டுரைகள் பயிற்சிகளோடு, வெளியாரைக் கொண்டும் எழுதுவித்த கட்டுரைகள், கவிதைகளைத் தட்டச்சிட்டு ஆலோசகர்களுக்கு ஒவ்வொரு பிரதி அனுப்பிவைப்பர். அவர்கள் குறிக்கும் நாளில், ஆலோசகர்கள் தமக்கு அனுப்பப்பட்ட பிரதிகளில் திருத்தங்கள், சேர்க்கைகள், நீக்கங்கள் செய்த பிரதிகளுடன் கொழும்பு பாடநூல் வெளியீட்டுத் திணைக்களம் சென்று அக்குழு கூடிக் கலந்துரையாடி வேண்டிய திருத்தங்கள் செய்தபின், எழுத்தாளர்களால் அச்சுக்கான பிரதி தயாரிக்கப்படும்.

ஆலோசனைக் குழுவினரின் கலந்துரையாடல்கள் மிகச் சுவையாகவும், வாதங்கள் மிகவும் காரசாரமாகவும் நிகழ்வதுண்டு.

ஒருமுறை நான் பாடநூல்களில் இடம்பெறும் கட்டுரைகள் கதைகள் என்பவற்றிலே காணப்பட்ட இலக்கண, வாக்கிய சொற்பிழைகளைச் சுட்டிக்காட்டியபொழுது, கலாநிதி சுசீந்திரராஜா அவ்வாறு திருத்தப்பட வேண்டியதில்லை என்று வாதித்தார். பாடநூல்களிலே உள்ள வாக்கியங்கள் போன்றவை பேராசிரியர் வையாபுரிப்பிள்ளை முதலியவர்களாலேயே கையாளப்படுகின்றன என்று சான்றுகளும் காட்டினார்.

பேராசிரியர் அ. சதாசிவம் அவரின் கூற்றை வன்மையாக மறுத்தார். "நானும் உம்மைப் போல மொழியியலாளன் தான். ஆனால் சொக்கன் ஆசிரியர். அவரும் இங்குள்ள ஆசிரியர்களுமே இப்புத்தகத்தைச் செயல்படுத்துவோர். ஆனபடியால் அவர்களின் முடிவுகளே கொள்ளப்படவேண்டும். அடிப்படை இலக்கணம் பேணப்படத்தான் வேண்டும்" என்றார்.

பேராசிரியர் ஆ. சதாசிவத்தின் கருத்தே இறுதியில் ஏற்றுக்கொள்ளப்பட்டது.

இலங்கை வானொலி இந்து சமய (நிகழ்ச்சி) ஆலோசனைக் குழு

இக்குழுவின் தலைவர் முன்னாள் நீதியரசர் வீரவாகு சிவசுப்பிரமணியம். கி. லஷ்மணன், எஸ்.டி. சிவநாயகம் (சுதந்திரன், தினபதி ஆகியவற்றின் ஆசிரியர், பிரபல பத்திரிகையாளர், எழுத்தாளர். இன்று இவர் இல்லை), சோமசுந்தரம் (மட்டக்களப்பு வாசர், ஆசிரியர், (இவர்களோடு இன்னும் சிலர் இருந்தார்கள். பெயர்கள் ஞாபகமில்லை.) இவர்களோடு நானும் உறுப்பினன். இங்கும் சுவாரசியமானவையும் காரசாரமானவையுமான வாதங்கள் இடம்பெற்றன. (கி. லக்ஷ்மணனின் வாதம்பற்றி கி. லக்ஷ்மணன் என்று 18ஆம் இயலில் தந்தவற்றைக் காண்க.)

ஒரு சமயம், பாடசாலை அதிபர் என்ற வகையில் பாடசாலை சைவநெறி கற்பிப்பதிலும் சைவ ஆசாரங்களைப் பேணுவதிலும் ஏற்படும் பிரச்சினைகள் பற்றி எடுத்துரைக்குமாறு தலைவர் என்னை வேண்டினார்.

"பாடசாலைகளில் காலைப் பிரார்த்தனையின்போது பிள்ளைகள், விசேடமாகப் பெண்பிள்ளைகள் சப்பாத்தைக் கழற்றாமல் பிரார்த்தனையில் கலந்துகொள்வது, குளிக்கப் போய்ச் சேறு பூசுவது போலாகும். சைவ ஆசாரத்தின் அடிப்படையே இதனால் தகர்க்கப்படுகின்றது" என்று நான் எடுத்துரைத்தேன்.

என் கருத்தை மறுத்து எஸ்.டி.சிவநாயகம் கூறியவை இவை:

"மிஸ்டர் சொக்கலிங்கம் நீங்கள் யாழ்ப்பாணத்திலிருந்து கொழும்புக்கு றெயிலில் வருகிறீர்கள் என்று வைத்துக் கொள்வோம். அதிகாலைப் பொழுதாகிறது. காலைக் கடனைப் புகைவண்டிக் கழிப்பறையிலேயே முடிக்க வேண்டியுள்ளது. நீங்கள் பெரும் சைவாசாரசீலராயிருக்கலாம். நாவலர் கூறிய விதிப்படி தலையைத் துண்டால் மூடிக்கட்டியபடி, வடக்குப் புறமாகவேணும் கிழக்குப் புறமாகவேணும், பார்த்தபடி உங்கள் அவசிய கருமத்தை முடித்து, அவர் சொல்லியிருப்பதுபோல (இடக்கரடக்கல்) கழுவுவீரோ? இல்லையே!

பாடசாலைகளிலே பிள்ளைகளுக்கு, சிறப்பாகப் பெண் பிள்ளைகளுக்கு வெள்ளைக் கால்மேசு, வெள்ளைச் சப்பாத்து அணிந்துவர வேண்டும் என்பது பொதுவிதி. அவர்கள் இவற்றைக் கழற்றிவிட்டு, தரையிலுள்ள அழுக்கிலே, தூசியிலே கால் பதித்து நின்றபின் கால்மேசு போட்டால் என்னாகும்? சப்பாத்தணிந்தால் என்னாகும்? பக்தி மனத்துக்குத்தான். உடைக்கல்ல. காலமாற்றத்தை அனுசரித்து நடக்க வேண்டும்"

ஆலோசனைக் குழுவின் மௌனம், சிவநாயகம் அவர்களுடைய வாதத்தை ஏற்றுக்கொண்டதன் அறிகுறி என்பதைச் சொல்ல வேண்டியதில்லை.

சைவநெறிப்பாட எழுத்தாளர்

கி. லக்ஷ்மணன், பாலம் லக்ஷ்மணன் ஆகியோரின் நெறிப்படுத்தலில் கு. குமாரசாமி, கணநாதபிள்ளை முதலியோருடன் நானும் எழுத்தாளனாக 9, 10ஆம் தரச் சைவநெறி பாடநூல்களுக்கான பாடங்கள் சிலவற்றை எழுதியதையும் இவ்விடத்தில் குறிப்பிடுவது பொருத்தமாகும்.